101

ശാസ്ത്രലേഖനങ്ങൾ

101
sastralekhanangal

•

prof. s sivadas

•

first edition
september 2009

•

second edition
february 2011

•

typesetting & published
chintha publishers, thiruvananthapuram

•

cover
madhu

•

illustration
anandavally

വിതരണം

ദേശാഭിമാനി ബുക്ക് ഹൗസ്

H O തിരുവനന്തപുരം-695 001

ബ്രാഞ്ചുകൾ

ഓവർബ്രിഡ്ജ് തിരുവനന്തപുരം • കെ എസ് ആർ ടി സി ബസ് സ്റ്റേഷൻ ആലപ്പുഴ • കെ എസ് ആർ ടി സി ബസ് സ്റ്റേഷൻ എറണാകുളം • ഐ ജി റോഡ് കോഴിക്കോട് • മാവൂർ റോഡ് കോഴിക്കോട് • എൻ ജി ഒ യൂണിയൻ ബിൽഡിങ് കണ്ണൂർ • സെൻട്രൽ ബസ് ടെർമിനൽ കോംപ്ലക്സ് താവക്കര കണ്ണൂർ • മച്ചിങ്ങൽ ലെയ്ൻ തൃശൂർ

CR - 1067 / 2651

101

ശാസ്ത്രലേഖനങ്ങൾ

പ്രൊഫ. എസ് ശിവദാസ്

ചിന്ത പബ്ലിഷേഴ്സ്
തിരുവനന്തപുരം-695 001

പ്രൊഫ. എസ് ശിവദാസ്

വായിച്ചാലും വായിച്ചാലും തീരാത്ത പുസ്തകം, കിയോ കിയോ, മ്യൂനിച്ചിലെ സുന്ദരികളും സുന്ദരന്മാരും, പഠിക്കാൻ പഠിക്കാം, കടങ്കഥകൾകൊണ്ടു കളിക്കാം, ജയിക്കാൻ പഠിക്കാം, പഠനപ്രോജക്ടുകൾ: ഒരു വഴികാട്ടി, പുസ്തക ക്കിളികൾ, നിങ്ങളുടെ മക്കളെ എങ്ങനെ മിടുമിടുക്കരാക്കാം, കുട്ടികളുടെ സയൻസ് കിറ്റ്, സയൻസ് പാർലമെന്റ് തുട ങ്ങിയ നൂറിലേറെ കൃതികളുടെ കർത്താവായ പ്രൊഫ. എസ് ശിവദാസ് കഴിഞ്ഞ നാൽപ്പതിലേറെ വർഷങ്ങളായി ഒരു ശാസ്ത്രപ്രചാരകനായി പ്രവർത്തിക്കുന്നു.

NCSTC, NCERT, കേരള സാഹിത്യ അക്കാദമി, കേരള സംസ്ഥാന ബാലസാഹിത്യ ഇൻസ്റ്റിറ്റ്യൂട്ട്, കൈരളി ബു ക്ക് ട്രസ്റ്റ്, കേരള സംസ്ഥാന ശാസ്ത്ര സാങ്കേതിക പരി സ്ഥിതി കമ്മിറ്റി, എസ് ബി ഐ, ഭീമാ അവാർഡുകൾ ലഭിച്ചിട്ടുണ്ട്. ഇപ്പോൾ ലേബർ ഇന്ത്യ പബ്ലിക്കേഷൻസിന്റെ ചീഫ് എഡിറ്റർ.

വിലാസം : പ്രൊഫ. എസ് ശിവദാസ്
പ്രശാന്ത്, അണ്ണാൻകുന്ന്
കോട്ടയം-1
ഫോൺ : 2560123

ഉള്ളടക്കം

ചന്ദ്രയാൻ ഒന്ന് ഉണർത്തുന്ന ചിന്തകൾ 9
ശാസ്ത്രലോകത്ത് ഒരു ഉത്സവം 13
ബഹിരാകാശ ഗവേഷണവും മീൻപിടിത്തവും! 16
മലവും ജലവും മനുഷ്യരും 21
വിപ്ലവം കക്കൂസിലൂടെ! 26
ഇന്നു ഞാൻ നാളെ നീ 31
പാലോ ചോറോ? 37
സുന്ദരിയാകാൻ പപ്പായപ്പഴ വഴി 40
ആർത്തവം അവളുടെ ആക്രമണം? 43
'മനുഷ്യപ്പിണ്ടം' പെരുകിയാൽ 47
ആനരഹസ്യങ്ങൾ 51
കല്യാണവും ആയുസ്സും 56
ശ്രീമാൻ ഞാഞ്ഞൂലിന് സ്തുതി 58
സൗന്ദര്യം വിലയ്ക്കു വാങ്ങാമോ? 62
പ്രകൃതിയെ അറക്കരുത്, കറക്കാം 66
വെള്ളം, വെള്ളം 69
വിൽഥാനുണ്ട് മണങ്ങൾ! 73
കാറോ കക്കൂസോ? 76
എന്നെത്തിന്നാൽ ഞാനും തിന്നും! 80
മുലപ്പാലിലും വിഷം 83
ആനക്കുടിയന്മാർ 86
ഉച്ചയുറക്കം ആരോഗ്യത്തിന് 88
വായുഭഗവാൻ പിണങ്ങിയാൽ 91
ആടിന് പുതിയ ഉപയോഗം 94
സംഭാരമഠങ്ങൾ തുടങ്ങണം 97
ആൺമക്കളുണ്ടെങ്കിൽ 100
ആ ഭൂതവും ഇണങ്ങിത്തുടങ്ങിയോ? 102
പൂച്ചക്കാഷ്ഠവും പൂച്ചച്ചാട്ടവും 105
ഈ സ്ത്രീ-പുരുഷ സമത്വം വേണ്ട 111
പഠനം വികൃതമായാൽ 114
മദ്യമില്ലാത്ത മദ്യം 117
ബുദ്ധിയുള്ള കാറുകൾ! 120
പുല്ലിൽനിന്നും പെട്രോൾ 123

അമ്പട ഞാനേ 125
നാറ്റം മാറ്റുന്ന യന്ത്രം 128
നവതാരുണ്യത്തിലേക്കുള്ള എളുപ്പവഴി 130
ഉടുപ്പുകൾ എട്ടുകാലിവലകൊണ്ട്! 132
മനുഷ്യപുത്രനു നടക്കാൻ റോഡില്ല! 135
അഭിനയം എളുപ്പമല്ല 139
കണക്ക് കാര്യമായി പഠിക്കണം 141
പൊള്ളുന്ന സത്യം 144
കണ്ണേ കാണരുതേ! 146
വെക്കേഷൻ വേണ്ട 148
ടെസ്റ്റ്യൂബ് ബേബികളുടെ ഉത്സവം 151
കുറുന്തോട്ടിക്കു വാതം പിടിച്ചാൽ 154
മരിച്ചിട്ടും മരിക്കാത്ത തലച്ചോർ 156
സിഗരറ്റിന്റെ കഥ 158
ജലശക്തി 161
യന്ത്രത്തേനീച്ചകളുടെ നൃത്തം 163
വിഷം വിറ്റാൽ വിഷമിക്കും 166
വരുന്നു വൻ വെള്ളക്ഷാമം 168
കല്യാണം കളിയല്ല! 171
തൊലികൊണ്ടു കേൾക്കാം 173
മണ്ണായിമാറുന്ന പ്ലാസ്റ്റിക് 175
പെണ്ണുങ്ങൾ കുടിച്ചാൽ 177
മുറിവുണക്കാൻ, മധുരമുള്ള വഴി 179
ഹൃദയമുള്ളവരേ ശ്രദ്ധിക്കൂ 182
കണ്ണുനീരിൽ കുതിർന്ന ഗവേഷണം 185
കല്യാണം കഴിക്കാൻ 188
പാവം മനുഷ്യൻ! 191
മരുഭൂമിയെ മലർവാടിയാക്കാൻ 194
പൂക്കളുടെ റാണി 198
ഭ്രാന്തു കാണിക്കരുത് 200
ഓറഞ്ച് ഓയിലിന്റെ അത്ഭുതസ്വഭാവം 203
ഭൂതത്തെ കാണാവുന്ന കണ്ണുകൾ 205
വാഴയ്ക്ക വയറിനു നന്ന് 209
ആണുങ്ങളില്ലേ? 211
പാമ്പുകടിക്കു കറന്റടി 214
ഇലയിൽ ആന്റീനകളോ? 216
വണ്ടിയോടിച്ച് മണ്ടന്മാരാവുക 218
കൃത്രിമ കരിങ്കല്ല് 221
മീനോ ഇറച്ചിയോ? 223

കുളിമുറികൾ കൂടരുത് കുറയരുത് 225
നാടൻ മരുന്നുകൾക്ക് നല്ലകാലം 228
നനഞ്ഞാലും വിടാത്ത പശ 230
തിന്നാവുന്ന ചീട്ടുകൾ 232
ഒറ്റ വൈക്കോൽ വിപ്ലവം 234
ആകാശം അടിച്ചുവാരാൻ 237
ഇളിക്കുവിൻ കുരങ്ങന്മാരേ! 240
പൂച്ച നിരീക്ഷണം 244
വാൾപോസ്റ്ററുകൾക്ക് കഷ്ടകാലം 246
കുഞ്ഞുങ്ങൾ കുറയുമ്പോൾ 249
കുട തകർക്കുന്ന റഫ്രിജറേറ്ററുകൾ 252
വെള്ളം കത്തിക്കുന്ന കാലം 258
തടിയന്മാരെ തടിച്ചികളെ... 260
സാമ്പാറിനും രസത്തിനും നല്ല കാലം 263
ഒളിമ്പിക്സും ശാസ്ത്രവും 265
തല്ലുകൊള്ളുന്ന ഭാര്യമാർ 267
പാലിലും പയറിലും വിഷം! 270
മനുഷ്യാ നീ മണ്ണിലേക്കു മടങ്ങൂ 272
വെടിക്കെട്ടു വേണോ? 274
വിറ്റാമിൻ വിലയ്ക്കു വാങ്ങണോ? 277
ഭൂമികുലുക്കം മുൻകൂട്ടി അറിയാൻ 280
എട്ടുകാലികൾ പാടത്തേക്ക് 282
കടലിൽനിന്നു കുടിവെള്ളം 285
ഏണി ഗവേഷണം 287
ചകിരിക്കലപ്പയുടെ കഥ 289
കോഴീ, കൂവരുത്! 293
എയ്ഡ്സിനെതിരെ വേപ്പ്! 295
ഭൂമിയിൽ സമാധാനം 297
വേണ്ടേ നമുക്കൊരു രണ്ടാം ഹരിതവിപ്ലവം? 302

101
ശാസ്ത്രലേഖനങ്ങൾ
ANANDAVALLY

1

ചന്ദ്രയാൻ ഒന്ന് ഉണർത്തുന്ന ചിന്തകൾ

ചന്ദ്രയാൻ ഒന്ന് വളരെ വലിയ ഒരു വിജയമായി. അതിസങ്കീർണമായ ചാന്ദ്രദൗത്യത്തിന്റെ എല്ലാ ഘട്ടങ്ങളും ഏറ്റവും കൃത്യമായി പ്രവർത്തിച്ചു. സ്പേസ് ടെക്നോളജിയിൽ മുൻപന്തിയിലുള്ള അമേരിക്കപോലുള്ള രാജ്യങ്ങൾക്കുപോലും ഇന്ത്യയുടെ ആ വിജയം ഒരു ആവേശകരമായ മാതൃകയായി.

എങ്കിലും ചിലർക്കെങ്കിലും ഒരു സംശയം ഉണ്ടായി. ഇത്രയേറെ പണം ചെലവാക്കി ഇങ്ങനെയൊരു പരിപാടി നടത്തേണ്ടിയിരുന്നോ? ചന്ദ്രയാൻ ഒന്നിനായി ബാംഗ്ലൂരിൽ സജ്ജമാക്കിയ സ്പേസ്നെറ്റ്വർക്കിനുതന്നെ നൂറുകോടി രൂപ ചെലവായി. ലോഞ്ച് വെഹിക്കിളിന്റെ പരിഷ്കരണത്തിനായി നൂറുകോടി ചെലവാക്കി. നൂറ്റി എൺപത്താറുകോടി രൂപയോളമായി ആ സ്പേസ്ക്രാഫ്റ്റിന്. ഇവ മൂന്നുംകൂടിതന്നെ 386 കോടിയായി. മറ്റു ചെലവുകൾ വേറെയും. ഐ എസ് ആർ ഒ പോലുള്ള സ്ഥാപനങ്ങൾ ഇത്ര വലിയ ബഡ്ജറ്റിൽ പ്രവർത്തിക്കുന്നതിനെപ്പറ്റി രാഷ്ട്രീയ സംവാദങ്ങൾ നടക്കാൻ സാധ്യതയില്ല എന്ന് ചിലർ ചൂണ്ടിക്കാട്ടുന്നു. ഒരു ജനാധിപത്യരാഷ്ട്രത്തിൽ ചെലവാക്കുന്ന പണത്തിന് ജനകീയമായ അംഗീകാരം തേടേണ്ടതല്ലേ? ആ ചോദ്യം ന്യായമാണ്.

എന്നാൽ ചന്ദ്രയാൻ ഒന്നു വഴി ഇന്ത്യ നേടിയെടുത്ത ആത്മവിശ്വാസത്തിന് ചെലവായ നാനൂറോളം കോടി രൂപയിലെത്രയോ വലിയ വിലയുണ്ട്. ഇന്ത്യയുടെ അണുബോംബുസ്ഫോടനം (പൊക്രാൻ 2) 1998ൽ നടന്നതിനുശേഷം പാശ്ചാത്യരാജ്യങ്ങളും അമേരിക്കയും ഇന്ത്യയുടെ മേൽ നിയന്ത്രണങ്ങൾ അടിച്ചേൽപ്പിച്ചു. നമുക്ക് അത്യന്താധുനിക ടെക്നോളജികൾ നിഷേധിക്കപ്പെട്ടു. നമ്മുടെ ന്യൂക്ലിയർ, സ്പേസ് ഗവേഷണങ്ങളെ തളർത്താൻ ശ്രമിച്ചു. എ

ന്നാൽ ആ നിയന്ത്രണങ്ങൾ ഇന്ത്യയിലെ ശാസ്ത്രജ്ഞന്മാരെ തളർത്തിയില്ല. തടസങ്ങൾ തട്ടിമാറ്റാനും നിഷേധിക്കപ്പെട്ട ടെക്നോളജികൾ സ്വയം വികസിപ്പിച്ചെടുക്കാനും ഇന്ത്യൻ ശാസ്ത്രജ്ഞന്മാർ തയ്യാറായി. ആ യജ്ഞം വിജയിച്ചു. ചന്ദ്രയാൻ ഒന്നിന് അക്കാര്യം സംശയലേശമന്യേ ലോകത്തിന് തെളിയിച്ചും കൊടുത്തു.

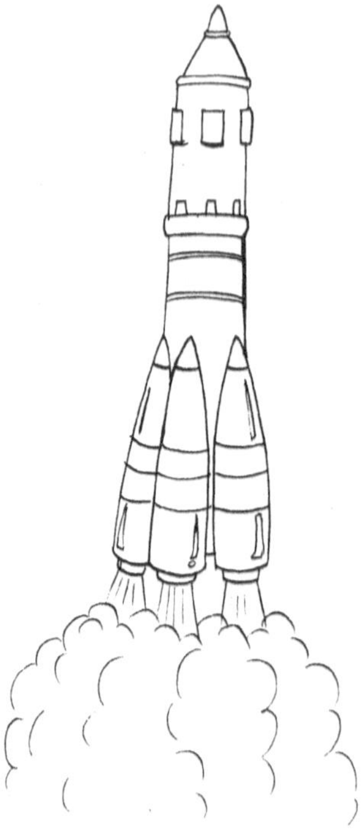

അതെ; ഏതു വെല്ലുവിളിയും നേരിടാൻ ഇന്ത്യൻ ശാസ്ത്രജ്ഞന്മാർക്കും സാങ്കേതികവിദഗ്ധന്മാർക്കും കഴിയും. എത്ര സങ്കീർണമായ ശാസ്ത്രപ്രശ്നത്തിനും സ്വയം പരിഹാരം കാണാൻ ഇന്ത്യക്കു കഴിയും. ചന്ദ്രയാൻ ഒന്ന് അതാണ് തെളിയിച്ചിരിക്കുന്നത്. അതുവഴി കോടിക്കണക്കിനു ജനങ്ങൾ ജീവിക്കുന്ന ഈ മഹത്തായ രാഷ്ട്രത്തിന്റെ ആത്മാഭിമാനം ഉയർത്തിപ്പിടിക്കുകയും ചെയ്തിരിക്കുന്നു ചന്ദ്രയാൻ ഒന്ന്.

നാം ജീവിക്കുന്നത് വിവരവിസ്ഫോടന യുഗത്തിലാണ്. അറിവിന്റെ ലോകത്തിലാണ്. ഏറ്റവും പുതിയ, ഏറ്റവും സങ്കീർണമായ, ഏറ്റവും അധികം വൈദഗ്ധ്യം ആവശ്യമായ, അത്യന്താധുനികമായ ടെക്നോളജികൾ സ്വയം രൂപപ്പെടുത്താനാകുന്ന രാജ്യത്തിനേ ഇനി മുൻനിരയിലെത്താനാകൂ. ഇന്ത്യക്കും അതിനു കഴിയും എന്ന് ഇന്ത്യ തെളിയിച്ചിരിക്കുന്നു. ഓരോ ഇന്ത്യക്കാരനും അതുകൊണ്ടു തന്നെ ചന്ദ്രയാൻ ഒന്നിന്റെ വിജയത്തെപ്പറ്റി അഭിമാനിക്കണം.

ചന്ദ്രനിൽ സ്ഥലം വിൽപ്പനയ്ക്ക്!

ചന്ദ്രനിൽ സ്ഥലം വിൽക്കുന്ന ഒരു കമ്പനി അമേരിക്കയിലുണ്ട്! ലൂണാർ എംബസി എന്നാണ് കമ്പനിയുടെ പേര്. ഭൂമിയിലെ ഏറ്റവും വലിയ ലൂണാർ റിയൽ എസ്റ്റേറ്റ് ഏജൻസി (Lunar Embassy) എന്നാണ് ആ കമ്പനി അവരെ വിശേഷിപ്പിക്കുന്നത്. നിങ്ങൾക്കും ചന്ദ്രനിൽ സ്ഥലം വാങ്ങണമെന്നുണ്ടോ? എങ്കിൽ lunarland-owner.com എന്ന വെബ്സൈറ്റ് സന്ദർശിക്കുക!

എന്നാൽ ഇങ്ങനെയുള്ള കച്ചവടത്തിന് ഐക്യരാഷ്ട്രസഭ വിലക്കേർപ്പെടുത്തിയിട്ടുണ്ട്. യു എൻ ഔട്ടർ സ്പേസ് ട്രീറ്റി ആണ് അന്താരാഷ്ട്ര സ്പേസ് നിയമങ്ങളുടെ അടിത്തറ. അത് സ്പേസിലെ റിയൽ എസ്റ്റേറ്റ് അംഗീകരിക്കുന്നില്ല. സ്പേസിലെ സ്ഥലം ഒരു രാജ്യത്തിനും സ്വന്തമാക്കാൻ ആ നിയമം അംഗീകരിക്കുന്നില്ല. ആ വിലക്ക് രാജ്യത്തിനല്ലേ ബാധകമാകുന്നുള്ളൂ. തങ്ങൾ കമ്പനിയല്ലേ? അപ്പോൾ ചന്ദ്രനിലെ സ്ഥലം വിൽക്കാം എന്നാണവരുടെ വാദം!

ഭാവിലോകത്തെ ഒരു ഇന്ധനം ആണ് ഹീലിയം-3 എന്ന് ശാസ്ത്രജ്ഞന്മാർ കരുതുന്നു. ചന്ദ്രനിലെ മണ്ണിലുള്ള ഇൽമനൈറ്റിൽ *(Ilmenite : $FeTiO_3$)* കുടുങ്ങി വൻതോതിൽ ഹീലിയം 3 ഉണ്ട് എന്നാണ് കരുതപ്പെടുന്നത്. ഇത് ഖനനം ചെയ്ത് ഭൂമിയിലെത്തിച്ചാൽ

ചന്ദ്രനിലെ വിഭവങ്ങൾ

ചന്ദ്രയാൻ ഒന്നിന്റെ ഒരു പ്രധാന ദൗത്യം ചന്ദ്രനിലെ ഖനിജങ്ങളുടെ (മിനറൽസിന്റെ) വിവരം ശേഖരിച്ച് ഒരു ഖനിജ ഭൂപടം (Minerological map) ഉണ്ടാക്കുകയെന്നതാണ്. എന്നാൽ മാത്രമല്ലേ എന്തൊക്കെ അവിടെനിന്നും ലഭിക്കാൻ സാധ്യതയുണ്ട് എന്ന് അറിയാനാകൂ. മഗ്നീഷ്യം, അലുമിനിയം, കാൽസിയം, ഇരുമ്പ്, ടൈറ്റാനിയം, യുറേനിയം, തോറിയം, റാഡോൺ ഇവയുടെ ലഭ്യതയെപ്പറ്റി പഠിക്കാൻ ശാസ്ത്രജ്ഞന്മാർക്കു പരിപാടിയുണ്ട്. ചന്ദ്രനിലെ ഖനിജങ്ങളെപ്പറ്റി കൃത്യമായ വിവരങ്ങൾ ഇപ്പോൾ ലഭ്യമല്ല.

പിന്നെ ഊർജം വേണ്ടത്ര ഉണ്ടാക്കാം എന്നാണു പ്രവചനം. എന്നാൽ ഹീലിയം – 3ൽനിന്ന് ഊർജമുണ്ടാക്കേണ്ടത് ഫ്യൂഷൻ ടെക്നോളജി വഴിയാണ്. ഫ്യൂഷൻ സാങ്കേതികവിദ്യ ഇതുവരെ വിജയിപ്പിക്കാൻ കഴിഞ്ഞിട്ടില്ല. അമ്പതോളം വർഷങ്ങൾക്കുശേഷം ലോകത്തെ ഊർജ ഉൽപ്പാദനം ഏതു മാർഗത്തിലൂടെയായിരിക്കും എന്നു പ്രവചിക്കാനാകില്ല. ഫ്യൂഷൻ ടെക്നോളജിക്കു വഴിയായാൽ ഹീലിയം-3 ഉപകാരപ്പെടാം. ഏതായാലും ചന്ദ്രയാൻ ഒന്നിൽ ഹീലിയത്തിന്റെ അളവു കണ്ടെത്താനുള്ള ഉപകരണങ്ങളില്ല.

ചന്ദ്രനിലെ ഖനിജങ്ങൾ ഖനനം ചെയ്ത് ഭൂമിയിൽ കൊണ്ടുവന്ന് ഉപയോഗിക്കുക എന്നത് ഇന്ന് അസാധ്യവുമാണ്. ഭാവിയിൽ അതു സാധ്യമായേക്കാം. അങ്ങനെ അന്താരാഷ്ട്ര നിയമങ്ങൾക്കനുസരിച്ചു മാത്രം അണുഖനനവും സാധ്യമായേക്കാം. ഉടനെയൊന്നും അതിനു സാധ്യതയില്ല.

2

ശാസ്ത്രലോകത്ത് ഒരു ഉത്സവം

എന്നും എന്തെങ്കിലും ഒരു ഉത്സവം ആഘോഷിക്കുന്ന നാടാണ് കേരളം. എത്ര വൈദഗ്ധ്യമുള്ള ഉത്സവങ്ങളാണ് നമ്മുടെ നാട്ടിലുള്ളത്. തീർച്ചയായും അവ ആഘോഷിക്കണം. അവ നമ്മുടെ സാംസ്കാരികരംഗത്തെ വളർത്തുമെന്നുള്ള കാര്യത്തിൽ സംശയമേ വേണ്ട.

എന്നാൽ നാം ഇന്നുവരെ ആഘോഷിക്കാത്ത ഒരു വലിയ ഉത്സവം ആഘോഷിക്കാനുള്ള ഭാഗ്യം ആണ് 2009 എന്ന വർഷം നമുക്കു നൽകിയിരിക്കുന്നത്. 2009 ശാസ്ത്രവർഷമായി ലോകമെങ്ങും ആഘോഷിക്കുകയാണ്. നൂറുശതമാനം സാക്ഷരതയുള്ള പുരോഗമന ചിന്തകളുള്ള കുറെയെങ്കിലും ശാസ്ത്രബോധവുമുള്ള കേരളീയരും ശാസ്ത്രവർഷാഘോഷത്തിൽ പങ്കുചേരുക തന്നെ വേണം.

ശാസ്ത്രരംഗത്തെ വലിയ ചിന്ത കണ്ടെത്തലുകളെപ്പറ്റിയും അവയുടെ പിന്നിൽ പ്രവർത്തിച്ചവരെപ്പറ്റിയും ഓർക്കേണ്ട വർഷമാണ് 2009. തന്റെ പരിണാമസിദ്ധാന്തത്തിലൂടെ ശാസ്ത്രവിജ്ഞാനരംഗത്തെ ഒരു ആചാര്യനായി മാറിയ മഹാനായിരുന്നല്ലോ ചാൾസ് ഡാർവിൻ. അദ്ദേഹത്തിന്റെ ഇരുനൂറാം ജന്മവാർഷികം 2009ലാണ്. മഹാനായ എബ്രഹാം ലിങ്കൺ അമേരിക്കയിൽ അടിമത്തം അവസാനിപ്പിച്ച ധീരനാണ്. ശാസ്ത്രത്തിന്റെ വളർച്ചയിലും സംഭാവനകൾ ചെയ്തിട്ടുണ്ട് ലിങ്കൺ. അദ്ദേഹത്തിന്റെ ഇരുനൂറാം പിറന്നാളും 2009ൽതന്നെ. ഡാർവിനും ലിങ്കണും ജനിച്ചത് 1809 ഫെബ്രുവരി 12ന് ആയിരുന്നു. എത്ര അത്ഭുതകരമായ യാദൃച്ഛികത! രണ്ടു യുഗപ്രഭാവന്മാർ ലോകത്ത് ഒരേ ദിവസം ജനിച്ചു!

ലോകത്തെ വളരെയേറെ സ്വാധീനിച്ച മഹദ്ഗ്രന്ഥമാണ് ചാൾസ് ഡാർവിന്റെ *ഒറിജിൻ ഓഫ് സ്പീഷീസ്*. അതിന്റെ പ്രസിദ്ധീകരണത്തിന്റെ നൂറ്റമ്പതാം വാർഷികവും 2009ൽ തന്നെയാണ്. അതുകൊണ്ടും തീരുന്നില്ല 2009ന്റെ പ്രാധാന്യം. ഗ്രഹങ്ങളുടെ ചലനത്തെപ്പറ്റിയുള്ള രണ്ടു നിയമങ്ങൾ കെപ്ലർ പ്രസിദ്ധീകരിച്ചതിന്റെ നാനൂറാം വാർഷികവും 2009ൽ തന്നെയാണ്. ഗലീലിയോ സ്വയം ഒരു ടെലസ്കോപ് നിർമിച്ച് ആകാശക്കാഴ്ചകൾ കണ്ട് അത്ഭുതപ്പെട്ട മഹാസംഭവത്തിന്റെ നാനൂറാം വാർഷികവും 2009ൽ തന്നെ.

ഈ സംഭവങ്ങളെല്ലാം മനുഷ്യന്റെ വിജ്ഞാനപ്രപഞ്ചത്തെ വികസിപ്പിച്ച മഹത്തായ സംഭാവനകളാണ്. മനുഷ്യന്റെ വിജ്ഞാനത്തെയും ദർശനങ്ങളേയും സ്വാധീനിക്കുകയും മനുഷ്യരുടെ ചിന്താലോകത്ത് വലിയ വിപ്ലവങ്ങൾ ഉണ്ടാക്കുകയും ചെയ്തു ഈ സംഭവങ്ങൾ. അവയെ വെറുതെ, യാന്ത്രികമായി സ്മരിക്കുകയല്ല നാം ശാസ്ത്രവർഷാഘോഷവേളയിൽ ചെയ്യേണ്ടത്. ശാസ്ത്രത്തിന്റെ കുതിപ്പും കിതപ്പും വിലയിരുത്തണം. ശാസ്ത്രഗവേഷണങ്ങളുടെ ഏറ്റവും പുതിയ മണ്ഡലങ്ങളെപ്പറ്റി ചിന്തിക്കണം. ശാസ്ത്രവിജ്ഞാനത്തിലൂടെ മനുഷ്യൻ വളരുന്നതെങ്ങനെയെന്നു മനസിലാക്കണം.

വിജ്ഞാനത്തിന്റെ ലോകത്താണ് നാം ഇന്നു ജീവിക്കുന്നത്. വിജ്ഞാനം വഴിയുണ്ടായിരിക്കുന്ന സാങ്കേതികവിപ്ലവങ്ങൾ വഴി വളർന്നുകൊണ്ടിരിക്കുന്ന ഒരു ലോകമാണത്. അറിവിലൂടെ, ആശയങ്ങളിലൂടെ, പുതിയ കാഴ്ചപ്പാടുകളിലൂടെ, ഉറപ്പുള്ള വിവേകത്തിലൂടെ, ഒരു പുതിയ ലോകം സൃഷ്ടിക്കാൻ കടപ്പെട്ടവരാണ് ഇന്നത്തെ മനുഷ്യരാശി. അതിന് നാം പിന്നിട്ട പാതകളെപ്പറ്റി ഓർക്കണം. മഹദ്വ്യക്തികൾ നൽകിയ മഹത്തായ സംഭാവനകളെപ്പറ്റി ഓർക്കണം. അവർ തെളിയിച്ച വിജ്ഞാനദീപങ്ങളെ നാം കെടാതെ മുന്നോട്ട് കൊണ്ടുപോകുന്നുണ്ടോ എന്നു വിലയിരുത്തണം. അത്തരം ചിന്തകളും സംവാദങ്ങളും നമ്മെ കൂടുതൽ പക്വതയുള്ളവരാക്കും. നമ്മുടെ വിജ്ഞാനാസക്തി വർദ്ധിപ്പിക്കും. നമ്മെ അറിവിലൂടെ കൂടുതൽ ശക്തരുമാക്കും. ശാസ്ത്രബോധത്തെത്തന്നെ ചവിട്ടിത്താഴ്ത്തി അന്ധവിശ്വാസങ്ങളെ ഉയർത്തിപ്പിടിക്കാൻ ലോകമെങ്ങും നടക്കുന്ന പ്രവർത്തനങ്ങളെ തിരിച്ചറിയാനും തോൽപ്പിക്കാനും കൂടി ശാസ്ത്രീയചർച്ചകൾ നമുക്ക് കഴിവു നൽകും.

ഇതൊക്കെയാണ് 2009ൽ ലോകമെങ്ങും ശാസ്ത്രവർഷം ആഘോഷിക്കുന്നതിനു പിന്നിലെ ചിന്തകൾ. ഇങ്ങനെയൊരു ശാസ്ത്ര മഹോത്സവം നടത്താനുള്ള ആഹ്വാനം നൽകിയ അമേരിക്കൻ ഇൻസ്റ്റിറ്റ്യൂട്ട് ഓഫ് ബയോളജിക്കൽ സയൻസിന് നമുക്ക് നന്ദി പറയാം. ആ ശാസ്ത്രവർഷാഘോഷത്തിന്റെ പ്രചരണം നടത്തുന്ന 'COPUS' നും നന്ദി പറയുക. അവരുമായി ബന്ധപ്പെടാനും ശ്രമിക്കുക.

(www.copusproject.org/yearofscience2009)

3

ബഹിരാകാശ ഗവേഷണവും മീൻപിടിത്തവും!

അഞ്ജനവും മഞ്ഞളും തമ്മിലെന്തു ബന്ധം! കടലും കടലാടിയും തമ്മിലെന്തു ബന്ധം! ബഹിരാകാശ ഗവേഷണവും മീൻപിടിത്തവും തമ്മിലും ബന്ധമൊന്നുമുണ്ടാകാനിടയില്ല. ഇങ്ങനെയൊക്കെയേ സാധാരണക്കാർ ചിന്തിക്കൂ. എന്നാൽ സംഗതി അങ്ങനെയല്ല സുഹൃത്തുക്കളെ. ബഹിരാകാശ ഗവേഷണങ്ങൾകൊണ്ട് സാധാരണക്കാർക്ക് അനേകം പ്രയോജനങ്ങൾ ഉണ്ട്. അതിൽ പലതും നാം ഒരിക്കലും പ്രതീക്ഷിക്കാത്തതുമാണ്.

അതിനൊരു ഉദാഹരണമാണ് ലക്ഷദ്വീപിലെ മീൻപിടുത്തക്കാർക്കു ലഭിച്ചിരിക്കുന്ന പ്രയോജനങ്ങൾ. ഇന്ത്യയുടെ ഉപഗ്രഹങ്ങൾ വഴി ഐ എസ് ആർ ഒ സമുദ്രത്തിനെപ്പറ്റി വിവരങ്ങൾ ശേഖരിക്കുന്നു. സമുദ്രത്തിനു മേലുള്ള കാലാവസ്ഥ, സമുദ്രോപരിതലത്തെ താപനില, സമുദ്രത്തിൽ വൻതോതിൽ കാണുന്ന സൂക്ഷ്മസസ്യങ്ങളുടെ (ഫൈറ്റോപ്ലാങ്ക്ടണുകളുടെ) അളവ് (സാന്ദ്രത) തുടങ്ങിയ വിവരങ്ങളാണ് ഐ എസ് ആർ ഒ ശേഖരിക്കുന്നത്. ഈ വിവരങ്ങൾ അവർ ഒരു ശാസ്ത്രകേന്ദ്രത്തിന് നൽകുന്നു. ഇന്ത്യൻ നാഷണൽ സെന്റർ ഫോർ ഓഷ്യൻ സർവീസസ് (INCOIS) എന്ന ആ കേന്ദ്രം ഈ വിവരങ്ങൾ പരിശോധിച്ച് പഠിച്ച് വിലയിരുത്തുന്നു. അങ്ങനെ മീൻപിടിക്കാൻ ഏറ്റവും നല്ല മേഖലകൾ അവർ കണ്ടെത്തുന്നു. അത്തരം മേഖലകളിലായിരിക്കും മത്സ്യങ്ങൾ ഏറ്റവുമധികം കാണാൻ സാധ്യത ഉണ്ടായിരിക്കുക. ഈ വിവരം ലക്ഷദ്വീപിലെ മീൻപിടുത്തക്കാർക്കു കൈമാറുന്നു. അതിനാൽ അവർക്ക് അനായാസം മത്സ്യബന്ധനം സാധ്യമാകുന്നു. പണ്ട് വലയിടൽ ഒരു ഭാഗ്യപരീക്ഷണമായിരുന്നു. അനേകം മണിക്കൂറുകൾ അതിനായി പാ

ഴായിപ്പോയിരുന്നു. ഇന്നോ? ഏറ്റവും കുറച്ചു സമയമുപയോഗിച്ച് ഏറ്റവും നല്ല അളവ് മീനുകളെ പിടിക്കാനാകുന്നു!

കണ്ടോ ബഹിരാകാശ ഗവേഷണം പ്രയോജനപ്പെടുത്തി മീൻ പിടുത്തം മെച്ചപ്പെടുത്താനായത്! എത്ര അപ്രതീക്ഷിതമാണ് ഈ ഫലം!

ബഹിരാകാശ ഗവേഷണം സാധാരണക്കാരുടെ ജീവിതം മെച്ചപ്പെടുത്താനും സഹായിക്കും എന്നാണല്ലോ 'ലക്ഷദ്വീപുകഥ' തെളിയിക്കുന്നത്. ഒറീസയിൽനിന്നുള്ള ഒരു വാർത്തയും ഇത് ശരിവയ്ക്കുന്നു. ഒറീസയിലെ കോരാപ്പുട്ട് ജില്ലയിലെ ദരിദ്രരായ ഗ്രാമീണർക്ക് കുടിവെള്ളത്തിന് കിണറുകൾ മാത്രമാണ് ആശ്രയം. എന്നാൽ എവിടെ കിണർ കുഴിച്ചാൽ വെള്ളം കിട്ടും എന്നറിയാൻ അവർക്ക് ഒരു വഴിയുമില്ലായിരുന്നു. പത്തു കിണർ കുഴിച്ചാൽ അഞ്ചിൽനിന്നും വെള്ളം കിട്ടാറില്ല. ദാരിദ്ര്യംകൊണ്ടു വിഷമിക്കുന്നവരുടെ സ

മയവും അധ്വാനവും വെറുതെ പാഴായിപ്പോകുന്നത് അവരുടെ കഷ്ടപ്പാട് ഇരട്ടിയാക്കിയിരുന്നു. അപ്പോഴായിരുന്നു 1987ൽ ഐ എസ് ആർ ഒ അവരുടെ സഹായത്തിനെത്തിയത്. ഉപഗ്രഹങ്ങളിലെ റിമോട്ട് സെൻസിങ് എന്ന സാങ്കേതികവിദ്യ ഉപയോഗിച്ച് ഭൂഗർഭജലം ഉള്ള ഭാഗങ്ങൾ ശാസ്ത്രജ്ഞന്മാർ കൃത്യമായി കണ്ടെത്തി ഗ്രാമീണർക്ക് കാണിച്ചുകൊടുത്തു. ശാസ്ത്രജ്ഞന്മാർ കാണിച്ചുകൊടുത്ത സ്ഥലങ്ങളിൽ കുഴിച്ച കിണറുകളിലെല്ലാം വെള്ളം ലഭിച്ചു. ഗ്രാമീണർക്ക് ആശ്വാസമായി, ദിവ്യശക്തിയുള്ള മാന്ത്രികന്മാരായിട്ടാണ് ശാസ്ത്രജ്ഞന്മാരെ ചില ഗ്രാമീണർ കണ്ടത്!

ഏതു ശാസ്ത്രഗവേഷണത്തിനും ഇങ്ങനെ അനേകം അപ്രതീക്ഷിതമായ ഗുണഫലങ്ങൾ ഉണ്ടാകും. ബഹിരാകാശഗവേഷണം വളരെയേറെ ചെലവുള്ള ഒരു അത്യന്താധുനിക ഗവേഷണ മേഖലയാണ്. അതിബുദ്ധിമാന്മാരായ, അത്യധികം സമർപ്പണബോധത്തോടെ പ്രവർത്തിക്കുന്ന അനേകം ശാസ്ത്രജ്ഞമാരുടെ ഒരു കൂട്ടായ്മയിലൂടെ മാത്രമേ അതിബൃഹത്തായ ഒരു ഗവേഷണ പരിപാടി നടപ്പാക്കാനാകൂ. അതിന് വളരെയേറെ അധ്വാനവും ആവശ്യമാണ്. നല്ല മാനേജ്മെന്റ് വൈദഗ്ധ്യവും ആവശ്യമാണ്. ചെലവ് കൂടുതലാണ് എന്നു കരുതി അത്തരം ഗവേഷണ പരിപാടികൾ വേണ്ടെന്നു വയ്ക്കാനും നിവൃത്തിയില്ല. അങ്ങനെ മാറിനിന്നാൽ ഇന്ത്യയുടെ വികസനം മുരടിക്കും. ഇന്ത്യ ആധുനിക വികസിത രാഷ്ട്രങ്ങൾക്കൊപ്പം നിൽക്കാനാകാതെ പിൻനിരയിലായിപ്പോകും. ബഹിരാകാശഗവേഷണം വഴിയാണ് നമുക്ക് ബഹിരാകാശരംഗത്ത് സ്വയംപര്യാപ്തത കൈവന്നത്. സ്വന്തം വാർത്താവിനിമയ ഉപഗ്രഹങ്ങൾ ഇന്ത്യക്കുണ്ട്. അതാണ് വാർത്താവിനിമയരംഗത്ത് ഇന്ത്യയുടെ വളർച്ച സാധ്യമാക്കിയത്. ടെലിഫോൺ ശൃംഖലകൾ, റേഡിയോ, ടെലിവിഷൻ തുടങ്ങിയ രംഗങ്ങളിലെല്ലാം ഇന്ത്യ വികസിത രാഷ്ട്രങ്ങൾക്കൊപ്പമാണ്. ഇന്ത്യയുടെ സാമ്പത്തിക വളർച്ചയ്ക്ക് ഈ വികസനങ്ങൾ ആണ് സഹായിച്ചിട്ടുള്ളത്.

ഇന്ത്യ സ്വയം ഗവേഷണം ചെയ്ത് സ്വന്തമായി റോക്കറ്റ് വിക്ഷേപിണികൾ തയ്യാറാക്കി. ഇവ ഉപയോഗിച്ച് സ്വന്തം ഉപഗ്രഹങ്ങൾ വിക്ഷേപിക്കുക മാത്രമല്ല നാം ചെയ്യുന്നത്. മറ്റു രാജ്യക്കാരുടെ ഉപഗ്രഹങ്ങൾ വിക്ഷേപിച്ച് അതിനുള്ള പണം വാങ്ങുന്നുമുണ്ട്. മറ്റു രാജ്യങ്ങൾക്ക് ഇന്ത്യ സാങ്കേതികസഹായം വിൽക്കുന്നുമുണ്ട്. ഇങ്ങനെ ഉപഗ്രഹവിക്ഷേപണം വഴിയും സാങ്കേതികസഹായം നൽ

കിയും ഐ എസ് ആർ ഒ കഴിഞ്ഞവർഷം 600 കോടി രൂപ ലാഭമുണ്ടാക്കിയിട്ടുണ്ട്.

ബഹിരാകാശ ഗവേഷണം നമ്മുടെ സാങ്കേതിക വിജ്ഞാനവും വിരുതും വളർത്തുന്നു. അതുമായി ബന്ധപ്പെട്ടുള്ള വളർച്ച നമുക്ക് പല രംഗങ്ങളിലും വേറെയും നേട്ടങ്ങൾ നൽകുന്നു. മുഖ്യമായ നേട്ടങ്ങളല്ലാത്ത അത്തരം അനുബന്ധനേട്ടങ്ങളെ സ്പിൻ-ഓഫ് ബെനഫിറ്റുകൾ (Spin off benefits) എന്നാണു വിളിക്കുക. കമ്പ്യൂട്ടർ സാങ്കേതികവിദ്യയുടെ വളർച്ച അതിലൊന്നാണ്. ബഹിരാകാശ ഗവേഷണം നൽകുന്ന ഇത്തരം അനുബന്ധനേട്ടങ്ങളുടെ ഒരു നീണ്ട പട്ടികതന്നെ നാസ (NASA - National Aeronautics and Space Administration) പ്രസിദ്ധീകരിച്ചിട്ടുണ്ട്. ട്രാൻസിസ്റ്റർ സാങ്കേതിക വിദ്യ, സെമികണ്ടക്ടർ വികസിപ്പിക്കൽ, വാർത്താവിനിമയം, സൗരോർജ ഉപയോഗം, അർബുദ പരിശോധനയും ചികിത്സയും, പോളിമർ ടെക്നോളജി, ഹൃദ്രോഗ ചികിത്സ തുടങ്ങിയ രംഗങ്ങളിലെ വളർച്ചയ്ക്ക് ബഹിരാകാശ ഗവേഷണം കാരണമാകും എന്ന് നാസ കണ്ടെത്തിയിട്ടുണ്ട്.

ഏതു ശാസ്ത്രഗവേഷണത്തേയും സാധാരണക്കാർ മിക്കപ്പോഴും നിരൂപണ മനോഭാവത്തോടെ (പലപ്പോഴും ഒരു നെഗറ്റീവ് മനോഭാവത്തോടെ) കാണാറുണ്ട്. അതല്ല വേണ്ടതെന്നും ഒരു ആരോഗ്യകരമായ, പോസിറ്റീവായ, മനോഭാവത്തോടെയാണ് കാണേണ്ടതെന്നും ഇപ്പോൾ വ്യക്തമാണല്ലോ. തീർച്ചയായും ഗവേഷണത്തിന് ചെലവ് കൂടുതലാണ്. പക്ഷേ അത്തരം ഗവേഷണങ്ങൾ കൂടിയേ കഴിയൂ. “ബഹിരാകാശഗവേഷണം ഇന്ത്യക്ക് താങ്ങാവുന്നതാണോ എന്നതല്ല പ്രശ്നം. മറിച്ച് അത് ഇല്ലാതിരിക്കുന്നത് താങ്ങാനാകുമോ എന്നതാണ് പ്രശ്നം.” എന്ന് ഡോ. വിക്രം സാരാഭായി പറഞ്ഞത് വാസ്തവത്തിൽ എല്ലാ ശാസ്ത്രഗവേഷണങ്ങൾക്കും ബാധകമാണ്.

ഏതു ഗവേഷണത്തിനും നേരിട്ടൊരു ലക്ഷ്യം ഉണ്ടാകും. നേരിട്ടു കിട്ടുന്ന ഗുണങ്ങളും ഉണ്ടാകും. ചിലപ്പോൾ പ്രത്യക്ഷത്തിൽ ഒരു ഗുണവും ഇല്ലായെന്നുവരാം. പക്ഷേ ഏതു ഗവേഷണവും ആത്യന്തികമായി നമുക്ക് പ്രയോജനപ്പെടും. നേരിട്ടുള്ള ഗുണങ്ങൾ ഒരുവശത്ത്. അനുബന്ധമായ, വീണുകിട്ടുന്ന, അഥവാ തെറിച്ചുകിട്ടുന്ന ഗുണങ്ങൾ മറ്റൊരു വശത്ത്. ഇവയൊന്നുമല്ലാതെ ലഭിക്കുന്ന തികച്ചും അപ്രതീക്ഷിതമായ ഗുണങ്ങൾ വേറെയുമുണ്ടാകും, അതാണ് ശാസ്ത്രസാങ്കേതികവിദ്യകളുടെ അനന്തമായ സാധ്യതകൾ.

അപ്പോൾ അറിയുക : നാം ജീവിക്കുന്നത് വിവരവിസ്ഫോടന യുഗത്തിലാണ്; അറിവിൻ സമൂഹത്തിൽ (Knowledge society) ആണ്. അറിവാണ് ശക്തി. അറിവാണ് രക്ഷകൻ. അറിവാകുന്നു സേവകനും. അപ്പോൾ അറിവു നേടുകയെന്ന യജ്ഞത്തിൽനിന്നും നമുക്കു മോചനമില്ല. ദാരിദ്ര്യ നിർമാർജനത്തിനും സാമൂഹ്യക്ഷേമത്തിനും രാഷ്ട്രത്തിന്റെ സമൃദ്ധിക്കും ശക്തിക്കും നിലനിൽപ്പിനും ഒക്കെ ശാസ്ത്രസാങ്കേതിക ഗവേഷണം അത്യാവശ്യം തന്നെ. ബഹിരാകാശ ഗവേഷണവും കൂടിയേ കഴിയൂ. ചന്ദ്രയാൻപോലുള്ള പരിപാടികൾവരെ വിലയിരുത്തേണ്ടത് ഈ മനോഭാവത്തിലല്ലേ?

4

മലവും ജലവും മനുഷ്യരും

മലവും ജലവും മനുഷ്യരുമെന്ന മനോഹരമായ വിഷയം മന
സിലുദിക്കാൻ കാരണം മലനാട്ടിൽനിന്നു വന്ന ഒരു 'മല' വാർ
ത്തയാകുന്നു. മലനാട്ടിലെ ഒരു മഹാനഗര (നരക?)ത്തിലാരോ 'മ
ല'വെള്ളം പുഴയിലൊഴുക്കിയ വികൃതിയാണു വാർത്തയായി വ
ന്നത്. മഴക്കാലത്ത് സാക്ഷാൽ മലവെള്ളം നിറഞ്ഞ് പുഴയൊഴുകേ
ണ്ടതാണ്. പക്ഷേ ഈ മഴക്കാലം ചതിച്ചതിനാൽ മലയിൽ മഴ പെ
യ്തില്ല. അതിനാൽ മലയ്ക്കു മലവെള്ളം ചുരത്തി പുഴയ്ക്കു സ
മ്മാനിക്കാനും കഴിഞ്ഞില്ല. അങ്ങനെ പുഴ നിറയാതെ ക്ഷീണിച്ചു
ശോഷിച്ചു വേദനിച്ചൊഴുകുന്നതു കണ്ടിട്ടാകാം നഗരസഭയുടെ ജോ
ലിക്കാർ മലം കലർന്ന ജലംതന്നെ പുഴയിലേക്ക് ഒഴുക്കിയത്. മല
മല്ല മലം കലർന്ന ജലമാണ് പുഴയിലൊഴുക്കിയതെന്നു ചിലർ. മ
ലംതന്നെ ഒഴുകുകയില്ല. ഒഴുക്കണം. പമ്പുവച്ചു തള്ളണം. തള്ളി
പുഴയിലെത്തിച്ചത് മലജലമല്ലെന്നും മലം നിറഞ്ഞ ടാങ്കിൽനിന്നും
ഊറി അടുത്ത ടാങ്കിലെത്തിക്കിടന്ന കണ്ണീരുപോലെ തെളിഞ്ഞ ജ
ലമാണെന്നും വാദിക്കുന്നവരുമുണ്ട്.

ഒരു നഗരസഭയുടെ ജോലിക്കാർ രാത്രി മലം കലർന്ന വെ
ള്ളം നഗരത്തിലൂടെ ഒഴുകുന്ന പുഴയിലേക്കു ഒഴുക്കിയ വാർത്തയാ
ണ് ഈ ലേഖനത്തിന് പ്രചോദനം.

മലവും വാർത്തയായി; അഭിനന്ദനങ്ങൾ

മലമോ 'മല'ജലമോ ഒഴുകുമ്പോൾ മലമണം ചുറ്റും പരക്കും.
മലമണമറിയാവുന്ന മനുഷ്യർ വിവരമറിയും. അങ്ങനെ വിവരമറി
ഞ്ഞ ചില മനുജന്മാർ ഒച്ചവച്ചെന്നും അങ്ങനെ മലജലകേളി പൊ
ലീസറിഞ്ഞെന്നും മൂക്കു പൊത്തിക്കൊണ്ടാണെങ്കിലും പൊലീസു

വന്നു മലജലം കൊണ്ടുള്ള കളി തടഞ്ഞെന്നും ആണ് പത്രക്കാരായ പത്രക്കാരൊക്കെ പരത്തിയിരിക്കുന്ന വാർത്ത. അങ്ങനെ മലത്തിനും പത്രത്തിൽ മാന്യമായ സ്ഥാനം ലഭിച്ചിരിക്കുന്നു.

മലം മനുഷ്യക്കാഷ്ഠം!

എന്നാൽ മലത്തിന്റെ മഹത്വം മനുഷ്യർക്ക് ഇനിയും മനസിലാക്കാൻ കഴിഞ്ഞിട്ടില്ല എന്ന സത്യം ഈ സന്ദർഭത്തിലെങ്കിലും മാന്യമഹാജനങ്ങൾ അറിയണം. മനുഷ്യനുള്ളിടത്തോളം മലവുമുണ്ടാകും. പുഴയുടെ തീരത്തെ നഗരസഭാ കക്കൂസിൽ മാത്രമല്ല മലമുണ്ടാകുന്നതെന്നർഥം. വാസ്തവത്തിൽ സകലജീവജാലങ്ങളും മലമുൽപ്പാദിപ്പിക്കുന്നുണ്ട്. ജീവശരീരമെന്ന ഫാക്ടറി പ്രവർത്തിക്കുമ്പോൾ പുറത്തുവരുന്ന മാലിന്യങ്ങളിലൊന്നാണു മലം. വേസ്റ്റ് ഉൽപ്പന്നം. കുരുവിയുടെ മലമാകുന്നു കുരുവിക്കാഷ്ഠം. ആനയുടെ മലമാകുന്നു ആനപ്പിണ്ടം. കുരുവി കൊച്ചുജീവിയായതിനാൽ കുറച്ച് ആഹാരമേ അകത്താക്കൂ. കുറച്ച് ഊർജംകൊണ്ട് കൊച്ചുകുരുവിയുടെ കൊച്ചുശരീരത്തിന് പ്രവർത്തിക്കാനും നിലനിൽക്കാനും കഴിയുമെന്നതുകൊണ്ടാണ് കുറച്ചു തിന്നുന്നത്. അങ്ങനെ കുറച്ചു തിന്നുന്നതുകൊണ്ട് കുറച്ചു കാഷ്ഠമേ കുരുവി പുറത്തു തള്ളൂ. വലിയ ജീവിയായ ആനയുടെ കാഷ്ഠം വലുതായതിന്റെ രഹസ്യവും വ്യക്തമാണല്ലോ. ഉപഭോഗം കൂടിയാൽ ഉച്ചരിഷ്ടം കൂ

ടും. പുറത്തുതള്ളുന്ന വേസ്റ്റ് അഥവാ മലവും കൂടും. ഇതാണ് ഒരു മലരഹസ്യം.

ഒത്തിരി അപ്പി!

മലരഹസ്യങ്ങൾ ഇനിയുമുണ്ട്. മനുഷ്യനെന്ന ജന്തു കുരുവിയിലും വലുതാണ്. ആനയിലും ചെറുതുമാണ്. ആ ജന്തു പുറത്തുവിടുന്ന മലം വളരെ കുറവല്ല. വളരെ കൂടുതലുമല്ല. പക്ഷേ മനുഷ്യജന്തുക്കൾ ഇന്ന് എണ്ണത്തിൽ വളരെ കൂടുതലുണ്ട്. അതിനാൽ കോടാനുകോടി മനുഷ്യരിടുന്ന അപ്പിയെല്ലാം കൂടി കണക്കാക്കിയാൽ ഒത്തിരിയുണ്ട്. ലക്ഷക്കണക്കിന് ടൺ അപ്പി. അതായത് മലം. ആ മലമായ മലമൊക്കെ എന്തുചെയ്യും? അതൊരു മഹാപ്രശ്നമാകുന്നു. അതു പാലാക്കാരുടെ മാത്രം പ്രശ്നമല്ല. ലോകത്തിന്റെ വലിയ ഒരു തലവേദനയാണത്. പാലാക്കാരും അതറിയണം. പ്രശ്നം പരിഹരിക്കാൻ വേണ്ട വിവേകം ആർജിക്കണം.

മലത്തിനു വില?

മലത്തെപ്പറ്റിയുള്ള മഹാരഹസ്യം ഇനി പറയാം. മലം ഒരു വിലയേറിയ വിഭവമാകുന്നു. പോഷകങ്ങൾ നിറഞ്ഞ ഒരു വിഭവം. വേണ്ട രീതിയിൽ കൈകാര്യം ചെയ്താൽ വിലയേറിയ ഒരു വിഭവമാകും അത്. അല്ലെങ്കിലോ നമ്മെ നശിപ്പിക്കാനാകുന്ന വൃത്തികെട്ട വിഷവുമാകും അത്. ആരു കൈകാര്യം ചെയ്യുന്നു; എങ്ങനെ കൈകാര്യം ചെയ്യുന്നു എന്നതനുസരിച്ചാണ് മലത്തിന്റെ മട്ടുമാറുന്നത്.

മലത്തെ മണ്ണിനോടു ചേർക്കുക

മനുഷ്യാ നീ മണ്ണാകുന്നു. നീ മണ്ണിൽനിന്നു ജനിക്കുന്നു. മരിച്ചാലോ മണ്ണിലേക്കുതന്നെ തിരിച്ചുപോകുന്നു. ഈ സത്യം ഇനിയും നാം ശരിക്കു മനസിലാക്കിയിട്ടില്ല. മനുഷ്യശരീരത്തിൽ മണ്ണിലെ മൂലകങ്ങൾ മിക്കവാറും മുഴുവനും ഏറിയും കുറഞ്ഞുമായി കാണുന്നു. മനുഷ്യന് ജീവിക്കാൻ മണ്ണിലെ അതായത് ഭൂമിയിലെ വിഭവങ്ങൾ വേണം. അത് അവൻ കവർന്നെടുക്കുന്നു. അങ്ങനെ ഭക്ഷണവും മറ്റുമെടുത്തു ജീവിക്കുമ്പോഴുണ്ടാകുന്ന ഉച്ഛിഷ്ടമെല്ലാം മണ്ണിലേക്കുതന്നെ നൽകാൻ മനുഷ്യൻ കടപ്പെട്ടവനാണ്. അങ്ങനെ നൽകിയില്ലെങ്കിൽ മണ്ണ് (ഭൂമി) പോഷകങ്ങൾ ഇല്ലാതെ നശിക്കും. ഉച്ഛിഷ്ടം മണ്ണിലെത്തിയാലെ വീണ്ടും ഭക്ഷണമായി,

പോഷകമായി മനുഷ്യനു ലഭിക്കൂ. അപ്പോൾ മനുഷ്യൻ മരിച്ചാൽ മാത്രമല്ല മണ്ണിലേക്കു ചേരുന്നത്. ചേരേണ്ടതും. ജീവിച്ചിരിക്കുമ്പോൾ തന്നെ മനുഷ്യൻ അൽപ്പാൽപ്പം മണ്ണിൽ ചേരണം. തന്റെ മലവും മൂത്രവും മറ്റ് ഉച്ചരിഷ്ടങ്ങളും മണ്ണിൽ ചേർത്ത് മണ്ണിനെ സമ്പന്നമാക്കാൻ മനുഷ്യൻ തയ്യാറാകണം. കോടിക്കണക്കിനു മനുഷ്യരുടെ മലം സെപ്ടിക് ടാങ്കിന്റെ കോൺക്രീറ്റ് ഭിത്തികൾക്കുള്ളിൽ തടവിലിട്ടാൽ കോടിക്കണക്കിനു മനുഷ്യർക്കു പോഷകം നൽകാനാകാതെ മണ്ണു വിഷമിക്കും. മണ്ണു മരിക്കും. മനുഷ്യനും മരിക്കും. അതുകൊണ്ടുതന്നെ ആദിവാസിയുടെ കുഴിക്കക്കൂസാണ് പരിഷ്കാരിയുടെ സെപ്റ്റിക് ടാങ്കു കക്കൂസിനേക്കാളും ഇക്കോ ഫ്രണ്ട്ലി. പ്രകൃതിക്കിണങ്ങുന്നതെന്നർഥം.

അപ്പോൾ വേണ്ടത് എന്താണ്? മലത്തെ മണ്ണിനോടു ചേർക്കൽ തന്നെ. മലം നാറും. തുറസായ സ്ഥലത്തു കിടന്നാൽ അതിൽ ഈച്ചകൾ ഒത്തുകൂടും. മലം രോഗകാരണമാകും. പരിസര മലിനീകരണമുണ്ടാക്കും. എന്നാൽ മലത്തെ മണ്ണിനടിയിൽ ചീയാൻ വിട്ടാലോ? മണ്ണിലെ കോടിക്കണക്കിനു സൂക്ഷ്മജീവികൾ മലത്തിൽ പ്രവർത്തിക്കും. മലത്തെ വളമാക്കും. മലത്തിന്റെ മണം ഇല്ലാതാക്കും. മലത്തെ അങ്ങനെ വിലയേറിയ വിഭവം (വളം) ആക്കി മാറ്റുന്നതിന് സൂക്ഷ്മജീവികൾക്ക് ആരും കാശുകൊടുക്കേണ്ട. ശമ്പളവും കിമ്പളവുമില്ലാതെ അവർ ആ മഹത്വപൂർണമായ യജ്ഞം നടത്തിത്തരും. പക്ഷേ അതിനുള്ള സൗകര്യം അവർക്കു നാം കൊടുക്കണം. അതിനുള്ള വിവേകം ഇല്ലാതെ പോയതാണ് മലവിവാദവും മലപ്രതിസന്ധിയും ഉണ്ടാകാൻ കാരണം.

മലത്തെ എന്തുചെയ്യണം?

മലം അഥവാ വേസ്റ്റ് വിലയേറിയ ഉൽപ്പന്നമാക്കാമെന്ന ബാലപാഠം ഇനിയും നാം പഠിച്ചിട്ടില്ല. അത് പഠിച്ച് അതിനായി യജ്ഞിക്കാൻ നാം തയ്യാറാകാതെ നമുക്കു നിലനിൽക്കാനാകില്ല. സ്വന്തം അപ്പി അയൽപക്കക്കാരന്റെ മുറ്റത്തേക്ക് വലിച്ചെറിയുന്നത് നികൃഷ്ടമായ ഒരു പ്രവൃത്തിയാണ്. നിരക്ഷരരായ ജനതപോലും ചെയ്യരുതാത്ത ഹീനമായ പ്രവൃത്തി. സംസ്കാരമുള്ള ജനത ഒരിക്കലും ചെയ്യരുതാത്ത പാപം. അത് ഒരു നഗരസഭ ചെയ്തെങ്കിൽ അത് വെറും പാപമല്ലാതാകുന്നു. പിന്നെയോ വലിയ ഒരു ക്രിമിനൽ കുറ്റമാകുന്നു. പൊതുജനങ്ങൾ കുടിക്കാനും കുളിക്കാനും മറ്റുമുപയോഗിക്കുന്ന പുഴവെള്ളം മലിനമാക്കുന്ന പ്രവൃത്തികളൊക്കെ

ക്രിമിനൽ കുറ്റമായി കാണണം. മലം ചേർത്ത ജലം മലിനമാക്കുന്ന വികൃതിയോ ഗൗരവമുള്ള ക്രിമിനൽ കുറ്റം തന്നെയായി കാണണം.

കുറ്റം ചെയ്തവർക്കു ശിക്ഷ നൽകണം. കുറ്റമനുസരിച്ചാകണം ശിക്ഷ. കൊന്നാൽ പാപം തിന്നാൽ തീരും എന്നു ചില സൂത്രക്കാർ വാദിക്കുന്നതു കേട്ടിട്ടില്ലേ? കൊലയ്ക്കു പകരമാവില്ല തീറ്റ. അതൊരു തെറ്റായ വിധിയാണ്. മലത്തിന്റെ കാര്യത്തിൽ അതു തീറ്റിക്കുകയെന്നത് ചില പൊലീസുകാർ മാത്രം നൽകുന്ന ശിക്ഷയാണല്ലോ. ശിക്ഷയ്ക്കു ഗുണപരമായ വശം വേണം. മലം ഇനി മുതൽ നന്നായി, ശാസ്ത്രീയമായി, കൈകാര്യം ചെയ്യുമെന്ന ഒരു തീരുമാനം സ്വയം എടുക്കുകയാണ് ആ നഗരസഭ ചെയ്യേണ്ടത്. അതാകട്ടെ അവരുടെ പ്രായശ്ചിത്തം. മലം ഇനിയും ടാങ്കുകളിൽ നിറച്ചുവച്ച് ടാങ്കു നിറയുമ്പോൾ രഹസ്യമായി പുഴയിൽ തള്ളുന്ന സ്ഥിരം കലാപരിപാടി നിർത്താൻ അവർ തയ്യാറാകണം. മലം ശേഖരിച്ച് സംസ്കരിച്ച് വിലയുള്ള വളമാക്കി മാറ്റാൻ വേണ്ട പരിപാടികൾ തയ്യാറാക്കുകയാണ് അവർ ചെയ്യേണ്ടത്. അത് അപ്പോൾ മറ്റു നഗരസഭകൾക്കും മാതൃകയാകും.

വിവേകമാർജിക്കുക

പാലായാലും പാലായിലായാലും ചീത്തയായാൽ വിഷമാകും. മനുഷ്യനും ചീത്തയായാൽ ചെകുത്താനാകും. മലവും വിവേകശാലിയായ മനുഷ്യരുടെ കൈയിൽ വിലയുള്ള വിഭവമാകും. വിവേകശൂന്യരായ സാത്താന്മാരുടെ കൈകളിൽ പെട്ടാൽ മലവും മനുഷ്യനും ഒക്കെ നാറും. വിവേകമാർജിക്കാൻ നഗരസഭയെ നയിക്കുന്നവർ പരിശ്രമിച്ചില്ലെങ്കിൽ നഗരം നരകമാകും. മലം ആ നഗരത്തിലൂടെ ഒഴുകും. ഇതാകുന്നു മലജലകേളിയിൽനിന്നും മനസിലാക്കേണ്ട മഹാപാഠം. അതിനാൽ മലവും വിലയേറിയ വിഭവമാക്കാനുള്ള വിവേകം ആർജിക്കുക. അതാണ് രക്ഷയ്ക്കുള്ള വഴി.

5

വിപ്ലവം കക്കൂസിലൂടെ!

വിപ്ലവമെന്നു കേൾക്കുമ്പോൾ ഫ്രഞ്ചു വിപ്ലവത്തെപ്പറ്റിയും സോഷ്യലിസ്റ്റ് വിപ്ലവത്തെപ്പറ്റിയും വ്യവസായവിപ്ലവത്തെപ്പറ്റിയും എല്ലാം എല്ലാവരും ഓർക്കും. പുതിയ തലമുറ വിവരസാങ്കേതിക രംഗത്തെ വിപ്ലവത്തെപ്പറ്റിയും ഓർക്കും. എന്നാൽ ആരും കക്കൂസിലൂടെ വിപ്ലവം സാധ്യമാണ് എന്ന് സ്വപ്നത്തിൽപ്പോലും കരുതുകയില്ല. എന്നാൽ ഇതാ ഒരു യുവാവ് കക്കൂസിലൂടെ തന്റെ നാട്ടിൽ വിപ്ലവം വരുത്തിയിരിക്കുന്നു! അവിശ്വസനീയം; പക്ഷേ സത്യം. ഈ വർഷത്തെ ന്യൂസ്മേക്കറായി തെരഞ്ഞെടുക്കേണ്ടിയിരുന്ന ആളാണ് ആ യുവാവ്. ശ്യാം മോഹൻ ത്യാഗി. മുപ്പതു വയസുകാരനായ ത്യാഗി ശാസ്ത്രജ്ഞനൊന്നുമല്ല. ചരിത്രം പഠിച്ച് എം എ എടുത്ത ആൾ മാത്രം. ഒരു സാധാരണ കുടുംബത്തിലെ അംഗം. പക്ഷേ അദ്ദേഹത്തിൽ ഉറങ്ങിക്കിടന്ന ഒരു ശാസ്ത്രജ്ഞൻ ഉണർന്നപ്പോൾ അദ്ദേഹത്തിന് വിപ്ലവം സൃഷ്ടിക്കാനായി എന്നു മാത്രം.

എന്തായിരുന്നു ത്യാഗി നടത്തിയ മഹത്തായ കാര്യം? അതൊരു കഥയാണ്. പറയാം. ഉത്തർപ്രദേശിലെ ഗസിയാബാദ് ജില്ലയിലെ ഒരു ഗ്രാമമാണ് അസലാത്പൂർ. അത് ഇന്ത്യയിലെ മറ്റേതൊരു ഗ്രാമവുംപോലെ ഒന്നാണ്. പാവപ്പെട്ടവർ ഏറെയുള്ള പ്രദേശം. അവർക്കോ സ്വന്തമായി കക്കൂസുമില്ല. തുറസായ സ്ഥലങ്ങളിലിരുന്ന് മലമൂത്ര വിസർജനം നടത്തുന്നവരായിരുന്നു അവർ. എന്നാൽ തങ്ങളുടെ പാടങ്ങളിലും പറമ്പുകളിലും മലവിസർജനം നടത്തുന്നത് ജന്മിമാർ എതിർത്തിരുന്നു. അങ്ങനെയാണ് അവിടെ പൊതുകക്കൂസ് നിർമിക്കേണ്ടി വന്നത്. ദൽഹിയിലെ ഒരു എൻ ജി ഒ അതിന് നേതൃത്വം നൽകി. വികസന ഗവേഷണവും പ്രവർത്തനവും ല

ക്ഷ്യമാക്കിയ സംഘടന (ഫൗണ്ടേഷൻ ഓഫ് ഡവലപ്മെന്റ് റിസർച്ച് ആൻഡ് ആക്ഷൻ). അവർ ആദ്യം ആ പ്രദേശത്തെ ജനങ്ങളെ ബോധവൽക്കരിച്ചു. പൊതുകക്കൂസ് ഉപയോഗിച്ചാലുള്ള പ്രയോജനങ്ങളെപ്പറ്റി പഠിപ്പിച്ചു. എന്നിട്ടാണ് പരിസ്ഥിതി സൗഹൃദ കക്കൂസ് (ഇക്കോ ഫ്രണ്ട്‌ലി ടോയ്‌ലറ്റ്) ആ ഗ്രാമത്തിൽ നിർമിച്ചത്.

വെള്ളം വേണ്ടാത്ത കക്കൂസ്

നമുക്കു പരിചയമുള്ള കക്കൂസ് അല്ല ഇത്. ഇക്കോസാൻ ടോയ്‌ലറ്റ് എന്ന പേരിലുള്ള ഈ കക്കൂസിൽ മലവും മൂത്രവും വേർതിരിച്ചു ശേഖരിക്കുന്നു. അത് 'ഉണക്കക്കക്കൂസ്' ആണ്. അതായത് വെള്ളമില്ലാത്ത കക്കൂസ്. അത് മലമൂത്രവിസർജനത്തിനുപയോഗിക്കുമ്പോൾ മലവും മൂത്രവും ഒന്നിക്കുന്നില്ല; മറിച്ച് രണ്ടും വെവ്വേറെ ഭാഗങ്ങളിലൂടെ താഴേക്കു പോകും. വെവ്വേറെ ശേഖരിക്കപ്പെടുകയും ചെയ്യും. മലവിസർജനം നടത്തിയതിനു ശേഷം കഴുകുന്നത് വേറെ ഭാഗത്തായിരിക്കും. അവിടെ ഉപയോഗിക്കുന്ന ജലം മലവുമായോ മൂത്രവുമായോ കലരുകയില്ല. അത് നേരെ കൃഷിസ്ഥലത്തേക്ക് ഒഴുകും.

ചാരത്തിന്റെ മാജിക്

ഇക്കോസാൻ ടോയ്‌ലറ്റിൽ വെള്ളം കൊണ്ടുള്ള ഫ്ളഷിങ്ങ് ഇല്ല. പകരം മലവിസർജനം കഴിയുമ്പോൾ അതു നടത്തുന്ന ആൾ തന്നെ മലം താഴേക്കു പോകുന്ന ദ്വാരത്തിലേക്ക് ഒരുപിടി ചാരവും ഇടണം. ചാരം മലത്തിന്റെ ജലാംശം വലിച്ചെടുക്കും. മലത്തിന്റെ ക്ഷാരാംശം കൂട്ടുകയും ചെയ്യും. തന്മൂലം അതിൽ രോഗാണുക്കൾ വളരില്ല. ദുർഗന്ധവും ഉണ്ടാകില്ല. ഇങ്ങനെ ശേഖരിക്കപ്പെടുന്ന മലം കക്കൂസിലെ ഒരു ടാങ്കിൽ സൂക്ഷിക്കപ്പെടുന്നു. അത് നിറയുമ്പോൾ മറ്റൊരു ടാങ്കിലായിരിക്കും മലം ശേഖരിക്കുക. മലം നിറയുന്ന ടാങ്ക് നാലുമാസം അടച്ചു സൂക്ഷിക്കുമ്പോഴേക്ക് അത് വിഘടിക്കും. ഗ്യാസ് പുറത്തുപോകും. മലം നല്ല വളമായിമാറും.

മൂത്രമോ? അത് വേറെ ടാങ്കിലാണ് ശേഖരിക്കുക. അവിടെ അത് വായു കയറാതെ രണ്ടുമാസം സൂക്ഷിക്കും. അതിനാൽ അതിലെ അമോണിയ നഷ്ടപ്പെടില്ല. അതിനുശേഷം മാത്രം അത് വെള്ളം ചേർത്തു നേർപ്പിച്ച് പാടത്ത് ഒഴിക്കുന്നു.

ഇതാണ് ഇക്കോസാൻ ടോയ്‌ലറ്റിന്റെ പ്രവർത്തനരീതി. അസലാത്പൂർ ഗ്രാമത്തിൽ പൊതു കക്കൂസ് റെഡിയായി. ജനങ്ങളെ

പ്രേരിപ്പിച്ച് അവിടെ മലമൂത്ര വിസർജനം നടത്താനും സമ്മതിപ്പിച്ചു. എന്നാൽ അവിടെ ശേഖരിക്കുന്ന മലവും മൂത്രവും എടുത്തുപയോഗിക്കാൻ ആരും തയ്യാറായില്ല.

ത്യാഗിയുടെ ധീരത

ത്യാഗി പഠിത്തമൊക്കെ കഴിഞ്ഞ് നിൽക്കുന്ന കാലമായിരുന്നു അത്. തന്റെ കുടുംബത്തിന് ആകെ ഉണ്ടായിരുന്നത് ഇരുപതു സെന്റോളം പാടം മാത്രമായിരുന്നു. അവിടെ കക്കൂസിൽനിന്നുള്ള വളം ഉപയോഗിച്ചാലോ? ത്യാഗി ചിന്തിച്ചു. അച്ഛൻ മൂൽചന്ദ് ത്യാഗി എതിർത്തു. എങ്കിലും പരീക്ഷണം നടത്താൻ തന്നെ ശ്യാം മോഹൻ ത്യാഗി നിശ്ചയിച്ചു. കാരണമുണ്ട്. തന്റെ പാടത്ത് കൃഷിചെയ്യാനായി ഓരോ പ്രാവശ്യവും 2500 രൂപയുടെ കൃത്രിമവളം വാങ്ങേണ്ടിവരാറുണ്ട്. അത് ഒഴിവാക്കാം. കൃത്രിമവളങ്ങൾ മണ്ണിനെ നശിപ്പിക്കും. എന്നാൽ കക്കൂസ് വളം ചാണകംപോലെ പാടത്തെ മണ്ണിന് കൂടുതൽ ആരോഗ്യം നൽകും. അതിനാൽ ത്യാഗി കക്കൂസ് വളം പാടത്ത് ഉപയോഗിച്ചു.

മൂത്രവും പാടത്തേക്ക്

ത്യാഗി അവിടംകൊണ്ടു നിർത്തിയില്ല. കക്കൂസിൽനിന്നു ലഭിച്ച മൂത്രം വെള്ളം ചേർത്ത് നേർപ്പിച്ച് പാടത്ത് ഒഴിച്ചു. അതോടെ നെൽച്ചെടികൾക്ക് ആരോഗ്യം കിട്ടി. വിളവും കൂടി. ത്യാഗിയുടെ അച്ഛനും അതോടെ ത്യാഗിയുടെ ഭാഗത്തായി. മൂത്രത്തിന്റെ മാജിക് പ്രഭാവം ആ പിതാവിന്റെ മനംമാറ്റത്തിന് കാരണമായി. ത്യാ

ഗിയുടെ പാടത്തെ വിളവ് കണ്ടതോടെ മറ്റു കൃഷിക്കാർക്കും മലവളത്തോടും മൂത്രത്തോടും താൽപ്പര്യം ഉണ്ടായിരിക്കുന്നു എന്നുള്ളതാണ് പ്രോത്സാഹജനകമായ മറ്റൊരു വാർത്ത. പാടത്തു മൂത്രം ചേർക്കുന്നതിനെ എതിർത്തിരുന്നവരൊക്കെ ഇപ്പോൾ മൂത്രം വേണമെന്ന മട്ടുകാരായിരിക്കുന്നു. മൂത്രം ശേഖരിച്ച് ലിറ്ററിന് അൻപതു പൈസയ്ക്കു വിൽക്കാൻ ത്യാഗി പ്ലാനിടുകയാണ്! കണ്ടോ ഗ്രാമത്തിലുണ്ടായ മാറ്റം!

പതിനെണ്ണായിരം രൂപ മാത്രമേ ഇത്തരമൊരു വെള്ളം വേണ്ടാത്ത കക്കൂസിനു വിലയുള്ളൂ. പക്ഷേ ഈ പുതിയ കക്കൂസ് വാങ്ങി ഉപയോഗിക്കാൻ മിക്കവർക്കും മടിയാണ്. ത്യാഗിയും കൂട്ടരും നടത്തുന്ന പ്രചാരണപരിപാടി മൂലം ഇപ്പോൾ ആവശ്യക്കാർ കൂടുന്നുണ്ട്.

മലത്തിലെ NPK

ഇത് ഇന്ത്യയിലെ ആയിരക്കണക്കിനു ഗ്രാമങ്ങളിലൊന്നിൽ 2002–2009 കാലഘട്ടത്തിൽ നടന്ന ഒരു മാറ്റത്തിന്റെ കഥയാണ്. ചെറിയ ഒരു സംഭവം. പക്ഷേ വലിയ ഒന്നിന്റെ തുടക്കം. കോടിക്കണക്കിനു ജനങ്ങൾ ജീവിക്കുന്ന രാജ്യമാണ് ഭാരതം. ഓരോരുത്തരും ഓരോ ദിവസവും മലമൂത്ര വിസർജനത്തിലേർപ്പെടുന്നുണ്ട്. ഒരു മനുഷ്യൻ ഒരുവർഷം പുറത്തുവിടുന്ന മലത്തിൽ 4.56 കിലോഗ്രാം നൈട്രജനും (N) 0.55 കിലോഗ്രാം ഫോസ്ഫറസും (P), 1.28 കിലോഗ്രാം പൊട്ടാസ്യവും (K) അടങ്ങുന്നു എന്നാണ് ഏകദേശമായ കണക്ക്. അപ്പോൾ ഇന്ത്യയിലെ ജനങ്ങളുടെ മലം മുഴുവൻ വളമാക്കിയാൽ ലഭിക്കുന്നത് എത്ര വലിയ അളവ് NPK വളമായിരിക്കും! നൂറുകോടി ജനങ്ങളുടെ മലം ആറു ദശലക്ഷം ടൺ NPK നൽകാൻ കഴിവുള്ള വിഭവമാണ്. അത് ഇന്ത്യയുടെ NPK ഉപയോഗത്തിന്റെ മൂന്നിലൊന്നാണുപോലും!

മനസ്സ് മാറണം

മലം (മൂത്രം) എത്ര വിലയേറിയ വിഭവമാണ് എന്ന് ഈ കണക്കും ത്യാഗിയുടെ വിജയകഥയും തെളിയിക്കുന്നു. എന്നാൽ മലത്തെ (മൂത്രത്തെ) സുരക്ഷിതമായി വളമാക്കി ഉപയോഗിക്കുന്നതിനുള്ള ഏറ്റവും വലിയ തടസം മനുഷ്യരുടെ മനസിലെ അശാസ്ത്രീയ ചിന്തതന്നെ. മലം എന്തോ വൃത്തികെട്ട സാധനമാണ് എന്ന ചിന്ത; അതിൽനിന്നുണ്ടാകുന്ന അറപ്പും വെറുപ്പും. അത് മാറണമെങ്കിൽ

ശാസ്ത്രബോധം വളരണം. വളർത്തണം. പ്രകൃതിബോധവും വളരണം. മലവും മൂത്രവും സംസ്കരിച്ച് ഉപയോഗിച്ച് മണ്ണിന്റെ പോഷകഗുണം വർദ്ധിപ്പിക്കുകയെന്നത് ഒരു കടമയായി കാണുന്ന ജനതയുണ്ടാകണം. ശാസ്ത്രം പഠിക്കാത്ത ത്യാഗിയുടെ മാതൃക ശാസ്ത്രം പഠിച്ചവരും പിന്തുടരണം. അതിനുള്ള തുടക്കം കുറിച്ച ത്യാഗിയെ വിപ്ലവകാരിയായി കാണണ്ടേ? ന്യൂസ്മേക്കറായി കാണേണ്ടേ? വെള്ളം വേണ്ടാത്ത കക്കൂസിലൂടെ നമ്മുടെ നാട്ടിൽ ഉണ്ടാകുന്നത് വിപ്ലവമായിട്ടും കാണേണ്ടേ? ശാസ്ത്രീയമായി ചിന്തിക്കൂ. തീരുമാനമെടുക്കൂ. നാളെ വീടും ഹോട്ടലും റിസോർട്ടുകളുമൊക്കെ പണിയുമ്പോൾ ഇത്തരം വെള്ളം വേണ്ടാത്ത കക്കൂസുകൾ നിർബന്ധമാക്കേണ്ട കാലം വരും. കാരണം ലളിതം. വെള്ളം കിട്ടാനില്ലാതാകും. കൃത്രിമ വളത്തിനു സ്വർണത്തിന്റെ വിലയുമാവും!

ഡ്രൈ (വെള്ളം വേണ്ടാത്ത) കക്കൂസിനെപ്പറ്റി ഗവേഷണങ്ങൾ പലതു നടന്നിട്ടുണ്ട്. പല മോഡലുകൾ ലഭ്യവുമാണ്. കൂടുതൽ വിവരങ്ങൾക്ക് ബന്ധപ്പെടുക.

വിവരങ്ങൾക്ക് കടപ്പാട് : Down to Earth. Nov 16 - 30. 2008. R K Srinivasan ന്റെ ലേഖനം : 'Collector's Item'

6

ഇന്നു ഞാൻ നാളെ നീ

മഹാകവികൾക്കു മാത്രം കൈമുതലായിട്ടുള്ള ഉൾക്കാഴ്ചയോടെ മനോഹരമായി ജി ശങ്കരക്കുറുപ്പ് *ഇന്നു ഞാൻ നാളെ നീ* എന്നു പാടിയിട്ടു കാലം കുറെ കടന്നുപോയി. ജനനം കഴിഞ്ഞാൽ ജീവിതത്തിലെ ഒരേയൊരു സത്യമാണു മരണം. എല്ലാ ജീവികൾക്കും ബാധകമായ സത്യം. നമ്മുടെ നിയന്ത്രണങ്ങൾക്കെല്ലാമപ്പുറം നമുക്ക് അജ്ഞാതമായ ഏതൊക്കെയോ നിയമങ്ങൾക്കനുസരിച്ച് മരണം വരുന്നു. ശിശുക്കളെമുതൽ വൃദ്ധരെവരെ കീഴടക്കുന്നു. അതിൽ വേവലാതിപ്പെട്ടിട്ടു കാര്യമില്ല. വേദനിച്ചിട്ടും കാര്യമില്ല.

എന്നാൽ നമ്മുടെ തന്നെ പാപപ്രവൃത്തികൾകൊണ്ട്, നമ്മുടെ തന്നെ ദുഷ്ടകർമങ്ങൾകൊണ്ട്, നാം തന്നെ മരണത്തെ ക്ഷണിച്ചു വരുത്തിയാലോ? മരണത്തെ അങ്ങനെ വിളിച്ചുവരുത്തുന്നവർ പാപികളാണ്, കുറ്റവാളികളുമാണ്. അവരെ ശിക്ഷിക്കാൻ ഇന്നു ലോകത്ത് വേണ്ടത്ര നിയമങ്ങളില്ല. എന്നാൽ നാളെ അതുണ്ടാകണം. അക്കാര്യം നമ്മെ ഓർമിപ്പിക്കുന്ന ഒരു ദുരന്തം ഈയിടെ ഇന്ത്യയിൽ നടന്നു. അതാണ് ലോകപ്രശസ്ത പരിസ്ഥിതിപ്രവർത്തകനായിരുന്ന അനിൽ അഗർവാളിന്റെ അകാല ചരമം. അധികമാരും ആ ഭീകരമായ ദുരന്തത്തിന്റെ ആഴവും അർഥവും മനസിലാക്കിയിട്ടില്ല എന്നതും ക്രൂരമായ ഒരു സത്യം മാത്രം.

1996 നവംബർ 30ന്റെ *ഡൗൺ ദ് എർത്ത്* മാസികയിൽ അനിൽ അഗർവാളിന്റെ ഒരു ലേഖനം പ്രസിദ്ധപ്പെടുത്തുകയുണ്ടായി. "ഇന്ന് ഇത് എന്റെ കഥ; നാളെ നിങ്ങളുടെയും"

(My story today, your story tomorrow) എന്നായിരുന്നു ആ ലേഖനത്തിന്റെ തലക്കെട്ട്. 1994ന്റെ ആദ്യം തന്നെ ബാധിച്ച അതിഭീകരമായ കാൻസർ രോഗത്തിനെപ്പറ്റിയായിരുന്നു ആ ലേഖനം. ഇന്ന് എ

നിക്കു കാൻസർ, നാളെ നിങ്ങൾക്കും ഇതു പിടിക്കും എന്നായിരുന്നു ആ ലേഖനത്തിന്റെ പ്രമേയം.

"കാൻസർ. പേടിപ്പിക്കുന്ന വാക്കാണത്. മരണം ഉറപ്പാക്കുന്ന രോഗമാണത്. അതിനു മുൻപേ അസഹനീയമായ വേദനയും നൽകുന്ന രോഗം. പലപ്പോഴും ചികിത്സക്കുപയോഗിക്കുന്ന മരുന്നുകളും വിഷങ്ങൾ. രോഗംപോലെ ഭീകരമാണ് ചികിത്സയും. അപ്പോൾ നിങ്ങൾക്ക് കാൻസറാണ്; വെറും കാൻസറുമല്ല വളരെ അപൂർവമായി മാത്രം കാണപ്പെടുന്ന ഒരുതരം കാൻസറാണ്. അതിന് ചികിത്സ തന്നെ ലഭ്യമല്ല എന്ന് നിങ്ങളോട് ഡോക്ടർമാർ പറഞ്ഞാൽ നിങ്ങൾക്ക് എന്തു തോന്നും? കാൻസർ നിങ്ങളുടെ കണ്ണുകളെവരെ ബാധിച്ചുകഴിഞ്ഞു. നിങ്ങളുടെ തലച്ചോറിനു നടുവിൽ തന്നെ ട്യൂ

മറായി സ്ഥാനം പിടിച്ചുകഴിഞ്ഞു. ഇനി മസ്തിഷ്കം മുഴുവൻ കീറിമുറിക്കാതെ ആ ട്യൂമറിനെ നീക്കം ചെയ്യാനാവില്ല. കാൻസർ നിങ്ങളുടെ നാഡിക്കുഴലിനെയും പിടികൂടിയിരിക്കുന്നു. നാഡികളിലെ ക്ഷതം നിങ്ങൾക്ക് ഭീകരമായ വേദന നൽകാം. നിങ്ങളുടെ ശരീരഭാഗങ്ങൾ തളരാം... എല്ലാ വേദനകളുടെയും അവസാനം മരണം സംഭവിക്കും. ഒരുവർഷത്തിനകം നിങ്ങൾ മരിക്കും. അതുവരെ നിങ്ങൾ കട്ടിലിൽ കിടക്കേണ്ടിയും വരും. ഇരുട്ടിൽ വേദനയിൽ മുങ്ങിക്കിടക്കും...."

അനിൽ തന്റെ കഥ അങ്ങനെയായിരുന്നു അന്ന് അവതരിപ്പിച്ചത്. ആരെയും കരയിക്കുന്ന, ഞെട്ടിക്കുന്ന അതിശക്തമായ ആ ലേഖനം വായിച്ചിട്ട് ഏറെ നാളുകൾ ഈ ലേഖകന് ഉറങ്ങാൻ കഴിഞ്ഞിരുന്നില്ല. തന്റെ രോഗത്തിന്റെ കഥ വെറുതെ വിവരിക്കാനായിരുന്നില്ല അനിൽ അന്ന് ആ ലേഖനമെഴുതിയത്. മറിച്ച് തന്റെ രോഗം വെറുതെ ഉണ്ടായതല്ല; ഇന്ത്യയിലെ ഭീകരമായ പരിസരമലിനീകരണം ഉണ്ടാക്കിയതാണ് എന്ന് വാദിച്ചു തെളിയിക്കുകയായിരുന്നു അദ്ദേഹത്തിന്റെ ലക്ഷ്യം. പരിസരമലിനീകരണത്തിനെതിരായ അദ്ദേഹത്തിന്റെ സമരത്തിന് തന്റെ രോഗത്തേയും അദ്ദേഹം ഉപയോഗിക്കുകയായിരുന്നു.

അനിൽ അഗർവാളിന് ജീവിതംതന്നെ സമരമായിരുന്നു; യുദ്ധമായിരുന്നു. തോക്കുകൾ അല്ല ആശയങ്ങൾ ആയിരുന്നു അദ്ദേഹത്തിന്റെ ആയുധങ്ങൾ. ഒരു മനുഷ്യൻ ജനിക്കുന്നു. ജീവിക്കുന്നു. വളരുന്നു.

വളർച്ചയുടെ ഏതോ ഘട്ടത്തിൽ തന്റെ നിയോഗം എന്താണ് എന്നു തിരിച്ചറിയുന്നു. പിന്നെ ജീവിതം തപസാക്കി മാറ്റുന്നു. വ്യക്തമായ ലക്ഷ്യം മുന്നിൽക്കണ്ട് അതികഠിനമായ കർമമാർഗത്തിലൂടെ അയാൾ മുന്നോട്ടു പോകുന്നു. അപ്പോൾ ആ വഴിയിൽ ആകൃഷ്ടരായി അനേകം പേർ അവനോടൊത്തു ചേരുന്നു. അങ്ങനെ മഹത്തായ ഒരു പ്രസ്ഥാനമുണ്ടാകുന്നു. ചരിത്രം തന്നെ അങ്ങനെ തിരുത്തപ്പെടുന്നു. ലോകം കൂടുതൽ സമ്പന്നവുമാകുന്നു.

എൻജിനീയറിംഗ് പഠിച്ച അനിൽ അഗർവാൾ തന്റെ നിയോഗം തിരിച്ചറിഞ്ഞത് നമ്മുടെ ഭാഗ്യം. പ്രകൃതിയെ രക്ഷിക്കാൻ, പ്രകൃതിയെ മാനഭംഗപ്പെടുത്തുന്നവരെ ക്രൂരതയിൽനിന്നും മാറ്റാൻ അനിൽ തന്റെ ജീവിതം സമർപ്പിച്ചു. അതിന് അദ്ദേഹം തെരഞ്ഞെടുത്തത് ശാസ്ത്രത്തിന്റെ വഴിയായിരുന്നു. പ്രശ്നങ്ങളെ വിശദമായി ശാസ്ത്രീയമായി പഠിച്ച് പരിഹാരം കണ്ടെത്താൻ അദ്ദേഹം ശ്രദ്ധി

ച്ചു. ഭൂരിപക്ഷം പരിസ്ഥിതിപ്രവർത്തകരും വികാരത്തിന്റെ വഴിയെ നീങ്ങിയപ്പോൾ അനിൽ അറിവിന്റെ; ആശയങ്ങളുടെ വഴിയെ നീങ്ങി. അദ്ദേഹം നേതൃത്വം കൊടുത്ത സെന്റർ ഫോർ സയൻസ് ആൻഡ് എൻവയറൺമെന്റ് (സി എസ് ഇ) ശാസ്ത്രീയ വിശകലനങ്ങൾ നൽകി പരിസ്ഥിതി പ്രശ്നങ്ങൾക്ക് പുതിയ മാനം നൽകി. സി എസ് ഇയുടെ *ഡൗൺ ദ് എർത്ത്* മാസിക ഈ രംഗത്ത് ഇന്ത്യയിലുണ്ടായിരുന്ന വിടവ് നികത്തുന്ന ആധികാരിക ആനുകാലികമായി വളർന്നു. സി എസ് ഇ പ്രസിദ്ധീകരിച്ചിട്ടുള്ള റഫറൻസ് ഗ്രന്ഥങ്ങൾക്ക് ലോക നിലവാരംതന്നെ ഉണ്ടായിരുന്നു.

വസ്തുതകളുടെ പിൻബലത്തോടെ പരിസ്ഥിതി സംരക്ഷണത്തിനായി അനിൽ അഗർവാൾ നടത്തിയ സമരങ്ങളും പ്രചാരണങ്ങളും ശക്തമായിരുന്നു. ആ സമരങ്ങൾക്കിടയിൽ അനിലിന് സർക്കാരുമായും വലിയ കമ്പനികളുമായും ഏറ്റുമുറ്റേണ്ടിവന്നു. ഡൽഹിയിലെ വായുമലിനീകരണത്തിനെതിരായും ഇന്ത്യയിലെതന്നെ മോട്ടോർ വാഹനമലിനീകരണത്തിനെതിരായും രാസമലിനീകരണങ്ങൾക്കെതിരായും മറ്റും അനിലും സഹപ്രവർത്തകരും നടത്തിയ സമരങ്ങൾക്ക് വലിയ ഫലങ്ങൾ ഉണ്ടായിട്ടുമുണ്ട്. വരൾച്ചക്കെതിരായി മഴവെള്ളക്കൊയ്ത്ത് എന്ന ആശയം ഉയർത്തി അതിനായി അദ്ദേഹം നടത്തിയ പ്രചാരണങ്ങൾ എടുത്തുപറയേണ്ടതുണ്ട്. ഇന്ത്യയിലെ രാഷ്ട്രീയ പാർട്ടികളുടെ ഇലക്ഷൻ മാനിഫെസ്റ്റോകൾ വരെ പഠിച്ച് വിശകലനം ചെയ്ത് പാർട്ടികളുടെ പാരിസ്ഥിതികബോധത്തെപ്പറ്റി ആധികാരികമായ രേഖയുണ്ടാക്കിയ അനിലിന്റെ ധീരതയെ എത്ര പ്രശംസിച്ചാലും മതിയാവുകയില്ല.

ദരിദ്രരായ ജനങ്ങൾക്ക് ജീവിതംതന്നെ പരിസരത്തെ വിഭവങ്ങൾ മാത്രം ഉപയോഗിച്ചുകൊണ്ടുള്ളതാണ്. ബയോമാസിനെ (ജൈവപിണ്ഡത്തെ) ആശ്രയിച്ചു ജീവിക്കുന്ന ആ ദരിദ്രർക്കുവേണ്ടി അനിൽ വാദിച്ചു. കുക്കിങ്ങ് ഗ്യാസിനും മണ്ണെണ്ണയ്ക്കും നൽകുന്ന സബ്സിഡി യഥാർഥത്തിൽ മധ്യവർഗസമ്പന്നർക്കാണ്, ശരിയായ ദരിദ്രർക്കല്ല പ്രയോജനപ്പെടുന്നതെന്ന വിവരം *ഡൗൺ ദ് എർത്തില*ൂടെയാണ് ഈ ലേഖകനും പഠിച്ചത്.

അതെ, അനിൽ അഗർവാൾ തികച്ചും വ്യത്യസ്തനായ ഒരു പരിസ്ഥിതി പ്രവർത്തകനായിരുന്നു. അങ്ങനെ വ്യത്യസ്തനായതുകൊണ്ട് അദ്ദേഹത്തിന് ഏറെ പഠിക്കേണ്ടിയും വന്നിട്ടുണ്ട്. വിജ്ഞാനസമ്പാദനം അദ്ദേഹത്തിന്റെ വികാരത്തിന്റെ ഭാഗമായിരുന്നു. ആ വിജ്ഞാനത്തെ ഒരു എൻജിനീയറുടെ കിറുകൃത്യമായ വിശക

ലനം വഴി വിലയിരുത്തി പരിസ്ഥിതി പ്രശ്നങ്ങളുടെ മർമ്മം കണ്ടറിഞ്ഞ് യഥാർഥ വില്ലൻമാരെ കണ്ടെത്താനും അവർക്കെതിരെ പ്രതികരിക്കാനും അദ്ദേഹത്തിനു കഴിഞ്ഞു.

ഇന്ത്യയിലെ പരിസരമലിനീകരണത്തിനെതിരെ നിരന്തരം അദ്ദേഹം സമരം ചെയ്തു. വായുവും വെള്ളവും മണ്ണും ആഹാരപദാർഥങ്ങളും വിഷം നിറഞ്ഞതായാൽ മനുഷ്യരും അവസാനം അവയുടെ തിക്തഫലങ്ങൾ അനുഭവിക്കും എന്ന് നിരന്തരമായി അദ്ദേഹം ചൂണ്ടിക്കാട്ടിയിരുന്നു. ഇന്ത്യയിലെ വൻനഗരങ്ങളിലെ അതിഭീകരമായ മലിനീകരണങ്ങൾ ഉണ്ടാക്കുന്ന രോഗങ്ങളെപ്പറ്റി അദ്ദേഹം ജനങ്ങളെ പഠിപ്പിക്കാൻ ശ്രമിച്ചു. ശ്വാസകോശരോഗങ്ങളും കാൻസറുകളും ഇന്ത്യയിൽ കൂടിവരുന്ന വിവരം അങ്ങനെ നാം അറിഞ്ഞു. ആ വിഷയങ്ങളെപ്പറ്റി ഇങ്ങനെ പ്രചാരണങ്ങൾ സംഘടിപ്പിക്കുന്നതിനിടയിലായിരുന്നു 1994ൽ തനിക്കുതന്നെ അതിഭീകരമായ ഒരിനം കാൻസർ പിടിപെട്ടതായി അദ്ദേഹം അറിഞ്ഞത്: ഇന്ന് ഇത് എന്റെ കഥ; നാളെ നിങ്ങളുടെയും എന്ന് എഴുതിയതും.

ഇന്ത്യയിലെ കാൻസറിന്റെ പെരുകലിന് പല കാരണങ്ങൾ ഉണ്ടാകാം. പക്ഷേ അതിൽ 'മുഖ്യമായ ഒരു കാരണം പരിസര മലിനീകരണമാണ്. പ്രത്യേകിച്ചും കീടനാശിനികൾ മൂലമുള്ള മലിനീകരണം. തന്റെ രോഗത്തിനും കാരണം അതാണ് എന്ന് അദ്ദേഹം വിശ്വസിച്ചു. വിദേശരാഷ്ട്രങ്ങളിൽ നടന്ന അനേകം പഠനങ്ങൾ വിവരിച്ചാണ് അദ്ദേഹം തന്റെ വാദങ്ങൾ തന്റെ ലേഖനത്തിൽ അവതരിപ്പിച്ചു സമർഥിച്ചത്.

ആ ലേഖനം എഴുതുമ്പോൾ അദ്ദേഹം ഒരുവർഷം കൂടിയേ ജീവിക്കൂ എന്ന് കരുതിയിരുന്നു. എന്നാൽ അതി വിദഗ്ധമായ ചികിത്സകൾ ലഭ്യമായതുകൊണ്ടും തന്റെ ഇച്ഛാശക്തിയുടെ പിൻബലംകൊണ്ടും അനിൽ ഏഴുവർഷത്തോളം പിടിച്ചുനിന്നു. അക്കാലം മുഴുവൻ സി എസ് ഇ യെ വളർത്താനും പരിസ്ഥിതിയെ രക്ഷിക്കാനും വളർത്താനും പരിശ്രമിച്ചു. അവസാനം അദ്ദേഹം കാൻസറിന്റെ പിടിയിൽതന്നെ അമർന്നു.

"നിങ്ങൾ ഇന്ത്യയിലെ വൻ നഗരങ്ങളിൽ (ബാംഗ്ലൂർ, മുബെയ്, ചെന്നൈ, ദൽഹി) ഏതിലെങ്കിലുമാണ് ജീവിക്കുന്നതെങ്കിൽ നിങ്ങൾക്ക് കാൻസർ വരാനുള്ള സാധ്യത 11 ശതമാനമാണ്. അതായത് 10–15 പേരിൽ ഒരാൾക്ക് കാൻസർ പിടിപെടാം..." അനിൽ മുന്നറിയിപ്പു നൽകുന്നു. നിങ്ങൾ നാട്ടിൻപുറത്താണ് ജീവിക്കുന്നതെങ്കിലോ? ഈ സാധ്യത പകുതികണ്ട് കുറയും എന്നു മാത്രം. പ്രകൃ

തിയെ രക്ഷിക്കാൻ തയ്യാറായില്ലെങ്കിൽ കാൻസറിനു നിങ്ങൾ കീഴടങ്ങുകയായിരിക്കും ഫലം. പ്ലാസ്റ്റിക്കും ചപ്പുംചവറും കത്തിച്ച് മോട്ടോർ വാഹനങ്ങൾ വഴിയും മറ്റും പ്രകൃതിയെ മാനഭംഗപ്പെടുത്തുന്നവർ കരുതിയിരിക്കുക. രോഗത്തിന്റെ രൂപത്തിൽ അത് ഏതു നിമിഷവും നിങ്ങളിൽ പിടിമുറുക്കും. ഇന്ന് അനിൽ അഗർവാൾ; നാളെ നിങ്ങൾ!

7

പാലോ ചോറോ?

കേരളീയർ ചോറൂണു കുറയ്ക്കണമെന്ന്. പകരം പാൽ കുടിച്ചു ശീലിക്കണമെന്ന്. പറഞ്ഞത് നമ്മുടെ ജനപ്രിയനായ ഒരു നേതാവ്. അതുകൊണ്ടുതന്നെ അനുകൂലവും പ്രതികൂലവുമായ പ്രതികരണങ്ങൾ ഉണ്ടാകുന്നതും സ്വാഭാവികം.

നല്ല ഉദ്ദേശ്യത്തോടെയാണ് അദ്ദേഹം ആ ഉപദേശം നൽകിയത്. ചോറുതന്നെ തിന്നണം എന്ന വാശി നന്നല്ല. മറ്റു ഭക്ഷണസാധനങ്ങൾ കൂടി കഴിക്കണം. അങ്ങനെ ഭക്ഷണത്തിനു വൈവിധ്യമുണ്ടായാലേ വേണ്ടത്ര പോഷണം ലഭിക്കൂ. ചോറു കുറച്ചാൽ അരിയുടെ ആവശ്യം കുറയ്ക്കുകയും ചെയ്യാം. അത് അരിവില താഴ്ത്തും. ഇതൊക്കെ കരുതിയാകാം അദ്ദേഹം ഇങ്ങനെ ഉപദേശിച്ചത്. നമുക്ക് അദ്ദേഹത്തിന് നന്ദി പറയാം.

പക്ഷേ ചിലർ അദ്ദേഹത്തെ പരിഹസിക്കാനും മറന്നില്ല. "നേതാവിന്റെ പ്രസംഗം കേട്ട ഉടനെ ഞാൻ മിൽമ ബൂത്തിലേക്ക് ഓടി. അവിടെ ചെന്നപ്പോഴോ ഒരു തുള്ളി പാൽപോലും കിട്ടാനില്ല." ഒരു സരസൻ അങ്ങനെ പറഞ്ഞു ചിരിച്ചു. "പണ്ട് ഒരു രാജ്യത്ത് ജനങ്ങൾ റൊട്ടിപോലും തിന്നാൻ കിട്ടാതെ വിഷമിച്ചു. അപ്പോൾ അവിടുത്തെ ഭരണാധികാരി ചോദിച്ചു. "റൊട്ടിയില്ലെങ്കിൽ അവർക്കു കേക്കു തിന്നാൻ വയ്യേ? അതുപോലെയല്ലേ നേതാവിന്റെ ഉപദേശവും?" മറ്റൊരാൾ ഇങ്ങനെയും പ്രതികരിച്ചു.

ഞാനോ എല്ലാവരേയും അനുകൂലിക്കുന്ന ഭാവത്തിൽനിന്നു. സമാധാനവാദിയായതുകൊണ്ടു മാത്രമല്ല എല്ലാവരും പറയുന്നതിൽ ശാസ്ത്രമുണ്ട്. നേതാവ് പറഞ്ഞതിലുമുണ്ട്. അരിക്കുപകരം പാൽ ഉപയോഗിച്ചാൽ അരിയുടെ ആവശ്യം കുറയുമെന്നുള്ളത് സത്യമാണ്. എല്ലാവരും പാൽ കുടിക്കാൻ തുടങ്ങിയാൽ പാലിന്റെ ആവ

ശ്യം കൂടുമെന്നതും സത്യമാണ്. അത്രയും പാൽ നൽകാൻ മിൽമയ്ക്ക് ഇന്നു കഴിയുകയില്ല. കഴിയുന്ന കാലത്തും ഇന്നത്തെ തോതിൽ ദാരിദ്ര്യം നിലനിന്നാൽ പാൽ ഓടയിലൊഴുക്കേണ്ടി വരുമെന്നതും സത്യം! എല്ലാവരും പറയുന്നതിൽ കുറെയൊക്കെ ശാസ്ത്രസത്യങ്ങളുണ്ട്!

പക്ഷേ ആത്യന്തികമായി ഒരു സത്യമുള്ളത് ആരും ഓർക്കാറില്ല. ആ സത്യം അറിയാതെ ഇനി നമുക്ക് ഈ ലോകത്ത് നിലനിൽക്കാനാവില്ല. അതെന്താണെന്നോ? അരിക്കും പാലിനും പയറിനും മീനിനും ഇറച്ചിക്കും ഒക്കെ നാം ആശ്രയിക്കുന്നത് ഒരേയൊരു പ്രവർത്തനത്തെയാണ് എന്നതാണാ സത്യം. അതാകുന്നു ചെടികളിൽ ആഹാരമുണ്ടാക്കുന്ന പ്രവർത്തനം. അതിന്റെ പേരാകുന്നു പ്രകാശസംശ്ലേഷണം. ഇലകളിലെ പച്ചനിറമുള്ള ഹരിതകം നടത്തുന്ന പ്രവർത്തനം. ഇലപ്പച്ചയുടെ ഇന്ദ്രജാലം.

അരിയുണ്ടാകുന്നത് ആ പ്രവർത്തനംകൊണ്ടാണ്. ഗോതമ്പും കപ്പയുമൊക്കെയുണ്ടാക്കുന്നതും അതേ പ്രവർത്തനം കൊണ്ടാണ്. പക്ഷേ പാലുണ്ടാകുന്നതും ഇലപ്പച്ചയുടെ ഇന്ദ്രജാലവുമായി ബന്ധമുണ്ടോ? പാലുണ്ടാക്കുന്നത് പശുവല്ലേ? പശുവിനെ കറന്നാൽ പാലായി. പിന്നെ പ്രകാശസംശ്ലേഷണത്തിനതിലെന്തു കാര്യം? ചിലരെങ്കിലും സംശയിച്ചേക്കാം.

ഉത്തരം ലളിതം. പശുവിന്റെ അകിട്ടിൽ പാലുണ്ടാകണമെങ്കിൽ പശു പുല്ലു തിന്നണം. പുല്ലില്ലെങ്കിൽ വൈക്കോൽ തിന്നണം. അ

ങ്ങനെ എന്തെങ്കിലും തിന്നണം. പശുവിന്റെ ആ തീറ്റസാധനങ്ങളുണ്ടാക്കാൻ ചെടി വേണം. ഇലപ്പച്ച തന്നെ വേണം. അതിന്റെ ഇന്ദ്രജാലം തന്നെ വേണം. പുല്ലും വൈക്കോലും അങ്ങനെയാണുണ്ടാകുന്നത്. പിണ്ണാക്കിന്റെ കാര്യവും അതുതന്നെ. പശുവില്ലെങ്കിൽ മിൽമബൂത്തിലും പാലുണ്ടാകില്ല. അപ്പോൾ മിൽമബൂത്തിൽ പാൽ കിട്ടാനും ഇലപ്പച്ചയുടെ ഇന്ദ്രജാലത്തെത്തന്നെ ആശ്രയിക്കണം. പ്രസംഗിച്ചാൽ മിൽമ ബൂത്തിൽ പാലുണ്ടാവുകയില്ല. നേതാവിനെ കളിയാക്കിയാലും അവിടെ പാലുണ്ടാവുകയില്ല. അതിന് ഇലപ്പച്ച കനിയണം. അതിനോ ചെടികൾ വളരണം. നമ്മൾ വളർത്തണം. സസ്യങ്ങൾ വളർന്നാലേ കാലിത്തീറ്റയുണ്ടാകൂ; പാലുണ്ടാകൂ; ചോറുണ്ടാകൂ; നാം പട്ടിണികിടന്നു ചാകാതെ രക്ഷപ്പെടൂ.

അതെ; നമുക്കു നാനാതരം ഭക്ഷണങ്ങൾ തന്നു നമ്മുടെ ജീവൻ നിലനിർത്തുന്ന മഹത്തായ പ്രവർത്തനമാണ് ഇലപ്പച്ചയുടെ ഇന്ദ്രജാലം; പ്രകാശസംശ്ലേഷണം. ഈ ലോകത്തെ സകലജീവജാലങ്ങളുടെയും ജീവൻ നിലനിർത്തുന്ന അത്ഭുതകരമായ പ്രവർത്തനമാണത്. തികച്ചും മാന്ത്രികമായ പാചകവിദ്യയാണത്. വെള്ളവും കാർബൺ ഡയോക്സൈഡുംകൊണ്ട് ആഹാരമുണ്ടാക്കുന്ന വിദ്യ. വെയിലാണ് അതിനുള്ള 'തീ'; അതായത് ഊർജസ്രോതസ്. അങ്ങനെ ഗ്ലൂക്കോസുണ്ടാകുന്നു. പഞ്ചസാരയുണ്ടാകുന്നു; നാനാതരം ധാന്യങ്ങളിലെ അന്നജമുണ്ടാകുന്നു. ചെടികളിലെ മാംസ്യമുണ്ടാകാനും ഇതുതന്നെ ആദ്യപടി.

ചെടിയെ തിന്നുന്ന നമുക്ക് അങ്ങനെ ചെടിയുണ്ടാക്കി വച്ചിരിക്കുന്ന ആഹാരം കിട്ടുന്നു. ചെടികളെ തിന്നുന്ന ജന്തുക്കളെ തിന്നുന്ന ജന്തുക്കൾക്കും അങ്ങനെ ആഹാരം ലഭിക്കുന്നു. സസ്യഭോജിയും മാംസഭോജിയും ആത്യന്തികമായി ആഹാരത്തിന് ചെടിയെ ആശ്രയിക്കുന്നു എന്ന്. പുല്ലില്ലെങ്കിൽ മാനുകൾ ചാവും; പുറകെ സിംഹങ്ങളും ചാകും. കാരണം സിംഹങ്ങൾക്ക് ആഹാരമാകുന്നു മാനുകൾ; അവയ്ക്ക് ആഹാരമോ പുല്ലും. അപ്പോൾ ബാറക് ഒബാമയ്ക്കും അയത്തുള്ള അലി ഖമനയിക്കും അമിതാബിനും സച്ചിനും മഹാശാസ്ത്രജ്ഞനും മന്ത്രിക്കും തന്ത്രിക്കും എല്ലാം ഈ ലോകത്ത് ജീവിക്കാൻ ഇലപ്പച്ചയുടെ ഇന്ദ്രജാലത്തെ ആശ്രയിക്കണം. ഒരു സൂപ്പർ കമ്പ്യൂട്ടറിനും ഇലപ്പച്ചയുടെ ഇന്ദ്രജാലം വശമില്ല. വെള്ളവും കരിയും വെയിലുംകൊണ്ട് അരിയുണ്ടാക്കാനറിയില്ല.

ഇതാകുന്നു ആത്യന്തിക സത്യം. സസ്യങ്ങൾ നിലനിന്നാലെ ചോറുകിട്ടൂ. പാലുകിട്ടൂ.

8

സുന്ദരിയാകാൻ പപ്പായപ്പഴ വഴി

സുന്ദരിയാകാൻ ഇതാ ഒരു വഴി. സുന്ദരനാകാനും ഈ വഴി മതി. പപ്പായവഴിയാണിത്. പപ്പായപ്പഴമെടുക്കുക. അതിന്റെ തൊലി കളയുക. ദശയെടുത്തു കുഴമ്പാക്കുക. നന്നായി പഴുത്ത പപ്പായപ്പഴമെടുത്ത് ദശ കൈയിലിട്ടു തിരുമ്മിയാൽ മതി കുഴമ്പാകാൻ. അത്ര മൃദുലമാണല്ലോ പപ്പായപ്പഴത്തിന്റെ ദശ. ഈ പപ്പായക്കുഴമ്പ് മുഖത്തു പുരട്ടുക. പത്തുമിനിറ്റ് ആ കുഴമ്പു മുഖത്തിരിക്കട്ടെ. പിന്നെ ചൂടുവെള്ളംകൊണ്ടു കഴുകിക്കളയുക. ഉടനെതന്നെ മുഖം നിറയെ പച്ചവെള്ളമെഴിച്ചു തണുപ്പിക്കുക. ഇങ്ങനെ കുറേനാൾ പപ്പായക്കുഴമ്പു പുരട്ടലും കഴുകിക്കളയലും തുടരുക. അപ്പോൾ എന്തു സംഭവിക്കുമെന്നോ? നിങ്ങൾ സുന്ദരിയാകും; അഥവാ സുന്ദരനാകും. നിങ്ങളുടെ മുഖകാന്തി വർദ്ധിക്കും. മുഖചർമം പുതുപുത്തനാകും. മൃദുലമനോഹര ചർമം. ആരോഗ്യമുള്ള ചർമം. ആർക്കും മുഖത്തൊന്നു തൊട്ടുനോക്കാൻ തോന്നുന്നത്ര നല്ല മുഖത്തിനുടമയാകും നിങ്ങൾ.

പപ്പായപ്പഴം തിന്നാൻ ബഹുരസമാണ് എന്നു നമുക്കറിയാം. അതു പോഷകസമൃദ്ധവുമാണ്. അങ്ങനെ വായ്ക്കു രുചിയും വയറിനു സുഖവും നൽകുന്ന പപ്പായപ്പഴം മുഖകാന്തി കൂട്ടാനും പറ്റുന്ന പഴമാണ് എന്നു പറയുന്നതാരാണെന്നോ? മിസിസ് മക്കാർത്തി. പടിഞ്ഞാറൻ സമോവയിലെ ഒരു ഗ്രാമത്തലവന്റെ മകൾ. ന്യൂസിലാണ്ടിൽ നടന്ന ഒരു വർക്ക്ഷോപ്പിൽ വച്ചാണ് അവർ ഈ പപ്പായരഹസ്യം പുറത്താക്കിയത്. എതിനിക് ബോട്ടണി എന്ന വിഷയത്തെപ്പറ്റി ഒരു വർക്ക്ഷോപ്പിൽ.

എത്നിക് ബോട്ടണി

ബോട്ടണി എന്നാൽ സസ്യശാസ്ത്രം. എത്നിക് (Ethnic)

എന്നാൽ വിഭിന്ന ജനവർഗങ്ങളെയോ വംശങ്ങളെയോ സംബന്ധിച്ചതെന്ന് അർഥം. എത്നോളജി **(Ethnology)** എന്നാൽ മാനവജാതി വിജ്ഞാനം എന്നാണർഥം. വിവിധ മനുഷ്യവർഗങ്ങളെപ്പറ്റി പഠിക്കുന്ന ശാഖ. അപ്പോൾ എന്താ എത്നിക് ബോട്ടണി? ലോകത്തെ വിവിധ മനുഷ്യവർഗങ്ങൾ സസ്യങ്ങൾ ഉപയോഗിക്കുന്ന രീതിയും മറ്റും പഠിക്കുന്ന ശാസ്ത്രശാഖയാണത്.

ലോകത്ത് ആയിരക്കണക്കിനു മനുഷ്യവർഗങ്ങളുണ്ട്. പല വർഗക്കാരും പരമ്പരാഗതമായി ഉപയോഗിച്ചുവരുന്ന പല ആഹാരരീതികളും ചികിത്സാസമ്പ്രദായങ്ങളും മറ്റും പരിഷ്കാരത്തിന്റെ വെള്ളപ്പൊക്കത്തിൽ അപ്രത്യക്ഷമാകുന്നു. അവയെ തേടിപ്പിടിക്കണം. മനുഷ്യവിജ്ഞാനത്തിന്റെ മഹാസാഗരത്തിൽ അവയെക്കൂടി ചേർക്കണം. പല അത്ഭുതകരമായ രഹസ്യങ്ങളും അപ്പോൾ പുറത്താകും. പ്രത്യേകിച്ചും സസ്യജന്തുജാലങ്ങളുമായി ബന്ധപെട്ടവ.

ഇതിനായി പല ശ്രമങ്ങളും നടക്കുന്നുണ്ട്. ന്യൂസിലാണ്ടിൽ നടന്ന വർക്ക്ഷോപ്പും ഇതിനായിരുന്നു. ലോകത്തിന്റെ വിവിധ ഭാഗങ്ങളിൽനിന്നും വ്യത്യസ്ത വർഗങ്ങളുടെ പ്രതിനിധികൾ അതിൽ സംബന്ധിച്ചിരുന്നു. കോമൺവെൽത്ത് സയൻസ് കൗൺസിലായിരുന്നു ഈ പഠനപ്പുര സംഘടിപ്പിച്ചവരിൽ പ്രമുഖർ. കോമൺവെൽത്ത് ഫീച്ചറിൽ നിന്നാണ് ഈ വിവരങ്ങൾ അറിഞ്ഞതും.

മക്കാർത്തി പടിഞ്ഞാറൻ സമോവയിലെ പല പഴഞ്ചൻ ചികിത്സാരീതികളും ആ പഠനപ്പുരയിൽ വിവരിച്ചു. തെങ്ങിൻവേര് മുറിവുണക്കാനുപയോഗിക്കാമെന്നും പേരവേര് കരൾരോഗചികിത്സയ്ക്ക് ഉത്തമമാണെന്നും അവർ പറഞ്ഞു. ലോകത്തെ വൻകിട മരുന്നു കമ്പനികൾ ലക്ഷക്കണക്കിനു ഡോളറാണ് ആധുനിക മരുന്നു

കൾ കണ്ടുപിടിക്കാനുള്ള ഗവേഷണത്തിന് ഓരോ വർഷവും മുടക്കുന്നത്. എന്നാൽ പരമ്പരാഗത ചികിത്സാരീതികളിൽ ഗവേഷണം നടത്താനായി കാര്യമായി പണം മുടക്കുന്നേയില്ല. അതാണ് ഈ പാരമ്പര്യ ചികിത്സാരീതികൾ ക്ഷയിക്കാൻ കാരണമെന്ന് മക്കാർത്തി പറയുന്നു. ചെടികളെപ്പറ്റി കൂടുതൽ അറിവുകൾ നേടണം. സ്വന്തം ആരോഗ്യവും സ്വന്തം കുടുംബത്തിന്റെ ആരോഗ്യവും രക്ഷിക്കാനാഗ്രഹിക്കുന്ന എല്ലാവരും ഇതൊരു വെല്ലുവിളിയായി എടുക്കണമെന്നും അവർ പറഞ്ഞു.

അവർ പറയുന്നതിൽ കാര്യമുണ്ട്. കേരളത്തിലും ഇത്തരം എത്രയോ പാരമ്പര്യ ചികിത്സാ രീതികൾ ഉണ്ടായിരുന്നു. അവയിൽ നല്ലൊരു പങ്കും ഇന്ന് ആർക്കും അറിയാൻ പോലും വയ്യ. അവശേഷിക്കുന്ന ചികിത്സാരീതികളെങ്കിലും ശേഖരിക്കേണ്ടതല്ലേ? വരും തലമുറയ്ക്കു വേണ്ടി രേഖപ്പെടുത്തുകയെങ്കിലും ചെയ്യേണ്ടതല്ലേ? ഓരോ വീടിനുചുറ്റും നാനാതരം ഔഷധസസ്യങ്ങൾ പണ്ട് നാം വളർത്തിയിരുന്നു. മിക്ക രോഗങ്ങൾക്കും പറമ്പിൽനിന്നും ശേഖരിക്കുന്ന പച്ചമരുന്നുകൾകൊണ്ടായിരുന്നു ചികിത്സ. അത്തിയും ഇത്തിയും ഓരിലയും മൂവിലയും കുറുന്തോട്ടിയും തഴുതാമയും കച്ചോലവും കൊടകനും അമൃതും നറുനീണ്ടിയുമൊക്കെ അന്ന് എല്ലാവർക്കും പരിചയമുള്ള ഔഷധസസ്യങ്ങളായിരുന്നു. ജനങ്ങൾ അവയെ പരിരക്ഷിച്ചു വന്നു. അവയെ ആദരവോടെ നോക്കിക്കണ്ടിരുന്നു. ജനങ്ങൾക്ക് തുളസി മുതൽ തുമ്പവരെയുള്ള സസ്യജാലങ്ങളോട് വൈകാരികമായ ബന്ധമുണ്ടായിരുന്നു.

ഈ നാടിനേയും ഈ ലോകത്തേയും സ്നേഹിക്കുന്ന എല്ലാവർക്കും എത്നിക് ബോട്ടണിയിൽ താൽപ്പര്യമുണ്ടാകണം. നമ്മുടെ അപ്പൂപ്പന്മാരും അമ്മൂമ്മമാരും എക്കാലവും ജീവിച്ചിരിക്കുകയില്ല. നമ്മുടെ ആദിവാസി സമൂഹങ്ങളുടെ തനിമ ഇന്നും കുറെയൊക്കെ അവശേഷിക്കുന്നുണ്ട്. അവരോടെല്ലാം ചോദിച്ച് ഓരോ ചെടിയുടെയും പാരമ്പര്യ ഉപയോഗങ്ങൾ നാം മനസിലാക്കണം. രേഖപ്പെടുത്തണം. കറിവേപ്പിലയും മഞ്ഞളും കച്ചോലവും മുത്തിളും ആര്യവേപ്പിലയും മാതളനാരകവും ഒക്കെ നമ്മുടെ മുതുമുത്തച്ഛന്മാരും മുത്തശ്ശികളും എന്തിനൊക്കെ ഉപയോഗിച്ചിരുന്നു എന്നു നാം അന്വേഷിച്ചാൽ..... പപ്പായക്കുഴമ്പിൻ രഹസ്യംപോലെ എത്രയോ രഹസ്യങ്ങൾ പുറത്താകും. എത്രയോ ലളിതവും ചെലവു കുറഞ്ഞതും ഫലപ്രദവുമായ മരുന്നുകൾ നമുക്കു ലഭിക്കും. ഇന്ന്, ഇപ്പോൾ തന്നെ തുടങ്ങാവുന്ന പഠനമാണിത്; അല്ലേ?

9

ആർത്തവം അവളുടെ ആക്രമണം?

ആർത്തവത്തെപ്പറ്റി വിപ്ലവകരമായ ഒരു ശാസ്ത്രസിദ്ധാന്തം. ആർത്തവം 'അവളുടെ' ആക്രമണമാണെന്ന്. ചോര ചീന്തിക്കൊണ്ടുള്ള ഒരു ആക്രമണം! ഗർഭപാത്രത്തേയും അണ്ഡവാഹികളേയും രോഗാണുക്കളിൽനിന്ന് രക്ഷിക്കാൻ സ്ത്രീശരീരം ബുദ്ധിപൂർവം നടത്തുന്ന ഒരു പ്രതിമാസയുദ്ധം!! പുംബീജത്തോടൊത്ത് ഗർഭാശയത്തിലേക്കും അണ്ഡവാഹികളിലേക്കും രോഗകാരികളായ ബാക്റ്റീരിയകളും വൈറസുകളും കുതിച്ചെത്തുമെന്ന് സ്ത്രീയുടെ ശരീരത്തിനറിയാം. അവയെ ആക്രമിച്ച് നശിപ്പിച്ച് ചോരയിൽ കഴുകി പുറത്തു ചാടിക്കലാണ് ആർത്തവം. അങ്ങനെ ഗർഭാശയവും അണ്ഡവാഹിനികളും ആരോഗ്യം നിലനിർത്തുന്നു.

എന്താണ് ആർത്തവമെന്ന് ഇന്ന് കുട്ടികൾക്കുപോലുമറിയാം. സ്ത്രീ ശരീരത്തിലുള്ള അണ്ഡാശയങ്ങളിലാണ് അണ്ഡങ്ങൾ (സ്ത്രീ കോശങ്ങൾ) രൂപംകൊള്ളുന്നത്. പ്രായപൂർത്തിയാകുന്നതോടെ സ്ത്രീശരീരത്തിൽ ഇരുപത്തിയെട്ടു ദിവസം കൂടുമ്പോൾ ഒരു അണ്ഡം വീതം പക്വമാകുന്നു. അത് അണ്ഡാശയത്തിൽനിന്ന് പുറത്തുവരുന്നു. ഇതിനെ ഓവുലേഷൻ എന്നുപറയുന്നു. അണ്ഡം അണ്ഡവാഹിനിക്കകത്തെത്തുമ്പോഴേക്ക് കുതിച്ചെത്തുന്ന പുംബീജങ്ങളിലൊന്ന് അതുമായി സംയോഗിക്കുന്നു. ഇങ്ങനെ ബീജസംയോഗം നടന്നാലേ അണ്ഡംകൊണ്ട് പ്രയോജനമുണ്ടാകൂ. ബീജസംയോഗം നടന്നുണ്ടാകുന്ന സിക്താണ്ഡം വിഭജനം മൂലം ഭ്രൂണമായിത്തീരുന്നു. ഭ്രൂണം ഗർഭാശയത്തിലെത്തി അതിന്റെ ഉൾഭിത്തിയിലുള്ള പാടയിൽ (സ്തരത്തിൽ) പറ്റിപ്പിടിച്ചു വളരുന്നു. സൃഷ്ടിയുടെ രഹസ്യമാണ് ഈ പറഞ്ഞ പ്രതിഭാസം.

അത്യത്ഭുതകരമാണ് സ്ത്രീശരീരത്തിന്റെ കഴിവ്. ഓരോ മാ

സവുമാണല്ലോ സ്ത്രീശരീരത്തിൽ ഓരോ അണ്ഡം പക്വമാകുന്നത്. അതിനെ സ്വീകരിക്കാനുള്ള തയ്യാറെടുപ്പുകൾ ഗർഭാശയത്തിൽ കാലേകൂട്ടി നടക്കുന്നു. ഗർഭാശയത്തെ സംബന്ധിച്ചിടത്തോളം വിഐ പിയാണല്ലോ അണ്ഡം (ഭ്രൂണം). ഓവുലേഷനുണ്ടാകുന്നതോടൊപ്പം ഗർഭാശയത്തിന്റെ ഉൾഭിത്തിയിൽ കൂടുതൽ രക്തക്കുഴലുകൾ രൂപംകൊള്ളുന്നു. ഗർഭാശയത്തിന്റെ ഉൾഭാഗത്തെ പേശികൾ കൂടുതൽ മൃദുലമാകുന്നു. ഇങ്ങനെ ഓരോ മാസവും ഒരുങ്ങി കാത്തിരിക്കുകയാണ് ഗർഭാശയം. പക്ഷേ, മിക്കപ്പോഴും ബീജസംയോഗം നടക്കില്ല. അണ്ഡം ഉണ്ടായത് വെറുതെയായി! ആ ഘട്ടത്തിലാണ് ആർത്തവം ഉണ്ടാവുക. ഗർഭാശയസ്തരങ്ങൾ സങ്കോചിച്ച് പൊട്ടി പുറത്തുപോകുന്നു. അപ്പോൾ രക്തക്കുഴലുകളും പൊട്ടുന്നു. അതാണ് ആർത്തവമെന്നായിരുന്നു ഇന്നുവരെ നൽകിവന്ന വിശദീകരണം.

ആർത്തവത്തെ അറപ്പോടെയും വെറുപ്പോടെയുമൊക്കെയാണ് പണ്ടുമുതൽ മനുഷ്യർ കണ്ടിരുന്നത്. ഒരു നഷ്ടത്തിന്റെ പ്രതീകമായി ശാസ്ത്രബോധമുള്ളവരും അതിനെ കണ്ടുപോന്നു. 'ഗർഭാശയം അതിനുണ്ടായ നഷ്ടത്തെയോർത്തു കരയുന്നു' (Womb weeps for its loss) എന്നാണ് ആർത്തവത്തെ ഒരു മെഡിക്കൽ വിദ്യാർഥി വിശേഷിപ്പിച്ചത്! എന്നാൽ ഈ ധാരണകളെയെല്ലാം തകിടം മറിച്ചിരിക്കുകയാണ് കാലിഫോർണിയ യൂണിവേഴ്സിറ്റിയിലെ ശാസ്ത്രജ്ഞയായ മാർഗി പ്രോഫെറ്റ് (Margie Profet).

ഏഴാം വയസുമുതൽ അവർ ആർത്തവത്തെപ്പറ്റി ചിന്തിച്ചു തുടങ്ങിയതാണ്. ആർത്തവത്തെപ്പറ്റി ശാസ്ത്രപുസ്തകങ്ങൾ നൽകിയ വിശദീകരണങ്ങളൊന്നും അവർക്കു ദഹിച്ചില്ല. ഗർഭാശയത്തെ സംബന്ധിച്ചിടത്തോളം ഭ്രൂണത്തെ സ്വീകരിച്ചു വളർത്തുകയെന്നതാണ് പരമമായ ലക്ഷ്യം. അതുകൊണ്ടാണല്ലോ ഓരോ മാസവും ഭ്രൂണത്തെ സ്വീകരിക്കാൻ ഗർഭാശയം വിപുലമായ ഒരുക്കങ്ങൾ നടത്തുന്നത്. ഗർഭാശയത്തിന്റെ ഉൾഭാഗത്ത് മൃദുലമായ ഒരു സ്തരം (പാട) രൂപപ്പെടുന്നു. അതിന് മേലാണ് ഓമനയായ ഭ്രൂണം പറ്റിപ്പിടിച്ചു വളരേണ്ടത്. പക്ഷേ, ഭ്രൂണം എത്താത്തപ്പോൾ ഗർഭാശയമെന്തിന് ഇത്രയേറെ കഷ്ടപ്പെട്ടുണ്ടാക്കിയ സ്തരം തകർത്ത് പുറത്തുകളയണം? അത് ഗർഭാശയത്തിൽതന്നെ സൂക്ഷിച്ചാൽ പോരേ? അടുത്ത മാസമോ അതിനടുത്ത മാസമോ വന്നേക്കാവുന്ന ഭ്രൂണത്തിന് അതിന്മേൽ പറ്റിപ്പിടിച്ചു വളരാമല്ലോ.... അതല്ല പുതിയ സ്തരത്തിൽ വേണം പുതിയ ഭ്രൂണത്തെ സ്വീകരിക്കാനെന്നു നിർ

ബന്ധമാണെങ്കിൽ അങ്ങനെയാകട്ടെ. ആ സ്തരം മാത്രം കളഞ്ഞാൽ പോരെ? എന്തിന് ഇങ്ങനെ രക്തസ്രാവം (ബ്ലീഡിങ്ങ്) ഉണ്ടാക്കണം? നമ്മുടെ ചർമത്തിൽനിന്നും എത്രയോ കോശങ്ങൾ പുറത്തുപോകുന്നുണ്ട്. അപ്പോഴൊക്കെ രക്തം ഒഴുകാറില്ലല്ലോ. ഇത്ര വിപുലമായ പ്രവർത്തനങ്ങളിലൂടെ ഗർഭാശയത്തെ ഒരുക്കിയതിനുശേഷം ഭ്രൂണമെത്താത്തപ്പോൾ ഇത്രയേറെ നഷ്ടങ്ങളുണ്ടാക്കി സ്തരത്തേയും കുറേയേറെ രക്തത്തേയും ശരീരം പുറത്തേക്ക് കളയണമെങ്കിൽ അതിനു പിന്നിൽ നാമറിയാത്ത ഉദ്ദേശ്യങ്ങൾ കാണണം. പ്രകൃതി ഒരു വിഡ്ഢിയല്ല. അനാവശ്യമായി ഒന്നും നശിപ്പിക്കാൻ ശരീരം തയ്യാറാവുകയില്ല.

ഈ ആശയത്തോടെ മാർഗി ആർത്തവരക്തത്തെപ്പറ്റി പഠിച്ചു. പുരുഷനിൽനിന്നും വരുന്ന പുംബീജങ്ങളെയും പരിശോധിച്ചു. അങ്ങനെയാണ് അവർ ആർത്തവരഹസ്യം മനസിലാക്കിയത്. സ്ത്രീശരീരത്തിലുള്ള ഗർഭാശയം വളരെ പെട്ടെന്ന് രോഗാണുക്കളുടെ ആക്രമണത്തിന് വശംവദയാകുന്ന ഒരു അവയവമാണ്. സംഭോഗം വഴി ഗർഭാശയത്തിലേക്ക് രോഗാണുക്കൾ കടക്കാൻ സാധ്യതയുണ്ട്. അതിനാൽ സ്ത്രീശരീരം ഒരു ഇരട്ട ആക്രമണമാണ് നടത്തുന്നത്. ഗർഭാശയഭിത്തിയിലുള്ള സ്തരം പൊഴിച്ചുകളയുന്നു. രോഗാണുക്കൾ അതിന്മേൽ ആണ് പിടിച്ചുനിൽക്കാൻ സാധ്യത. രക്തംകൊണ്ടുള്ള കഴുകൽ രണ്ടാമത്തെ ആക്രമണമാണ്. ആർത്തവരക്തത്തിൽ രക്തം കട്ടപിടിക്കാൻ വേണ്ട ഘടകങ്ങൾ കുറവാണ്. അതിനാൽ രക്തം കട്ടപിടിക്കാതെ നന്നായി ഒഴുകും. ആ രക്തത്തിൽ രോഗാണുക്കളെ പ്രതിരോധിക്കാൻ പറ്റുന്ന കോശങ്ങളുമുണ്ട്. അങ്ങനെ ശത്രുസംഹാരത്തിനു പറ്റുന്ന രക്തംകൊണ്ട് കഴുകി ഗർഭാശയം ശുദ്ധമാക്കുകയാണ് ശരീരം ചെയ്യുന്നത്.

മാർഗി പ്രോഫെറ്റിന്റെ ഈ സിദ്ധാന്തം ചികിത്സാ രംഗത്തുതന്നെ വലിയ മാറ്റങ്ങൾ ഉണ്ടാക്കിയേക്കും. ഗർഭാശയത്തിൽനിന്നും രക്തസ്രാവമുണ്ടാകുമ്പോൾ, അതിന് പ്രത്യേക കാരണമൊന്നും കാണുന്നില്ലെങ്കിൽ രക്തസ്രാവം നിർത്താൻ ഹോർമോൺ ചികിത്സ ചെയ്യാറുണ്ട്. ഇത് തെറ്റാണെന്നും പ്രോഫെറ്റ് വാദിക്കുന്നു. ഗർഭാശയത്തെ രക്ഷിക്കാനായിരിക്കണം രക്തസ്രാവമുണ്ടാകുന്നത്. അപ്പോൾ ഗർഭാശയത്തിന് രോഗബാധ കാണണം. അത് മാറ്റാനുള്ള ആന്റിബയോട്ടിക് നൽകുകയാണ് വേണ്ടതെന്ന് അവർ വാദിക്കുന്നു.

ഗർഭനിരോധനത്തിനായി ഗുളികകൾ വിഴുങ്ങുന്ന ഏർപ്പാടിനേയും മാർഗി എതിർക്കുന്നു. അങ്ങനെ ആർത്തവത്തെ അമർ

ത്തുന്നത് തെറ്റാണ്. ഗർഭാശയരക്ഷയ്ക്ക് ആർത്തവം അത്യാവശ്യമാണ്. ഗർഭാശയത്തിൽനിന്നുള്ള രക്തസ്രാവം രോഗബാധ (ഇൻഫെക്ഷൻ)യുണ്ടാക്കും എന്ന ധാരണ പല ഡോക്ടർമാർക്കുമുണ്ട്. അതിനേയും മാർഗി എതിർക്കുന്നു. "അഗ്നിശമന ഉദ്യോഗസ്ഥന്മാർ തീപിടുത്തമുണ്ടാക്കുന്നു എന്നു പറയുന്നതുപോലെയാണത്" അവർ പറയുന്നു!

തന്റെ ആർത്തവസിദ്ധാന്തത്തിന് മറ്റ് അനേകം തെളിവുകൾ മാർഗി പ്രോഫെറ്റ് കണ്ടെത്തിയിട്ടുണ്ട്. ഏതായാലും ഈ സിദ്ധാന്തം സ്ത്രീകളുടെ ആത്മാഭിമാനത്തിന് കരുത്തേകുന്ന ഒരു ശാസ്ത്രീയവസ്തുതയാണ്. ആർത്തവത്തെ അനാവശ്യമായ ഒരു ശല്യമായും പരാധീനതയായും സ്തീകൾ കണ്ടിരുന്നു. അത് അവരിൽ മാനസികമായ ബലഹീനതയുണ്ടാക്കിയിരുന്നു. ആർത്തവം അത്യത്ഭുതകരമായ ഒരു പ്രതിഭാസമാണെന്ന് അവരറിയണം. തങ്ങളുടെ പ്രിയപ്പെട്ട ഗർഭാശയത്തിലേക്ക് പുരുഷൻ വഴിയോ അല്ലാതെയോ എത്തുന്ന രോഗാണുക്കളെ ആക്രമിച്ചു തുരത്തുന്ന ഒരു യുദ്ധമുറ. കിറുകൃത്യമായ സ്ത്രീശരീരം മാസാമാസം നടത്തുന്ന ചോരയിൽ പുരണ്ട ആ യുദ്ധം സ്ത്രീ ശരീരത്തിന്റെ അത്ഭുതകരമായ കഴിവുകളുടെ ഒരു പ്രതീകമല്ലേ? ആർത്തവത്തെ പ്രതി സ്ത്രീകൾ അഭിമാനിക്കട്ടെ! അവരെ സ്നേഹിക്കുന്ന പുരുഷന്മാരും അഭിമാനിക്കട്ടെ! സ്ത്രീയെ കൂടുതൽ ബഹുമാനത്തോടെ സമീപിക്കാൻ അവർക്കത് പ്രേരണ നൽകും!

10

'മനുഷ്യപ്പിണ്ടം' പെരുകിയാൽ

ആനപ്പിണ്ടത്തിലും ചെറുതാണ് "മനുഷ്യപ്പിണ്ടം". അതിലും ചെറുതാണ് കുരുവിപ്പിണ്ടമായ കുരുവിക്കാഷ്ഠം. കാരണം വ്യക്തം. തീറ്റ കൂടുമ്പോൾ പിണ്ട വലിപ്പവും കൂടും. അഥവാ ഉപഭോഗം കൂടുംതോറും ഉച്ഛിഷ്ടവും കൂടും.

പ്രകൃതിയോടിണങ്ങി ജീവിക്കുന്ന ജന്തുക്കളുടെ 'പിണ്ടം' പ്രകൃതിയെ മലിനപ്പെടുത്തുകയില്ല. അത് മണ്ണിൽ വീണ് മണ്ണോടു ചേർന്ന് മണ്ണിനു വളമാകും. മനുഷ്യപ്പിണ്ടമുൾപ്പെടെ എല്ലാ പിണ്ടങ്ങളെയും ചീയ്ക്കാനും വളമാക്കാനും പ്രകൃതിക്കറിയാം. അതിനായി അനേകം സൂക്ഷ്മജീവികളെ പ്രകൃതി എപ്പോഴും ഒരുക്കി നിർത്തിയിട്ടുമുണ്ട്.

എന്നാൽ കാലം മാറി. പ്രാകൃതമനുഷ്യൻ വളർന്ന് ആധുനിക മനുഷ്യനായി. അവൻ "പുരോഗമിച്ചു". പരിഷ്കാരിയായി. അവന്റെ ജീവിതാവശ്യങ്ങൾ ഭയാനകമായ തോതിൽ കൂടി. അവന്റെ സുഖസമൃദ്ധമായ ജീവിതത്തിന് അനേകമനേകം ഉൽപ്പന്നങ്ങൾ വേണമെന്നായി. അവയുണ്ടാക്കാൻ ഫാക്ടറികളുണ്ടായി. അങ്ങനെ ആധുനിക മനുഷ്യൻ അവന്റെ നാനാവിധത്തിലുള്ള പ്രവർത്തനങ്ങൾ വഴി പുറത്തേക്കു വിടുന്ന ഈ ഉച്ഛിഷ്ടങ്ങൾ വളരെ കൂടി.

വാസ്തവത്തിൽ ഈ ഉച്ഛിഷ്ടങ്ങളെല്ലാം ആധുനിക മനുഷ്യന്റെ പിണ്ടങ്ങളാണ്! കീടനാശിനികൾ, കൃത്രിമ വളങ്ങൾ, പ്ലാസ്റ്റിക്കുകൾ, ലക്ഷക്കണക്കിന് രാസദ്രവ്യങ്ങൾ,.... എന്നിങ്ങനെ എന്തെല്ലാം ഉൽപ്പന്നങ്ങൾ ഉൽപ്പാദിപ്പിക്കുന്നു. അപ്പോഴൊക്കെ എത്രയെത്രതരം ഉച്ഛിഷ്ടങ്ങളും പുറത്തേക്കു വിടേണ്ടിവരുന്നു! ആധുനികമനുഷ്യൻ അഥവാ അവന്റെ ലോകം പുറത്തേക്കുവിടുന്ന ഈ പിണ്ടങ്ങൾ വായുവിനേയും വെള്ളത്തേയും മണ്ണിനേയും മ

ലിനമാക്കുന്നു. ഈ പുത്തൻപിണ്ടങ്ങളെ ചീയ്ക്കാൻ, മണ്ണിനോടു ചേർക്കാൻ, വളമാക്കി മാറ്റാൻ പ്രകൃതിക്കറിയില്ല. അതിനുള്ള "വിഘാടകരെ" പ്രകൃതി ഒരുക്കിനിർത്തിയിട്ടുമില്ല. അതിനാൽ മലിനീകരണം നടത്തുന്ന മനുഷ്യൻതന്നെ ശുചീകരണവും നടത്താതെ പറ്റില്ല.

ഒരു ചെറിയ ഉദാഹരണം പറയാം. പണ്ടു നമ്മുടെ നാട്ടിലെ കുട്ടികൾ ഓലപ്പന്തുകൊണ്ടും കടലാസുപന്തുകൊണ്ടും കളിച്ചിരുന്നു. കളി കഴിഞ്ഞ് ഈ പന്തുകൾ പറമ്പിലേക്കു വലിച്ചെറിയുമായിരുന്നു. പക്ഷേ പന്തുകൾ വെള്ളത്തിൽ കുതിരും. അതിനെ ചിതലുകൾ കാർന്നുതിന്നും. അത് വിഘടിക്കും. മണ്ണിൽ ഇഴുകിച്ചേർന്ന് മണ്ണിന് വളമാകും.... ഇന്നത്തെ കുട്ടികൾ പ്ലാസ്റ്റിക് പന്തുകൊണ്ടു കളിക്കുന്നു. പന്തുകൾ പൊട്ടിക്കീറുമ്പോൾ പറമ്പിലേക്കെറിയുന്നു. പക്ഷേ പറമ്പിൽ വീഴുന്ന പ്ലാസ്റ്റിക് പന്തുകൾ അവിടെ കിടക്കു

ന്നു. "വെള്ളത്തിൽ കുതിരാതെ, കാറ്റിൽ പൊടിയാകാതെ, ചിത ലിനെ കൊഞ്ഞനം കാണിച്ച് അതവിടെ ഒരു ഉച്ഛിഷ്ടമായി കിടക്കുന്നു. അതിനെ ചീയ്ക്കാൻ പ്രകൃതിക്കറിയില്ല!

ഈ ചെറിയ ഉദാഹരണത്തെ ഒന്നു വലുതായിക്കണ്ടാൽ ആധുനികമനുഷ്യന്റെ പ്രതിസന്ധി വ്യക്തമാകും. പരിഷ്കാരം കൂടുംതോറും പുറത്തേക്കു വിടുന്ന ഉച്ഛിഷ്ടം കൂടും. "ക്രിസ്ത്യൻ സയൻസ് മോണിറ്റ"റിൽ വന്ന ഒരു കണക്കനുസരിച്ച് അമേരിക്കക്കാർ തന്നെ ഒരുദിവസം നാലു ലക്ഷം ടണ്ണിൽ ഏറെ ഉച്ഛിഷ്ടം ആണ് പുറത്തേക്കു വിടുന്നത്. ഏറ്റവുമധികം പുരോഗമിച്ച ജനതയായതിനാൽ ഏറ്റവുമധികം ഉച്ഛിഷ്ടവും പുറത്തുവിടാതെ വയ്യ. ചപ്പുചവറുകൾ മാറ്റുന്നത് ലോറികളിൽ (ട്രക്കുകളിൽ) ആണല്ലോ. നാലുലക്ഷം ടൺ ഉച്ഛിഷ്ടം മാറ്റാൻതന്നെ നാൽപ്പതിനായിരം ട്രക്കുകൾ വേണം!

ഈ ചപ്പുചവറുകളും മറ്റ് ഉച്ഛിഷ്ടങ്ങളും നഗരങ്ങളിൽനിന്നും മാറ്റി ശല്യമില്ലാത്തിടത്തിടുക നഗരഭരണാധികാരികൾക്കൊരു വലിയ തലവേദനയായിരിക്കുന്നു അമേരിക്കയിൽ. അതിനുവേണ്ടി വരുന്നതോ ഭീമമായ ചെലവും. വെറുതെ മണ്ണിൽ കുഴിച്ചുമൂടുകയായിരുന്നു ഇത്രയും നാൾ അവർ ചെയ്തിരുന്നത്. എന്നാൽ ഇങ്ങനെ ഉച്ഛിഷ്ടങ്ങൾ കൊണ്ടുചെന്നിടാൻ പറ്റിയ സ്ഥലങ്ങൾ ഇപ്പോൾ തീരെ കുറവായിരിക്കുന്നു. ഈ പ്രതിസന്ധി മുൻകൂട്ടി കണ്ട് "ചപ്പുചവറുകൾ" ഇടാൻ പറ്റിയ സ്ഥലങ്ങൾ വലിയ വിലകൊടുത്തു പല കമ്പനികളും നേരത്തെ വിലയ്ക്കുവാങ്ങി വച്ചിരിക്കുന്നു. ഇനി വലിയ ലാഭത്തിന് നഗരസഭാഭരണാധികാരികൾക്കു വിൽക്കാൻ. ഇനി ഈ ഉച്ഛിഷ്ടങ്ങളെ കുഴിച്ചിട്ടു രക്ഷപ്പെടാൻ പറ്റില്ല എന്ന് അമേരിക്കൻ നഗരസഭാ ഭരണാധികാരികൾ ഇപ്പോൾ സമ്മതിച്ചിരിക്കുന്നു. അവർ മറ്റു വഴികൾ കണ്ടെത്താൻ ശ്രമിക്കുകയുമാണ്.

ഈ ഉച്ഛിഷ്ടങ്ങളെ കത്തിച്ചുകളയുകയാണ് പണ്ടേ നിലനിൽക്കുന്ന മറ്റൊരു വഴി. അഗ്നിഭഗവാൻ ഭുജിച്ചാൽ എല്ലാം "ശുദ്ധ"മാകും എന്നാണല്ലോ പൗരാണിക ഭാരതീയ സങ്കൽപ്പം. പക്ഷേ ആ നിയമവും പണ്ടത്തെ ലോകത്തിനേ ശരിയാകൂ. ഇന്ന് ഈ ഉച്ഛിഷ്ടങ്ങൾ കത്തിച്ചാൽ അതും അപകടകരമാണ്. അപ്പോൾ പുറത്തുവരുന്ന സൾഫർ ഡയോക്സൈഡ് വാതകവും ലോഹാവശിഷ്ടങ്ങളും മറ്റും ചില വിഷവസ്തുക്കളും ഭീകരമായ പരിസരമലിനീകരണം നടത്തും. "ലേസർ" രശ്മികൾ എന്ന അതിശക്തമായ

പ്രകാശപ്രളയമനുസരിച്ച് ഉച്ഛിഷ്ടങ്ങളെ നശിപ്പിക്കാനും ശ്രമം നടക്കുന്നുണ്ട്.

ഉച്ഛിഷ്ടത്തെ തരംതിരിച്ച് പ്രയോജനകരങ്ങളായ മറ്റുൽപ്പന്നങ്ങളാക്കി മാറ്റുകയാണ് മറ്റൊരു വഴി. ഗ്ലാസ്, റബ്ബർ, പ്ലാസ്റ്റിക്, ലോഹങ്ങൾ, കമ്പോസ്റ്റ്, ഇന്ധനങ്ങൾ, കടലാസുൽപ്പന്നങ്ങൾ മുതലായി അനേകമുൽപ്പന്നങ്ങൾ ഇങ്ങനെ ഉണ്ടാക്കാമെന്ന് തെളിഞ്ഞിട്ടുണ്ട്. സ്വിറ്റ്സർലാൻഡിൽ ഉച്ഛിഷ്ടത്തെ വെറും പതിനേഴു മിനിറ്റുകൾകൊണ്ട് തരംതിരിച്ച് ഉപയോഗമുള്ള ഉൽപ്പന്നങ്ങളാക്കി മാറ്റുന്ന യന്ത്രങ്ങൾ ഇന്നു പ്രവർത്തിക്കുന്നുണ്ട്. ഈ സാങ്കേതിക വിദ്യ അമേരിക്കൻ നഗരങ്ങളും സ്വീകരിക്കാൻ ശ്രമിക്കുകയാണ്.

ഉച്ഛിഷ്ടങ്ങളിലെ കാർബണടങ്ങുന്ന ഘടകങ്ങളെ ചൂടാക്കി കൃത്രിമപെട്രോളും പാചകവാതകവും മറ്റുമുണ്ടാക്കുന്ന വിദ്യ ജർമനിയിലെ ഹാംബർഗ് യൂണിവേഴ്സിറ്റിയിൽ വികസിപ്പിച്ചിട്ടുമുണ്ട്.

ഏതായാലും ഇങ്ങനെ ഉച്ഛിഷ്ടങ്ങളെ ഉപയോഗിക്കാനുള്ള എല്ലാ ശ്രമങ്ങളും നന്ന്. പ്രകൃതിയെ രക്ഷിക്കാൻ ആ പ്രവർത്തനങ്ങൾ കുറെയൊക്കെ സഹായിക്കും.

പക്ഷേ ആത്യന്തികമായി ഈ നൂലാമാലയിൽനിന്ന് കരകേറണമെങ്കിൽ മനുഷ്യന് പുതിയ ഒരു ധർമ്മബോധമുണ്ടായാലേ പറ്റൂ. സുഖഭോഗങ്ങൾക്കുവേണ്ടിയുള്ള നിയന്ത്രണമില്ലാത്ത കുതിച്ചോട്ടം നിർത്തി ലളിതമായി ജീവിക്കണം എന്ന ധർമ്മബോധം. നമ്മുടെ ജീവിതരീതികൾ അതനുസരിച്ചു മാറ്റാൻ നാം തന്നെ മുൻകൈ എടുക്കണം. ഇല്ലെങ്കിൽ ഭൂമുഖം മുഴുവൻ പുതിയ "പിണ്ടങ്ങൾ" നിറയും. നാറും. നാം തന്നെ അവയ്ക്കിടയിൽ കാൽതെറ്റി വീണു ശ്വാസംമുട്ടി നശിക്കും. ഇത്തരമൊരു ധർമ്മബോധമുണർത്താൻ മതസാംസ്കാരിക നേതാക്കന്മാർ മുൻകൈ എടുക്കും എന്ന് നമുക്ക് പ്രത്യാശിക്കാം.

11

ആന രഹസ്യങ്ങൾ

ഒരു നോട്ടം, ഒരു ചിരി, കാൽവിരൽകൊണ്ടു നിലത്ത് ഒരു ചിത്രം വരയ്ക്കൽ.... ഇങ്ങനെ പലവിധ ചേഷ്ടകൾകൊണ്ട് ഒരായിരം കാര്യങ്ങൾ പറയാൻ കഴിയുന്നവരാണ് കാമുകീകാമുകന്മാർ. "അദ്ദേഹത്തെ കണ്ടപ്പോൾ എന്റെ കണ്ണു നിറഞ്ഞുപോയി, തൊണ്ടയടഞ്ഞുപോയി, എന്തു പറയേണ്ടൂ എന്നു നിശ്ചയമില്ലാതെ ഞാൻ തളർന്നു തലകുനിച്ചു നിന്നുപോയി" എന്നൊക്കെ കാമുകി സഖിയോടു പറയുമ്പോൾ സഖി ചിരിക്കും. കാരണമുണ്ട്. ആ ഒന്നും മിണ്ടാനാകാതെ തളർന്നുള്ള നിൽപ്പുതന്നെ വാചാലമാണല്ലോ എന്നോർത്ത്. അതെ, ശബ്ദമില്ലാതെ അവൾ ആശയം കൈമാറുകയായിരുന്നു, നിശ്ശബ്ദത അവിടെ വാചാലമാവുകയായിരുന്നു.

ഇതൊക്കെ മനുഷ്യരുടെ കാര്യം. പക്ഷേ ഇതിലുമെത്രയോ ഭംഗിയായി കാര്യങ്ങൾ പരസ്പരമറിയിക്കാൻ ആനകളിലെ കാമുകീകാമുകന്മാർക്കു കഴിയുമെന്നോ. "പ്രിയനേ, ഞാൻ ഇവിടെ ഇണചേരാൻ പാകമായി നിൽക്കുന്നു. ഉടനെ വരൂ" എന്ന് കിലോമീറ്ററുകൾ അകലെ കാട്ടിലെവിടെയോ നിൽക്കുന്ന കൊമ്പനെ ആനപ്പെണ്ണ് അറിയിക്കുന്നതു വായ തുറക്കാതെയാണ്. മനുഷ്യന് കേൾക്കാൻ പറ്റാത്ത ശബ്ദമുപയോഗിച്ചുമാണുപോലും. എത്ര അതിശയകരം!

ആന നിരീക്ഷകർക്ക് ഇക്കാര്യത്തെപ്പറ്റി പണ്ടേ സംശയമുണ്ടായിരുന്നു. കാട്ടിൽ പലഭാഗങ്ങളിലായി പല ആനക്കൂട്ടങ്ങൾ മേഞ്ഞു നടക്കും. ഓരോ കൂട്ടവും മറ്റുള്ളതിൽനിന്നും നാലഞ്ചുകിലോമീറ്റർ അകലെ നിൽക്കുമ്പോഴും അവ തമ്മിൽ എങ്ങനെയോ കാര്യങ്ങൾ അറിയിക്കുന്നുണ്ട് എന്ന് നിരീക്ഷകർ ഊഹിച്ചിരുന്നു. കാരണമുണ്ട്. ചിലപ്പോൾ ഈ കൂട്ടങ്ങൾ എല്ലാം ഒന്നിച്ച് നടത്തം നിർത്തി

നിശ്ചലരായി നിൽക്കും. ചെവി വട്ടം പിടിക്കും. അൽപ്പനേരം എന്തോ ശ്രദ്ധിച്ചു കേട്ടതുപോലെ അവ നിൽക്കും. പിന്നെ എല്ലാ കൂട്ടങ്ങളും ഒരു പ്രത്യേക ഭാഗത്തേക്ക് ഓടിപ്പോകും. മറുഭാഗത്ത് അപകടമുണ്ട് എന്ന് അവർ എങ്ങനെ അറിഞ്ഞു? അറിയിച്ചു?

കാട്ടിൽ മേയുന്ന ആനക്കൂട്ടങ്ങൾ വെള്ളം അന്വേഷിച്ച് അലയാറുണ്ട്. ഒരു ആനക്കൂട്ടം വെള്ളം കണ്ടെത്തിയാലുടൻ മറ്റ് ആനക്കൂട്ടങ്ങളും അതേ ഭാഗത്തേക്കുതന്നെ നേരെ നടന്നു ചെല്ലുന്നതും നിരീക്ഷകർ കണ്ടിട്ടുണ്ട്. വെള്ളം കണ്ടെത്തിയ ആനക്കൂട്ടം ആ വിവരം എങ്ങനെയോ അകലെ നിൽക്കുന്ന മറ്റ് ആനക്കൂട്ടങ്ങളെ അറിയിച്ചു എന്നല്ലേ ഇതിനർഥം?

പക്ഷേ നിരീക്ഷകർക്ക് ഒരു ശബ്ദവും കേൾക്കാൻ കഴിഞ്ഞിട്ടുമില്ല. എന്താണതിനർഥം? നമുക്കു കേൾക്കാൻ പറ്റാത്ത ശബ്ദത്തിൽ ആനകൾ തമ്മിൽ വർത്തമാനം പറയുന്നു എന്നുതന്നെ. പക്ഷേ ഇതൊരു ഊഹം മാത്രം. ഇതിന് തെളിവുകൾ ഒന്നും കണ്ടെത്താൻ ആദ്യകാലനിരീക്ഷകർക്കൊന്നും കഴിഞ്ഞില്ല. എന്നാൽ ഇന്ന് ഇതാ തെളിവുകൾ ലഭിച്ചിരിക്കുന്നു.

ഒരു കാര്യം ആദ്യംതന്നെ അറിയുക. നമ്മുടെ ചെവിക്ക് എല്ലാ ശബ്ദങ്ങളും പിടിച്ചെടുക്കാൻ കഴിവില്ല. അതായത് നമ്മുടെ കേൾവിക്ക് ഒരു പരിധിയുണ്ട്. ഒരു പ്രത്യേക മേഖലയിലുള്ള ശബ്ദങ്ങൾ മാത്രമേ നമുക്കു കേൾക്കാൻ കഴിയൂ. അതിനു മുകളിലും താഴെയുമുള്ള ശബ്ദതരംഗങ്ങളെ സ്വീകരിക്കാൻ നാം അശക്തരാണ്.

പക്ഷേ അത്തരം ശബ്ദങ്ങൾ പുറപ്പെടുവിക്കാനും അവ ഉപയോഗിച്ച് കാര്യങ്ങൾ മനസിലാക്കാനും കഴിവുള്ള വേറെ ജന്തുക്കൾ ഉണ്ട്. ഉദാഹരണമായി ചില തിമിംഗലങ്ങൾക്ക് നമ്മുടെ ശ്രവണപരിധിക്കു താഴെയുള്ള ശബ്ദങ്ങൾ പുറപ്പെടുവിക്കാനും സ്വീകരിക്കാനും കഴിവുണ്ട് എന്ന് തെളിഞ്ഞിട്ടുണ്ട്.

ഈ പശ്ചാത്തലത്തിൽ വേണം ആനകളുടെ ആശയവിനിമയത്തേയും പഠിക്കാൻ. അതേപ്പറ്റി പഠിച്ചപ്പോഴോ ശാസ്ത്രജ്ഞന്മാർ അത്ഭുതപ്പെട്ടു പോവുകയും ചെയ്തു. അമേരിക്കയിലെ കോർണൽ യൂണിവേഴ്സിറ്റിയിലെ ശാസ്ത്രജ്ഞയായ കാതറൈൻ പെയിൻ (K-a-th-ar-in-e P-ayn-e) 1984ൽ ഏഷ്യൻ ആനകളുടെ ശബ്ദങ്ങൾ വിശദമായി റിക്കാർഡുചെയ്തു പഠിച്ചു. മൃഗശാലയിൽ തടവിൽ കഴിയുന്ന ആനകളുടെ ശബ്ദങ്ങളാണ് അവർ പഠിച്ചത്. ആനയുടെ തലയുടെ ഒരു ഭാഗം (തുമ്പിക്കൈ തലയുമായി യോജിക്കുന്നതിനടുത്ത ഒരു ഭാഗം) വിറയ്ക്കുമ്പോൾ മനുഷ്യന്റെ ചെവിക്കു കേൾക്കാൻ വിഷമമുള്ള ഒരു ഇരമ്പം പുറത്തുവരുന്നതായി അവർക്കു തോന്നി. അവർ അതേപ്പറ്റി കൂടുതൽ പഠിച്ചു. മനുഷ്യരുടെ ചെവിക്കു കേൾക്കാൻ പറ്റാത്ത ആ ശബ്ദതരംഗങ്ങളെ റിക്കാർഡുചെയ്തു. നമ്മുടെ ശ്രവണപരിധിക്കു താഴെയുള്ള ആ ശബ്ദത്തിൽ ചിലത് റിക്കാർഡു ചെയ്ത് കാട്ടിൽ കൊണ്ടുചെന്ന് പുറത്തുവിട്ടപ്പോഴോ? അത് പിടിച്ചെടുത്ത ആനകൾ വിരണ്ടോടുന്നു!

കാതറൈൻ പെയിനും പ്രിൻസ്ടൺ യൂണിവേഴ്സിറ്റിയിലെ ജോയ്സ് പൂളും (Joy-c-e Poo-l-e) ഒന്നിച്ച് ഈ വിഷയത്തിൽ വിശദമായ പഠനങ്ങൾ നടത്തി. കെനിയയിലെ ആഫ്രിക്കൻ ആനകളിലാണ് അവർ പഠനങ്ങൾ നടത്തിയത്. അവ കാട്ടിൽ കൂട്ടമായാണ് ജീവിക്കുന്നത്. പെൺ ആനകളും കുട്ടികളും അടങ്ങുന്നവയാണ് ഈ കുടുംബഗ്രൂപ്പുകൾ. പ്രായമായ ആൺആനകൾ കൂട്ടത്തിൽനിന്നു മാറി കഴിയുന്നു. പക്ഷേ ഇടയ്ക്ക് കൂട്ടത്തിൽ കൂടുകയും പിന്നെയും വിട്ടുമാറിപ്പോവുകയും ചെയ്യും.

ഇവയുടെ പരസ്പരമുള്ള ആശയവിനിമയം പഠിച്ചപ്പോഴാണ് അത്ഭുതകരമായ രഹസ്യങ്ങൾ പുറത്തായത്. ഈ ആനകൾ മനുഷ്യരുടെ ശ്രവണപരിധിക്കു താഴെയുള്ള ശബ്ദങ്ങൾ ഉപയോഗിച്ച് അനേകം ആശയങ്ങൾ കൈമാറുന്നുണ്ടുപോലും. ഉദാഹരണമായി മദം പൊട്ടിനിൽക്കുന്ന ആൺആനകൾ തുടർച്ചയായി ഒരു പ്രത്യേകതരം ശബ്ദതരംഗങ്ങളെ പുറത്തുവിട്ടുകൊണ്ടാണ് നിൽക്കുന്നതെന്നു കണ്ടു. മനുഷ്യനു കേൾക്കാൻ കഴിയാത്ത ഈ ശബ്ദതരംഗ

ങ്ങൾ അകലെയുള്ള മറ്റ് ആനകൾ പിടിച്ചെടുക്കും. അങ്ങനെ മദം പൊട്ടി നിൽക്കുന്നവന്റെയടുത്തേക്കു ചെല്ലാതെ മറ്റ് ആൺ ആനകൾക്കു മാറിപ്പോകാൻ കഴിയുന്നു. എന്നാൽ ഇണചേരാൻ സമയമായ പെണ്ണുങ്ങൾക്കോ അവനെ കണ്ടെത്താനും ഈ ശബ്ദതരംഗങ്ങൾ സഹായിക്കുന്നു.

പെൺആനകൾക്ക് വല്ലപ്പോഴുമേ ഗർഭം ധരിക്കാനുള്ള അവസ്ഥ കൈവരൂ. ആ സമയം ഇണചേർന്നാലേ ഗർഭധാരണം നടക്കൂ. അത്തരം അവസ്ഥ കൈവന്നാലുടൻ അവളും ഒരു പ്രത്യേക ശബ്ദതരംഗങ്ങളെ പുറത്തുവിട്ടുകൊണ്ടിരിക്കും. ഇത് പിടിച്ചെടുക്കുന്ന ആൺആനകൾക്ക് ഇണചേരാൻ കൊതിച്ചു നിൽക്കുന്ന പെണ്ണിനടുത്തെത്താൻ കഴിയുന്നു. പെൺആനകൾ ഇണചേർന്നു കഴിഞ്ഞാലും ശബ്ദതരംഗങ്ങൾ പുറപ്പെടുവിക്കുന്നുണ്ട്. അവളുമായി ഇണചേരാൻ ഒരു ആൺആന എത്തി എന്നിരിക്കട്ടെ. അവൻ പോരാ കുറേക്കൂടി 'സീനിയർ' ആയ ഒരു കേമൻ വേണം തനിക്ക് എന്ന് അവൾക്കു തോന്നാം. പക്ഷേ ഇണചേരാൻ എത്തിയ കൊമ്പൻ അങ്ങനെ അവളെ ഉപേക്ഷിച്ചു പോവുകയില്ല. അവൻ അവൾക്കു മേൽ കയറാൻ ശ്രമിക്കുമ്പോൾ ഒരു സന്ദേശം പുറത്തേക്കയയ്ക്കും പോകും. ആ ശബ്ദതരംഗങ്ങൾ അകലെ നിൽക്കുന്ന കൂടുതൽ കേമനായ കൊമ്പന് കിട്ടും. കിട്ടിയാലോ അവൻ ഓടിയെത്തി രണ്ടാംതരക്കാരനായ കൊമ്പനെ ഓടിക്കും. എന്നിട്ടോ കാമുകിക്കു കരുത്തുള്ള സന്താനത്തെ നൽകാനായി അവളുമായി ഇണചേരും.

നോക്കൂ പ്രകൃതിയുടെ വിരുത്. കാട്ടിൽ കഴിയുന്ന ആനകളുടെ സന്താനോൽപ്പാദനം നടന്നുകിട്ടാനുള്ള വിദ്യ. പെൺആനകൾക്കു ഗർഭം ധരിക്കാൻ പറ്റുന്ന കാലം വളരെ കുറവാണ്. അതേകാലത്ത് ഇണചേരൽ നടക്കണം. വല്ല അണ്ടനും അടകോടനുമൊന്നും ചെന്ന് ഇണചേർന്നാൽ പോരാ. പിന്നെയോ? കരുത്തൻതന്നെ ചെല്ലണം. എങ്കിലല്ലേ കാട്ടിൽ കഴിയാനുള്ള കഴിവുള്ള കുട്ടികളുണ്ടാകൂ. അതിന് ആനകൾക്ക് പ്രകൃതി ഇങ്ങനെ ഒരു അസാധാരണമായ ആശയവിനിമയ വിദ്യ നൽകി അനുഗ്രഹിച്ചിരിക്കുന്നു.

ആനകൾ പരസ്പരം കാണുമ്പോൾ സൗഹൃദസന്ദേശം കൈമാറാനും മറ്റും ഇത്തരം ശബ്ദതരംഗങ്ങൾ കൈമാറുന്നുണ്ട് എന്നും തെളിഞ്ഞിട്ടുണ്ട്.

നോക്കൂ സൃഷ്ടിയുടെ മഹത്വം. ഒന്നും മിണ്ടാതെ തലകുനിച്ചു നിന്ന് ആനക്കാരന്റെ കുത്തും തല്ലും വാങ്ങുന്ന ആനകൾക്ക് അത്ഭുതകരമായ ഈ കഴിവുണ്ടെന്ന് നാം സ്വപ്നം കണ്ടിരുന്നതാണോ?

നമുക്കു ചുറ്റുമുള്ള ആയിരക്കണക്കിനു ജീവജാലങ്ങൾക്ക് ഇങ്ങനെ എന്തെല്ലാം കഴിവുകൾ ഉണ്ടായിരിക്കാം. ചെടികൾവരെ പരസ്പരം സന്ദേശങ്ങൾ കൈമാറുന്നുണ്ട്. അവയൊക്കെ മനുഷ്യനെപ്പറ്റി അത്ര നല്ല സന്ദേശങ്ങൾ ആയിരിക്കില്ല കൈമാറുന്നതെന്ന് സാമാന്യബുദ്ധിയുള്ള മനുഷ്യർപോലും സമ്മതിക്കും. അൽപ്പംകൂടി ആദരവോടെ, അത്ഭുതത്തോടെ പ്രകൃതിയെ കാണാനും പരിരക്ഷിക്കാനുമുള്ള വിവേകം മനുഷ്യർക്ക് കൈവന്നെങ്കിൽ! ആനരഹസ്യങ്ങൾ അറിയുന്ന മനുഷ്യർക്ക് അത് കൈവരും എന്നു കരുതുക.

12

കല്യാണവും ആയുസും

കല്യാണം കഴിച്ചാൽ ആണുങ്ങളുടെ ആയുസ്സ് കുറയുമോ? കുറയും എന്നാണ് പ്രശസ്ത ശാസ്ത്രജ്ഞനായിരുന്ന സർ ഐസക് ന്യൂട്ടൺ കരുതിയിരുന്നത്. എന്തായിരുന്നു ഇങ്ങനെ ഒരു നിഗമനത്തിലെത്താൻ അദ്ദേഹത്തെ പ്രേരിപ്പിച്ച ചിന്തകൾ എന്നു നിശ്ചയമില്ല. പെണ്ണുങ്ങൾ ആണുങ്ങളെ ശല്യപ്പെടുത്തുമെന്നും അവരിൽ പിരിമുറുക്കമുണ്ടാക്കുമെന്നും അങ്ങനെ അവരുടെ മാനസിക ആരോഗ്യം തകരാറിലാക്കി ആയുസു കുറച്ചു കളയുമെന്നും മറ്റും അദ്ദേഹം ചിന്തിച്ചിരുന്നിരിക്കാം. മനുഷ്യായുസുതന്നെ വളരെ ഹ്രസ്വമാണ്. ഏകദേശം നൂറുവർഷം മാത്രം. ആയിരം വർഷം ചെയ്താലും തീരാത്ത പണികൾ കിടക്കുന്നു. അപ്പോൾ വെറുതെ കല്യാണം കഴിച്ച് സ്വന്തം ആയുസ്സ് വീണ്ടും കുറയ്ക്കുന്നത് ബുദ്ധിയല്ലല്ലോ എന്ന് ന്യൂട്ടൺ കണക്കാക്കി.

ബുദ്ധിമാന്മാരായ ശാസ്ത്രജ്ഞന്മാർക്കും തെറ്റുപറ്റും. ന്യൂട്ടണോ അതിബുദ്ധിമാനുമായിരുന്നു. എന്നിട്ടും അദ്ദേഹത്തിനു തെറ്റുപറ്റി. എന്താ കാര്യം? ശാസ്ത്രീയമായി ചിന്തിക്കാത്തതുതന്നെ. മുൻവിധിയോടെ കാര്യങ്ങളെ വിലയിരുത്തിയാൽ ഏത് പ്രഗൽഭശാസ്ത്രജ്ഞനും തെറ്റുപറ്റും. കല്യാണം കഴിച്ചാൽ ആയുസു കുറയും എന്നു വെറുതെ വിശ്വസിച്ചതാണ് ന്യൂട്ടണു പറ്റിയ തെറ്റ്. കല്യാണം കഴിച്ചും കഴിയാതെയും ജീവിക്കുന്നവരുടെ ആയുസ്സ് അദ്ദേഹം പഠനവിധേയമാക്കിയില്ല. അങ്ങനെ ഒരു സ്ഥിതിവിവരക്കണക്ക് നോക്കി ശാസ്ത്രീയമായി വിലയിരുത്തിയിരുന്നെങ്കിൽ ന്യൂട്ടണ് തന്റെ തെറ്റു കണ്ടെത്താൻ കഴിഞ്ഞേനേ.

യു എൻന്റെ ഒരു വാർഷിക ജനസംഖ്യാപഠന വിവരം സൂചിപ്പിക്കുന്നത് കല്യാണം ആണുങ്ങളുടെ ആയുസു കൂട്ടുമെന്നാണെ

ന്ന് *കലണ്ടർ ഫോർ വിമൻ* എന്ന പ്രസിദ്ധീകരണത്തിൽ പറയുന്നു. അവിവാഹിതരായ ആണുങ്ങളിലെ മരണനിരക്ക് വിവാഹിതരേക്കാൾ വളരെ കൂടുതലാണെന്ന്. ഹൃദയാഘാതവും അപകടങ്ങളുമാണ് പലപ്പോഴും മരണത്തിലേക്ക് നയിക്കുന്നത്. അത്തരം മരണങ്ങൾ അവിവാഹിതരിലാണ് കൂടുതലെന്ന് സ്ഥിതിവിവരക്കണക്ക് സൂചിപ്പിക്കുന്നുണ്ടുപോലും.

ആലോചിച്ചാൽ ഇതു ശരിയാണെന്ന് മനസിലാക്കാവുന്നതേയുള്ളൂ. ഒറ്റയാനായി കഴിയുമ്പോൾ എല്ലാ വിഷമങ്ങളും ഉള്ളിലൊതുക്കി കഴിയും. അങ്ങനെ മാനസിക പിരിമുറുക്കം കൂടും. ആയുസും കുറയും. കാട്ടിലെ ഒറ്റയാനാന കാണിക്കുന്ന വികൃതികൾ കണ്ടിട്ടില്ലേ? അങ്ങനെ വികൃതി കാട്ടി പരിക്കുകൾ പറ്റി അകാലത്തിൽ മരണം വരിക്കുന്നു 'ഒറ്റയാൻ ആനകൾ'. ഒറ്റയാൻമാരായ മനുഷ്യരുടെ മനസിലെങ്കിലും വികാരക്ഷോഭങ്ങൾ പരിക്കുകളുണ്ടാക്കും. അകാലമരണത്തിലേക്കതു വഴിവയ്ക്കും. അങ്ങനെ ചിന്തിക്കുന്നതല്ലേ യുക്തി.

പെണ്ണും പിടക്കോഴിയുമൊക്കെയായി കഴിയുന്നവന് പിരിമുറുക്കങ്ങളും കൊണ്ടു നടന്നു പൊട്ടിത്തെറിക്കാനെവിടെ നേരം! പിരിമുറുകുംമുമ്പ് അയയും! (അയയ്ക്കാൻ പെണ്ണും പിള്ളേരും കാത്തു നിൽക്കും!) സ്വന്തം പിരിമുറുക്കത്തെപ്പറ്റി ചിന്തിക്കാൻപോലും നേരമെവിടെ? കുടുംബത്തിലെ ഓരോ അംഗത്തിന്റെയും പിരികൾ മുറുകാതെയും വെട്ടാതെയും നോക്കണ്ടേ? കുടുംബജീവിതത്തിലെ ആഹ്ലാദത്തിലും ഉത്തരവാദിത്വത്തിലും കടമകളിലും സൗന്ദര്യപ്പിണക്കത്തിലും അനുഭൂതികളിലും എല്ലാം പെട്ട് കാലം കഴിക്കുന്ന വിവാഹിതന് മറ്റൊരു ലോകമാണു മുന്നിൽ. ഒറ്റയാന്റേതിലും വ്യത്യസ്തമായ ലോകം അതിന് കുറ്റങ്ങളുണ്ടാകാം കുറവുകൾ കണ്ടേക്കാം. പക്ഷേ അത് വിവാഹിതന് സമാധാനവും സംതൃപ്തിയും ലക്ഷ്യബോധവും നൽകും. ആയുസും നൽകും എന്നു കരുതണം. അല്ലെങ്കിൽ പിന്നെ ബഹുഭൂരിപക്ഷവും എന്തിന് കല്യാണം കഴിക്കണമെന്നു മോഹിക്കുന്നു?

'ആണായാലൊരു പെണ്ണുവേണം' എന്ന ആശയത്തിനു പുറകിൽ ശാസ്ത്രമുണ്ടെന്നു കരുതണം എന്നു ചുരുക്കം. ഈ വിഷയത്തിൽ കൂടുതൽ ശാസ്ത്രീയമായ പഠനങ്ങൾ നടക്കുമെന്നും കൂടുതൽ സത്യങ്ങൾ പുറത്തുവരുമെന്നും പ്രതീക്ഷിക്കാം. പക്ഷേ അതുവരെ ആരും കാത്തുനിൽക്കേണ്ട; കല്യാണപ്രായമായാൽ കല്യാണം കഴിച്ചോളൂ.

13

ശ്രീമാൻ ഞാഞ്ഞൂലിന് സ്തുതി

അവനൊരു വെറും ഞാഞ്ഞൂലാണ് എന്നു നാം പറയാറുണ്ട്. പരിഹാസത്തോടെയാണല്ലോ അങ്ങനെ പറയുന്നത്. കണ്ടാലശുവായ, ബലഹീനനായ, ഒന്നു നേരെനിന്നു രണ്ടു വർത്തമാനംപോലും പറയാൻ കെൽപ്പില്ലാത്ത, ആരെയുമൊന്നും ചെയ്യാൻ ധൈര്യമില്ലാത്ത ഒരു പാവത്തെ ഞാഞ്ഞൂലെന്നു കളിയാക്കി വിളിക്കുകയാണ് നാം. ഇഴഞ്ഞാണു നടപ്പെങ്കിലും ഞാഞ്ഞൂലിനെ ആർക്കും പേടിയില്ല. പാമ്പിനെയാണു കാണുന്നതെങ്കിൽ ഭാവം മാറും. വിഷമില്ലാത്ത പാമ്പാണെങ്കിലും ഓടിമാറും. വിഷമുള്ള കക്ഷിയാണെങ്കിൽ പിന്നെ പറയാനുമില്ല. അഞ്ഞൂറായിരം ഞാഞ്ഞൂലുകൾ കൂടിയാൽപോലും ഒരു അനന്തന് സമമാകുമോ എന്നാണ് കുഞ്ചൻ നമ്പ്യാർപോലും പരിഹാസത്തോടെ ചോദിക്കുന്നത്.

ഞാഞ്ഞൂലുകൾ ഈ പരിഹാസങ്ങൾ കേട്ടിട്ടുപോലും തലയൊന്നു പൊക്കുകപോലും ചെയ്തിട്ടില്ല. പക്ഷേ വാസ്തവത്തിൽ ഞാഞ്ഞൂലുകൾ അത്ര മോശക്കാരാണോ? അല്ല. മോശക്കാരല്ലെന്നു മാത്രമല്ല മിടുക്കന്മാരുമാണ്. കോടിക്കണക്കിനു ഞാഞ്ഞൂലുകൾ യാതൊരു കൂലിയും വാങ്ങാതെ മണ്ണിനടിയിൽ ജീവിച്ച് മണ്ണുതിന്ന് കുരിപ്പ പുറത്തുവിട്ട് മണ്ണിളക്കി മണ്ണിന്റെ മേന്മ വർദ്ധിപ്പിച്ച് കൃഷിക്കാരുടെ മിത്രമായി ഈ ലോകത്തു കഴിയുന്നു. അക്കാര്യം കുറച്ചു താമസിച്ചാണെങ്കിലും കൃഷിക്കാർ മനസിലാക്കിയിട്ടുണ്ട്. ശാസ്ത്രജ്ഞന്മാരും അംഗീകരിച്ചിട്ടുണ്ട്. മണ്ണിൽ മണ്ണിരകളെ വളർത്തി മണ്ണിന്റെ മേന്മ വർദ്ധിപ്പിച്ച് കൃഷി നന്നാക്കുകയാണ് ബ്രിട്ടണിലും മറ്റും ശാസ്ത്രജ്ഞന്മാർ. മണ്ണിരടെക്നോളജിതന്നെ അവർ വികസിപ്പിച്ചിരിക്കുന്നു. കാർഷികരംഗത്ത് അത് വലിയ മാറ്റങ്ങൾ വരുത്തുമെന്നാണ് വിവരമുള്ളവർ പറയുന്നത്.

നാട്ടുവൈദ്യന്മാർക്കു പണ്ടേ മണ്ണിരയെ വളരെ പഥ്യമായിരുന്നു. മണ്ണിരക്കഷായം നമ്മുടെ നാട്ടുവൈദ്യന്മാർ ഇന്നും ഉപയോഗിക്കുന്നുണ്ടല്ലോ. ചൈനയിൽ മണ്ണിരകളെ വാറ്റിയുണ്ടാക്കുന്ന സത്ത് വിലയേറിയ മരുന്നാണ്. ആരോഗ്യവും സൗന്ദര്യവും ഉണ്ടാക്കുന്ന അമൃത്. അവിടെ ഇപ്പോൾ അതിനായി വലിയ ഫാക്ടറികളും കൂടി സ്ഥാപിച്ചിരിക്കുകയാണ്.

അവസാനമായി ഇതാ എൻജിനീയർമാരും മണ്ണിരകളുടെ ആരാധകരായി മാറിയിരിക്കുന്നു. എൻജിനീയർമാർ അവരുടെ കണ്ണിലൂടെ നോക്കിയപ്പോൾ മണ്ണിരയുടെ ശരീരഘടന അപൂർവ സുന്ദരവും കാര്യക്ഷമവുമായ ഒരു യന്ത്രമാണെന്നു കണ്ടു. നോക്കൂ എത്ര അനായാസമായിട്ടാണ് ശ്രീമാൻ ഞാഞ്ഞൂൽ ഇഴയുന്നത്! വളഞ്ഞും

ചെരിഞ്ഞും കുഴിഞ്ഞും കുത്തനെയുമെല്ലാം കിടക്കുന്ന ഏതു പ്രതലത്തിലൂടെയും തെന്നാതെയും വീഴാതെയും സുന്ദരമായി ഞാഞ്ഞൂൽ ഇഴഞ്ഞു നീങ്ങുന്നു. വലിയ എൻജിനീയർമാർ നീണ്ട ഗവേഷണങ്ങൾക്കുശേഷം സൃഷ്ടിച്ച യന്ത്രമനുഷ്യർക്ക് ഈ കഴിവില്ല. ആ റോബോട്ടുകൾക്ക് നിരപ്പായ തലത്തിലൂടെ മാത്രമേ സഞ്ചരിക്കാനാവൂ. ചെരിവിലും കയറ്റത്തിലും കുഴിയിലും പെട്ടാൽ റോബോട്ടുകളുടെ ബാലൻസ് തെറ്റും. അവ തലകുത്തി വീഴും! എന്താണിതിനൊരു പരിഹാരം? ഞാഞ്ഞൂൽറോബോട്ടുകളെ സൃഷ്ടിക്കുക! ഞാഞ്ഞൂലിന്റേതുപോലെ സ്വതന്ത്രമായി ചലിക്കുന്ന പല ഖണ്ഡങ്ങളുള്ള ശരീരമാകണം റോബോട്ടിന്റേതും. ആ ചെറുഖണ്ഡങ്ങൾ നീട്ടിയും കുറുക്കിയും തിരമാലപോലെ സഞ്ചരിച്ചാൽ സഞ്ചാരം സുന്ദരമാകും. മാതൃകാപരമായ ഇഴയലാകും! മറിഞ്ഞു വീഴുമെന്ന പേടിവേണ്ട. ഏതു കുഴിയിലൂടെയും യന്ത്രമനുഷ്യന് ബാലൻസ് തെറ്റാതെ മുമ്പോട്ടു പോകാനാകും.

ഇതു വെറും ഭാവനയല്ല. ഞാഞ്ഞൂലിന്റെ മനോഹരമായ ശരീരഘടന വിശദമായി പഠിച്ച് അതിനെ അതേപടി അനുകരിച്ച് അതേ രൂപത്തിൽ ഒരു പുത്തൻ റോബോട്ടിനെ ഫ്രാൻസിലെ അമീൻ യൂണിവേഴ്സിറ്റിയിലെ വിദഗ്ധന്മാർ സൃഷ്ടിച്ചിരിക്കുന്നു.

ഈ യന്ത്രഞാഞ്ഞൂലിന് അസാധാരണമായ പല കഴിവുകളുമുണ്ട്. ഏതു കുഴലുകളിലൂടെയും അതിന് ഇഴഞ്ഞു നീങ്ങാൻ കഴിയും. അതിനിടെ കുഴൽ പരിശോധിച്ച് തകരാറുകൾ നീക്കും; കുഴൽ വൃത്തിയാക്കലും നടത്തും. ന്യൂക്ലിയർ പ്ലാന്റുകളിലെ കുഴലുകൾ വൃത്തിയാക്കാൻ ഈ ഞാഞ്ഞൂൽ യന്ത്രം പറ്റിയതാണുപോലും. കാരണം, കുഴലുകളിലൊന്നും മനുഷ്യന് കയറാൻ പറ്റില്ലല്ലോ? വിഷാംശങ്ങൾ കുറെയൊക്കെ കുഴലുകളിൽ ഉണ്ടായിരിക്കും. യന്ത്രഞാഞ്ഞൂലിന് ഈ വിഷങ്ങളെ പേടിക്കേണ്ടല്ലോ. ഇത്തരം പല പ്രയോജനങ്ങളും ഈ പുത്തൻ റോബോട്ടിനുണ്ടെന്നു ചുരുക്കം.

ഞാഞ്ഞൂലിന്റെ ശരീരത്തിനു മാത്രമല്ല കാര്യക്ഷമതയുള്ളത്. മറ്റു പല ജീവികളുടെ ശരീരഘടനകളും ഇങ്ങനെ അനുസരിക്കാൻ യോഗ്യതയുള്ളവയാണുപോലും. ജപ്പാനിലെ ശാസ്ത്രജ്ഞന്മാർ ശലഭപ്പുഴുവിന്റെ ശരീരഘടനയെ അനുകരിച്ച് യന്ത്രമനുഷ്യരെ ഉണ്ടാക്കിയിരിക്കുന്നു. ഓ അവയെ യന്ത്രമനുഷ്യരെന്നു വിളിക്കേണ്ട. യന്ത്രപ്പുഴുക്കളെന്നു വിളിച്ചാൽ മതി! ബ്രിട്ടീഷ് ശാസ്ത്രജ്ഞന്മാരോ പാറ്റയെയാണ് അനുകരിച്ചിരിക്കുന്നത്. പാറ്റ മോഡൽ റോബോട്ടിന് ഒരു കാൽ മുന്നോട്ടു ചവിട്ടിനോക്കി പ്രതലത്തിന്റെ സ്വഭാവം

അറിഞ്ഞ് അതനുസരിച്ച് സഞ്ചാരം ക്രമീകരിക്കാൻ കഴിവുണ്ടു പോലും.

പണ്ട് മത്സ്യങ്ങളുടെയും പക്ഷികളുടെയും മറ്റും ശരീരഘടനകളെ അനുകരിച്ച് മനുഷ്യർ കപ്പലുകളും വിമാനങ്ങളുമുണ്ടാക്കി. ഇപ്പോഴിതാ ജന്തുശരീര മാതൃകകളെ അനുകരിച്ച് റോബോട്ടുകളെ സൃഷ്ടിച്ചിരിക്കുന്നു. ആ റോബോട്ടുകൾ യന്ത്രലോകത്ത് വിപ്ലവങ്ങൾ സൃഷ്ടിക്കും എന്നു തീർച്ച.

അനുകരിച്ചനുകരിച്ച് അവസാനം മനുഷ്യൻ സ്വന്തം ശരീരത്തെ അനുകരിക്കും; തീർച്ച. കാരണം തന്റെ സ്വന്തം ശരീരം എൻജിനീയറിംഗിന്റെ ഏറ്റവും ഉദാത്തമായ മാതൃകയാണെന്ന് അവനറിയാം. സൂപ്പർ കമ്പ്യൂട്ടറിലും വലിയ സൂപ്പർ കമ്പ്യൂട്ടർ. അതിനെ അനുകരിക്കണമെങ്കിൽ അതിനുള്ളിലെ അനേകമനേകം അജ്ഞാത രഹസ്യങ്ങൾ ഇനിയും വെളിച്ചത്തു കൊണ്ടുവരണം. ഓരോ രഹസ്യം അറിയുമ്പോഴും മനുഷ്യൻ കൂടുതൽ അത്ഭുതപ്പെടുകയാണ്. താൻ കരുതിയതിലും എത്രയോ അധികം സങ്കീർണമാണ് മനുഷ്യശരീരത്തിന്റെ പ്രവർത്തനമെന്ന് അറിഞ്ഞ് അത്ഭുതപ്പെടുകയാണ്. എത്ര അനുകരിച്ചാലും എത്ര കെങ്കേമമായ ഒരു മനുഷ്യ റോബോട്ടിനെ സൃഷ്ടിച്ചാലും, അതെത്ര ഭംഗിയായി പ്രവർത്തിച്ചാലും അതിനെത്ര ഭംഗിയായി ചിന്തിക്കാനും അതനുസരിച്ച് പ്രവർത്തിക്കാനും കഴിഞ്ഞാലും, അതൊരു യന്ത്രമായിരിക്കും. അതിന് ഒരിക്കലും മനുഷ്യന്റെ ബോധം ഉണ്ടായിരിക്കുകയില്ല. ഭാവന ഉണ്ടായിരിക്കുകയില്ല. കാരണം അത് മനുഷ്യനാകുന്നില്ല; മൗലികമായ മനസിനുടമയാകുന്നില്ല!

14

സൗന്ദര്യം വിലയ്ക്കു വാങ്ങാമോ?

ആരാണ് സുന്ദരൻ? സുന്ദരി? എന്താണ് സൗന്ദര്യം? സൗന്ദര്യം കറുത്തോ വെളുത്തോ? നീണ്ട മൂക്കോ പതിഞ്ഞ മൂക്കോ കൂടുതൽ സുന്ദരം? നീണ്ട മുടിയോ ചുരുണ്ട മുടിയോ ആകർഷകം? പലരും പലപ്പോഴും ഉറച്ചും അറച്ചും തർക്കിക്കുന്നതു കേൾക്കുമ്പോഴൊക്കെ ഞാൻ ഒരു കഥ ഓർക്കും. പണ്ടെന്നോ വായിച്ച ഒരു കഥ.

ഒരിടത്ത് ഒരു അന്ധൻ ജീവിച്ചിരുന്നു. ജന്മനാ അന്ധൻ. ഒരു പൂവിനെയും ഇന്നുവരെ കാണാൻ ഭാഗ്യമുണ്ടാകാത്ത യുവാവ്. ആരെയും സ്നേഹിക്കാനില്ലാതെ അലഞ്ഞുനടന്ന ദരിദ്രൻ. ആരും ഒരിക്കലും തന്നെ സ്നേഹിക്കുമെന്നു പ്രതീക്ഷിക്കാതെ ജീവിച്ച പാവം അന്ധൻ. ഒരുനാൾ ഒരു പെൺകുട്ടി അയാളുടെ ജീവിതത്തിലേക്കു കയറിച്ചെന്നു. അയാളുടെ കൈപിടിച്ചു. അയാളെ തന്നോടു ചേർത്തു. അവർ പരസ്പരം ഒന്നായി. ഇണപിരിയാതെ ജീവിക്കാൻ തുടങ്ങി. ജീവിതത്തിൽ ആദ്യമായി അയാൾ സ്നേഹമെന്തെന്നറിഞ്ഞു. അയാൾക്ക് സംതൃപ്തി.

അപ്പോഴാണ് ആകസ്മികമായി ഒരു ഭാഗ്യംകൂടി അയാളെ തേടിവന്നത്. ഒരു ചെറിയ ഓപ്പറേഷൻവഴി തനിക്ക് കാഴ്ചകിട്ടും എന്ന് ഒരു ഡോക്ടർ പറഞ്ഞു. അയാൾക്ക് ഒരു കൊച്ചു കുട്ടിയെപ്പോലെ തുള്ളിച്ചാടാൻ തോന്നി. മനസ്സ് ആഹ്ലാദംകൊണ്ടു നിറഞ്ഞു. അയാൾ തന്റെ പ്രിയപ്പെട്ടവളെ കൂടുതൽ ശക്തിയോടെ, ആവേശത്തോടെ പുണർന്നു. കുറെ ദിവസങ്ങൾകൂടി കഴിയുമ്പോൾ ഞാൻ എന്റെ പ്രിയപ്പെട്ടവളുടെ മുഖം കാണും. അയാൾക്ക് ആ ചിന്ത ആവേശകരമായിരുന്നു.

ഓപ്പറേഷൻ കഴിഞ്ഞ് കണ്ണുകളിലെ കെട്ടുകൾ അഴിക്കുന്നതും കാത്ത് അയാൾ കിടന്നു. അയാളുടെ മനസ്സ് ഭാവനയുടെ ലോക

ത്തായിരുന്നു. പക്ഷേ അവൾ യാഥാർഥ്യത്തിന്റെ ലോകത്ത് ഇരുന്ന് കണ്ണുനീർ തൂവുകയായിരുന്നു. അയാളുടെ കൈകൾ മടിയിൽ വച്ചിരുന്ന് അയാളറിയാതെ അവൾ വിങ്ങിപ്പൊട്ടി. പോയകാലം അവളുടെ മുന്നിൽ വീണ്ടും തെളിഞ്ഞു. നാട്ടുകാരും വീട്ടുകാരും വിരൂപയെന്നു മുദ്രകുത്തിയതിൽ മനംനൊന്തു കഴിഞ്ഞ കാലം. ആരും അവളെ വിവാഹം ചെയ്യാൻ തയ്യാറാകാതിരുന്ന കാലം. അന്നാണ് അയാളെ കണ്ടത്. തന്റെ മുഖം കാണാൻ പറ്റാത്തതുകൊണ്ടാണ് അയാൾ തന്നെ സ്നേഹിച്ചതെന്ന് അവൾക്കറിയാം. ഇനിയിപ്പോൾ ആ കണ്ണുകളിലെ കെട്ടുകൾ അഴിച്ചാൽ... അയാൾ ആദ്യമായി അവളുടെ വിരൂപമായ മുഖം കണ്ടാൽ.... അന്ന് അയാൾ തന്നെ ഉപേക്ഷിക്കും. തീർച്ച. അവൾ അതോർത്തിരുന്നു വിതുമ്പി.

അവസാനം ആ നിമിഷങ്ങൾ എത്തി. ഡോക്ടർ അയാളുടെ കണ്ണുകളിലെ കെട്ടുകൾ അഴിച്ചു. അയാൾ ആദ്യമായി അവളുടെ മു

ഖം തന്നെ കണ്ടു. അപ്പോൾ അയാൾ അതിയായ ആഹ്ലാദത്തോടെ പറഞ്ഞു. "ഹായ് നീ എത്ര സുന്ദരി. ഞാൻ സ്വപ്നങ്ങളിൽ കണ്ടതുപോലെ എത്ര മനോഹരി!" അവൾ അതുകേട്ട് അത്ഭുതപ്പെട്ടു നിന്നു.

ഇതാണു കഥ. എല്ലാവരും വിരൂപയെന്നു വിധിയെഴുതി തള്ളിയ ആ പെൺകുട്ടിയെ ഭൂലോക സുന്ദരിയായി അയാൾക്കു കാണാൻ കഴിഞ്ഞതെങ്ങനെ? ഉത്തരം ലളിതം. അത്ര അഗാധമായ സ്നേഹം അയാൾക്ക് അവളോടുണ്ടായിരുന്നു. ആ സ്നേഹം നിറഞ്ഞ കണ്ണുകൾകൊണ്ടു നോക്കിയപ്പോൾ അവൾ സുന്ദരിയായി.

സൗന്ദര്യത്തിന്റെ രഹസ്യം അതല്ലേ? ആരു കാണുന്നു. എങ്ങനെ കാണുന്നു. എന്തിനു കാണുന്നു എന്നൊക്കെയുള്ള കാര്യമനുസരിച്ച് സൗന്ദര്യസങ്കൽപ്പങ്ങൾ മാറില്ലേ? സൗന്ദര്യസങ്കൽപ്പങ്ങൾ സമൂഹം സൃഷ്ടിക്കുന്നതല്ലേ? എങ്കിൽ ആരോഗ്യകരമായ ഒരു സൗന്ദര്യസങ്കൽപ്പം നമ്മുടെ സ്ത്രീപുരുഷന്മാർക്കുണ്ടോ? സ്ത്രീകളും പുരുഷന്മാരും ചിന്തിക്കണം. പണ്ടൊക്കെ സൗന്ദര്യസങ്കൽപ്പങ്ങളും സൗന്ദര്യം നിലനിർത്താനുള്ള പരിചരണങ്ങളുമെല്ലാം അമ്മൂമ്മമാരുടെ നിയന്ത്രണത്തിലായിരുന്നു. ഓരോ സമൂഹത്തിലും അനേക കാലങ്ങൾകൊണ്ട് ഉരുത്തിരിഞ്ഞ സൗന്ദര്യ സങ്കൽപ്പങ്ങളെ പ്രായമായവർ പുത്തൻ തലമുറയ്ക്കു പരിചയപ്പെടുത്തി വന്നു. യുഗങ്ങൾകൊണ്ടു പരീക്ഷിച്ചു ഫലപ്രദമെന്ന് അവർക്ക് ബോധ്യപ്പെട്ട സൗന്ദര്യ പരിചരണ രീതികളും അവർ കുഞ്ഞുങ്ങളെ പഠിപ്പിച്ചിരുന്നു.

കാലം മാറിയതോടെ കോലവും മാറി. സൗന്ദര്യവും ഒരു നല്ല വിൽപ്പനച്ചരക്കായി. സുന്ദരി, സുന്ദരൻ എന്നൊക്കെയുള്ള സങ്കൽപ്പങ്ങൾക്ക് പുതിയ നിർവചനങ്ങൾ തന്നെ ഉണ്ടായി. പുത്തൻ മുതലാളിമാരുടെ പരസ്യ ജിഹ്വകൾ ആണ് ഈ പുതിയ നിർവചനങ്ങളും ഉണ്ടാക്കുന്നത്. അവരുടെ ഉൽപ്പന്നങ്ങൾ ലാഭകരമായി വിൽക്കാനാണ് ഈ പുതിയ ധാരണകൾ അവർ സൃഷ്ടിക്കുന്നതും വളർത്തുന്നതും. പക്ഷേ സാധാരണക്കാർ ഇതൊന്നുമറിയാതെ ഈ ജാടകളിൽ ഭ്രമിച്ച് ഈ പുതിയ ഉൽപ്പന്നങ്ങൾ വാങ്ങി സുന്ദരികളാകാനും സുന്ദരന്മാരാകാനും ശ്രമിക്കുന്നു. വിഡ്ഢികളാകുന്നു.

പലതരം പൗഡറുകൾ, സ്നോകൾ, സ്പ്രേകൾ, പേസ്റ്റുകൾ, ഹെയർ ഡൈകൾ, 'തലമുടിയുണ്ടാക്കുന്ന എണ്ണകൾ.... ഇങ്ങനെ എന്തെല്ലാം ഉൽപ്പന്നങ്ങൾ. പരസ്യ മായജാലങ്ങളിൽപ്പെട്ടു പണം ചെലവാക്കി അനാവശ്യമായ അനേകം ഉൽപ്പന്നങ്ങൾ സാധാരണ

ക്കാർ വാങ്ങിപ്പോകുന്നു. യാതൊരു പ്രയോജനവും ചെയ്യാത്തവയാണവ എന്ന് വാങ്ങുന്നവരറിയുന്നില്ല. വേണ്ടത്ര പോഷകാഹാരം വാങ്ങിക്കൊടുക്കാൻ കഴിവില്ലാത്ത വെറും സാധാരണക്കാരുടെ മക്കൾപോലും ഇല്ലാത്ത കാശ് ഉണ്ടാക്കി ഇത്തരം 'സൗന്ദര്യച്ചരക്കുകൾ' വാങ്ങുന്നതു കാണുമ്പോഴാണ് ഏറെ വിഷമം. അവർവരെ 'സ്പ്രേ' അടിച്ചു നടക്കാനാണ് ഇഷ്ടപ്പെടുന്നത്! മനുഷ്യന്റെ മണം ഇത്ര അസഹ്യമാണോ? വല്ലാതെ വിയർക്കുന്ന കാലാവസ്ഥയാണ് കേരളത്തിന്റേത്. അന്തരീക്ഷത്തിൽ ജലബാഷ്പം കൂടുതലായതിനാൽ ആണ് കൂടുതൽ വിയർക്കുന്നത്. അതുകൊണ്ടാണ് ദിവസത്തിൽ ഒരു നേരമെങ്കിലും കുളിക്കുക എന്നത് കേരളീയരുടെ ശീലമായത്. എപ്പോഴും തണുപ്പുതന്നെ നിലനിൽക്കുന്ന രാജ്യങ്ങളിൽ വിയർക്കുകയില്ല. കുളിയും അത്യാവശ്യമല്ല. സായിപ്പിന്റെ നാട്ടിൽ ഐസിനിടയ്ക്കു കമ്പിളിയുടുപ്പുമിട്ടു ദിവസങ്ങൾ കുളിക്കാതെ കഴിയുന്നതുകണ്ട് നാം അത് അനുകരിക്കുന്നു! അങ്ങനെ കേരളത്തിലെ പരിഷ്കാരമുള്ള പുതിയ തലമുറയ്ക്ക് കുളിവേണ്ട എന്നാണ് പ്രമാണം. എന്നും കുളിക്കാൻ വയ്യ എന്നാണു ചിലർ പറയുന്നത്. കാരണവും പറയാറുണ്ട്. നന്നായി പണം മുടക്കി തലമുടി വളച്ചും പിരിച്ചും ഒക്കെ അപൂർവ ആകൃതികളിൽ വച്ചിരിക്കുന്നത് മാറിപ്പോകുമെന്ന്. നനച്ചാൽ സാരിയുടെ പകിട്ടുപോകും! പിന്നെയെന്താ വഴി? കുളിച്ചില്ലെങ്കിൽ ശരീരവും നനച്ചില്ലെങ്കിൽ (പാന്റ്സും!) നാറും. അതിനെ മറയ്ക്കാൻ അല്ലേ ഈ സ്പ്രേ?

ഇന്നു മാർക്കറ്റിൽ പ്രളയമുണ്ടാക്കി വിലസുന്ന ഇത്തരം ഉൽപ്പന്നങ്ങളെ കണ്ടെത്തി നിരുത്സാഹപ്പെടുത്താൻ സാമൂഹ്യബോധമുള്ളവർ, പ്രത്യേകിച്ച് വനിതകൾ, മുന്നോട്ടുവരണം. സൗന്ദര്യം പരിരക്ഷിക്കാനും കൂട്ടാനും നമ്മുടെ നാട്ടിൽ തന്നെ ലഭ്യമായ പ്രകൃതിവിഭവങ്ങൾ ഉപയോഗിച്ച് മാതൃകകൾ കാണിക്കുകയും വേണം. മഞ്ഞളും പാലും ഉള്ള നാട്ടിൽ പൗഡറും സ്നോയും വേണോ? വയസാകുമ്പോൾ തല നരയ്ക്കുന്നത് തികച്ചും സ്വാഭാവികമാണെന്ന് അറിയാമെങ്കിൽ പിന്നെ വിഷങ്ങളായ ചായങ്ങൾ തലയിൽ പുരട്ടി ഗമയിൽ നടക്കേണ്ടതുണ്ടോ? മനുഷ്യന്റെ വികാരജന്യമായ മണത്തെ സ്പ്രേയിൽ മുക്കിക്കൊല്ലണോ? സൗന്ദര്യം കൃത്രിമമായി വിലയ്ക്കു വാങ്ങാവുന്ന ചരക്കല്ല എന്ന് ഇനിയെങ്കിലും നമ്മുടെ കുഞ്ഞുങ്ങളെയെങ്കിലും നമുക്കു പഠിപ്പിക്കാം. ടി വിയിലെ പരസ്യസുന്ദരിമാരുടെ അടിമകളാകാതെ നമ്മുടെ കുഞ്ഞുങ്ങളെയെങ്കിലും നമുക്കു രക്ഷിക്കേണ്ടേ?

15

പ്രകൃതിയെ 'അറക്ക'രുത്, കറക്കാം

കാമധേനുവിനെപ്പറ്റി കേട്ടിട്ടില്ലേ? ഒരു സുന്ദരിപ്പശുവാണല്ലോ കാമധേനു. അകിടു നിറച്ചു പാലും ചുരത്തി, ശാന്തയായി നമ്മെ നോക്കി തലയാട്ടി നിൽക്കുന്ന, മനോഹരി. അവളെ കണ്ടാൽ ആരാണ് അടുത്തുചെല്ലാൻ കൊതിക്കാത്തത്! അവളുടെ കഴുത്തിലൊന്നു തലോടാനും അവൾക്ക് ഇളംപുല്ലു പറിച്ചു കൊടുക്കാനും അവൾക്കു വെള്ളം കൊടുക്കാനും കഴിയുന്നതുതന്നെ എത്ര ആഹ്ലാദകരം. അങ്ങനെ അവളെ ഓമനിച്ചു വളർത്തുമ്പോൾ അവൾ നമ്മുടെ ഇഷ്ടമറിഞ്ഞു പാൽ ചുരത്തുന്നു. അതു കറന്നു കുടിച്ചു നാം സൗഭാഗ്യത്തോടെ ജീവിക്കുന്നു.

എന്നാൽ ഒരു കശാപ്പുകാരൻ കാമധേനുവിനെ കണ്ടാലോ? അയാൾ അറിയാതെ തന്റെ കൈയിലെ കത്തിയിലേക്കു നോക്കിപ്പോകും. അതിനു വേണ്ടത്ര മൂർച്ചയുണ്ടോ എന്നു പരിശോധിക്കും. കാമധേനുവിന്റെ കഴുത്തിൽ ഒറ്റ വെട്ടുകൊടുക്കുന്നതും അവളുടെ തോൽ പൊളിച്ചുമാറ്റുന്നതും ഇറച്ചിക്കഷണങ്ങൾ വെട്ടിമുറിച്ചു കടയിൽ തൂക്കിയിടുന്നതും, അതുകണ്ട് ആളുകൾ ഓടിക്കൂടുന്നതും, പറയുന്ന പണം തനിക്കുതന്ന് ഇറച്ചി മുഴുവൻ വാങ്ങുന്നതും, അങ്ങനെ താൻ പണക്കാരനാകുന്നതുമെല്ലാം അയാൾ സ്വപ്നം കാണും. പറ്റിയാൽ കത്തി കാമധേനുവിന്റെ കഴുത്തിൽ കയറ്റുകയും ചെയ്യും അയാൾ!

പ്രകൃതിയും ഒരു കാമധേനുവാണ്. കാണപ്പെട്ട കാമധേനു. അതിനോടും ഈ രണ്ടു മനോഭാവങ്ങളാകാം. അതിനെ കറക്കാം. അറക്കുകയുമാകാം. അതിനെ സ്നേഹിക്കാം. കാത്തുരക്ഷിക്കാം. അങ്ങനെ കാത്താൽ കനിയുന്നവളാണ് പ്രകൃതി. കറന്നാലും കറന്നാലും ചുരത്തിത്തരുന്ന കനിവുനിറഞ്ഞ ദേവി. എക്കാലവും നമു

ക്കു വായുവും വെള്ളവും ആഹാരവും ചുരത്തിത്തന്നു നമ്മെ അവൾ രക്ഷിക്കും. സൗഭാഗ്യങ്ങളുടെ പാൽ ചുരത്തിത്തന്ന് നമ്മുടെ ജീവിതം അവൾ സുഖകരമാക്കും.

മറിച്ച് പ്രകൃതിയെ "ചൂഷണം" ചെയ്താലോ? വ്യഭിചരിച്ചാലോ? അറത്താലോ? തൽക്കാലം നമുക്കു കുറേ ലാഭങ്ങളുണ്ടാകും. പക്ഷേ സാവധാനം പ്രകൃതി നമുക്ക് തിരച്ചടി തരും. 'ചൂഷണം ഭൂഷണമല്ല ഭോഷാ' എന്നു താക്കീതു നൽകും. എന്നിട്ടും നാം ചൂഷ

ണം തുടർന്നാലോ? പ്രകൃതി കുഴഞ്ഞുവീഴും. തകരും. നശിക്കും. അതോടെ മനുഷ്യരും നശിക്കും! വിശേഷബുദ്ധി ഉണ്ടെന്നഭിമാനിക്കുന്ന മനുഷ്യൻ അത്തരമൊരു വിഡ്ഢിത്തത്തിനു മുതിരാമോ?

വനം വെട്ടി നശിപ്പിക്കുന്നവരും പരിസരമലിനീകരണം നടത്തുന്നവരും ഭൂമീദേവിയുടെ മുഖത്ത് യാതൊരു തത്ത്വദീക്ഷയുമില്ലാതെ വൻതോതിൽ കീടനാശിനി കോരിയൊഴിക്കുന്നവരും ന്യൂക്ലിയർ ബോംബുകളും വിഷവസ്തുക്കളുംകൊണ്ട് യുദ്ധക്കളിക്ക് അരങ്ങുതീർക്കുന്നവരും പ്രകൃതിയെ അറക്കുന്ന അറവുകാരാണ്. പ്രകൃതിവിഭവങ്ങൾ ദുരുപയോഗപ്പെടുത്തുന്നവരും പ്രകൃതിയെ സാവധാനം അറക്കുകതന്നെയാണ്. അവരെല്ലാംകൂടി പ്രകൃതിയെ തളർത്തുന്നു. നശിപ്പിക്കുന്നു. മാനഭംഗപ്പെടുത്തുന്നു. വധിക്കുന്നു!

അതുകൊണ്ട് ഈ ലോകത്തെ സ്നേഹിക്കുന്നവർ പ്രകൃതിയെ രക്ഷിക്കാൻ മുന്നിട്ടിറങ്ങണം. അവർ "പ്രകൃതിസംരക്ഷണം മാനവരക്ഷയ്ക്ക്" എന്ന മുദ്രാവാക്യം മുഴക്കണം. ആ മുദ്രാവാക്യം നമുക്ക് ഒരു വിശുദ്ധമന്ത്രംപോലെ ആവർത്തിക്കാം. അതിന്റെ അനുരണനങ്ങൾ നമ്മുടെ പ്രവൃത്തികളെ സ്വാധീനിക്കട്ടെ. അപ്പോൾ ലോകത്ത് സമസ്ത ജീവികളും സുഖമായി ജീവിക്കും.

16

വെള്ളം, വെള്ളം

കേരളം വീണ്ടും വരളുന്നു. ജനങ്ങൾ കുടിവെള്ളം കിട്ടാതെ വലയുന്നു. നേതാക്കന്മാർ ദുരിതാശ്വാസ നടപടികൾക്കു നേതൃത്വം കൊടുക്കുന്നു. കേന്ദ്രത്തിലെ വിദഗ്ധന്മാർ കേരളത്തിൽ പറന്നിറങ്ങുന്നു. കേരളത്തിനു നൽകേണ്ട സഹായം കണക്കു കൂട്ടുന്നു. കുഴൽക്കിണറുകൾ കുഴിച്ച് ജലദൗർലഭ്യം തീർക്കാനും ശ്രമം നടക്കുന്നു!

ഇനി മഴക്കാലമാകും. വരൾച്ചവന്ന കാര്യം എല്ലാവരും മറക്കും. വരുംവർഷം വരൾച്ച വരുംവരെ വെള്ളക്കാര്യം ചിന്തിക്കാതാകും. നാടകം അടുത്തവർഷവും ആവർത്തിക്കും.

എല്ലാ വർഷവും കേരളത്തിൽ വരൾച്ച അനുഭവപ്പെടുന്നതെന്തുകൊണ്ടാണ്? "വെള്ളം വെള്ളം സർവത്ര" എന്നു പാടി നടന്ന കേരളീയർ ഇപ്പോൾ പകരം "തുള്ളി കുടിപ്പാനില്ലെങ്ങും" എന്നു പാടേണ്ടിവന്നിരിക്കുന്നതെന്തുകൊണ്ടാണ്? ഒരിക്കലും വറ്റാതിരുന്ന പടിഞ്ഞാറൻ കിണറുകൾപോലും വറ്റിവരളുന്നതെന്തുകൊണ്ടാണ്? നദികളിലെ കയങ്ങൾപോലും ഉണങ്ങി വിണ്ടുകീറി വിറങ്ങലിച്ചുകിടക്കാൻ കാരണമെന്താണ്? ഇതേപ്പറ്റിയെല്ലാം ശാസ്ത്രീയമായി പഠിക്കാനെങ്കിലും ഒരു പരിപാടി നാം തയ്യാറാക്കേണ്ട കാലം കഴിഞ്ഞില്ലേ? പഴുത്തു നാറുന്ന വ്രണം കരിയാൻ പുറമേ മരുന്നു പുരട്ടുന്നതുപോലെ ബാലിശമല്ലേ വരൾച്ചയ്ക്കു പ്രതിവിധിയായി കുഴൽക്കിണറുകൾ കുഴിക്കുന്നതും കുടിവെള്ളം ലോറിയിലെത്തിക്കാൻ ശ്രമിക്കുന്നതും മറ്റും? പ്രശ്നം മുൻകൂട്ടിക്കണ്ട് ദീർഘകാലത്തേക്കുള്ള പരിഹാരങ്ങൾ നടപ്പാക്കേണ്ടേ? വേണം എന്ന് ജനങ്ങൾ പറയാതെ ജനപ്രതിനിധികൾക്കു മനസിലാകുമോ? പൊതുജനങ്ങൾ കഴുതകളായി കഴിയുമ്പോൾ ഇതൊക്കെയല്ലേ ജനാധിപത്യ വ്യവസ്ഥിതിയിൽ പ്രതീക്ഷിക്കേണ്ടൂ?

പണ്ട് കേരളത്തിന്റെ മുപ്പതു ശതമാനവും കാടായിരുന്നു. നാടുകളിൽപ്പോലും കാടുകൾ ഉണ്ടയിരുന്നു. പോരാഞ്ഞിട്ട് പറമ്പുകളിൽ സർപ്പക്കാടുകളുമുണ്ടായിരുന്നു. അവയൊക്കെ കുട്ടിവനങ്ങളായിരുന്നല്ലോ. നിത്യഹരിതവനത്തിന്റെ കൊച്ചു കഷണങ്ങൾ. പിന്നെ തോടുകളുടെയും നദികളുടെയും ഇരുകരകളിലും ഒട്ടലും ആറ്റുവഞ്ചി

യും ഇഞ്ചയും നാനാതരം മറ്റു സസ്യങ്ങളും വളർന്നുയർന്നു നിന്നിരുന്ന വനമതിലുകളുമുണ്ടായിരുന്നു. അന്ന് മഴവെള്ളം നിലത്തു വീണാൽ പെട്ടെന്ന് ഒഴുകിപ്പോയിരുന്നില്ല. അത് വനങ്ങളിലെ ഇലകളിൽ തട്ടി ശക്തികുറഞ്ഞ് നിലത്തെ കരിയിലപ്പുതപ്പിൽ തട്ടി ചിതറി, കരിയിലകളിലൂടെ അടിഭാഗത്തെ ചീഞ്ഞുകിടക്കുന്ന എക്കൽ തലത്തിലെത്തി അവിടെവച്ച് വലിച്ചെടുക്കപ്പെട്ടിരുന്നു. പിന്നെ ഭൂമിയിലേക്കു കിനിഞ്ഞിറങ്ങിയിരുന്നു. വൃക്ഷങ്ങളുടെ വേരുകൾക്കിടയിൽ ശേഖരിക്കപ്പെട്ടുകിടന്നിരുന്നു. പിന്നീട് സാവധാനം ഭൂമിയുടെ ഉറവയായി അരുവികളിലേക്ക് ഒഴികിയിരുന്നു. കുറേയേറെ മണ്ണിനടിയിലെത്തി. കിണറുകൾക്കും കയങ്ങൾക്കും വേനലിലും വെള്ളം നൽകാനായി അവിടെ ശേഖരിക്കപ്പെട്ടു കിടന്നിരുന്നു. കുറെ വീണ്ടും താഴേക്കിറങ്ങി ഭൂഗർഭജലമായി സൂക്ഷിക്കപ്പെട്ടിരുന്നു.

അതുകൊണ്ട് മഴക്കാലത്തും മണ്ണൊലിപ്പ് കുറവായിരുന്നു. വെള്ളപ്പൊക്കം രൂക്ഷമല്ലായിരുന്നു. വെള്ളം വേനൽക്കാലത്തും ലഭ്യമായിരുന്നു. ഉണക്ക് അനുഭവപ്പെട്ടിരുന്നില്ല.

ഇന്നോ? കാടൊക്കെ വെട്ടിത്തീരാറായി. “കാടെവിടെ മക്കളേ” എന്നു കവി കരയുന്ന കാലമായി. സർപ്പക്കാവുകൾ പോയ്മറഞ്ഞു. നദികളുടെ ഇരുകരകളും ഷേവ് ചെയ്യപ്പെട്ടു ക്ലീനായി കിടക്കുന്നു. ഫലമെന്താണ്? മഴവെള്ളം നിലത്തു വീണാലുടനെ ഒഴുകിപ്പോകുന്നു. കഷണ്ടിത്തലയന്റെ തലയിൽ വീഴുന്ന വെള്ളംപോലെ മുഴുവൻ ഒഴുകി നഷ്ടപ്പെടുന്നു. ചെറിയ മഴപോലും വലിയ വെള്ളപ്പൊക്കമുണ്ടാക്കുന്നു. മണ്ണൊലിച്ചു നദികൾ നികന്നുവരുന്നു. നികന്നു നികന്നു ഭാരതപ്പുഴയും മറ്റും മരിച്ചുകൊണ്ടിരിക്കുന്നു. മഴ കഴിഞ്ഞാലുടൻ വരൾച്ചയുമുണ്ടാകുന്നു.

ഇതിനു പരിഹാരങ്ങൾ കാണണം. ഇനി അവശേഷിക്കുന്ന കാടെങ്കിലും നിലനിർത്തണം. ആ കാടുകളിൽ നിന്നും ഒറ്റ മരംപോലും വെട്ടുകയില്ലെന്ന് നിശ്ചയിക്കണം. നാട്ടിൽ കഴിയുന്നത്ര സ്ഥലങ്ങളിൽ മരങ്ങൾ വയ്ക്കണം. ഇടുക്കി അണക്കെട്ടുപോലുള്ള ഭാഗങ്ങൾ സംരക്ഷിത മേഖലകൾ ആക്കി അവിടെ വനവൽക്കരണം നടപ്പാക്കണം. സർപ്പക്കാവുകൾ നിലനിർത്തണം.

ഇനിയുമുണ്ട് പലതും ചെയ്യാൻ. നമ്മുടെ ഭൂവിഭാഗങ്ങളിൽ വീഴുന്ന വെള്ളം ഒലിച്ചുപോകാതെ കുറെയെങ്കിലും അവിടവിടെ കിടക്കാൻ വേണ്ടി കുഴികൾ കുഴിക്കണം. മഴവെള്ളക്കൊയ്ത്തിന് വിപുലമായ പരിപാടികൾ ആസൂത്രണം ചെയ്തു നടപ്പാക്കണം. പുതിയ കെട്ടിടങ്ങൾക്ക് അത് നിർബന്ധമാക്കണം. നദികളിൽ തടയണ

കൾ തീർക്കണം. ഉപയോഗശൂന്യമായി ഉപേക്ഷിക്കപ്പെട്ടു കിടക്കുന്ന കിണറുകളും കുളങ്ങളും നന്നാക്കി സംരക്ഷിക്കപ്പെടണം. വെള്ളത്തിന്റെ ദുരുപയോഗം കുറയ്ക്കാൻ വഴികൾ കാണണം. വെള്ളത്തിന്റെ ശാസ്ത്രീയമായ ഉപയോഗത്തെപ്പറ്റി പഠിക്കണം. ഇങ്ങനെ പലതും ചെയ്യണം.

വെള്ളം അമൃതാണ്. ഈ ലോകത്ത് ജീവൻ നിലനിർത്തുന്ന അമൃത്. അതിനു വലിയ വിലയുണ്ട്. അതിനെ കാത്തുരക്ഷിക്കാനും ബുദ്ധിപൂർവം ഉപയോഗിക്കാനും കഴിയണം. കഴിഞ്ഞില്ലെങ്കിൽ നാം കൂടുതൽ വരളും. തളരും. തകരും!

17

വിൽക്കാനുണ്ട് മണങ്ങൾ!

'**പ**ണമുള്ളവനേ മണമുള്ളൂ' എന്ന് പഴഞ്ചൊല്ല്. പഴഞ്ചൊല്ലിൽ പതിരില്ലെന്ന് ആധുനിക മണവിദഗ്ധന്മാർ തെളിയിരിച്ചിരിക്കുന്നു! പണം മുടക്കാൻ നിങ്ങൾ തയ്യാറുണ്ടോ, ഏതു മണവും ഉണ്ടാക്കിത്തരാം എന്നാണവർ പറയുന്നത്. നിങ്ങളുടെ ഉറക്കറയിൽ മുല്ലപ്പൂമണമാണോ റോസാപ്പൂമണമാണോ വേണ്ടത്? അതോ പുന്നെല്ലിന്റെ പുതുമണമാണോ ഇഷ്ടം? ചിലർക്ക് സിഗരറ്റു മണമോ മുറുക്കുമണമോ ആകാം ഇഷ്ടം? ചില ശാപ്പാട്ടുരാമന്മാർക്ക് അവിയലിന്റെയും അടപ്രഥമന്റെയും മണത്തിലുറങ്ങുന്നതാകാം ഇഷ്ടം. ഏതായാലും വിരോധമില്ല. ഓർഡർ അനുസരിച്ച് ഇഷ്ടമുള്ള മണം ഉണ്ടാക്കിത്തരും. ഉറക്കറയിൽ മാത്രമല്ല അടുക്കളയിലും സ്വീകരണമുറിയിലും സിനിമാശാലയിലും ഫാക്ടറിയിലും എവിടെയും ഏതു മണവുമുണ്ടാക്കാം. ഭിന്നരുചിയുള്ളവരാണല്ലോ ജനങ്ങൾ. അതിനാൽ ഓരോരുത്തരുമിഷ്ടപ്പെടുന്ന മണം ഓരോന്നാകാം. ജോലിസ്ഥലത്ത് ഒരു പ്രത്യേക ഗന്ധം നിറഞ്ഞിരുന്നാൽ ജോലിക്കാർക്ക് ആവേശമുണ്ടാകാം. ജോലി ചെയ്യാൻ ഉള്ള ആവേശം. അപ്പോഴവിടെ ആ മണമുണ്ടാക്കണം. എന്നാൽ പ്രാർഥനാഹാളിൽ അനുയോജ്യം മറ്റൊരു ഗന്ധമാകാം. ദേശകാലപ്രായപരിതഃസ്ഥിതികളനുസരിച്ച് വിഭിന്ന ഗന്ധങ്ങൾക്കായിരിക്കും ആവശ്യം. ആവശ്യപ്പെടുന്ന മണമുണ്ടാക്കാൻ കഴിയുമോ? കഴിയും. അതൊരു വൈദഗ്ധ്യമാണ്. സുഗന്ധവസ്തു നിർമാണ വിദഗ്ധന്മാർക്ക് ആ വൈദഗ്ധ്യമിന്നുണ്ട്. ഫ്രാൻസ് ആണ് ലോകത്തെ സുഗന്ധവസ്തു നിർമാണ വ്യവസായത്തിന്റെ കേന്ദ്രം. യു എസ് എ, ജപ്പാൻ തുടങ്ങിയ രാജ്യങ്ങളും ഒട്ടും പിന്നിലല്ല. കോടിക്കണക്കിനു രൂപ ലാഭമുണ്ടാക്കുന്ന വൻ കമ്പനികളാണ് ഈ രംഗത്തു പ്രവർത്തിക്കുന്നത്. മണം വിറ്റു കാശു

ണ്ടാക്കുന്ന വിരുതന്മാരാണവർ. ഉദാഹരണമായി ഫെർമിനിക് എന്ന കമ്പനിതന്നെ ഒരു വർഷം നാനൂറു മില്യൺ ഡോളറിന്റെ സുഗന്ധവസ്തുക്കളാണ് വിൽക്കുന്നത്.

സുഗന്ധവസ്തു നിർമാണം ഒരു ശാസ്ത്രമാണ്. ഗന്ധങ്ങളുടെ ലോകവുമായി താദാത്മ്യം പ്രാപിച്ച വിദഗ്ധന്മാരാണ് അതിനു ചുക്കാൻ പിടിക്കുന്നത്. നല്ല ഒരു മണവിദഗ്ധന് വളരെയേറെ ഭാവന വേണം എന്ന് ഫെർമിനിക് കമ്പനിയുടെ മാസ്റ്റർ പെർഫ്യൂമർ അഥവാ മുഖ്യമണവിദഗ്ധൻ റോഗർ പറയുന്നു! റോഗർ പത്തുവർഷം ഫ്രാൻസിൽ പരിശീലനം നേടിയ ആളാണ്. ഏതു പുതിയ മണം കിട്ടിയാലും അത് ശരിക്കു മണക്കും. അതിന്റെ ഓരോ ഘടകത്തേയും മണത്തറിയും. മനസിൽ കുറിച്ചിടും. അതായത് ഓർമ്മയിൽ സൂക്ഷിക്കും. ബാങ്കിൽ രൂപയിടുംപോലെയാണ് റോഗർ തന്റെ ഓർമതൻ ബാങ്കിൽ മണങ്ങളെ സൂക്ഷിച്ചിരിക്കുന്നത്.

കക്ഷികൾ അപ്രതീക്ഷിതങ്ങളായ ആവശ്യങ്ങളുമായിട്ടായിരിക്കും വരവ്. 'എനിക്ക് തെക്കെ ആഫ്രിക്കൻ തീരത്തിന്റെ മണം വേണം' ഒരാൾ ഒരിക്കൽ ആവശ്യപ്പെട്ടു. ഏതാവശ്യവും സ്വീകരിക്കും. അടിസ്ഥാന മണങ്ങളുള്ള വസ്തുക്കൾ ചെറുകുപ്പികളിലാക്കി റോഗർ മേശപ്പുറത്തു വച്ചിട്ടുണ്ട്. കൈയിൽ ഒപ്പുകടലാസുകളുമുണ്ട്. അദ്ദേഹം മണങ്ങളെ തരംതിരിക്കും. കൂട്ടിച്ചേർക്കും. കക്ഷികളെ മണപ്പിക്കും. ഓ ഇതിന് മധുരം കൂടുതൽ. ഓ, ഇതിന് കടുപ്പം പോരാ. ഇതിന് കുളിർമ കൂടുതൽ... ഇങ്ങനെ കക്ഷികൾ അഭിപ്രായങ്ങൾ പറയും. അതനുസരിച്ച് മാറ്റങ്ങൾ വരുത്തി അവസാനം നിങ്ങൾ സ്വപ്നം കാണുന്ന, മണം പരത്തുന്ന മിശ്രിതം റെഡിയാക്കും. അത് ചാരായത്തിൽ കലർത്തി തണുപ്പിച്ചുവയ്ക്കും. ചാരായവുമായി കലർന്നു കഴിഞ്ഞാൽ അരിച്ചെടുത്തു കുപ്പികളിലാക്കി സൂക്ഷിക്കുന്നു. ഇങ്ങനെ ആവശ്യമുള്ള സുഗന്ധദ്രവ്യങ്ങളുണ്ടാക്കാൻ ... അല്ല ഡിസൈൻ ചെയ്യാൻ – ചിലപ്പോൾ വർഷങ്ങളെടുത്തെന്നു വരും. സാധാരണ 20–30 ഘടകങ്ങളേ പല കമ്പനികൾക്കും കാണൂ. ഫെർമിനിക് കമ്പനിയുടെ കൈയിൽ മണക്കുന്ന മൂവായിരത്തോളം അടിസ്ഥാനവസ്തുക്കളുണ്ട് – ആവശ്യമുള്ള സുഗന്ധദ്രവ്യമിശ്രിതം മിനഞ്ഞെടുക്കാൻ.

ജപ്പാനിലെ സുഗന്ധദ്രവ്യ നിർമാതാക്കളിൽ മുഖ്യനാണ് ഷിസെയ്ഡൊ കമ്പനി. അവർ കാനനത്തിന്റെ പുത്തൻ മണമുണ്ടാക്കിയിരിക്കുന്നു. ആ മണം ജോലിക്കാർക്ക് ഉത്സാഹമുണ്ടാക്കും; ജോലി ചെയ്യാൻ കൂടുതൽ കഴിവുണ്ടാക്കും. കാജിമ കോർപ്പറേഷൻ എന്ന

കമ്പനി തങ്ങളുടെ ജോലിക്കാരിൽ തന്നെ ഇത് പരീക്ഷിച്ചു നോക്കുകയാണ്. എയർ കണ്ടീഷൻ ചെയ്ത അവരുടെ കെട്ടിടത്തിൽ കമ്പ്യൂട്ടറിന്റെ സഹായത്തോടെ ഈ കാനനസുഗന്ധം ആവശ്യാനുസരണം വ്യാപിപ്പിച്ചുകൊണ്ടിരിക്കും. കാട്ടിലിരിക്കുന്ന സുഖത്തോടെയിരുന്നു. ജോലിക്കാർ ജോലി ചെയ്യും! പരീക്ഷണം വിജയകരമാണെന്നു തെളിഞ്ഞാൽ കാജിമ കോർപ്പറേഷൻ ഈ സുഗന്ധവസ്തു വിലയ്ക്കെടുത്തു വിതരണം ചെയ്യാനാണ് പരിപാടി. കാജിമ കോർപ്പറേഷനിലെ ജോലിക്കാരിൽനിന്നും അവരുടെ ഇഷ്ടാനിഷ്ടങ്ങൾ ഷിസെയ്ഡൊ കമ്പനി പഠിച്ചുവരികയാണ്. ആണുങ്ങളേക്കാൾ പെണ്ണുങ്ങൾക്കാണ് മുല്ലപ്പൂമണമിഷ്ടമെന്ന് അങ്ങനെ അവർ കണ്ടെത്തി. ആ ഗവേഷണവും പിൽക്കാലത്ത് പണമുണ്ടാക്കാൻ പറ്റും. ചുരുക്കത്തിൽ മണം വിറ്റു പണം കൊയ്യുകയാണ് സുഗന്ധനിർമാണവിദഗ്ധർ. അവരുടെ വൈദഗ്ധ്യം മുഴുവൻ അവരുടെ മൂക്കിന്റെകൂടെ മിടുക്കാണ്. കാരണം ഒരു കമ്പ്യൂട്ടറിനും മൂക്കിനോളം മണം പിടിക്കാനറിയില്ല! ഈ പുതിയതരം സുഗന്ധദ്രവ്യങ്ങൾ ആരോഗ്യത്തെ ബാധിക്കുമോ എന്നു കണ്ടറിയണം. ഏതായാലും ശാസ്ത്രവിജ്ഞാനം എത്ര അത്യത്ഭുതകരവും അപ്രതീക്ഷിതവുമായ മേഖലകളിലേക്കു വളരുന്നു. പണമുണ്ടാക്കാൻ കൂട്ടുനിൽക്കുന്നു എന്ന് ഈ വിവരങ്ങൾ നമ്മെ ഓർമിപ്പിക്കുന്നു.

18

കാറോ കക്കൂസോ?

കാറു വേണോ കക്കൂസു വേണോ എന്ന് നമ്മുടെ നാട്ടിലെ ദരിദ്രനാരായണന്മാരോടു ചോദിച്ചാൽ അവർ ഏതു തെരഞ്ഞെടുക്കും? പട്ടിണിപ്പാവങ്ങളാണെങ്കിലും കക്കൂസോ കിടപ്പാടമോപോലും ഇല്ലാത്തവരാണെങ്കിലും അവരിൽ ഭൂരിപക്ഷവും കാറിന്റെ കൂടെ നിൽക്കും. "ഞങ്ങൾക്കും കാറു മതി, കക്കൂസു വേണ്ട" എന്നു തന്നെ പറയും. കക്കൂസില്ലെങ്കിലും കാര്യം നടത്താം. കക്കൂസിലിടേണ്ടതെല്ലാം തെരുവിലോ റെയിൽവേ ലൈനിലോ പുഴയിലോ എവിടെയെങ്കിലും എങ്ങനെയെങ്കിലും രഹസ്യമായോ നിവൃത്തിയില്ലെങ്കിൽ അൽപ്പം പരസ്യമായോ തന്നെ ഇടാം. അങ്ങനെയാണല്ലോ പരമ്പരാഗതമായി ചെയ്തുകൊണ്ടിരിക്കുന്നതും. പിന്നെ തീരെ പട്ടിണിയാണെങ്കിൽ കക്കൂസിൽ പോകുന്നതും വല്ലപ്പോഴും മതിതാനും! എന്നാൽ കാറ്.... അതുമൊരു ഫോറിനോ ഫോറിൻപോലുള്ള നാടനോ ആണെങ്കിൽ! അതുകിട്ടുമെങ്കിൽ ഹായ്, പിന്നെയെന്തിനു സ്വർഗം?

ഇത്തരം തലതിരിഞ്ഞ ഒരു തത്വശാസ്ത്രം സാധാരണക്കാരിൽ അടിച്ചേൽപ്പിക്കാൻ കഴിഞ്ഞിരിക്കുന്നു എന്നതിലാണ് ഉപരി വർഗത്തിന്റെ വിജയം. ടി വിയും പത്രമാസികകളും സിനിമയും തുടങ്ങിയുള്ള നാനാതരം പരസ്യമാധ്യമങ്ങളിൽക്കൂടി സാധാരണക്കാരിൽ തലതിരിഞ്ഞ ഈ മനോഭാവം അഥവാ സംസ്കാരമുണ്ടാക്കാൻ കഴിഞ്ഞിരിക്കുന്നു.

കുറെ നാൾ മുൻപു ഡൽഹിയിൽ മാക്സ് മുള്ളർ ഭവൻ സംഘടിപ്പിച്ച ഒരു ചർച്ചയുടെ വിഷയം തന്നെ "ഓട്ടോമോബീൽ ശാപമോ അനുഗ്രഹമോ?" എന്നതായിരുന്നു. അതായത് കാറ് ഇന്ത്യൻ പശ്ചാത്തലത്തിൽ അത്യാവശ്യമോ എന്ന്. ക്ഷാമം കൊടികുത്തി

വാഴുന്ന ഒരു പ്രദേശത്തു പോയി ചോക്കലേറ്റിനെപ്പറ്റി സംസാരിക്കുന്നതുപോലെയാണ് ഇന്ത്യയിൽ കാറുകളെപ്പറ്റി ചർച്ച ചെയ്യുന്നതെന്നാണ് ആ യോഗത്തിൽ പ്രൊഫ. ദിനേശ് മോഹൻ (ഇന്ത്യൻ ഇൻസ്റ്റിറ്റ്യൂട്ട് ഓഫ് സയൻസ്, ഡൽഹി) അഭിപ്രായപ്പെട്ടത്. ഇന്ത്യയിലെ ഇന്നത്തെ സമൂഹത്തിൽ കാറ് ഒരു ചർച്ചാവിഷയമാക്കുന്നതുതന്നെ ഭ്രാന്താണ്. സ്വദേശി കാറായാലും വിദേശി കാറായാലും ജനതാ കാറായാലും എല്ലാം ഇതുതന്നെ നില. കാരണം ഇന്ത്യയിൽ തൊണ്ണൂറ്റിഒമ്പതു ശതമാനത്തിനും ഒരു കാറിനെ സഹിക്കാനുള്ള കരുത്ത് ഇന്നില്ല. ഇന്ത്യൻ അവസ്ഥയിൽ "ജനതാ കാർ" എന്ന സങ്കൽപ്പംതന്നെ വിഡ്ഢിത്തമാണ്.

ഇന്ത്യയിൽ ഇന്നു കാറുകളുടെ വിപ്ലവം നടക്കുന്നതിനെയും പ്രൊഫ. മോഹൻ വിമർശിച്ചു. ജപ്പാൻ, കൊറിയ തുടങ്ങിയ രാജ്യങ്ങളിലെ ജനങ്ങളുടെ ആളോഹരി വരുമാനം വളരെ ഉയർന്നതിനു ശേഷമാണ് ആ രാജ്യങ്ങളിൽ ഇങ്ങനെ വൻതോതിലുള്ള കാർ ഉൽപ്പാദനം പ്രോത്സാഹിപ്പിച്ചത്. ഇന്ത്യയിലോ? ദാരിദ്ര്യ രേഖയ്ക്കു താഴേക്ക് കൂടുതലാളുകൾ വീണുകൊണ്ടിരിക്കുന്നു. കാറുകളും കൂടിവരുന്നു!

ചുരുക്കത്തിൽ 'കാർകൾച്ചർ' അഥവാ കാർമോഹസംസ്കാരം ഒരു രോഗമാണ്. പട്ടിണിയും അജ്ഞതയും അശാസ്ത്രീയ ചിന്താഗതിയും മൂലം നരകിക്കുന്ന ജനസമൂഹത്തെ വിഭ്രമിപ്പിക്കാനുണ്ടാക്കിയിരിക്കുന്ന ഒരു മാജിക് മാത്രമാണ് കാർ പ്രളയം. അതിൽപ്പെട്ടു വിവേകം നശിച്ച നമ്മുടെ പട്ടിണിപ്പാവങ്ങൾ മുണ്ടുമുറുക്കിയുടുത്തിട്ട് കാറും സ്വപ്നംകണ്ടു കിടന്നുറങ്ങുന്നു!

കാറോ കക്കൂസോ എന്ന ചോദ്യം അവിടെ മാത്രമൊതുക്കേണ്ടതല്ല. അതിന് ഒരു പ്രതിരൂപാത്മകത്വം ഉണ്ട്. ടി വിയോ കുടിവെള്ളമോ... ഏത് ആദ്യം ഗ്രാമങ്ങളിലെത്തണം എന്നു ചോദിക്കുമ്പോഴും നാം സമാനപ്രശ്നത്തെയാണ് സമീപിക്കുന്നത്. ശുദ്ധമായ കുടിവെള്ളം കുടിക്കാതെ നാനാതരം രോഗങ്ങൾക്കടിപ്പെട്ടു നരകിക്കുന്ന സാധാരണക്കാരനും ആദ്യം ടി വി മതി എന്നു വാദിക്കും എന്നതാണ് കഷ്ടം.

അൽപ്പമൊന്നാലോചിച്ചാൽ നമുക്ക് ഒരു കാര്യം വ്യക്തമാകും വേണ്ടത്ര ആലോചനയോടെയല്ല നടത്തുന്നത്. നാം അവയെ ശാസ്ത്രീയമായി വിലയിരുത്തി മുൻഗണനകൾ നിശ്ചയിക്കാറില്ല. അതാണ് കക്കൂസുണ്ടാകും മുൻപ് കാറുണ്ടാക്കാൻ നാം ശ്രമിക്കുന്നത്. കുടിവെള്ളം കൊടുക്കാൻ പറ്റാതിരിക്കുമ്പോഴും ടി വിയെ പ്രോത്സാ

ഹിപ്പിക്കുന്നതും.

ഇത്തരം ഉദാഹരണങ്ങൾ എത്രയോ ചൂണ്ടിക്കാട്ടാൻ കഴിയും. നഗരപാതകൾ സംവിധാനം ചെയ്യുമ്പോൾ വണ്ടിക്കോ വഴിനടപ്പുകാരനോ മുൻഗണന നൽകേണ്ടത്? ഇന്ന് നമ്മുടെ നഗരസഭാംഗങ്ങൾ മിക്കവാറും മുഴുവൻ പേരും വണ്ടിയുടെ ഭാഗത്താണ്. അതാണല്ലോ നടപ്പാതകൾ ഇത്രയേറെ അവഗണിക്കപ്പെട്ടിരിക്കുന്നത്. പ്രധാന പാതകളിൽപോലും നടപ്പാതകൾ കണ്ടാൽ ഭാഗ്യം. നടപ്പാതകൾ ഉണ്ടെങ്കിൽ അവയിലൂടെ നടക്കാൻ പറ്റാത്ത അവസ്ഥയുമായിരിക്കും. റോഡിൽ കിട്ടാവുന്ന വീതി മുഴുവൻ ടാർ ചെയ്തിട്ടാണു റോഡു വികസനം. റോഡിലൂടെ മുഴുവൻ വണ്ടികൾ ചീറിപ്പായുന്നു. അതിനിടയിലൂടെ ജനങ്ങൾ പുഴുക്കളെപ്പോലെ അരിച്ചു നീങ്ങിക്കോളണം. വണ്ടിയുടെ വളയം കൈയിൽ കിട്ടിയാൽ പിന്നെ സാധാരണക്കാരനായ ഡ്രൈവർക്കുപോലും കാൽനടക്കാരനോടൊരു പുച്ഛമാണ്!

നഗരങ്ങളിൽ തിരക്കു കുറയ്ക്കാൻ ഓവർബ്രിഡ്ജുകളും ഫ്ളൈഓവറുകളും ബൈ പാസുകളും മറ്റും പ്ലാൻ ചെയ്യുമ്പോൾ കാൽനടക്കാരനെയാണ് കുരിശിലേറ്റുന്നത്. അയാൾ റോഡു കുറുകെ കടക്കാൻ പടവുകൾ കയറുകയോ ഇറങ്ങുകയോ ചെയ്യണം. അങ്ങനെ കാൽകുഴഞ്ഞ് അവശനാകണം. വാസ്തവത്തിൽ കയറ്റം കയറാനും ഇറക്കം ഇറങ്ങാനും വിടേണ്ടത് വണ്ടികളെയാണ് എന്നാണ് പ്രൊഫ. ദിനേശ് മോഹൻ വാദിക്കുന്നത്. വണ്ടികൾക്കതു വിഷമമുള്ള കാര്യമല്ല. ഭാരതത്തിലെ പട്ടിണിപ്പാവങ്ങൾക്കോ വളരെ വിഷമമുള്ള കാര്യമാണത്.

പക്ഷേ ഈ അഭിപ്രായം കേട്ടാൽ നമ്മുടെ വിദഗ്ധന്മാരും നേതാക്കന്മാരും ചിരിക്കും. റോഡുകളും നഗരങ്ങളും സംവിധാനം ചെയ്യുന്ന എൻജിനീയറിങ് വിദഗ്ധന്മാർ ഒരിക്കലും പട്ടിണിപ്പാവങ്ങളുടെ നടപ്പിന്റെ വിഷമത്തെപ്പറ്റി ചിന്തിക്കാറില്ല. ജനപ്രതിനിധികളുടെ കാര്യവും അങ്ങനെതന്നെ.

നഗരങ്ങളുടെ കാര്യം അങ്ങനെ. ഗ്രാമങ്ങളിലോ? അവിടെയും വഴിയുണ്ടാക്കുമ്പോൾ വണ്ടിയോടാനുള്ള വഴിയെപ്പറ്റി മാത്രമേ നാം ചിന്തിക്കാറുള്ളൂ. അതു വന്നാലേ ഒരു ഗമയുള്ളൂ! മനുഷ്യർക്കു നടക്കാൻ മാത്രമായി കുറുക്കുവഴികൾ ഉണ്ടാക്കുകയും അവ നിറയെ തണലും ആരോഗ്യവും നൽകുന്ന മരങ്ങൾ (ഉദാ: വേപ്പ്) വച്ചുപടിപ്പിക്കുകയും ചെയ്യുന്ന കാര്യം നാം മറക്കുന്നു. അത്തരം കുറുക്കുവഴികളുണ്ടായാൽ ജനങ്ങൾ ആ തണൽവഴികളിലൂടെത്തന്നെ നട

ക്കും. വണ്ടി നോക്കിനിന്നു കാൽ കഴപ്പിക്കാതെ ചെറിയ ദൂരം നടന്നുതന്നെ പോകും. അത്തരം നടപ്പ് അവർക്ക് ആരോഗ്യം നൽകും. അത്രയും കുറച്ച് വണ്ടികളും ഓട്ടോറിക്ഷകളും മറ്റും ഓടിയാൽ മതിതാനും. അപ്പോൾ പണവും ലാഭം. മലിനീകരണവും കുറയും. പക്ഷേ വണ്ടിയോടാൻ പാകത്തിൽ വഴിവെട്ടിക്കാനും വഴിയുടെയടുത്തെങ്ങാനും വല്ല മരങ്ങളും നിൽപ്പുണ്ടെങ്കിലവകൂടി വെട്ടിക്കളയാനുമാണ് നമ്മുടെ നേതാക്കന്മാർക്കു താൽപ്പര്യം.

വിദേശികൾക്ക് ഇത്തരം നടപ്പാതകളുടെ പ്രാധാന്യം അറിയാം. ഈ ലേഖകൻ മ്യൂനിച്ച് നഗരത്തിലൂടെ കുറെനാൾ നടന്നപ്പോൾ ഇത്തരം നടപ്പാതകൾ കണ്ട് അസൂയപ്പെട്ട കാര്യം ഓർത്തുപോകുന്നു. നടന്നുതന്നെ നഗരം മുഴുവൻ കാണാൻ പറ്റുന്ന പാതകൾ അവിടെ കണ്ടു. അത്തരം നടപ്പാതകളിലൂടെ മോട്ടോർ വണ്ടികൾക്ക് ഓടാൻ പറ്റില്ല. ആ പാതകൾക്കിരുവശവും മണ്ണ് കൂമ്പാരം കൂട്ടി ആ മൺമലകളിൽ നിറയെ മരങ്ങൾ വച്ചിരിക്കുകയുമാണ്. സർപ്പക്കാവിനകത്തുകൂടി നടക്കുന്ന സുഖമുണ്ട് അത്തരം നടപ്പാതകളിലൂടെയുള്ള നടത്തത്തിന്. നഗരം മുഴുവൻ നടന്നു കാണേണ്ടതെങ്ങനെയെന്നു മാത്രം വിവരിക്കുന്ന ഗൈഡുകളും അവിടെ വാങ്ങാൻ കിട്ടും!

നമ്മുടെ ജനങ്ങൾക്ക് ഇത്തരം പ്രശ്നങ്ങളിൽ ശാസ്ത്രീയമായ തീരുമാനമെടുക്കാനുള്ള കഴിവില്ലാത്തതാണ് കുഴപ്പം. കാറോ കക്കൂസോ എന്ന ചോദ്യത്തിന് ശരിയായ ഉത്തരം തെരഞ്ഞെടുക്കാനവർക്കറിയില്ല. ശരിയായ വികസനപാത തെരഞ്ഞെടുക്കാനവർക്കു കഴിയാത്തത് അതുകൊണ്ടുതന്നെ. തലതിരിഞ്ഞ വികസനത്തിനെതിരെ പ്രതികരിക്കാനും സാധാരണക്കാർ അശക്തരായിരിക്കുന്നു. അവർ കാറിലും ടിവിയിലും മയങ്ങി തങ്ങളുടെ ജീവിതം കൂടുതൽ ദുരിതപൂർണമാക്കുന്നു. അവരെ ശാസ്ത്രീയമായി ചിന്തിക്കാൻ പ്രാപ്തരാക്കുകയാണ് ജനകീയശാസ്ത്ര പ്രസ്ഥാനങ്ങളുടെ കടമ. അത് വിജയിക്കാത്ത കാലത്തോളം നമ്മുടെ നാട്ടിലെ പട്ടിണിപ്പാവങ്ങൾ കക്കൂസിൽ പോകാൻ കഴിവില്ലാത്തപ്പോഴും കാറിനെ സ്വപ്നം കാണും.

19

എന്നെത്തിന്നാൽ ഞാനും തിന്നും!

"**നാ**ലുകാലുള്ളൊരു നങ്ങേലിപ്പെണ്ണിനെ കോലുനാരായണൻ കട്ടോണ്ടുപോയേ" എന്ന് ഒരു കടങ്കഥയുണ്ട്. ശ്രീമാൻ കോലുനാരായണൻ സാക്ഷാൽ ചേര. അദ്ദേഹത്തിനു നങ്ങേലിപ്പെണ്ണിനെ കണ്ടാൽ മഹാ ഇളക്കംതന്നെ. പുറകെ കൂടും! കയറിപ്പിടിക്കും. നങ്ങേലിത്തവളയ്ക്കോ നാരായണനെ കണ്ടാൽ ഭയമാണ്. ഓടി രക്ഷപ്പെടാനേ നോക്കൂ. പക്ഷേ പലപ്പോഴും ശ്രീമാൻ കോലൻ അവളെ ഓടിച്ചിട്ടു പിടിക്കും. കട്ടോണ്ടു പോകും. കട്ടോണ്ടുപോകുന്നത് കല്യാണം കഴിക്കാനല്ല; വെറുതേ കഴിക്കാൻ! അതായത് ഭക്ഷിക്കാൻ. പ്രകൃതി കോലുനാരായണവർഗത്തിന് കൊടുത്തിരിക്കുന്ന ജോലിയാണത്. തവള, എലി, ഓന്ത് തുടങ്ങിയുള്ള ചെറുജന്തുക്കളെ പിടിച്ചുതിന്നു വിശപ്പടക്കി ജീവിച്ചോളാനാണ് കൽപ്പന. അങ്ങനെ എലികളെപ്പോലുള്ള വീരന്മാരെ നിയന്ത്രിക്കാനും. അപ്പോൾ പ്രകൃതി അറിഞ്ഞുള്ള ഒരു നാടകമാണ് ഈ നങ്ങേലിമോഷണം.

എന്നാൽ പ്രകൃതി നാമറിയാതെ വേറെയും നാടകങ്ങൾ നടത്തുന്നുണ്ട്. ഗവേഷണങ്ങൾ ആ നാടകങ്ങളെയും പുറത്തുകൊണ്ടു വരുന്നുമുണ്ട്. അവ കണ്ടറിഞ്ഞ് നാം വാ പൊളിക്കുന്നുമുണ്ട്. നങ്ങേലിപ്പെണ്ണുങ്ങൾ (ആണുങ്ങളും) നടത്തുന്ന മോഷണം അങ്ങനെ പുറത്തുവന്നിരിക്കുന്നു. അവർ കോലുനാരായണന്മാരെ കട്ടോണ്ടു പോകുന്നു! വിശ്വസിക്കാൻ വിഷമം തന്നെ. പക്ഷേ, സത്യം. തവള ചേരയെ പിടിക്കും. പിടിച്ചുതിന്നും! എന്നെത്തിന്നാൽ ഞാനും തിന്നും എന്നാണ് നങ്ങേലിയുടെ തത്വശാസ്ത്രം.

അപ്പോൾ കാര്യങ്ങളുടെ കിടപ്പ് അങ്ങനെയാണ്. വലിയ പാമ്പുകൾ തവളകളെ പിടിച്ചു ശാപ്പിടും. വലിയ തവളകൾ ചെറിയ പാമ്പുകളെയും പിടിച്ചു തിന്നും. കുട്ടിക്കോലുനാരായണന്മാരെ പിടിച്ചു വിഴുങ്ങാൻ എളുപ്പമാണല്ലോ. അതാണ് നങ്ങേലികളും ഭർത്താ

ക്കന്മാരും പാമ്പിൻകുഞ്ഞുങ്ങളെത്തന്നെ പിടിക്കുന്നത്. വെറും "സാദാ" കോലുനാരായണന്മാരെ പിടിക്കാൻ വിഷമമില്ല. കാരണം അവർക്കു വിഷമില്ല. പക്ഷേ, വിഷമുള്ള വീരന്മാരെ പിടിക്കുന്നതു സൂക്ഷിച്ചുവേണം. നങ്ങേലികൾക്ക് അക്കാര്യമറിയാം. വിഷമുള്ളവരെ സൗകര്യത്തിനു കിട്ടിയാൽ വിഴുങ്ങുകയും ചെയ്യും! അവർ കടിക്കാനാലോചിക്കുംമുമ്പ് വിഴുങ്ങൽ കഴിയണമെന്നു മാത്രം!

മദ്രാസിലും ഹൈദരാബാദിലും നടന്ന പഠനങ്ങൾ ആണ് രസകരമായ ഈ വിവരങ്ങൾ പുറത്തുകൊണ്ടുവന്നിരിക്കുന്നത്. തവളകളെ പിടിച്ചു വയർ കീറി ആഹാരാവശിഷ്ടങ്ങൾ പരിശോധിക്കുകയാണ് അവർ ചെയ്തത്. തീറ്റയുടെ ബാക്കി കണ്ടാൽ എന്തൊക്കെ തിന്നു എന്നറിയാമല്ലോ. കൃത്യമായി പറഞ്ഞാൽ അന്നപഥത്തിലെ അവശിഷ്ടങ്ങളുടെ പഠനമാണ് നടന്നതെന്നർഥം. ഒരു തവളയെ പിടിച്ചു കീറിനോക്കിയപ്പോൾ ഒരു വലിയ അണലിയെത്തന്നെ കണ്ടു! പ്രായപൂർത്തിയെത്തിയ ആ അണലിക്ക് 43 സെന്റീമീറ്റർ നീളമുണ്ടായിരുന്നു. കണ്ടോ കളി? നങ്ങേലിവർഗത്തിന്റെ ധീരത? നാമുദ്ദേശിക്കുന്നതിലും സങ്കീർണമാണ് പ്രകൃതി ഒരുക്കിയിരിക്കുന്നത്. ആഹാരശൃംഖല എന്ന് ഈ വിവരം സൂചിപ്പിക്കുന്നു.

ഹൈദരാബാദിലെ ചീങ്കണ്ണിപ്രോജക്ടിന്റെ ചാർജ് വഹിക്കുന്ന ഡോ. ബി സി ചൗധരിയുടെ നേതൃത്വത്തിലാണ് ഈ തവളവയർ

പരിശോധിനാപരിപാടി നടന്നത്. ഡറാഡൂണിലെ വൈൽഡ്‌ലൈഫ് ഇൻസ്റ്റിറ്റ്യൂട്ടാണ് ഇതിനുവേണ്ട പണം നൽകിയത്. അവർക്കു നന്ദി പറയുക. കാരണം അത്രയേറെ അത്ഭുതകരമായ വിവരങ്ങൾ ഈ പഠനം പുറത്തുകൊണ്ടുവന്നു. "തവളകൾ" കണ്ണുപൊട്ടൻ പാമ്പുകളെ" (ടിഫ്‌ളോസ്) എളുപ്പത്തിൽ വിഴുങ്ങും. ആ കൂട്ടർക്ക് പ്രായപൂർത്തിയായാലും ഏകദേശം 40 സെന്റിമീറ്ററേ നീളംവയ്ക്കൂ. പാമ്പിൻകുഞ്ഞുങ്ങൾ ഏത് ഇനമായാലും തവളകൾ തിന്നും. വിഷമുള്ളവയും ഇല്ലാത്തവയും എല്ലാം പഥ്യം തന്നെ. തവളകളുടെ തീരാത്ത വിശപ്പിനു മുന്നിൽ സ്വന്തം കുഞ്ഞുങ്ങൾവരെ ആഹാരമാകാറുണ്ട്! അവയുടെ വയറ്റിൽ വാലുമാക്രികളെയും കണ്ടു! സ്വവർഗത്തെ ഭക്ഷിക്കുന്ന സ്വഭാവവും തവളകൾക്കുണ്ടെന്നർഥം. ഇന്ത്യൻ ബുൾഫ്രോഗ് എന്നു വിളിക്കുന്ന വലിയ ഇനം തവളയുടെ ഭക്ഷണത്തിന്റെ 65 ശതമാനവും കീടങ്ങളാണെന്നു കണ്ടു. കൃഷിയെ നശിപ്പിക്കുന്ന കീടങ്ങൾ! പിന്നെ എലിവർഗക്കാരെയും തവളകൾ തിന്നുന്നതായി കണ്ടു. അപ്പോൾ ഈ തവളകൾ എത്ര വിലയേറിയവയാണെന്ന് ഓർക്കുക. അവയെ പിടിച്ചു ജീവനോടെ കാലുകൾ വെട്ടിയെടുത്തു വിറ്റു കാശാക്കുന്നവർ എത്ര ക്രൂരന്മാരാണ്. തവളക്കാലുകൾ തിന്നാതെയും വിൽക്കാതെയും മനുഷ്യർക്ക് ഈ ലോകത്തു കഴിയാം. പക്ഷേ പാവം തവളകൾക്കോ സ്വന്തം കാലുകളില്ലാതെ കഴിയാനും വയ്യ. ഇതുണ്ടോ കൊതി പെരുത്ത മനുഷ്യജന്തുക്കൾ ഓർക്കാറുള്ളൂ!

ഏതായാലും തവളകളെപ്പറ്റി ഇനിയും ഏറെ അറിയാൻ കിടക്കുന്നതേയുള്ളൂ എന്നാണ് ഈ പഠനങ്ങൾ വെളിവാക്കുന്നത്. നമ്മുടെ നാട്ടിലെ ഓരോ ഇനം തവളകളുടെയും തീറ്റകളുടെ രീതികൾ, പ്രത്യേകതകൾ ഇവ അറിയണം. തവളകളുടെ സന്താനോൽപ്പാദനസ്വഭാവങ്ങളും പഠിക്കണം. ഓരോയിനം തവളകളെയും ഈ നാട്ടിൽ നിലനിർത്താൻ വേണ്ട സൗകര്യങ്ങളും അറിയണം. ആ പഠനങ്ങൾ തവളകളുടെ പ്രാധാന്യം കൂടുതൽ വെളിച്ചത്തുകൊണ്ടുവരും. അപ്പോൾ തവളകളെ കുറേക്കൂടി ബഹുമാനിക്കാൻ മനുഷ്യർക്കു കഴിഞ്ഞേക്കും. തവളയിനങ്ങളെ നമ്മുടെ പ്രകൃതിയിൽ നിലനിർത്താനും നമുക്കു കഴിഞ്ഞേക്കും. കഴിയണം. ഇല്ലെങ്കിൽ പ്രകൃതി എത്രയോ കാലങ്ങൾ മുമ്പ് ഒരുക്കിയിരിക്കുന്ന അതിസങ്കീർണവും അതിലോലവും അതിസുന്ദരവുമായ സന്തുലനങ്ങൾ ഉലയും; തകരും. ആ തകർച്ച തവളകളെയും പാമ്പുകളെയും മുഞ്ഞകളെയും അതുവഴി മനുഷ്യജന്തുക്കളെയും ബാധിക്കും. അതിനാൽ നമുക്ക് ഇനിയും തവളകളെപ്പറ്റി പഠിക്കാം; പാമ്പുകളെപ്പറ്റിയും.

20

മുലപ്പാലിലും വിഷം

കുഞ്ഞിന് മുലപ്പാൽ കൊടുക്കൂ എന്നാണ് ഏറെനാളായി അമ്മമാരെ ഉപദേശിച്ചിരുന്നത്. ഇനിയിപ്പോൾ മുലയും കൊടുക്കേണ്ട എന്ന് ഉപദേശിക്കേണ്ട നിലയിലേക്ക് നാം പുരോഗമിച്ചിരിക്കുന്നു! മുലപ്പാലിലും വിഷവസ്തുക്കൾ നിറഞ്ഞിരിക്കുന്നു എന്ന് ലോകാരോഗ്യ സംഘടനയുടെ പഠനം സൂചിപ്പിക്കുന്നു. പലപ്പോഴും ഈ വിഷവസ്തുക്കളുടെ അളവ് വളരെ കൂടുതലാകാം. കുഞ്ഞിന് അപകടമുണ്ടാക്കുന്നത്ര കൂടുതൽ! അപ്പോൾ എന്താ വഴി? മുലയൂട്ട് നിർത്തുകതന്നെ.

പിഞ്ചുപൈതലിന് പിന്നെയെന്തു കൊടുക്കും എന്നുപദേശിക്കാൻ നമുക്ക് കഴിയില്ല. കാരണം മലിനീകരണം മറ്റെല്ലാറ്റിനെയും ബാധിച്ചപ്പോഴും മുലപ്പാൽ കൊടുക്കാമല്ലോ എന്നായിരുന്നു നമ്മുടെ സമാധാനം. പ്രകൃതിതന്നെ കുഞ്ഞിനുവേണ്ടി ഒരുക്കിയിരുന്ന ആ അമൃതിലും കാളകൂടം കലരും എന്ന് ആരും കരുതിയില്ല.

പക്ഷേ കാലം മാറി. രാസവസ്തുക്കൾ പെരുകി. അവ മുലപ്പാലിലും കയറിപ്പറ്റി. "പോളി ക്ലോറിനേറ്റഡ് ബൈഫീനൈലുകൾ" തുടങ്ങിയുള്ള ചില ക്ലോറിനടങ്ങും രാസവസ്തുക്കളാണ് മുലപ്പാലിൽ കയറിപ്പറ്റിയിരിക്കുന്നത്. അവ കൊഴുപ്പിൽ ലയിക്കുന്ന വസ്തുക്കളാണ്. ഡി ഡി റ്റി യെപ്പോലെ. അവ അമ്മയുടെ ശരീരത്തിലെ കൊഴുപ്പിൽ ലയിച്ചുകിടക്കും. ബാങ്കിൽ രൂപ കിടക്കുംപോലെ! അമ്മയുടെ മുലപ്പാലിലെ കൊഴുപ്പിൽ അവ കലരും. മുലപ്പാലിലേക്ക് ഊറിയെത്തും എന്ന് ലളിതമായി പറയാം. ആ മുലപ്പാൽ ആണ് പാവം കുഞ്ഞിനെ വളർത്തുന്നതിനുപകരം വലയ്ക്കുന്നത്.

ഇതൊരു ഗൗരവമായ പ്രശ്നമാണിന്ന് പല രാജ്യങ്ങളിലും. സ്വീഡനിൽ മുലയൂട്ടുന്ന അമ്മമാരെ വിദഗ്ദ്ധന്മാർ ഇടയ്ക്കിടെ പരി

ശോധിക്കുന്ന പതിവ് തുടങ്ങിയിരിക്കുന്നു. അവരുടെ മുലപ്പാലിലെ വിഷവസ്തുക്കളുടെ അളവ് കൂടിയോ എന്നറിയാൻ ഇങ്ങനെ പരിശോധിച്ച് കുഴപ്പമില്ലെന്നു കണ്ടാൽ മുലയൂട്ട് തുടരാൻ ഉപദേശിക്കുന്നു.

ലോകാരോഗ്യ സംഘടന ഒരു ഉപദേശംകൂടി വീട്ടമ്മമാർക്കു നൽകുന്നു. മുലയൂട്ടുന്ന കാലം ഒരിക്കലും ഡയറ്റിങ് നടത്തരുത്. തടി കുറയ്ക്കാനും മറ്റും പട്ടിണി കിടക്കുകയോ ഭക്ഷണം കുറയ്ക്കുകയോ ചെയ്യുന്നതിനാണ് ഡയറ്റിങ്ങ് എന്നു പറയുന്നത്. ഇങ്ങനെ ഡയറ്റിങ് നടത്തിയാൽ മുലപ്പാലിലെ വിഷം കൂടും! അതുകൊണ്ട് മുലയൂട്ടുംകാലം അതിന് അമ്മമാർ തുനിയരുതെന്നാണ് ഉപദേശം.

ശരീരം ക്ഷീണിച്ചാലെങ്ങനെ മുലപ്പാലിലെ വിഷത്തിന്റെ അള

വു കൂടും? പറയാം. വിഷം കൊഴുപ്പിൽ അലിഞ്ഞു കിടക്കുകയല്ലേ? വേണ്ടത്ര ആഹാരം കഴിക്കാതെ വരുമ്പോൾ ശരീരം ശേഖരിച്ചു വച്ചിരിക്കുന്ന കൊഴുപ്പിനെ എടുത്തുപയോഗിക്കും. മുലപ്പാലുണ്ടാക്കുന്നതിനും ഇതുപയോഗിക്കാമല്ലോ. അപ്പോൾ അതിലടങ്ങിയിരിക്കുന്ന വിഷവും പുറത്തുവരും. മുലപ്പാലിലൂടെ കുട്ടിക്ക് കിട്ടും. ഇതാണ് വഴി.

പരിസര മലിനീകരണം അവസാനം മുലപ്പാലിലും എത്തിയിരിക്കുന്നു. കീടനാശിനികളുടെ അമിതോപയോഗം, കൃത്രിമവളങ്ങളുടെ തുടർച്ചയായ ഉപയോഗം, വ്യവസായശാലകൾ പുറത്തേക്കു തുപ്പുന്ന അനേകം രാസവസ്തുക്കളുടെ പ്രവർത്തനം എന്നു തുടങ്ങി നാനാവഴിയിലൂടെയാണ് നമ്മുടെ മണ്ണും വായുവും വെള്ളവും മലനീകരിക്കപ്പെട്ടുകൊണ്ടിരിക്കുന്നത്. അപ്പോഴവിടെ ജീവിക്കുന്ന അമ്മമാരെയും മലിനീകരണം ബാധിക്കും. തികച്ചും സ്വാഭാവികം.

ലോകമെങ്ങുമുള്ള ജനങ്ങൾ ഇക്കാര്യത്തെപ്പറ്റി ഇന്ന് ബോധവാന്മാരാണ് എന്നതു മാത്രമാണ് പ്രതീക്ഷയ്ക്ക് വക നൽകുന്നത്. മലിനീകരിക്കപ്പെടാത്ത മനസോടെ, തെളിഞ്ഞ ലക്ഷ്യത്തോടെ ലോകജനത ഒത്തൊരുമിച്ച് ശബ്ദമുയർത്തിയാലേ വരുംതലമുറയിലെ കുഞ്ഞുങ്ങൾക്ക് മുലപ്പാലെങ്കിലും വിഷം ചേരാതെ കിട്ടൂ.

21

ആനക്കുടിയന്മാർ

കാട്ടാനക്കൂട്ടങ്ങൾ നാട്ടിലേക്കു കയറിച്ചെല്ലുന്നു. നാട്ടിലെങ്ങും ലഭിക്കുന്ന കള്ള് കവർന്നെടുത്തു കുടിക്കുന്നു. പൂസാകുന്നു. നാടു മുഴുവൻ തകർക്കുന്നു....

ഇതു "സിനിമാക്കഥ"യല്ല. യഥാർഥ സംഭവം. വടക്കൻ ബംഗാളിലെ കാടുകൾക്കടുത്തു നടന്നതാണ്. അവിടെയുണ്ടായിരുന്ന കനത്ത കാടുകൾക്കു കട്ടികുറഞ്ഞു. കാട്ടാനക്കൂട്ടങ്ങൾ സുഖമായി കഴിഞ്ഞിരുന്ന ആ കാടുകൾ നാടുകളായി മാറി. ആനകൾക്കു തീറ്റ കിട്ടാതായി. സമാധാനമായി കഴിയാനുള്ള ഇടങ്ങളുമില്ലാതായി. അവർ പുറത്തേക്കു വന്നുതുടങ്ങി. അടുത്തുള്ള ഗ്രാമങ്ങളിലേക്കുതന്നെ കൂട്ടമായി ചെന്നുതുടങ്ങി. തീറ്റ തേടിയായിരുന്നു ആ യാത്ര. കരിമ്പും തെങ്ങും വാഴയും കാബേജും ഉരുളക്കിഴങ്ങും തുടങ്ങി സ്വാദുള്ള എന്തൊക്കെ വിഭവങ്ങൾ ഗ്രാമത്തിലുണ്ട്. ആനക്കൂട്ടങ്ങൾ തീറ്റതേടി നടന്നു. ഗ്രാമങ്ങളിൽ നാടൻ മദ്യങ്ങൾ സുലഭം. ഒളിച്ചും തെളിച്ചും വച്ചിരിക്കുന്ന മദ്യക്കുടങ്ങൾ കണ്ട ആനകൾ അവയെയും കവർന്നെടുത്തു കുടിച്ചു. രസിച്ചു. പൂസായി...

കാട്ടാനക്കൂട്ടങ്ങൾ കള്ളുകുടിച്ചു പൂസായി നൃത്തം വയ്ക്കുകയും കൂവുകയും കെട്ടിപ്പിടിക്കുകയും ചാടുകയും മറിയുകയും ചെയ്യുന്ന കാഴ്ച സിനിമയിൽ കണ്ടാൽ നാം ചിരിക്കും. സ്വന്തം ഗ്രാമത്തിലതു നടക്കുമ്പോൾ നാം പേടിച്ച് ഒളിക്കും. മദ്യമദത്തിൽ നൃത്തം ചെയ്യുന്ന കരിവീരന്റെ വികൃതികൾ എന്തൊക്കെയായിരിക്കും എന്ന് ആർക്കും പ്രവചിക്കാനാവില്ലല്ലോ.

മദ്യം "വിശേഷബുദ്ധി" ഉള്ള മനുഷ്യനെ "മൃഗ"മാക്കുമല്ലോ. (മൃഗങ്ങളേ ക്ഷമിക്കൂ!) അപ്പോൾ പിന്നെ വിശേഷബുദ്ധി അശേഷമില്ലാത്ത ആനകളെ എന്താക്കുകയില്ല! ചിന്തിക്കുന്ന മനുഷ്യരെ മുഴു

വൻ ലജ്ജിപ്പിക്കേണ്ട ഒരു വാർത്തയാണിത്. ആനകളെപ്പോലും കുടിയന്മാരാക്കുന്ന മനുഷ്യവർഗത്തിനെക്കുറിച്ച് നാം ചിന്തിക്കണം. പ്രകൃതിയുടെ ലോലലോലമായ സന്തുലനങ്ങൾ തകർത്ത് നമുക്കു കഴിയാനാവുകയില്ല. കാടുവെട്ടി പണമുണ്ടാക്കി. കള്ളുഷാപ്പു നടത്തി അത് ഇരട്ടിയാക്കി മാളികകളിൽ വാഴുന്നവരും, അവർക്കു കൂട്ടുനിൽക്കുന്ന സാധാരണക്കാരായ വിഡ്ഢികളുമെല്ലാം ചിന്തിക്കണം. കാടില്ലെങ്കിൽ നാടില്ല. കാടിന്റെ കട്ടി കുറഞ്ഞാൽ ആനകൾ മാത്രമല്ല മറ്റ് നൂറുകണക്കിന് മൃഗങ്ങളും ജീവിക്കാൻ വകയില്ലാതെ നശിക്കും. അവർക്കെല്ലാം മദ്യം കൊടുത്തു നിർത്താനാവുകയില്ല! അവരുടെ നാശത്തോടൊത്ത് നമ്മളും നശിക്കും എന്ന് നാമറിയണം. ഇത് പാഠം ഒന്ന്.

പാഠം രണ്ടും പ്രധാനം തന്നെ. ആനകൾക്കു കുടിച്ചു കൂത്താടാൻ മാത്രം മദ്യം ഗ്രാമങ്ങളിൽ ഉണ്ടാക്കി സൂക്ഷിച്ചിരുന്നു എന്നു വ്യക്തം. ഗ്രാമത്തിലെ കൊമ്പില്ലാത്ത ഇരുകാലിയാനകൾ എത്രയേറെ മദ്യം അകത്താക്കുന്നു എന്ന് ഇനി വിവരിക്കേണ്ടല്ലോ. മിതമായി കുടിച്ച് അമിതമായി കുടിക്കുന്നവനാകും. അമിതമായി കുടിക്കാൻ അവിഹിതമാർഗങ്ങളിൽ പണമുണ്ടാക്കേണ്ടി വരും. ഗ്രാമസമൂഹത്തിന്റെ ആരോഗ്യം അതോടെ തകരാതെ വയ്യ. ഭൂരിഭാഗം മദ്യപാനികളായ ഒരു ഗ്രാമത്തിനെങ്ങനെ കാടു രക്ഷിക്കാനാകും? സ്വയം രക്ഷിക്കാനാകും? ചിന്തിക്കുന്നവരെ, ഒന്ന് ഉറക്കെ ചിന്തിക്കൂ. സമയം അതിക്രമിക്കുംമുമ്പ് ഒന്ന് ഉറക്കെ ചിന്തിക്കൂ.

22

ഉച്ചയുറക്കം ആരോഗ്യത്തിന്

ഉച്ചയൂണും കഴിഞ്ഞൊന്നുറങ്ങിയാലേ ചിലർക്കു കുശാലാകൂ. അതിനെ ഉറക്കമെന്നു വിളിക്കണമെന്നില്ല. ഒരു മയക്കം മാത്രമാണത്. ഒരു ലഘുനിദ്രമാത്രം. നന്നായി നടു നിവർത്തി കിടന്നുതന്നെ ഉച്ചയുറക്കം നടത്തുന്ന ഭാഗ്യവാന്മാരുണ്ട്. അതിനു പറ്റാത്ത ചിലർ അൽപ്പനേരം കണ്ണടച്ചിരുന്ന് മയങ്ങാറുമുണ്ട്. ഈ ഉച്ചയുറക്കം മടിയന്മാരും സുഖിമാന്മാരുമായ ചിലർ വളർത്തിയെടുത്തിരിക്കുന്ന ഒരു ദുശ്ശീലം മാത്രമാണ് എന്നാണ് പലരും കരുതുന്നത്. പക്ഷേ അതു ശരിയല്ലെന്ന് ജർഗൻ സുള്ളി, സ്കോട്ട് ക്യാംബെൽ എന്നീ ഗവേഷകർ പറയുന്നു. ഈ ഉച്ചയുറക്കം ആരോഗ്യത്തിന് നല്ലതാണ് എന്നാണവർ കണ്ടെത്തിയിരിക്കുന്നത്. അത് കൂടുതൽ നന്നായി ജോലി ചെയ്യാൻ നമുക്കു കഴിവുണ്ടാക്കുന്നു എന്നാണവരുടെ കണ്ടുപിടുത്തം. യൂറോപ്യൻ ഉറക്ക ഗവേഷണ സൊസൈറ്റിയുടെ സമ്മാനമായ ഹെസ് സമ്മാനം നേടിയിരിക്കുന്നു ഈ ഗവേഷണഫലം.

ഈ ഗവേഷകർ കുറേയേറെ വർഷങ്ങളായി ഈ ഉറക്കത്തെപ്പറ്റി പഠിച്ചുകൊ

ണ്ടിരിക്കുകയായിരുന്നു. ഭൂമിക്കടിയിൽ പ്രത്യേകമായി കുഴിച്ചുണ്ടാക്കിയിട്ടുള്ള അറകളിൽ മനുഷ്യരെ താമസിപ്പിച്ചായിരുന്നു പഠനം. അവരുടെ ഉറക്കത്തിന്റെ രീതികളും ഉറക്കത്തിനു മുമ്പും ഉറക്ക സമയത്തും മറ്റുമുള്ള ശാരീരികാവസ്ഥയും പഠനവിധേയമാക്കി. ഉച്ചയാകുമ്പോഴേക്ക് മനുഷ്യശരീരത്തിന്റെ താപനില താഴുന്നതായി അവർ കണ്ടെത്തി. ശരീരം വിശ്രമത്തിന് അഥവാ ഉറക്കത്തിന് തയ്യാറായിരിക്കുന്നു എന്നതിന്റെ സൂചനയാണിത്. ഓരോ ജന്തുശരീരത്തിലും ഓരോ അദൃശ്യ നാഴികമണിയുണ്ട്. സ്വാഭാവികമായുള്ള ഒരു സമയബോധം. ശാരീരിക താളം. ഉച്ചയാകുമ്പോൾ ശരീരത്തിലെ ആ അദൃശ്യമായ നാഴികമണി ഉറക്കത്തിനുള്ള ബെല്ലടിക്കുന്നു എന്നർഥം. അപ്പോൾ ഒരു ചെറു ഉറക്കം നടത്തിയാൽ ശരീരം നഷ്ടപ്പെട്ട ഊർജം വീണ്ടെടുക്കും. പിന്നീട് കൂടുതൽ നന്നായി ജോലി ചെയ്യാനും ആ ഉച്ചയുറക്കം സഹായിക്കും.

ഭാവിയിൽ ഉച്ചയുറക്കത്തിന് അൽപ്പം സമയം ഓഫീസുകളിൽ നൽകിയേക്കാം. കാരണം അത് ജോലിക്കാരുടെ പ്രവർത്തന ക്ഷമത വർദ്ധിപ്പിക്കുകയും അങ്ങനെ ആത്യന്തികമായി ഓഫീസിന് കൂടുതൽ ലാഭം നൽകുകയും ചെയ്തേക്കാം. എന്നുവച്ച് ഉച്ചയ്ക്ക് ഊണുകഴിഞ്ഞ് കിടന്ന് വൈകിട്ട് കാപ്പികുടിക്കാൻ സമയമാകുംവരെ ഉറങ്ങണമെന്നല്ല അർഥം.

ഉറക്കം ജന്തുക്കൾക്കെല്ലാമുണ്ടോ? ഓരോ ജന്തുവും എങ്ങനെയാണ് ഉറങ്ങുന്നത്? ഉറക്കത്തിൽ നമ്മുടെ ശരീരത്തിന്റെ അവസ്ഥയിൽ എന്തൊക്കെ മാറ്റങ്ങൾ ഉണ്ടാകുന്നു? ഇക്കാര്യങ്ങളെപ്പറ്റിയെല്ലാം നമുക്ക് കുറേയേറെ വിവരങ്ങൾ ഇന്നുണ്ട്. പക്ഷേ ഇനിയും ഏറെ അറിയാൻ കിടക്കുന്നു എന്നു മാത്രം. ഒരു കാര്യം തീർച്ച. ഉറക്കം മനുഷ്യരെപ്പോലുള്ള ജീവികൾക്ക് അത്യാവശ്യമാണ്. പ്രായഭേദമനുസിച്ച് ഉറക്കത്തിനു വേണ്ട സമയം മാറും എന്നു മാത്രം. ഒരു നവജാത ശിശു ഇരുപതുമണിക്കൂർവരെയുറങ്ങുമ്പോൾ ഒരു പ്രായപൂർത്തിയായ മനുഷ്യന് 7 – 9 മണിക്കൂറുകൾ ഉറങ്ങിയാൽ മതി. ഇതൊക്കെ ശരാശരി കണക്കുകൾ മാത്രമാണ്. ക്യൂബയിൽ ജീവിക്കുന്ന തോമസ് ഇസ്കിഡൊ എന്ന അമ്പത്തഞ്ചു വയസുകാരൻ കഴിഞ്ഞ നാൽപ്പതു വർഷങ്ങളായി ഉറങ്ങിയിട്ടേയില്ലപോലും! തോമസിനെ വിശദമായി പരിശോധിച്ചു പഠിച്ച വിദഗ്ധ ഡോക്ടർമാർ പറയുന്നത് അദ്ദേഹത്തിന് ഉറങ്ങാനുള്ള കഴിവ് നശിച്ചുപോയിരിക്കുന്നു എന്നാണ്! ഉറങ്ങാൻ പറ്റാതെ രാപ്പകൽ ഉണർന്നു ക

ഴിയേണ്ടിവന്നിരിക്കുന്ന തോമസ് എത്ര കഷ്ടപ്പെടുന്നുണ്ട് എന്ന് വിവരിക്കുക വയ്യ. നന്നായി ഉറങ്ങാൻ കഴിയുന്നവർ ഭാഗ്യവാന്മാർ തന്നെ. ഉറക്കത്തെപ്പറ്റി കൂടുതൽ ഗവേഷണങ്ങൾ നടന്നു കഴിയുമ്പോൾ ഉറക്കമില്ലാത്തവരെ ഉറക്കുന്ന യന്ത്രങ്ങൾവരെ കണ്ടെത്തുന്ന കാലം വന്നേക്കാം. തൽക്കാലം അതൊന്നും കാത്തിരിക്കാതെ നമുക്ക് നന്നായി ഉറങ്ങാം. ഉഷാറായി ഉണർന്നു പ്രവർത്തിക്കാൻ വേണ്ടി നന്നായി ഉറങ്ങാം.

23

വായുഭഗവാൻ പിണങ്ങിയാൽ

പണ്ടു പണ്ടൊരിക്കൽ വായു ഭഗവാൻ ഒന്നു പിണങ്ങിയ കഥ കേട്ടിട്ടില്ലേ? പിറന്നു വീണപ്പോൾതന്നെ സൂര്യബിംബത്തെ വിഴുങ്ങാൻ ചാടിയ വീരനായിരുന്നു വായുഭഗവാന്റെ പുത്രൻ മാരുതി. അതായത് ഹനുമാൻ. കുതിച്ചു ചാടിച്ചെന്ന ആ വിരുതനെ ദേവേന്ദ്രൻ വധിച്ചു. തന്റെ പ്രിയപുത്രന്റെ മരണം വായുഭഗവാനെ വല്ലാതെ വേദനിപ്പിച്ചു. അദ്ദേഹം ആ പിഞ്ചുബാലന്റെ ശരീരവും താങ്ങിയെടുത്തു പാതാളലോകത്തു ചെന്നിരുന്നു. മകനെ മടിയിൽ കിടത്തി അവന്റെ ഇളം മേനിയിൽ തലോടിത്തലോടിയിരുന്നു. അങ്ങനെ ഈ ലോകത്തെ സകലവായുക്കളേയും ആകർഷിച്ചു തന്റെയുള്ളിലാക്കി ഏകാന്തതയിൽ വേദനിച്ചിരുന്നു ആ പിതാവ്. അപ്പോഴേക്ക് ഈ ലോകത്തെ സകല ജീവജാലങ്ങളും മരവിച്ചു നിന്ന കഥ കുഞ്ചൻനമ്പ്യാർ തന്നെ വർണ്ണിച്ചിട്ടുണ്ട്.

"..... നിൽക്കുന്ന ജന്തുക്കളപ്പാടെ നിന്നു കി-
ടക്കുന്ന ജന്തുക്കളപ്രകാരം തന്നെ
ഉണ്ടിരിക്കുന്നവൻ കയ്യിലുരുളയും
വച്ചങ്ങു വായും പിളർന്നു വാണിടുന്നു
കണ്ടിരിക്കുന്നവൻ കണ്ണും തുറന്നൊരു
കൽപ്പാവപോലെയനങ്ങാതിരിക്കുന്നു
മുങ്ങുന്ന ചങ്ങാതി മുങ്ങിക്കിടക്കുന്നു
തെങ്ങുകേറുന്നവൻ തെങ്ങേലിരിക്കുന്നു
ഊക്കുന്ന ഭൂസുരൻ കൈകളിൽ വെള്ളവു-
മാക്കിപ്പിടിച്ചങ്ങനങ്ങാതെ നിൽക്കുന്നു
നാരിയെക്കെട്ടിപ്പുണരും പുരുഷനും

നാരിയെ കെട്ടിപ്പിണഞ്ഞങ്ങിരിക്കുന്നു..."

ഏതായാലും ഭാഗ്യത്തിന് ബ്രഹ്മാവും കൂട്ടരും വിവരമറിഞ്ഞ് പാതാളലോകത്തെത്തി മാരുതിക്കു ജീവൻ കൊടുത്ത് കാര്യമൊതുക്കിത്തീർത്തതുകൊണ്ട് വായുഭഗവാൻ ലോകത്തേക്കു തിരിച്ചെത്തി. ലോകത്ത് വായു നിറഞ്ഞു. ജീവന് വീണ്ടും അനക്കം വച്ചു. ലോകം രക്ഷപ്പെട്ടു!

ഇതു പുരാണകഥ. ഇന്നിപ്പോൾ ആ കഥ യാഥാർഥ്യമാകാൻ പോകുന്നു എന്നാണ് സൂചന. കാരണക്കാരൻ ദേവേന്ദ്രനല്ലെന്നു മാത്രം. ദേവേന്ദ്രനിലും കേമന്മാരാണെന്നു കരുതി, അദ്ദേഹത്തേയും കവച്ചുവയ്ക്കുന്ന വിരുതുകൾ കാണിക്കുന്ന ആധുനിക മനുഷ്യരുടെ വിഡ്ഢിത്തങ്ങൾ കൊണ്ടു പൊറുതിമുട്ടി വായുഭഗവാൻ പിണങ്ങിത്തുടങ്ങിയതിന്റെ സൂചനകൾ ജപ്പാനിൽ കണ്ടുതുടങ്ങിയിരിക്കുന്നു. അവിടെ നിരന്തരമായി റോഡുകളിലൂടെ പെട്രോൾ വാഹനങ്ങൾ ചീറിപ്പായുന്നു. തന്മൂലം നഗരപാതകൾ മുഴുവൻ മലനീകരിക്കപ്പെട്ടിരിക്കുകയാണ്. അവിടുത്തെ വായു ശ്വസിച്ചാൽ രോഗമുണ്ടാകുന്ന നിലയിലായിരിക്കുന്നു. നഗരത്തിൽ തങ്ങി നിൽക്കുന്ന വ്യവസായശാലകൾ പുറത്തേക്കു തുപ്പുന്ന ഉച്ഛിഷ്ടങ്ങൾ കൂടിയായപ്പോൾ വായു വല്ലാതെ ദുഷിച്ചിരിക്കുന്നു. ഇങ്ങനെ ദുഷിച്ച വായുവിൽ ഏറെനേരം കഴിച്ചുകൂട്ടാൻ പറ്റാതായിരിക്കുന്നു. പ്രത്യേകിച്ചും ട്രാഫിക് പൊലീസിന്. കാരണം വണ്ടികളോടുമ്പോൾ പുറത്തുവിടുന്ന വിഷങ്ങൾ നേരിട്ട് അവരുടെ മൂക്കുകളിലേക്കാണല്ലോ കയറുക. അതിനാൽ ഏറെനേരം ട്രാഫിക് ഡ്യൂട്ടിയിൽ നിന്നാൽ പൊലീസുകാരന്റെ തലകറങ്ങും. മലിനീകരണം മൂലം അയാൾ തളരും. രോഗബാധിതനാകും. ഇതിൽനിന്നും രക്ഷനേടാൻ ഒരുതരം മൂടി (ഗ്യാസ് മാസ്ക്) ധരിച്ചാണ് പാവം പൊലീസുകാരൻ ഡ്യൂട്ടിയിൽ നിൽക്കുന്നത്. വിഷവാതകത്തിൽനിന്നും രക്ഷനേടാൻ ഇതുമാത്രം പോരാതെ വന്നിരിക്കുന്നു. അതിനാൽ ഇടയ്ക്കിടെ പൊലീസുകാരൻ ശുദ്ധമായ ഓക്സിജൻ വലിക്കുകയും ചെയ്യുകയാണിപ്പോൾ. അതിനായി ചെറിയ ഓക്സിജൻ സിലിണ്ടറും അയാൾ കരുതണം.

ഇങ്ങനെ ഓക്സിജൻ വലിക്കേണ്ടി വരുന്നത് ട്രാഫിക് പൊലീസുകാർ മാത്രമല്ല, ജപ്പാനിലെ ബാറുകളിലും ഓക്സിജൻ വലിക്കാൻ കിട്ടും. കാരണം ബാറിലെ മദ്യത്തിന്റെയും സിഗററ്റിന്റെയും മറ്റു വിഷവസ്തുക്കളുടെയും മിശ്രിതമായ വായുവിൽ ഏറെനേരം ഇരിക്കാൻ വയ്യാതായിരിക്കുന്നു. മദ്യസേവ തുടങ്ങിയാൽ അത്ര

പെട്ടെന്ന് അവസാനിപ്പിച്ചു പോരാനും പറ്റില്ലല്ലോ! അതിനാൽ ഓക്സിജൻ സിലിണ്ടർകൂടി അടുത്തുവയ്ക്കുന്നു. ഇടയ്ക്കിടെ ഒരു വായ് ഓക്സിജനും വലിക്കുകതന്നെ! കഞ്ചാവും സിഗററ്റും വലിക്കുന്നതിനിടയിലെ വിശ്രമസമയം ഇതിനുപയോഗിക്കാമല്ലോ! ആളുകൾ തിങ്ങിക്കയറുന്ന കടകളിലും വായു വല്ലാതെ മോശമാകുന്നതിനാൽ ഓക്സിജൻ വലിക്കാൻ കിട്ടും.

പണ്ടൊക്കെ വല്ലാതെ അധ്വാനിക്കുന്ന കായികതാരങ്ങൾക്കു ക്ഷീണം മാറാൻ വലിക്കാനായിരുന്നു ജപ്പാനിൽ ഓക്സിജൻ ഉപയോഗിച്ചിരുന്നത്. ഇന്നത് ഇങ്ങനെ ബാറുകളിലും പൊലീസുകാരന്റെ തോളിലുംവരെ എത്തിയിരിക്കുന്നു. മൂന്നുമിനിറ്റ് ഇങ്ങനെ ഓക്സിജൻ വലിക്കാൻ ചെലവ് പത്തുരൂപയോളം വരുമെന്നും മറക്കേണ്ട!

ജപ്പാനിൽ കിന്റർ ഗാർട്ടനിലും പ്രൈമറി സ്കൂളിലും പോകുന്ന കൊച്ചുകുട്ടികൾ ഗ്യാസ്മാസ്ക് ധരിച്ചുകൊണ്ടുപോകുന്ന പതിവ് പണ്ടേ തുടങ്ങിയിരിക്കുന്നു. ഇപ്പോൾ കൃത്രിമമായി ഓക്സിജൻ വലിക്കേണ്ട ഘട്ടംവരെ അവർ പുരോഗമിച്ചിരിക്കുന്നു.

ഭ്രാന്തമായ പുരോഗമനത്തിനായി കുതിക്കുന്നവർക്കൊക്കെ ഈ വാർത്ത ഒരു താക്കീതാണ്. ഭാവിയിൽ ശ്വസിക്കാൻ പറ്റുന്ന വായുവില്ലാത്ത ലോകം ഉണ്ടാകും എന്ന്. അന്ന് പാവപ്പെട്ടവൻപോലും വായുവിന് കാശുകൊടുക്കേണ്ട ഗതികേടിലാകും. 'അരിയെവിടെ' 'തുണിയെവിടെ' എന്നൊക്കെ മുദ്രാവാക്യം വിളിക്കുന്നതിനിടയിൽ 'വായു എവിടെ' എന്നുകൂടി വിളിക്കാൻ ഭാഗ്യമുണ്ടാകും. പ്രൈമറി സ്കൂളിൽ സൗജന്യ ഉച്ചക്കഞ്ഞിയുടെകൂടെ സൗജന്യ ഓക്സിജൻ സപ്ലൈ കൂടി തുടങ്ങേണ്ടിവരും. അതു നല്ലതല്ലേ എന്നു വാദിക്കുന്ന വീരന്മാരും അന്നുണ്ടാകും. കാരണം അപ്പോൾ ധാരാളം ഓക്സിജൻ നിർമാണക്കമ്പനികളുണ്ടാകും. ഓക്സിജൻ കച്ചവടം കസറും. തൊഴിലില്ലായ്മക്ക് ഒരു പരിഹാരമുണ്ടാകും എന്നൊക്കെ അവർ വാദിക്കും!

ഇത്തരമൊരു ലോകമുണ്ടാകാതെ നോക്കാൻ മനുഷ്യത്വമുള്ളവർ ലോകമെങ്ങും സംഘടിക്കേണ്ട കാലം കഴിഞ്ഞിരിക്കുന്നു. മനുഷ്യനുവേണ്ടി പ്രകൃതി സൗജന്യമായി ഒരുക്കിയിരിക്കുന്ന അമൃതാണ് വായു എന്നറിയുക. അതിൽ വിഷം കലർത്തുന്ന കാളിയന്മാരെ നിലയ്ക്കു നിർത്തേണ്ട ശ്രീകൃഷ്ണന്മാരായി മാറാൻ തയ്യാറാവുക. അല്ലെങ്കിൽ നിങ്ങളുടെ മക്കൾ വിഷവായു ശ്വസിച്ച് തളർന്നുവീഴുന്ന കാലം അത്ര വിദൂരത്തിലല്ല.

24

ആടിന് പുതിയ ഉപയോഗം

മനുഷ്യൻ ആടുമായി അടുപ്പത്തിലായിട്ട് എത്ര നാളായി? ഏകദേശം പതിനായിരം വർഷങ്ങളായി എന്നു വിദഗ്ധന്മാർ കരുതുന്നു. മനുഷ്യൻ ആദ്യമായി ഇണക്കി വളർത്തിയ മൃഗങ്ങളിലൊന്നാണ് ആട്. പതിനായിരത്തോളം വർഷങ്ങൾ മുമ്പ് തെക്കുപടിഞ്ഞാറെ ഏഷ്യയിൽ കൃഷി ചെയ്തു ജീവിക്കാനാരംഭിച്ച മനുഷ്യരാണ് ആടിനെ ഇണക്കാനും തുടങ്ങിയതെന്നു കരുതുന്നു.

പുരാതന മനുഷ്യവാസകേന്ദ്രങ്ങളിൽ നടത്തിയ പഠനങ്ങളാണ് ഈ രഹസ്യങ്ങൾ വെളിച്ചത്താക്കിയിരിക്കുന്നത്. അവിടെ മനുഷ്യരുടെ അസ്ഥികളുടെ കൂട്ടത്തിൽ ആടിന്റെ അസ്ഥിയും കാണപ്പെടുന്നു. അതിൽനിന്നും ആടും മനുഷ്യനുമായി അടുത്ത സൗഹൃദത്തിലായിരുന്നു എന്നു സാരം.

ആടും പന്നിയുമെല്ലാം ആദ്യം കാട്ടുജന്തുക്കൾ മാത്രമായിരുന്നു. കാട്ടിലെ അനന്തമായ പുൽമേടുകളിൽ അവ അലഞ്ഞു നടന്നിരുന്നു. വേട്ടക്കാരായി കഴിഞ്ഞിരുന്ന മനുഷ്യർ സാവധാനം തീ കണ്ടുപിടിച്ചും വീടുണ്ടാക്കിയും കൃഷി ചെയ്തും മറ്റും ഓരോ ഭാഗങ്ങളിൽ താമസമുറപ്പിച്ചതോടെ അവൻ നാൽക്കാലികളെ ഇണക്കി വളർത്താനും തുടങ്ങി. അവയുടെ പാലും തോലും രോമവും ഇറച്ചിയുമെല്ലാം ഉപയോഗിക്കാനും തുടങ്ങി. അങ്ങനെ ആട് മനുഷ്യരെ സേവിക്കാൻ തുടങ്ങി. ആടുകൾക്ക് അവയുടെ സ്വാതന്ത്ര്യം അതോടെ നഷ്ടമാവുകയും ചെയ്തു.

ആട്ടിൻകുട്ടിയാണെങ്കിൽ ശാന്തിയുടെയും സൗന്ദര്യത്തിന്റെയും പ്രതീകമാണ്. ആട്ടിൻകുട്ടിയെപ്പോലെ ശാന്തൻ എന്നു നാം പറയാറുണ്ടല്ലോ. ആട്ടിൻകുട്ടിയേയും മാറോടടുക്കിപ്പിടിച്ചു നിൽക്കുന്ന യേശുക്രിസ്തുവിന്റെ മനോഹരമായ ചിത്രം ആരെയാണ് ആകർഷിക്കാത്തത്. ശാന്തിയുടെയും സ്നേഹത്തിന്റെയും സൗഹൃദത്തിന്റെയും പ്രതീകമായ ക്രിസ്തുദേവന്റെ കയ്യിൽ ഇരിക്കാൻ സർവഥാ യോഗ്യനാണ് കുഞ്ഞാട്.

പെട്ടെന്നു പേടിക്കുന്ന പ്രകൃതമാണ് ആടിന്റേത്. ദയ അർഹിക്കുന്ന ജന്തുക്കൾ. പക്ഷേ പണ്ടുമുതൽ തന്നെ മനുഷ്യൻ ആടിനെത്തന്നെ ബലിമൃഗവുമാക്കിയിരുന്നു. എളുപ്പം ബലികഴിക്കാവുന്ന മൃഗമായതുകൊണ്ടാണോ അത്?

ആടിന്റെ രോമമുപയോഗിച്ചാണല്ലോ കമ്പിളി (Wool) ഉണ്ടാക്കുന്നത്. ക്രിസ്തുവിന് നാലായിരം വർഷം മുമ്പുതന്നെ കമ്പിളി വസ്ത്രമായി ഉപയോഗിച്ചിരുന്നു. ഇന്നും കമ്പിളി തണുപ്പുള്ള പ്രദേശങ്ങളിൽ ഒരു പ്രധാന വസ്ത്രമാണ് എന്നോർക്കുക.

ആടുകൾ പരിസരനാശത്തിന് കാരണമാകുന്നു എന്നൊരു പരാതി പ്രകൃതിസ്നേഹികൾ ഉന്നയിക്കാറുണ്ട്. അവ മേയുമ്പോൾ ചെടികളുടെ തലതന്നെ കടിച്ചുതിന്നുന്നു. അതു സസ്യങ്ങളുടെ നാശത്തിന് വഴിതെളിക്കുന്നു. പുൽമേടുകളെ അമിതമായി ഉപയോഗിച്ച് വൻതോതിൽ കാലി വളർത്തൽ നടത്തിയതു മൂലം ഭൂമിയിലെ അനേകം ഫലഭൂയിഷ്ഠമായിരുന്ന പ്രദേശങ്ങൾ മരുഭൂമികളായി മാറിയിട്ടുണ്ടുപോലും. ആടു കടിച്ചാൽ സസ്യങ്ങൾ കരിയും എന്ന ഒരു വിശ്വാസം തന്നെയുണ്ട്. ശാസ്ത്രീയമായി പഠിക്കേണ്ടതാണാ വിഷയം.

പക്ഷേ പരിസരനാശത്തിനു കാരണം ആടല്ല. മനുഷ്യരാണ്. ആടിനു ബുദ്ധിയില്ല. ബുദ്ധിയുള്ള മനുഷ്യർ അമിതമായി ആടുവളർത്തിയിട്ടാണല്ലോ പരിസരനാശമുണ്ടായിരിക്കുന്നത്.

യുദ്ധകാലത്ത് ആടിന് ആവശ്യമുണ്ടാകും എന്ന് ഇന്ത്യൻ പട്ടാളക്കാർ കുറേ നാൾ മുൻപു തെളിയിച്ചു. ശ്രീലങ്കയിലേക്ക് ഇന്ത്യ സമാധാനസേനയെ അയച്ച കാര്യം ഓർമയുണ്ടല്ലോ. ശ്രീലങ്കയെ സേവിക്കാൻ പോയ പട്ടാളക്കാരെ സേവിക്കാനാണ് പുറകെ ഇന്ത്യൻ ആടുകൾ പോയത്. ശ്രദ്ധിക്കുക. പട്ടാളക്കാർക്കു സേവിക്കാനല്ല! പട്ടാളക്കാരെ സേവിക്കാൻ തന്നെ. ആന്ധ്രാപ്രദേശ്, കർണ്ണാടകം, കേരളം എന്നീ സംസ്ഥാനങ്ങളിൽനിന്നും ശേഖരിച്ച ആടുകളെ രാമേശ്വരത്തുനിന്നുമാണ് ശ്രീലങ്കയിലേക്കു കയറ്റി അയച്ചത്.

എങ്ങനെയാണ് യാതൊരു മുൻപരിചയവുമില്ലാതെ ശാന്തരായ ആടുകൾ യുദ്ധസേവനം നടത്തുന്നതെന്നോ? ശ്രീലങ്കയിൽ പല ഭാഗങ്ങളിലും 'പുലികൾ' മൈനുകൾ കുഴിച്ചിട്ടുണ്ട്. എവിടെയൊക്കെ മണ്ണിനടിയിൽ മൈനുകൾ കിടപ്പുണ്ട് എന്ന് പുലികൾ ഒഴിച്ച് മറ്റ് ആർക്കുമറിയുകയില്ല. ആ ഭാഗങ്ങളിലൂടെ അറിയാതെ നടന്നാൽ മൈനുകൾ പൊട്ടും. പട്ടാളക്കാരുടെ തലയും പൊട്ടിത്തെറിക്കും. ഇങ്ങനെ അപകടം ഉണ്ടാകാതിരിക്കാൻ മൈനുകൾ കണ്ടെത്തണം. പൊട്ടിച്ചുകളയണം. ആടുകളെ ഇതിനാണുപയോഗിക്കുന്നത്.

പട്ടാളക്കാർ മാർച്ചു ചെയ്യുന്നതിനു മുൻപെ ആട്ടിൻകൂട്ടത്തെ ആ ഭാഗത്തേക്കു മാർച്ചു ചെയ്യിക്കും. ആട്ടിൻപടയ്ക്കു പിൻപെ മനുഷ്യപ്പട എന്നതാണ് വിദ്യ. ആടുകൾ നടന്നുപോകുമ്പോൾ മൈനുകൾ ഉണ്ടെങ്കിൽ പൊട്ടിത്തെറിച്ചുകൊള്ളും. കുറെ ആടുകൾ അതോടെ കൊല്ലപ്പെടും. പക്ഷേ പട്ടാളക്കാർ ചാകില്ലല്ലോ. ഒരു ആടിലും വിലയില്ലേ ഒരു പട്ടാളക്കാരന്?

അറക്കാനായി ശേഖരിക്കുന്ന ആടുകൾ മനുഷ്യരുടെ തീൻമേശയിൽ എത്തുന്നതിനു പകരം യുദ്ധഭൂമിയിൽ മൈനുകളുടെ പൊട്ടലിൽ പെട്ടു ചിതറുന്നു എന്നുമാത്രം. തീൻമേശയിലെത്തിയാലും മൈനുകളിൽ തട്ടിച്ചിതറിയാലും മനുഷ്യസേവനം തന്നെ.

പാവം ആടുകൾ! പുരാതനകാലം മുതൽ മനുഷ്യനെ സേവിച്ചു വരുന്നതിന് അവയ്ക്കു ലഭിക്കുന്ന പ്രതിഫലം എത്ര ക്രൂരം. "മനുഷ്യൻ! എത്ര മനോഹരമായ പദം" എന്നു ഗോർക്കി പറഞ്ഞത് ആടുകൾ ഒരിക്കലും അംഗീകരിക്കില്ല. തീർച്ച.

25

സംഭാരമഠങ്ങൾ തുടങ്ങണം

നട്ടുച്ചയ്ക്ക് നാട്ടിൻപുറത്തേക്കുള്ള ഒരു ബസിൽ ഈയിടെ യാത്രചെയ്യേണ്ടിവന്നു. വെയിലടിക്കുന്ന വശത്താണ് സീറ്റു കിട്ടിയത്. നാട്ടിൻപുറത്തേക്കല്ലേ സാരമില്ല. വഴിയിൽ തണൽകാണും. അങ്ങനെ സമാധാനിച്ച് യാത്ര തുടങ്ങി. പക്ഷേ വഴിയിലൊന്നും ഒറ്റ മരവുമില്ല. നഗരത്തിലും കഷ്ടമായിരിക്കുന്നു. നാട്ടിൻപുറത്തെ റോഡ്. കറന്റുകമ്പിക്ക് തടസമുണ്ടാകാതിരിക്കാൻ മരങ്ങളൊക്കെ വെട്ടിക്കളഞ്ഞിരിക്കുന്നു. രണ്ടു മണിക്കൂർ വെയിലിന്റെ ചൂടിൽ വിയർത്തുതളർന്ന് യാത്രക്കാർ അവശരായിരുന്നു. നാട്ടിൻപുറത്തെ നാലുംകൂടിയ കവലയിൽ വണ്ടി യാത്ര മതിയാക്കിയപ്പോൾ ഞങ്ങൾക്ക് ആശ്വാസമായിരുന്നു. വണ്ടിയിൽനിന്നും യാത്രക്കാർ അടുത്തുള്ള കടകളിലേക്ക് ഓടുകയായിരുന്നു. എന്തെങ്കിലും കുടിക്കാൻ. അവിടെ ആ കൃത്രിമ പാനീയങ്ങൾ കുടിച്ചുതീർക്കുന്നതു കണ്ട് ഞാൻ മാറിനിന്നു. കടയിലെ തിരക്കു തീർന്നപ്പോൾ കടക്കാരനോട് കുറച്ചു പച്ചവെള്ളം ആവശ്യപ്പെട്ടു.

"പച്ചവെള്ളമോ?" അയാൾക്കത്ഭുതം. ദാഹത്തിന് പച്ചവെള്ളം ചോദിച്ച ഇവനാരെടാ എന്ന മട്ടിൽ ഒരു നോട്ടവും. പിന്നെ ഒരു ഉപദേശവും തന്നു. "ദേ, ഏതുതരം കൂൾഡ്രിങ്ക്സുമുണ്ട്. ദാഹത്തിന് ഒന്നാംതരമാ. ഏതുവേണം?"

പച്ചവെള്ളത്തിന് പണം കൊടുക്കാമെന്നു പറഞ്ഞിട്ടും അയാൾ അതുതരാൻ തയ്യാറല്ലായിരുന്നു. എങ്കിൽ നാരങ്ങാവെള്ളം മതി എന്നായി ഞാൻ. കടക്കാരൻ ഫ്രഡ്ജിൽ കുപ്പിയിലൊഴിച്ചു സ്റ്റോക്കു ചെയ്തിരിക്കുന്ന നാരങ്ങാവെള്ളമെടുത്തു. "അതുവേണ്ട. ഒരു നാരങ്ങാമുറിച്ച് പിഴിഞ്ഞു തന്നാൽ മതി." ഞാൻ ഇടപെട്ടു. "സാറെ, അങ്ങനെ അപ്പപ്പോൾ പിഴിയുന്ന നാരങ്ങാവെള്ളക്കച്ചവടം പണ്ടേ

നിർത്തി. സാറ് വേറെവല്ല കടയിലും തിരക്കിക്കോ." അയാൾ എന്നെ ഒഴിച്ചുവിട്ടു.

ഒരു നാട്ടിൻപുറത്തെ സ്ഥിതിയാണിത്. അന്ന് ആ വണ്ടിയിൽ നിന്നും പുറത്തിറങ്ങിയവർ വെറും സാധാരണക്കാരായിരുന്നു. അവർ വളരെയേറെ അധ്വാനിച്ചാണ് കുറച്ചു പണമെങ്കിലും സമ്പാദിക്കുന്നത്. ആ പണം അവരുടെ ആരോഗ്യം നശിപ്പിക്കുന്ന ഇത്തരം പാനീയങ്ങൾക്കു ചെലവാക്കുന്നത് അജ്ഞതകൊണ്ടാകാം. "സോഫ്ട് ഡ്രിങ്ക്സ്" എന്ന വകുപ്പിൽ പെടുത്തുന്ന ഈ കൃത്രിമ പാനീയങ്ങൾ ഇപ്പോൾ ഫാഷന്റെ ഭാഗവുംകൂടിയായിരിക്കുന്നു. പരസ്യങ്ങളുടെ മായാജാലത്തിൽപ്പെട്ട് ഇവ കുടിക്കുന്നതാണ് ഗമ എന്നു കരുതി കുടിക്കുന്നവരുമുണ്ട്.

നാരങ്ങാനീരിലും പരിഷ്കാരം. പണ്ടൊക്കെ നമ്മുടെ കൺമുമ്പിൽവച്ചു നാരങ്ങാ പിഴിഞ്ഞ് തരുമായിരുന്നു. ഇപ്പോൾ കടക്കാരൻ നേരത്തെ പിഴിഞ്ഞ് നാരങ്ങാവെള്ളം ഉണ്ടാക്കി സ്റ്റോക്കു ചെയ്യുന്നു. മായം ചേർക്കാൻ പഴുതുണ്ടാകുന്നു എന്നു മാത്രമല്ല കുഴപ്പം. അപ്പപ്പോൾ പിഴിഞ്ഞു കുടിക്കുന്ന നാരങ്ങാനീരിന്റെ ഗുണം കാണില്ല പിഴിഞ്ഞുവച്ചു പഴകി കുടിച്ചാൽ.

നാരങ്ങാനീര് നല്ല ഒരു പാനീയമാണ്. എല്ലാത്തരം നാരങ്ങാനീരിലും ധാരാളം വിറ്റാമിൻ 'സി' അടങ്ങിയിട്ടുണ്ട്. ചെറുനാരങ്ങയോ ഒടിച്ചുകുത്തി (വള്ളി) നാരങ്ങയോ വലിയ തീൻനാരങ്ങയോ ഏതായാലും നല്ലതാണ്. പക്ഷേ പഴകിയതാകരുതെന്നു മാത്രം.

ഫാഷൻ നാട്ടൻപുറത്തെ കടകളിൽ മാത്രമല്ല വീടുകളിലും കയറിക്കൂടിയിരിക്കുന്നു. അന്ന് ദാഹിച്ചു തളർന്ന് നാട്ടിൻപുറത്തെ സുഹൃത്തിന്റെ വീട്ടിൽ ചെന്നപ്പോൾ സ്നേഹപുരസരം കൊണ്ടുവന്നുവച്ചതും നിറമുള്ള ഒരു കൃത്രിമ വെള്ളം. വെള്ളത്തിലേക്ക് ഗുളിക എടുത്തെറിഞ്ഞും മറ്റും എളുപ്പത്തിൽ ഉണ്ടാക്കുന്ന ഒരു ഉടൻകൊല്ലി വെള്ളം! വളരെ നിർബന്ധിച്ചിട്ടാണ് എനിക്ക് അതിനു പകരം

പച്ചവെള്ളം തന്നത്. പച്ചവെള്ളം കുടിക്കുന്നത് നാണക്കേടാണെന്നുതോന്നും നാട്ടുകാരുടെ മട്ടു കണ്ടാൽ.

സംഭാരപാരമ്പര്യമുള്ള കേരളീയർ എന്തിന് ഈ കൃത്രിമ പാനീയങ്ങൾക്കു പുറകെ പോയി നശിക്കണം? പുളിച്ച മോരിൽ നന്നായി വെള്ളം ചേർത്ത് നേർപ്പിച്ച് നന്നായി കറിവേപ്പിലയുമിട്ട്, കുറച്ച് നാരകത്തിലയും ഇഞ്ചിയും ഉപ്പു ചേർത്ത് പാകത്തിനുമാത്രം പച്ചമുളകും തിരുമ്മി സംഭാരമുണ്ടാക്കുന്നത് ഒരു കലതന്നെ. മോരിൽ വെറുതേ കുറെ വെള്ളമെഴിച്ചാൽ സംഭാരമാകില്ല. സാക്ഷാൽ സംഭാരത്തിന്റെ രുചി വിവരിക്കാൻ വയ്യ. ദാഹിച്ചു വലയുമ്പോൾ അത് കുടിച്ചാൽ എന്തൊരു സുഖമാണ്. പണ്ടു കുടിച്ചതോർക്കുമ്പോൾപോലും വായിൽ വെള്ളം വരുന്നു. ഹായ്! എന്തൊരു സ്വാദ്.

സംഭാരത്തിനു ചെലവു കുറവ്. ഗുണം കൂടുതൽ. ദേഷമോ ഒട്ടുമില്ല. പണ്ടൊക്കെ നാട്ടിൻപുറങ്ങളിൽ സംഭാരമഠങ്ങൾ ഉണ്ടായിരുന്നു. കുലീന കുടുംബങ്ങൾ സൗജന്യമായി വഴിയാത്രക്കാർക്കു സംഭാരം കൊടുത്തിരുന്ന സ്ഥലങ്ങൾ. ഇനി ആ ജോലി സന്നദ്ധ സംഘടനകൾ ഏറ്റെടുക്കണം; പ്രത്യേകിച്ചും വനിതാ സംഘടനകൾ. നല്ല പച്ചവെള്ളവും കഞ്ഞിവെള്ളവും സംഭാരവും വിതരണം ചെയ്യാൻ അവർ തയ്യാറാകട്ടെ. അപ്പോൾ ഈ കൃത്രിമ പാനീയങ്ങളെ നാട്ടിൽനിന്നും ഓടിക്കാൻ കഴിയും. അതിനാൽ സുഹൃത്തുക്കളേ, സംഭാരം സംഭരിക്കൂ. കൊടുക്കൂ. കുടിക്കൂ. കൃത്രിമ പാനീയങ്ങൾ കുടിക്കില്ലെന്ന് സത്യം ചെയ്യൂ.

26

ആൺമക്കളുണ്ടെങ്കിൽ

ആൺമക്കളുണ്ടെങ്കിൽ അച്ഛൻ അമ്മയെ ഉപേക്ഷിച്ചുപോകാൻ സാധ്യത കുറവാണുപോലും. രണ്ട് ആൺമക്കളുണ്ടെങ്കിൽ വിവാഹമോചനത്തിനു സാധ്യത ഏറെ കുറവ്. ഒരു ആണും ഒരു പെണ്ണും ആണെങ്കിൽ കുറേക്കൂടി കൂടുതൽ. രണ്ടും പെണ്ണാണെങ്കിൽ അതിലും കൂടുതൽ. മക്കളേ ഇല്ലെങ്കിലോ വിവാഹമോചനത്തിന് ഏറ്റവും കൂടുതൽ സാധ്യതയുമുണ്ടുപോലും.

വാർത്ത അമേരിക്കയിൽനിന്നാണ്. യു എസ് എയിലെ 1980–ലെ സെൻസസ് വിവരങ്ങൾ പഠിച്ചതിൽനിന്നാണ് എസ് ഫിലിപ്പ് മോർഗനും കൂട്ടരും ഈ കണ്ടുപിടുത്തം നടത്തിയിരിക്കുന്നത്. മക്കളാണ് ഭാര്യാഭർത്താക്കന്മാർ തമ്മിലുള്ള ബന്ധം മുറുക്കുന്നത്. അവരിൽതന്നെ ആൺകുട്ടികൾ അതു കൂടുതൽ മുറുക്കുംപോലും. കാരണം ആൺമക്കൾ അച്ഛനോടു കൂടുതൽ അടുക്കും. അമ്മയ്ക്ക് ആൺമക്കളോടും പെൺമക്കളോടും ഒരുപോലെയാണ് അടുപ്പം. പക്ഷേ ആൺമക്കൾ അച്ഛനോടു കൂടുതൽ അടുത്ത് അച്ഛന്റെ കുടുംബബന്ധത്തെ കൂടുതൽ അരക്കിട്ടുറപ്പിക്കുന്നു. അതാണുപോലും ആൺമക്കൾ ഉള്ള കുടുംബത്തിൽ വിവാഹമോചനം കുറഞ്ഞിരിക്കുന്നത്.

അമേരിക്കൻ ശാസ്ത്രജ്ഞന്മാരുടെ ഈ നിഗമനങ്ങൾ നമ്മുടെ നാട്ടിലെ കുടുംബങ്ങളെ സംബന്ധിച്ചിടത്തോളം എത്രത്തോളം ശരിയാണ് എന്ന് പഠിക്കേണ്ടിയിരിക്കുന്നു. വിവാഹമോചനവും അമേരിക്കയിലെപ്പോലെ സർവസാധാരണമല്ലല്ലോ ഈ നാട്ടിൽ.

ഞാൻ ഉടുത്തില്ലെങ്കിലും നിന്നെ ഉടുപ്പിക്കുമെന്നും ഞാൻ കഴിച്ചില്ലെങ്കിലും നിന്നെ കഴിപ്പിക്കുമെന്നും പ്രതിജ്ഞയെടുത്ത് ഒരുത്തൻ ഒരുത്തിയെ വിവാഹം കഴിക്കുന്നു. അവർ തമ്മിൽ ബന്ധ

ത്തെ വെറും ശാരീരികബന്ധമായി കാണുമ്പോഴാണ് കുഴപ്പം. ഞാനെന്ന ഭാവം മാറ്റിവച്ച് നമ്മളെന്ന ഭാവം ഉൾക്കൊണ്ടു ജീവിക്കാൻ കഴിയണം. സ്വന്തം സുഖത്തിലുപരി മറ്റു കുടുംബാംഗങ്ങളുടെ സുഖത്തെപ്പറ്റി ചിന്തിച്ചുകൊണ്ടുള്ള ജീവിതം. ത്യാഗത്തിൽ സുഖം കണ്ടെത്തുന്ന ജീവിതം. അതാണല്ലോ ശരിയായ കുടുംബജീവിതം. മറിച്ച് സ്വന്തം സുഖത്തിന് ആവശ്യമായതെല്ലാം പിടിച്ചുവാങ്ങി ജീവിക്കുമ്പോഴാണ് കുടുംബം നരകമായി മാറുക. ഒരു കൂരയിൽ ഒന്നിച്ച് എത്രനാൾ കഴിഞ്ഞതുകൊണ്ടൊന്നും ഭാര്യാഭർതൃബന്ധം കൂടുതൽ ദൃഢമാകണമെന്നില്ല. ചിലപ്പോൾ ബന്ധം കൂടുതൽ മോശമാവുകയും ചെയ്യും. കാരണം അടുത്തിരിക്കുമ്പോഴാണല്ലോ ഇരുവർക്കും പങ്കാളിയുടെ അൽപ്പത്തവും സ്വാർഥതയും പിടിവാശിയും വിഡ്ഢിത്തവും ഒക്കെ ഏറെ അറിയാൻ കഴിയുക. അപ്പോൾ അവർ അടുക്കുംതോറും അകലും! ഇങ്ങനെ അകലുന്ന ഭാര്യാഭർത്താക്കന്മാരെ അടുപ്പിക്കാനും അവരുടെ ബന്ധം മുറുക്കാനും ആൺമക്കളല്ല ദേവേന്ദ്രൻ വിചാരിച്ചാലും നടപ്പില്ല!

ഒരു കാര്യം കൂടി. മക്കൾ ആണായാലും പെണ്ണായാലും അച്ഛനമ്മമാരോട് ഇടപഴകണം. മറിച്ചും. അപ്പോഴേ ബന്ധങ്ങൾ വളരൂ. ദൃഢമാകൂ. അപ്പോഴേ കുടുംബത്തിന് ആരോഗ്യകരമായ അന്തരീക്ഷമുണ്ടാകൂ. മറിച്ച് കുടുംബാംഗങ്ങൾ മുഴുവൻ വിഡ്ഢിപ്പെട്ടിക്കു മുമ്പിൽ കണ്ണുംനട്ടിരുന്ന് ഒഴിവുസമയം മുഴുവൻ ചെലവഴിക്കുകയും പിന്നെ ഒരോരുത്തരും അവരവരുടെ തുരുത്തുകളിലേക്കു ചുരുങ്ങുകയും ചെയ്താൽ കുടുംബം ലോഡ്ജാകും. കുടുംബാംഗങ്ങൾ ഏറെത്താമസിയാതെ പിരിഞ്ഞുപോകും. അതുകൊണ്ട് ആൺമക്കളുണ്ടെന്നു മാത്രം കരുതി ഭാര്യാഭർതൃബന്ധം ദൃഢമാകും എന്നു കരുതുന്നതും അശാസ്ത്രീയമല്ലേ?

27

ആ ഭൂതവും ഇണങ്ങിത്തുടങ്ങിയോ?

പണ്ടൊരു മുക്കുവൻ കാര്യമറിയാതെ കടലിൽനിന്നു കിട്ടിയ കുടം തുറന്നു. കുടത്തിൽനിന്നും ഒരു ഭൂതം പുറത്തുചാടി. എന്നിട്ടോ, തന്നെ തുറന്നുവിട്ട മുക്കുവനെത്തന്നെ ആദ്യം പിടിച്ചുതിന്നാൻ തുനിഞ്ഞു! മുക്കുവൻ ബുദ്ധിമാനായിരുന്നതിനാൽ ഭൂതത്തെ തിരികെ കുടത്തിലേക്കു കയറ്റി. കുടമടച്ച് കടലിലുമെറിഞ്ഞു.

ഇന്നത്തെ മനുഷ്യനോ പ്രകൃതി എന്ന വൻ കടലിൽനിന്നും എത്രയെത്ര കുടങ്ങൾ പുറത്തെടുക്കുന്നു. കാര്യമറിയാതെയും അറിഞ്ഞും ഈ പ്രകൃതിരഹസ്യങ്ങളുടെ കുടങ്ങൾ തുറക്കുന്നു. പുറത്തുവരുന്ന ഭൂതങ്ങളിൽ ചിലർ നല്ലവരാണ്. വൈദ്യുതിയുടെയും മരുന്നിന്റെയും വാഹനത്തിന്റെയും കമ്പ്യൂട്ടറിന്റെയും ഒക്കെ രൂപത്തിൽ എത്തിയിരിക്കുന്ന ഭൂതങ്ങൾ മനുഷ്യനെ സേവിച്ച് കാലം കഴിക്കുന്നു. എന്നാൽ നൂറുകണക്കിന് ഭൂതങ്ങളും പുറത്തു ചാടിയിരിക്കുന്നു. ആ ഭീകരന്മാരെ തിരിച്ചു കുടത്തിൽ കയറ്റി കടലിൽ ഉപേക്ഷിക്കാനൊന്നും മനുഷ്യൻ തയ്യാറുമല്ല! അവരെ നാട്ടിൽ തുറന്നുവിട്ട് സ്വന്തം താൽപ്പര്യങ്ങൾ നേടാൻ മനുഷ്യൻ ശ്രമിക്കുന്നു. അത് എത്രയോ ദുരന്തങ്ങൾ ആധുനിക ലോകത്തുണ്ടാക്കുകയും ചെയ്യുന്നു.

ഇങ്ങനെ പുറത്തുവന്ന ഭീകര ഭൂതങ്ങളിൽ ഏറ്റവും ഭീകരന്മാർ രണ്ടുപേരാണ്. ആറ്റം ബോംബും ഹൈഡ്രജൻ ബോംബും. ആറ്റം ബോംബ് എന്ന ഭൂതം ഹിരോഷിമയിലും നാഗസാക്കിയിലും നടത്തിയ കൊടുംകൊലപാതകങ്ങൾ മനുഷ്യചരിത്രത്തിലെ മറക്കാനാകാത്ത ഒരു ദുരന്തകഥയായിരുന്നു. പിൽക്കാലത്ത് ആ ഭൂതത്തെ കുറെയൊക്കെ ഇണക്കി അവനെ സമാധാനാവശ്യത്തിനുപയോഗിക്കാൻ തുടങ്ങി. അതാണ് അണു റിയാക്ടർ. ഇന്നു ലോകത്തിന്റെ

പല ഭാഗങ്ങളിൽ അതു പ്രവർത്തിക്കുന്നു. പവർ (വൈദ്യുതി) തരുന്നു. മനുഷ്യനെ സേവിക്കുന്നു. പക്ഷേ ആ ഭൂതത്തിന് ഇണങ്ങിയിട്ടും പഴയ വികൃതികൾ കുറെയൊക്കെ കൈയിലുണ്ട്. അവൻ പരിസരം മലിനീകരിക്കാൻ സാധ്യതയുണ്ട്. പണിയെടുക്കുന്നതിനിടെ ചേർണോബിലുണ്ടായതുപോലെയെങ്ങാൻ കക്ഷിയൊന്ന് അട്ടഹസിച്ചു പൊട്ടിച്ചിതറിയാൽ ഫലം ഭീകരമായിരിക്കും. മാത്രമല്ല, മര്യാദയ്ക്കു പ്രവർത്തിച്ചുകൊണ്ടിരുന്നാലും അവസാനകാലത്ത് അവനിൽ അവശേഷിക്കുന്ന മാലിന്യങ്ങൾ പരിസരത്തിന് വൻ ഭീഷണിയായി ഒരു കാളകൂടംപോലെ നിലനിൽക്കും. അതിനാൽ അണു റിയാക്ടർ ആത്യന്തികമായി സ്വീകാര്യമല്ല എന്നു ചുരുക്കം.

ആറ്റംബോംബ് ഒരു കുട്ടിഭൂതം മാത്രമാണ്. ഹൈഡ്രജൻ ബോംബോ മുട്ടൻ ഭൂതവും! മലയും പർവ്വതവുംപോലുള്ള വ്യത്യാസമാണ് തമ്മിൽ. ഭീകരനായ ഹൈഡ്രജൻ ബോംബിനെ ഇണക്കാനുള്ള കൊണ്ടുപിടിച്ച ശ്രമങ്ങൾ ഏറെക്കാലങ്ങളായി നടക്കുന്നു. അതിൽ മനുഷ്യൻ വിജയിച്ചുവരുന്നു എന്ന് ഈയിടെ വാർത്തവന്നിരിക്കുന്നു. ആവേശകരമാണ് ആ വാർത്ത.

കുട്ടിഭൂതവും മുട്ടൻ ഭൂതവുമായി എന്താ വ്യത്യാസം? അതിലളിതമായി അതു വിശദീകരിക്കാം. മുത്തുകൾകൊണ്ട് മാല കോർത്തിരിക്കുന്നു. അതുപോലെ പ്രകൃതിയിലെ എല്ലാ വസ്തുക്കളും ആറ്റങ്ങൾകൊണ്ടാണുണ്ടാക്കിയിരിക്കുന്നത്. വളരെ വളരെ ചെറുതാണ് എല്ലാത്തരം ആറ്റങ്ങളും. ഈ ആറ്റങ്ങൾക്കുള്ളിൽ അതിലും വളരെ വളരെ ചെറിയ ഓരോ ഹൃദയങ്ങൾ ഉണ്ട്. ആറ്റത്തിന്റെ ഭാരം മുഴുവൻ ഈ ഹൃദയത്തിനാണ്! ചില ആറ്റം ഹൃദയം പിളർക്കാം. അപ്പോൾ അതിഭീമമായ തോതിൽ ഊർജം പുറത്തുചാടും. ഹൃദയം പിളരുമ്പോൾ ഊർജം പുറത്തുചാടും! ഇതിനാണ് ഫിഷൻ എന്നു പറയുക. ഇതാണ് ആറ്റംബോംബിലും അണുറിയാക്ടറിലും നടക്കുന്നത്. യുറേനിയംപോലുള്ള താരതമ്യേന വലിയ ആറ്റങ്ങളുടെ ഹൃദയം പിളർക്കൽ പരിപാടി. ഒരു പാറയിൽ ഇടിച്ച് അതിനെ തകർത്ത് പല കഷണങ്ങളാക്കുംപോലെ ഇവിടെ ആറ്റം ഹൃദയം പിളർക്കുകയാണ്.

എന്നാൽ ഹൈഡ്രജൻബോംബിൽ നടക്കുന്നത് നേരെ എതിർ പ്രക്രിയയാണ്. ആറ്റം ഹൃദയങ്ങൾ പിളർക്കുകയല്ല; മറിച്ച് ഉരുക്കിച്ചേർക്കലാണ്. ഒന്നിലേറെ ഹൃദയങ്ങൾ ഒന്നിച്ചുചേർക്കൽ. ഫ്യൂഷൻ എന്നു പറയും. അപ്പോഴും ഊർജം പുറത്തുചാടും. ആദ്യത്തേതിലും വലിയ തോതിൽ. ഉദാഹരണമായി ഹൈഡ്രജന്റെയോ

അതിന്റെ ചേട്ടനായ ഡ്യൂട്ടീരിയത്തിന്റെയോ ഹൃദയങ്ങൾ ഉരുക്കിച്ചേർത്ത് ഹീലിയമാക്കാം. ഇതാണ് സൂര്യനിൽ നടക്കുന്ന വിദ്യ. വൻതോതിൽ ഊർജമുണ്ടാക്കുന്ന വിദ്യയാണിത്.

അമ്പതോളം വർഷങ്ങൾക്കകം ഈ ഫ്യൂഷൻ വിദ്യ വഴി നമുക്ക് വൻതോതിൽ ചെലവു കുറച്ച് ഊർജം ഉൽപ്പാദിപ്പിക്കാൻ കഴിയും എന്നാണു പ്രത്യാശ. കഴിഞ്ഞാൽ അത് ലോകത്തിനു വലിയ അനുഗ്രഹമായിരിക്കും. കാരണം ഈ മാർഗം "ക്ലീൻ" ആണ്. മലിനീകരണമുണ്ടാക്കുകയില്ലെന്നർഥം. ഊർജോൽപ്പാദനം വഴിയുണ്ടാകുന്ന ഹീലിയം മലിനീകരണം നടത്താത്തതാണ് കാരണം.

പക്ഷേ ഈ വഴി അത്ര എളുപ്പമുള്ള ഒന്നല്ല. അതി സങ്കീർണമാണ് ഈ ഫ്യൂഷൻ വിദ്യ. ലോകമെങ്ങും ഈ വിദ്യ വശമാക്കാനുള്ള അതികഠിനമായ ഗവേഷണങ്ങളാണ് നടന്നുവരുന്നത്. അമേരിക്കയിലാണ് ഏറ്റവും കഠിനമായ ഗവേഷണം നടന്നുവരുന്നത്.

1991 ഡിസംബർ മാസത്തിൽ ഒരു വാർത്ത വന്നിരുന്നു. ബ്രിട്ടണിൽ ഒരു ഫ്യൂഷൻ റിയാക്ടർ ഏതാനും മിനിട്ട് വിജയകരമായി പ്രവർത്തിച്ചിരിക്കുന്നുവെന്ന്. യൂറോപ്യൻ രാജ്യങ്ങൾ യോജിച്ച് ഗവേഷണത്തിനായി നിർമിച്ചിരിക്കുന്ന ഗവേഷണ റിയാക്ടറാണ് ഇങ്ങനെ വിജയകരമായി പ്രവർത്തിച്ചത്. ജെറ്റ് (JET) എന്നാണതിന്റെ ചുരുക്കപ്പേര്. അങ്ങനെ യൂറോപ്പ് ഇക്കാര്യത്തിൽ അമേരിക്കയെയും ജപ്പാനെയും പിന്നിലാക്കിയിരിക്കുകയാണോ? അന്ന് അങ്ങനെ പലരും സംശയിച്ചു.

കഴിഞ്ഞ നാൽപ്പതോളം വർഷങ്ങളായി ലോകമെങ്ങും ശാസ്ത്രജ്ഞന്മാർ നടത്തിവരുന്ന നിരന്തരമായ ഗവേഷണങ്ങൾ വിജയിച്ചു തുടങ്ങി എന്ന് അന്ന് എല്ലാവരും പ്രത്യാശ പ്രകടിപ്പിച്ചു. എന്നാൽ 2008 കഴിഞ്ഞിട്ടും പിന്നീട് ഈ രംഗത്ത് വലിയ കുതിച്ചുചാട്ടമൊന്നും ഉണ്ടായിട്ടില്ല. എങ്കിലും ഇനിയും ഒരു അമ്പതു വർഷങ്ങൾക്കകം ഫ്യൂഷൻ ഊർജം യാഥാർഥ്യമാകും. ഹൈഡ്രജൻ ബോംബെന്ന ഭൂതവും ഇണങ്ങും. അതോടെ ലോകത്തെ ഊർജ പ്രതിസന്ധി അസ്തമിക്കും. ഊർജം സുലഭമാകും. വെള്ളമാകും ഇന്ധനം! അതു ലോകമെങ്ങുമുണ്ടല്ലോ. എണ്ണ രാജ്യങ്ങളുടെ കുത്തകയും തകരും. 'ഊർജം ഊർജം സർവത്ര' എന്നു പാടേണ്ട കാലം വരുന്നു. നമുക്ക് ആഹ്ലാദത്തോടെ പ്രത്യാശയോടെ ആ കാലം കാത്തിരിക്കാം. അതുവരെ ലോകം നശിപ്പിക്കാതെ കാത്തുരക്ഷിക്കാനുള്ള ധാർമ്മിക ബോധവും സന്മാർഗനിഷ്ഠയും ലോകനേതാക്കന്മാർക്കുണ്ടാകട്ടെ എന്നു പ്രത്യാശിക്കാം.

28

പൂച്ചക്കാഷ്ഠവും പൂച്ചച്ചാട്ടവും

പൂച്ചകളെപ്പറ്റി എഴുതാനിരിക്കുമ്പോഴൊക്കെ രസകരമായ ഒരു ബാല്യകാലസ്മരണ മനസിലേക്കോടിയെത്താറുണ്ട്. എന്റെ ചെറുപ്പത്തിൽ ഏതോ ഒരു പാതിരാവിൽ ഞങ്ങൾ കുടുംബാംഗങ്ങൾ എല്ലാം ഉറക്കത്തിലായിരുന്നപ്പോൾ, ഞങ്ങളുടെ മുറിയിൽ ഒരു മുട്ടുംതട്ടും കേൾക്കുന്നു. കള്ളന്മാർ കേറിയതാണോ? അമ്മ പെട്ടെന്നെഴുന്നേറ്റു. തലയിണക്കീഴിലിരുന്ന തീപ്പെട്ടിയുരച്ചു നോക്കി. അതാ ഒരു പൂച്ചക്കണ്ടൻ. അവന്റെ കഴുത്തുവരെ ഒരു ഭരണിയിലിറങ്ങിയിരിക്കുന്നു. അവൻ ആ 'ഭരണി മുഖംമൂടി'യും പൊക്കിക്കൊണ്ടു മുറിയിലങ്ങോട്ടുമിങ്ങോട്ടുമോടുന്നു. ഞങ്ങൾ കുട്ടികൾ നിലത്തു പായിൽ നിരന്നുകിടക്കുകയാണെന്നോർക്കണം. ഇന്നത്തെക്കൂട്ടു പിറന്നുവീഴുമ്പോഴെ കിടക്കയിലല്ല കിടപ്പ്. ഞങ്ങളുടെ ദേഹത്ത് കഷ്ടിച്ച് അത്യാവശ്യം വസ്ത്രങ്ങളേ ഉള്ളൂ എന്നും ഓർക്കണം. ശ്രീമാൻ കണ്ടൻ ഓടുന്നതോ ഞങ്ങളുടെയെല്ലാം ദേഹത്തുകൂടിത്തന്നെ. ഭരണികൊണ്ടിടിക്കുന്നതോ ഞങ്ങളുടെ തലയ്ക്കും മറ്റു പല ഭാഗങ്ങളിലും. ഞങ്ങളോ ഉറക്കപ്പിച്ചിൽ. പേടിച്ചുണർന്നവർക്കും കാര്യം മനസിലാകുന്നില്ല! അതിനാൽ കിടന്നു കണ്ടന്റെ ചവിട്ടും ഭരണിയിടിയും വാങ്ങുകതന്നെയാണ്. അന്നു വീട്ടിൽ കറന്റിന്റെ കളിയൊന്നുമില്ലാത്ത കാലമാണ്. അതിനാൽ അമ്മ ധൈര്യമവലംബിച്ച് എഴുന്നേറ്റു. വിളക്കുകൊളുത്തി ഒരരികിൽ വച്ചു. പേടിച്ചു നിലവിളിക്കുന്ന കുട്ടികൾക്കിടയിലൂടെ പൂച്ചക്കണ്ടനു പുറകെ ഓടിനടന്ന് അമ്മ അവസാനം അവനെ പിടിച്ചു. അവനെ ചവിട്ടിപ്പിടിച്ചുകൊണ്ട് രണ്ടു കൈകൊണ്ടും അവന്റെ തലയിലെ ഭരണി വലിച്ചെടുത്തു. സർവശക്തിയുംകൊണ്ടു വലിച്ചപ്പോഴാണ് ആ ആഭരണം ഊരാൻ പറ്റിയത്. അതോടെ മരണവെപ്രാളത്തോടെ കിട

ന്നുപിടച്ചിരുന്ന കണ്ടൻ അമ്മയുടെ കാലിനടിയിൽനിന്നും സ്വയം മുക്തിനേടി ജനാലപ്പടിയിലേക്കു കുതിച്ചു. അവിടെനിന്നും ഇരുട്ടിലേക്ക് ചാടിയോടി മറഞ്ഞു!

എന്താണുണ്ടായതെന്നു വായനക്കാർ ഊഹിച്ചിരിക്കും. പതിവുപോലെ ശ്രീമാൻ കണ്ടൻ അടുക്കളയിൽ കയറി. പതിവുള്ള പരിശോധന നടത്തി. ഒരു ഭരണിയിൽ അടച്ചുവച്ചിരുന്ന പാൽ കണ്ടു. അടപ്പു തട്ടിമാറ്റി. ഭരണിയുടെ വായ് ഇത്തിരി ചെറുതാണ് എന്നതൊന്നും അദ്ദേഹത്തിനു പ്രശ്നമായി തോന്നിയില്ല. തല നേരെ ഭരണിയിലേക്കു കുത്തിക്കയറ്റി. കൊതിമൂത്ത കണ്ടൻ ആ നിലയിൽ നിന്ന് പാൽ കുറെ അകത്താക്കിയോ എന്നു നിശ്ചയമില്ല. ഏതായാലും ഉടനെയോ അൽപ്പം കഴിഞ്ഞോ തന്റെ തല ഭരണിക്കകത്ത് ഉടക്കിപ്പോയി എന്ന ഭീകര യാഥാർഥ്യം പിടികിട്ടിയതോടെ അ

വൻ വെറളിപിടിടിച്ചോടി. ഓട്ടം കിടപ്പുമുറിയിലവനെ എത്തിച്ചു. നിലത്തു തല്ലി ഭരണി മാറ്റാനേ ശ്രീമാൻ കണ്ടൻ ശ്രമിച്ചുള്ളൂ. ആ ഭരണിത്തല്ലു കുറെയേറെ ഞങ്ങൾ കുട്ടികൾ ഏറ്റുവാങ്ങേണ്ടി വന്നു എന്നുമാത്രം!

അമ്മ സയൻസ് പഠിച്ചിരുന്നില്ല. പൂച്ചക്കടിയേറ്റാൽ നായക്കടി പോലെ തന്നെ പേയിളകാൻ സാധ്യതയുണ്ടെന്നും അതിനാൽ കുത്തിവയ്ക്കേണ്ടിവരുമെന്നും അമ്മയ്ക്കറിവില്ലായിരുന്നു. തന്റെ കുട്ടികളേയും ഭരണിയേയും രക്ഷിക്കാനുള്ള അതിയായ ഉൽക്കണ്ഠയിൽ അമ്മ ഓടിച്ചെന്നു പൂച്ചക്കണ്ടനേയും ഭരണിയേയും പിടിച്ചു വലിച്ചു രണ്ടാക്കുക മാത്രമായിരുന്നു. പഴയ തലമുറയിലെ ഏത് അമ്മയും ചെയ്യുന്ന പ്രവൃത്തി തന്നെ. ഈയിടെ എന്റെ ഒരു സഹപ്രവർത്തകൻ മുറിയിൽ കയറി ശല്യം ചെയ്ത ഒരു പൂച്ചച്ചട്ടമ്പിയെ അടിക്കുകയും അതുകൊണ്ടും ദേഷ്യം തീരാഞ്ഞ് അവന്റെ വാലിൽ പിടിച്ചു വലിക്കുകയും ചെയ്തപ്പോൾ ആ തെമ്മാടി തിരിഞ്ഞാക്രമിക്കുകയും അദ്ദേഹത്തെ വല്ലാതെ കടിച്ചുമുറിക്കുകയും ചെയ്തു. കടിച്ചതു വെറും പൂച്ചയാണെന്നു പറഞ്ഞിട്ടെന്തു ഫലം? അദ്ദേഹത്തിന് പേപ്പട്ടി കടിച്ചാൽ എടുക്കേണ്ടിവരുന്ന അതേ കുത്തിവയ്പുകൾ എടുക്കേണ്ടി വന്നു. എന്നിട്ടും ആ കഥ വിവരിക്കുമ്പോൾ അദ്ദേഹം ചിരിക്കുകയായിരുന്നു! പൂച്ചച്ചട്ടമ്പിയെ കുറ്റപ്പെടുത്താനും അദ്ദേഹം തയ്യാറായില്ല. “ഞാൻ കടി പിടിച്ചുമേടിച്ചതാ സാറെ” എന്ന് അദ്ദേഹം പറഞ്ഞു.

അടച്ചിട്ട മുറിയിൽവച്ചു പൂച്ചയെ ആക്രമിച്ചാൽ അവൻ അഥവാ അവൾ തിരിച്ചാക്രമിക്കും എന്ന് പല അനുഭവസ്ഥരും പറയുന്നുണ്ട്. ശരിയായിരിക്കാം. സ്വന്തം ജീവിതം രക്ഷിക്കാനായി ആക്രമിയെ കൊന്നാൽപോലും മനുഷ്യർക്കു ശിക്ഷ നൽകുന്നില്ലല്ലോ മനുഷ്യക്കോടതികൾ. പിന്നെ പൂച്ചയ്ക്ക് അതിനു സ്വാതന്ത്ര്യമില്ലെന്നു വാദിക്കുന്നതിലെന്തർഥം? എന്നാൽ എന്റെ ഒരു അനുഭവം തിരിച്ചാണ്. പൂച്ചയെ ബഹുമാനിക്കുന്ന എനിക്കുപോലും ഒരു ദിവസം പൂച്ചയോടു കഠിനമായ ദേഷ്യം തോന്നി. മുറിയിൽ കയറി അത്ര അസഹ്യമായ ചില കൊപ്പരങ്ങൾ കാണിച്ചു എന്ന് കരുതിക്കോളൂ. ഞാനും ഒരു പേരവടിയുമായി പൂച്ചയ്ക്കു നേരെ തിരിഞ്ഞു. ആദ്യത്തെ ദേഷ്യത്തിന് ഒരടിയും കൊടുത്തു. പൂച്ച പരിഭ്രമിച്ചു മുറിയലങ്ങുമിങ്ങുമോടിയിട്ട് നേരെ ജനാലക്കമ്പിയിലേക്കു കുതിച്ചു. ജനാലയുടെ പകുതി ഉയരത്തിൽ കയറി കമ്പിയിൽ നാലുകാലുംകൊണ്ടു പിടിച്ചുനിന്നു. അവന് പുറത്തേക്കു ചാടാൻ വയ്യ. ജനാല അ

ടച്ചിരിക്കുകയാണ്. ഞാൻ വടിയുമായി തൊട്ടുമുന്നിൽ. ആഞ്ഞൊരടി കൊടുത്താൽ പൂച്ച ചാകും. കാരണം അടിവാങ്ങാൻ പറ്റിയ സ്ഥാനത്താണവൻ. ഞാനാണെങ്കിൽ ദേഷ്യംകൊണ്ടു നിന്നു വിറയ്ക്കുകയുമാണ്. പൂച്ച ഇക്കാര്യങ്ങളെല്ലാം നിമിഷംകൊണ്ടു മനസിലാക്കിയോ? മനസിലാക്കിയതുപോലെയായിരുന്നു അവന്റെ പിന്നത്തെ പെരുമാറ്റം. അവിടെ ജനാലക്കമ്പിയിൽ പിടിച്ചുനിന്ന് അവൻ ദയനീയമായി എന്റെ നേരെ നോക്കി. അത്യന്തം ശോകരസത്തിൽ എന്റെ നേരെ നോക്കി കരയാനും തുടങ്ങി. അവിടെ, സർവരക്ഷാമാർഗങ്ങളുമടഞ്ഞ്, ആലംബഹീനനായി, 'എന്നെ രക്ഷിക്കണേ' എന്നു കരഞ്ഞു ദയനീയമായ ഭാവത്തോടെ എന്നെ നോക്കി അവൻ നിന്നപ്പോൾ എന്റെ കൈകൾ വിറച്ചു. വടി നിലത്തു വീണു. തല കുനിഞ്ഞു. എന്റെയുള്ളിന്റെയുള്ളിൽ വേദന ഉറഞ്ഞുകൂടി. കുറ്റബോധം നിറഞ്ഞുവന്നു. ഞാൻ സാവധാനം പുറകോട്ടു നടന്നു. മുറിയുടെ മറ്റു ജനാലകളെല്ലാം തുറന്നിട്ടു. അവൻ വിശ്വാസം വരാതെ എന്നെ നോക്കിനിന്നു. ഞാൻ ആ നോട്ടം നേരിടാനാകാതെ മുറിയിൽനിന്നും മാറിപ്പോന്നു.

ആ പൂച്ചയുമായി എനിക്കൊരു ബന്ധവുമില്ലായിരുന്നു. അവൻ നാഥനില്ലാപ്പൂച്ചയായിരുന്നു. ഇവിടെ ഞങ്ങളുടെ വീടിനടുത്ത കാട്ടിൽ പെറ്റുപെരുകി വളരുന്ന പൂച്ചസംഘത്തിലെ ഒരുവൻ. പക്ഷേ അവന്റെ ദീനദീനമായ വിളി ആരുടേയും മനസലിയിക്കുന്നതായിരുന്നു.

പണ്ട്, ചെറുപ്പത്തിൽ, നാട്ടിൽവച്ച് ഒറ്റയടിക്ക് ഒരു പൂച്ചയെ കൊന്നിട്ടുണ്ട് എന്നൊക്കെ ഞാൻ പറയുന്നതു കേട്ടു വിശ്വസിച്ചിരുന്ന വീട്ടുകാരിക്ക് ഈ സംഭവം ചിരിക്കാനൊരു വിഷയമായി. "പക്ഷേ അന്നു വിവരമില്ലായിരുന്നു; അതാണ്" എന്ന് ഞാൻ തർക്കിക്കാനും തുടങ്ങും അപ്പോൾ.

പൂച്ചയുടെ പ്രത്യേകതകൾ പഠിക്കാൻ കിടക്കുന്നതേയുള്ളൂ. ന്യൂയോർക്ക് നഗരത്തിലെ തെണ്ടിപ്പൂച്ചകളെപ്പറ്റി പഠിച്ച രണ്ടു ശാസ്ത്രജ്ഞന്മാർ അത്ഭുതകരങ്ങളായ ചില പൂച്ചരഹസ്യങ്ങൾ കണ്ടുപിടിച്ചു. ആകാശചുംബികളായ കൂറ്റൻ കെട്ടിടങ്ങളിലെ ഫ്ളാറ്റുകളിൽ കേറിയിറങ്ങി വിലസുന്ന തെണ്ടിപ്പൂച്ചകളിൽ അനേകം താഴെ വീഴാറുണ്ട്. തുറന്ന ജനാലകളിലൂടെ പുറത്തേക്കു വീണുപോകുന്നവരാണവർ. മിക്കവാറും ചെന്നു വീഴുന്നതോ കോൺക്രീറ്റ് തറയിൽ. 'നടുവൊടിയാനിനിയെന്തുവേണം' എന്നാകും നിങ്ങളുടെ ചിന്ത. ഇല്ല. 32-ാം നിയിൽനിന്നു വീഴുന്ന പൂച്ചകളുടെപോലും നടുവൊടിയാറില്ല. കാലുമൊടിയാറില്ല!

അവശ്വസനീയമാണ് ഡബ്ലിയൂ ഒ വൈറ്റ്നി, സി ജെ മെൽഹോഫ് (W O Whitney, C J Mehlhoff) എന്നീ ശാസ്ത്രജ്ഞന്മാരുടെ കണ്ടുപിടുത്തങ്ങൾ. പക്ഷേ സത്യമാണവ. താഴെ വീഴുന്ന പൂച്ചകളിൽ തൊണ്ണൂറു ശതമാനവും രക്ഷപ്പെടുകയാണ്. യാതൊരു പരിക്കും പറ്റാതെ! ഏഴാം നിലയിൽനിന്നുവരെ താഴെ വീഴുന്ന പൂച്ചകൾക്കാണു പരിക്കു കൂടുതൽ പറ്റാറ്. അതിൽക്കൂടുതൽ ഉയരങ്ങളിൽ നിന്നു വീണാലോ പരിക്കു പറ്റാറേയില്ലപോലും. ഒരു പൂച്ച 32-ാം നിലയിൽനിന്നു നേരെ താഴെ കോൺക്രീറ്റ് നിലത്തേക്ക് ഒറ്റയടിക്കൊരു വീഴ്ചവീണു! ഉടനെതന്നെ അതിനെ ആശുപത്രിയിലെത്തിച്ചു. വൈറ്റ്നിയും മെൽഹോഫും അതിനെ ആശുപത്രിയിൽ അഡ്മിറ്റ് ചെയ്തു. രണ്ടു ദിവസം നിരീക്ഷിച്ചു. കക്ഷിക്ക് കാര്യമായി ഒന്നും പറ്റിയിട്ടില്ല! ഒരു പല്ലുപോയതൊഴിച്ചാൽ!

ഫ്ളാറ്റുകളിൽനിന്നു താഴെ വീഴുന്ന പൂച്ചകളെ നാട്ടുകാർ ആശുപത്രിയിലെത്തിക്കുന്നു. അവയെ പരിശോധിക്കുകയും ചികിത്സിക്കുകയും ചത്തുപോയവയുടെ ശരീരം കീറി മുറിച്ചു പരിശോധിക്കുകയും മറ്റും ചെയ്താണ് മൃഗഡോക്ടർമാരായ വൈറ്റ്നിയും മെൽഹോഫും ഈ പൂച്ച ഗവേഷണം നടത്തിയത്. പൂച്ചകളുടെ ശരീരത്തിന്റെ അത്യത്ഭുതകരമായ കഴിവുകൾ ആണ് ഈ ഗവേഷണം വെളിച്ചത്തുകൊണ്ടുവന്നിരിക്കുന്നത്.

എങ്ങനെയെടുത്തെറിഞ്ഞാലും നാലു കാലിൽ നിൽക്കുന്ന വിരുതനാണ് അവൻ എന്നു ചില മനുഷ്യരെപ്പറ്റി നാം പറയാറുണ്ട്. അത്ര സൂത്രശാലികളാണവരെന്നർഥം. പക്ഷേ അതൊരു ശൈലി മാത്രമാണ്. മനുഷ്യനെ എടുത്തെറിഞ്ഞാൽ നാലുകാലിൽ പോയിട്ടു രണ്ടുകാലിൽപോലും വന്നുനിൽക്കാനവനു പറ്റില്ല! അബദ്ധത്തിലെങ്ങാനങ്ങനെ വന്ന് കാലിൽതന്നെ വീണാലും ഫലമില്ല. കാലൊടിയും എന്നു തീർച്ച. താരതമ്യേന ചെറിയ ഉയരത്തിൽനിന്നു താഴെ വീണാൽപോലും പരിക്കുപറ്റാതെ രക്ഷപ്പെടാൻ മനുഷ്യനു കഴിയാറില്ല. കാരണം പൂച്ചയുമായി താരതമ്യപ്പെടുത്തുമ്പോൾ മനുഷ്യൻ വലിയ ഒരു ജീവിയാണ്. ഭാരം കൂടുതൽ. അതിനാൽ വീഴ്ചയുടെ ഊക്ക് കൂടുതൽ. (ശാസ്ത്രജ്ഞന്മാരുടെ ഭാഷയിൽ മൊമന്റം കൂടുതൽ എന്നാണു പറയുക.) ആന വീണാലോ ഇതിലും വലുതായിരിക്കും വീഴ്ചയുടെ ആഘാതം. കാരണം വളരെയേറെ ഭാരമുണ്ട് ആനക്കുട്ടന്. അതിനാൽ കാലൊടിയും എന്നു തീർച്ച.

പൂച്ചയ്ക്കു ഭാരം കുറവ്. മാത്രമല്ല തന്റെ ബാലൻസ് നിയന്ത്രിക്കാനുള്ള അസാധാരണമായ കഴിവുമുണ്ട്. അതിനാൽ താഴേക്കു വീണുകൊണ്ടിരിക്കുമ്പോൾ ശരീരത്തിനെ വേണ്ടരീതിയിൽ വളച്ച്

കാലുകൾ നാലും താഴേക്കു ചൂണ്ടാനവയ്ക്കു കഴിയും. ഏഴാം നിലയിലും മുകളിൽനിന്നു വീഴുകയാണുപോലും കൂടുതൽ സൗകര്യം. കുറെ വീണുകഴിയുമ്പോൾ പൂച്ചയ്ക്ക് ഒരു സ്ഥിരവേഗത (ടെർമിനൽ വെലോസിറ്റി) ലഭിക്കും. ഏകദേശം നൂറടി സഞ്ചരിച്ചുകഴിയുമ്പോഴാണ് ആ അന്ത്യവേഗത ലഭിക്കുന്നത്. അതോടെ പൂച്ച സ്വതന്ത്രമായി താഴേക്കു സഞ്ചരിക്കുകയാണെന്നു കരുതാം. ഉടൻ കാലുകൾ വിലങ്ങനെ (തിരശ്ചീനമായി) പിടിച്ച് പൂച്ച തന്റെ താഴേക്കുള്ള യാത്രയുടെ വേഗത കുറയ്ക്കുന്നു. വെള്ളത്തിലൂടെ സഞ്ചരിക്കുന്ന വള്ളത്തിലിരിക്കുന്ന കുട്ടികൾ വെള്ളത്തിൽ കുറുകെ കൈവച്ച് കളിക്കുന്നതുകണ്ടിട്ടില്ലേ? അഥവാ, വെള്ളം തുഴയുന്നയാൾ തന്നെ തുഴ വിലങ്ങനെ വെള്ളത്തിൽ ചെരിച്ചുപിടിച്ച് വള്ളത്തിന്റെ വേഗത കുറയ്ക്കുന്നില്ലേ? അതുപോലെ

അവസാനം നിലത്തു പതിക്കുമ്പോൾ നാലുകാലിൽ തന്നെ വന്നുനിൽക്കാനും പൂച്ച മറക്കില്ല. വീഴ്ചയുടെ ആഘാതം ഇങ്ങനെ നാലുകാലിലും കൂടി നിലത്തേക്കു വ്യാപിപ്പിക്കാനും പൂച്ചയ്ക്കു കഴിയുന്നു. ഇങ്ങനെ അനേകം അസാധാരണമായ സിദ്ധികളിലൂടെയാണ് പൂച്ച വീഴ്ചകളെ ലഘുവാക്കുന്നത്. പരിക്കില്ലാതെ രക്ഷപ്പെടുന്നതും....

കാട്ടിൽ കഴിയുന്ന പൂച്ചകൾതന്നെ നമ്മുടെ വീടിനടുത്തുവന്ന് ചുറ്റിലും (ചിലപ്പോൾ വീടിനകത്തും!) ചില പ്രത്യേക സ്ഥലങ്ങളിൽ കാഷ്ഠമിട്ടുവയ്ക്കാറുണ്ട്. അത് ഒരുതരം വേലികെട്ടാണുപോലും. തന്റെ അതിർത്തി അടയാളപ്പെടുത്തൽ. നമ്മുടെ ഇത്തിരി ഭൂമിക്കു വേലി കെട്ടുകയും ഗേറ്റുവയ്ക്കുകയും പട്ടിയില്ലെങ്കിലും 'പട്ടി കടിക്കും' എന്ന പൊതുതത്വം എഴുതിവച്ച് നാട്ടുകാരെ സ്വന്തം വേലിക്കകത്തേക്കു കയറുന്നതിൽനിന്നു പിന്തിരിപ്പിക്കുകയും ചെയ്യുന്നവരാണ് നാം. അപ്പോൾ പൂച്ചയുടെ ഈ 'മലംവേലി'യെ അഥവാ 'കാഷ്ഠവേലി'യെ നമുക്കെങ്ങനെ എതിർക്കാനാകും?

ഞങ്ങളുടെ മുറ്റത്തും വീടിനു ചുറ്റും ഇങ്ങനെ കാഷ്ഠമിട്ട് അതിരു നിശ്ചയിക്കുന്ന പണി അണ്ണാൻകുന്നിലെ പൂച്ചകൾ സ്ഥിരം നടത്തുന്നുണ്ട്. അതിനെ എതിർക്കാതെ... ഞാനും അതിനാൽ മൗനമവലംബിക്കുന്നു. നിവൃത്തിയില്ലാതെ വരുമ്പോൾ മലംവേലിയെ കൈയിൽ പറ്റാതെ എടുത്ത് കുഴിച്ചിടുന്നു!

പൂച്ചകളെപ്പറ്റി ഇനിയും എന്തെല്ലാം അറിയാൻ കിടക്കുന്നു! പൂച്ചസ്നേഹികളേ, നിങ്ങൾ പൂച്ചകളെ നിരീക്ഷിച്ചു പഠിച്ച് പൂച്ചരഹസ്യങ്ങൾ ഇനിയും പുറത്താക്കൂ.

29

ഈ സ്ത്രീ–പുരുഷ സമത്വം വേണ്ട

ഹൃദയസ്തംഭനം വന്നു മരിക്കാറില്ല സ്ത്രീകൾ. കാരണം അവർക്ക് ഹൃദയമില്ല.' പുരുഷന്മാർ പറയാറുള്ള ഒരു തമാശയാണിത്. വെറുതെ ഒന്നു ചിരിക്കാൻ പറയുന്നതല്ലേ. അങ്ങനെ ചിരിച്ച് മനസിന്റെ പിരിമുറുക്കം പുരുഷന്മാർ മാറ്റുന്നുവെങ്കിൽ മാറ്റട്ടെ. അങ്ങനെ അവർക്ക് ഹൃദയസ്തംഭനം കുറയട്ടെ എന്നൊരു സൗജന്യം സ്ത്രീകൾ അനുവദിക്കുക.

എന്നാൽ സ്ത്രീപുരുഷ സമത്വത്തിനുവേണ്ടിയാണോ ആവോ സ്ത്രീകൾ തങ്ങൾക്കും പുരുഷന്മാർക്കൊപ്പം ഹാർട്ട് അറ്റാക്ക് ഉണ്ടാകണം എന്ന് തീരുമാനിച്ചിരിക്കുന്നു എന്നാണ് കണക്കുകൾ സൂചിപ്പിക്കുന്നത്. ലോകം മുഴുവൻ സ്ത്രീകൾക്കിടയിലുണ്ടാകുന്ന ഹാർട്ട് അറ്റാക്ക് കൂടി വരികയാണുപോലും. ആർത്തവവിരാമ ഘട്ടത്തിനു മുമ്പുള്ള സ്ത്രീകളുടെ കാര്യമാണ് പറയുന്നത്. അമ്മൂമ്മമാരുടെ കാര്യമല്ല.

അങ്ങനെ ഹാർട്ട് അറ്റാക്കിന്റെ കാര്യത്തിൽ സ്ത്രീകൾ മുന്നേറുന്നു. ഭാവിയിൽ പുരുഷന്മാർക്കൊപ്പം എത്തും എന്നു കരുതണം. എന്താണിതിന് കാരണം? വർദ്ധിച്ചുവരുന്ന പുകവലിയാണുപോലും ഒരു കാരണം. പുരുഷന്മാർ കാണിക്കുന്ന ഒരു വിഡ്ഢിത്തമാണല്ലോ പുകവലി. കൈയിലിരിക്കുന്ന കാശുകൊടുത്ത് തന്നെത്തന്നെ കടിക്കുന്ന പട്ടിയെ വാങ്ങുംപോലെയാണല്ലോ പണം കൊടുത്ത് പുക വലിക്കുന്നത്. ഞങ്ങളും നിങ്ങൾക്കൊപ്പമെത്തും എന്ന് വാശിപിടിച്ച് അതനുകരിക്കുന്ന സ്ത്രീകളെ പമ്പരവിഡ്ഢികൾ എന്നുതന്നെ വിളിക്കണം. സ്ത്രീകൾ അങ്ങനെ സമത്വം നേടുന്നു. പുകവലിയിലും ഹാർട്ട് അറ്റാക്കിലും!

പുകവലി മാത്രമല്ല കാരണം. സ്ത്രീകളും ജോലിക്കു പോകാനും അതിനനുസരിച്ചുള്ള ജീവിതചര്യകൾ സ്വീകരിക്കാനും പിരിമുറുക്കങ്ങളിൽ പെടാനും രക്തസമ്മർദ്ദം കൂട്ടാനും ഇടയായത് മറ്റൊരു കാരണമാണ്. ഉദ്യോഗസ്ഥ ജീവിതത്തിലും ബിസിനസ് ലോകത്തും വ്യാപരിക്കുന്ന സ്ത്രീകൾക്ക് പുരുഷന്മാരെപ്പോലെ തിരക്കും സംഘർഷവും നിറഞ്ഞ ജീവിതത്തെ നേരിടേണ്ടിവരുന്നു. ഹാർട്ട് അറ്റാക്കിന് അത് പശ്ചാത്തലമൊരുക്കുന്നു.

കുറേനാൾ മുമ്പ് 'ഹാർട്ട് കെയർ ഫൗണ്ടേഷൻ ഓഫ് ഇന്ത്യ' ഡൽഹിയിൽവച്ച് നടത്തിയ ഒരു സെമിനാറിലാണ് ഈ വിവരങ്ങൾ വെളിപ്പെടുത്തിയത്. ഗർഭനിരോധന ഗുളികകൾ കഴിക്കുന്നതും ചിലരിൽ ഹൃദ്രോഗങ്ങൾക്കും രക്തസമ്മർദ്ദത്തിനും കാരണമാകുന്നു എന്ന് ഡോ. കെ എൻ ചോപ്ര ചൂണ്ടിക്കാട്ടി. അതിനാൽ ഒരു സ്ത്രീയുടെ കുടുംബചരിത്രവും മറ്റും പരിശോധിച്ച് ഹൃദയസംബന്ധമായ രോഗമുണ്ടാകാൻ സാധ്യതയുള്ള ആളാണ് എന്ന് കണ്ടാൽ അത്തരം ഗർഭനിരോധന ഗുളികകൾ കഴിക്കാതെ മറ്റു കുടുംബാസൂത്രണ മാർഗങ്ങൾ ഉപയോഗിക്കേണ്ടതാണെന്ന് ഡോ. ചോപ്ര അഭിപ്രായപ്പെടുന്നു.

പലപ്പോഴും രോഗങ്ങൾ ഉണ്ടാകാൻ കാരണം രോഗിതന്നെയാണ്. എങ്ങനെ ജീവിക്കുന്നു, എങ്ങനെ പെരുമാറുന്നു, എന്തൊക്കെ വെട്ടിവിഴുങ്ങുന്നു എന്നെല്ലാമുള്ള കാര്യങ്ങൾ. ലളിതവും പോഷകസമൃദ്ധവുമായ ആഹാരം ആവശ്യത്തിനുമാത്രം കഴിക്കുകയും സമാധാനമായ ജീവിതം നയിക്കുകയും വേണ്ടത്ര വ്യായാമം ഉണ്ടായിരിക്കുകയും ചെയ്താൽ പല രോഗങ്ങളും മാറിനിൽക്കും. വലിയും കുടിയും വടംവലിയും കടിപിടിയും മറ്റു നൂറുനൂറു പുത്തൻ പ്രവണതകളും ജീവിതത്തിന്റെ പിരിമുറുക്കം കൂട്ടും. സമാധാനം നശിപ്പിക്കും. സന്തോഷം കളഞ്ഞുകുളിക്കും. പുത്തൻ നഗരസംസ്കാരത്തിന്റെ വൈകൃതങ്ങളെല്ലാം സ്വീകരിച്ചാൽ ജീവിതം കൃത്രിമമാകും. ഇതൊക്കെ ശാന്തമായി ചിന്തിച്ചാൽ ആർക്കും മനസിലാക്കാവുന്ന ലളിതമായ കാര്യങ്ങൾ തന്നെ.

അതിനാൽ കുടിക്കുകയും വലിക്കുകയും അങ്ങനെ മറ്റ് അനേകം ഭ്രാന്തുകൾ കാണിക്കുകയും ചെയ്യുന്ന ആണുങ്ങൾക്കൊപ്പം 'താഴാതെ' ഉറച്ച ശാസ്ത്രബോധത്തോടെയും ധർമ്മബോധത്തോ

ടെയും ശാന്തമായ ജീവിതം നയിക്കാൻ വേണ്ട ധൈര്യവും വിവേകവും പ്രദർശിപ്പിക്കുകയാണ് പെണ്ണുങ്ങൾ ചെയ്യേണ്ടത്. പുകവലിച്ച് നശിക്കാൻ പോകുന്നവന്റെ കൂട്ടത്തിൽകൂടി വലിച്ചു കൂടെ നശിക്കാൻ തയ്യാറാവുകയല്ല പുരോഗമനം. സ്ത്രീകൾക്ക് ഹൃദയമില്ല എന്ന് കളിയാക്കുമ്പോൾ, പുക കയറ്റിയും പിരിമുറുക്കങ്ങളിൽ പെടുത്തിയും തകർക്കാനുള്ള ഹൃദയം ഞങ്ങൾക്കില്ല എന്നു പറയാൻ കഴിയുന്ന കാലത്തേ സ്ത്രീകൾക്ക് ഈ രംഗത്ത് സമത്വം കൈവരിക്കുന്നത് തടഞ്ഞ് തങ്ങളെ രക്ഷിക്കാനാകൂ.

30

പഠനം വികൃതമായാൽ

നമ്മുടെ നാട്ടിൽ പലതരം ഭ്രാന്തുകൾ ഉണ്ട്. അതിലൊന്നാണ് പഠിപ്പിക്കൽ ഭ്രാന്ത്. കൊച്ചിനെ നഴ്സറിയിൽ ചേർക്കുമ്പോൾത്തന്നെ പഠിപ്പിക്കൽ തുടങ്ങിയില്ലെങ്കിൽ അച്ചനുമമ്മയ്ക്കും ദേഷ്യമാണ്. മൂന്നുവയസായ കുട്ടിയെ "എ ബി സി ഡി"യും "ഒന്ന് രണ്ട് മൂന്നും" എഴുതിപ്പഠിപ്പിക്കാൻ എന്തൊരു ധൃതിയാണെന്നോ! "മറ്റേ നഴ്സറിയിൽ ഇതിൽ കൂടുതൽ പഠിപ്പിക്കുന്നുണ്ടല്ലോ. ഇവിടെയെന്താ ഇത്ര കുറച്ചു പഠിപ്പിക്കുന്നത്?" എന്നാണ് മാതാപിതാക്കന്മാരുടെ ചോദ്യം. അപ്പോൾ പിന്നെ അധ്യാപകരെന്തു ചെയ്യും? എത്ര പഠിപ്പിച്ചാലും പോര, അച്ചനമ്മമാർക്ക്. ഒന്നാം ക്ലാസിൽ പോലുമുണ്ട് ഹോംവർക്ക്.

തികഞ്ഞ അശാസ്ത്രീയമായ ഒരു പഠനരീതിയാണിതെന്ന് അച്ചനമ്മമാർ അറിയുന്നില്ല. മൂന്നും നാലും വയസുള്ള കുട്ടികൾ

ഓടിച്ചാടി കളിക്കുകയും പാടുകയും ആടുകയും പൊട്ടിച്ചിരിക്കുകയും ചെയ്ത് നേരം കളയേണ്ടവരാണ്. ആടാനും പാടാനും കളിക്കാനും കൂട്ടുകൂടാനും സന്തോഷമായി ജീവിക്കാനുമാണ് അവരെ അനുവദിക്കേണ്ടത്. ആ പ്രായത്തിൽ യാന്ത്രികമായി പഠിപ്പിച്ചാൽ കുഞ്ഞുങ്ങളുടെ കുരുന്നു മനസുകൾ മുരടിക്കും. വാടും. കരിയും. അത്തരം കുഞ്ഞുങ്ങൾക്ക് പഠനം ഭാരമായേ തോന്നൂ. അവർക്ക് പഠനത്തോട് അലർജിയുണ്ടാകും. വളർന്നുവരുംതോറും അവർക്ക് അക്ഷരങ്ങളോട് വെറുപ്പ് കൂടും. പുസ്തകങ്ങളോട് പക തോന്നും. അവർ പഠിപ്പിക്കും തോറും വിജ്ഞാനവിരോധികളായി മാറും. ഭാവിയിൽ പഠനത്തിൽ മോശമാകും. അതിനാൽ അവരെ ദയവായി യാന്ത്രികമായി പഠിപ്പിച്ചു പഠിപ്പിച്ചു കൊല്ലരുതേ!

ഈ പറഞ്ഞതൊക്കെ അൽപ്പം കുറഞ്ഞതോതിൽ പ്രൈമറി ക്ലാസുകളിലും ബാധകമാണ്. പക്ഷേ പറഞ്ഞിട്ടെന്തു ഫലം! ഒന്നാം ക്ലാസിലേ ട്യൂഷൻ കൊടുക്കണമെന്നാണ് ഇന്നത്തെ ധാരണ. അതിരാവിലെ ക്ലാസ് തുടങ്ങും മുമ്പ് കുട്ടി കെട്ടിയൊരുങ്ങി ട്യൂഷൻ ക്ലാസിൽ പോകും. ചിലപ്പോൾ വൈകുന്നേരവും കാണും ട്യൂഷൻ. ഇങ്ങനെ ട്യൂഷനും കൊടുത്ത് കുത്തിച്ചെലുത്തി കുഞ്ഞിന്റെ മനസിലേക്ക് വിജ്ഞാനം നിറയ്ക്കുമ്പോൾ സ്വാഭാവികമായും അതൊന്നും കുട്ടിക്കു ദഹിക്കുകയില്ല. കുട്ടി ഒന്നും രസിച്ചും പഠിക്കുകയില്ല. പാൽപ്പായസമാകേണ്ട പഠനം കടുക്കാക്കഷായംപോലെയാകും. ഇങ്ങനെ ദഹിക്കാതെ, രസിക്കാതെ, വാരിവലിച്ചകത്താക്കുന്ന അറിവുകൾ മുഴുവൻ കുട്ടി പരീക്ഷാഹാളിൽ ഛർദ്ദിച്ചുവയ്ക്കും. പരീക്ഷ കഴിഞ്ഞു പുറത്തിറങ്ങുമ്പോൾ കുട്ടിയിൽ അറിവൊന്നും അലിഞ്ഞുചേർന്നു കിടപ്പുണ്ടാകില്ല. ഉള്ള അറിവുകൂടി പോയ ആശ്വാസത്തിലായിരിക്കും കുട്ടി.

എന്താണ് മാതാപിതാക്കന്മാരുടെ ലക്ഷ്യം? കുട്ടിക്ക് ഉയർന്ന മാർക്ക് കിട്ടണം. അവനെ എഞ്ചിനീയറാക്കണം. അഥവാ ഡോക്ടറാക്കണം. അതിനാണിത്തരം പഠിപ്പിക്കൽ. പരീക്ഷയ്ക്കുവേണ്ടിയുള്ള ഇത്തരം പഠിപ്പിക്കൽ ദോഷമേ ചെയ്യൂ. പുട്ടുകുറ്റിയിൽ തേങ്ങാപ്പീരയും നനച്ച അരിപ്പൊടിയും നിറയ്ക്കുംപോലെ പരീക്ഷയ്ക്കുവേണ്ടി കുട്ടിയുടെ മനസിൽ ചോദ്യങ്ങൾക്കുത്തരം കയറ്റിവിടുകയാണ്. അവസാനം പുട്ടു വേവിക്കുംപോലെ കുട്ടിയെ അടിച്ചും പേടിപ്പിച്ചും നിർബന്ധിച്ചും പാഠഭാഗങ്ങൾ കാണാപ്പാഠം പഠിപ്പിച്ചു തയ്യാറാക്കുന്നു. പുട്ടു വെന്താൽപ്പിന്നെ അമ്മമാർ ഒരു കമ്പു കൊണ്ടു കുത്തി കുറ്റിയിൽനിന്നും പുട്ടു പുറത്തു ചാടിക്കും. പി

ന്നെ കുറ്റി ശൂന്യം. അതുപോലെ പരീക്ഷാഹാളിൽ വച്ച് അധ്യാപകരുടേയും രക്ഷിതാക്കളുടേയും പരിശീലനത്തിന്റെ ചൂടിൽ നിൽക്കുന്ന കുട്ടി താൻ പഠിച്ചതെല്ലാം പരീക്ഷാപേപ്പറിൽ ഛർദ്ദിച്ചു വയ്ക്കുന്നു. ഒന്നും ദഹിച്ചിട്ടില്ല. അതിനാൽ ശരിക്കും ഛർദ്ദിച്ചുതന്നെയാണ് വയ്ക്കുക! പിന്നെ പുറത്തിറങ്ങുന്ന കുട്ടി ഒഴിഞ്ഞ പുട്ടുകുറ്റിപോലെയാണ്. അവൻ പഠിച്ച മനസിനെ, വികാരത്തിനെ, ചിന്താരീതിയെ, ബുദ്ധിയെ സ്വാധീനിച്ചിരിക്കില്ല.

ഇത്തരം കുട്ടികൾ പിന്നീട് നേരിടേണ്ടിവരുന്ന മത്സരപ്പരീക്ഷകളിൽ ദയനീയമായി പരാജയപ്പെടുന്നു. ഇന്റർവ്യൂകളിലും ശോഭിക്കുന്നില്ല. ഇത് എന്ന് നമ്മുടെ രക്ഷിതാക്കൾ അറിയും.

പഠനം പാൽപ്പായസമാകണം. കുട്ടി രസിച്ചു പഠിക്കണം. പഠിക്കാനുള്ള പരിതഃസ്ഥിതി ഒരുക്കിയാൽ മതി. ശസ്ത്രം പഠിക്കേണ്ട രീതിയിൽ പഠിക്കണം. കണ്ണും കാതും തുറന്നു ജീവിക്കാനും ചോദ്യങ്ങൾ ചോദിക്കാനും സ്വയം ചിന്തിക്കാനും പരീക്ഷണനിരീക്ഷണ നിഗമനങ്ങളിലേർപ്പെടാനും ചെറുപ്പത്തിലേ കുട്ടിക്ക് പരിശീലനം നൽകുകയാണ് ശരിയായ ശാസ്ത്രപഠനം. എങ്കിൽ കുട്ടി സ്വയം പഠിക്കും. രസിച്ചു പഠിക്കണം. സാഹിത്യപഠനവും രസിപ്പിക്കുന്ന രീതിയിലാകണം. ചരിത്രമായാലും ഭൂമിശാസ്ത്രമായാലും കണക്കായാലും ഇങ്ങനെതന്നെവേണം പഠിപ്പിക്കാൻ. രസിച്ചു പഠിക്കുമ്പോഴേ കുട്ടിക്ക് എല്ലാം ദഹിക്കൂ. ഇങ്ങനെ പഠിക്കുന്ന കുട്ടി പരീക്ഷയിലും മിടുക്കനാകും. അല്ലാതെ ഗൈഡു പഠിക്കുന്ന കുട്ടിയല്ല പിൽക്കാലത്തു ശോഭിക്കുക.

ചുരുക്കത്തിൽ പഠിക്കേണ്ടതെങ്ങനെയെന്ന് അറിയണം. പഠിപ്പിക്കേണ്ടതെങ്ങനെയെന്നും. പഠനം പരീക്ഷയ്ക്കു വേണ്ടിയാകുമ്പോൾ വികൃതമാകും എന്നുമറിയണം. കുഞ്ഞുങ്ങളെ സ്നേഹിക്കുന്ന അച്ഛനമ്മമാരെങ്കിലും അറിയണം. ഇല്ലെങ്കിൽ അവരുടെ കുഞ്ഞുങ്ങൾ അനുഭവിക്കേണ്ടിവരും.

31

മദ്യമില്ലാത്ത മദ്യം

മദ്യമെന്നാൽ മദിപ്പിക്കുന്നതെന്നർഥം. കള്ളും ചാരായവും വിസ്കിയും ബ്രാൻഡിയും വൈനും ജിന്നും ബിയറും വോഡ്കയും വെറും "അമ്മിണി"യും എല്ലാം മദ്യത്തിന്റെ രൂപങ്ങളാണ്. ഒന്നായ നിന്നെ പലതായി കാണുന്ന മായ! എല്ലാറ്റിനുമടിയിൽ മദിപ്പിക്കുന്ന മദ്യമാണുള്ളത്. ഇംഗ്ലീഷിൽ ആൽക്കഹോൾ എന്നു പറയും. അവനാണ് ലഹരിപകരുന്ന അസുരൻ. വിഷം.

പക്ഷേ ആ വിഷം ലോകമെങ്ങും അടക്കിവാഴുന്ന ഞെട്ടിക്കുന്ന കാഴ്ചയാണ് നാമിന്നു കാണുന്നത്. നമ്മുടെ നാട്ടിൽ നോക്കൂ. ഏതു ഗ്രാമത്തിൽ ചെന്നാലും കള്ള് എന്നോ ചാരായമെന്നോ എഴുതിയ ബോർഡു കാണാം. ചിലപ്പോഴത് കൈലാസമെന്നോ വൈകുണ്ഠമെന്നോ ദേവലോകമെന്നോ സാഹിത്യഭാഷയിലെഴുതിയതാകാം. ഏതായാലും എവിടെയും എപ്പോഴും എളുപ്പത്തിൽ കിട്ടുന്ന ചരക്കായിരിക്കുന്നു ചാരായം. പാലും പച്ചവെള്ളവും കിട്ടാനാണ് പാട്! ചാരായം അതിലും പെട്ടെന്നു കിട്ടും. കുടി കൂടുന്നതിൽ അത്ഭുതപ്പെടേണ്ട. കുടി കൂടുമ്പോൾ അതിനു വേണ്ടി കൈക്കൂലിയും കൂടും. കുടിയെ ചുറ്റിപ്പറ്റി അസാന്മാർഗിക പ്രവൃത്തികളും കൂടും. ജനങ്ങളുടെ ധാർമ്മിക നിലവാരം താഴും. ബുദ്ധി പതറും. ജോലി ചെയ്യാനുള്ള കഴിവ് കുറയും. രാജ്യം ക്ഷയിക്കും.

ഇതു നമ്മുടെ നാട്ടിലെ മാത്രം അവസ്ഥയല്ല. എല്ലാ സമ്പന്നരാഷ്ട്രങ്ങളിലും മദ്യപാനശീലം ഒരു വലിയ സാമൂഹ്യരോഗമായി മാറിയിരിക്കുന്നു. മദ്യവ്യവസായം ഏറ്റവും വലിയ വ്യവസായമായി മാറിയിരിക്കുന്നു. കൂടുതലുൽപ്പാദിപ്പിക്കുക. കൂടുതൽ ഉപയോഗിക്കുക. കൂടുതൽ സമ്പാദ്യമുണ്ടാക്കുക അതാണല്ലോ ലക്ഷ്യം. അപ്പോൾ കുടി കൂടാതെ വയ്യ.

ജനങ്ങളുടെ മദ്യപാനാസക്തിക്ക് മറുമരുന്നു കണ്ടുപിടിക്കാനും ലോകമെങ്ങും ശ്രമങ്ങൾ നടക്കുന്നുണ്ട്. കുടിയന്മാർക്ക് കുടിക്കാതിരിക്കാൻ വയ്യ. അവൻ കുടിച്ചു പഠിച്ച സാധനം തന്നെ കുടിക്കുകയും വേണം. കള്ളു കുടിച്ചു പഠിച്ചവന് കള്ളുതന്നെ നിർബന്ധമാണ്. വൈൻപ്രേമിക്കു വൈനും. ശരി. ഈ പാനീയങ്ങളെല്ലാം ഇഷ്ടംപോലെ കുടിക്കാൻ കൊടുക്കാം. പക്ഷേ അതിലൊന്നും മദ്യം (ആൽക്കഹോൾ) കാണാതിരുന്നാലോ? ലഹരിയുണ്ടാകില്ല. കുടിച്ചു പൂസാവുകയില്ല. അതാണൊരു സൂത്രം! കുടിയന്മാരിൽ ചിലരെങ്കിലും ഇതിനു സമ്മതിക്കും. മദ്യം വിഷമാണ് എന്ന് മനസിലാക്കിയവർ. അവർ മദ്യമില്ലാത്ത കള്ളും വൈനും മറ്റും കുടിച്ചു തൃപ്തിപ്പെടും.

മുന്തിരിച്ചാർ പുളിപ്പിച്ചാണല്ലോ വൈൻ ഉണ്ടാക്കുന്നത്. മുന്തിരിച്ചാറ് പുളിക്കുമ്പോൾ അതിൽ മദ്യം ഉണ്ടാകുന്നു. അതായത് ആൽക്കഹോൾ. വൈനിൽ ആൽക്കഹോൾ മാത്രമല്ല ഉള്ളത് മറ്റ് പലതുമുണ്ട്. അതിൽ ധാരാളം ലവണങ്ങളുണ്ട്. ഉദാഹരണമായി പൊട്ടാസ്യം ലവണങ്ങൾ ഏറെയുണ്ട്. വേറെയും പല സൂക്ഷ്മമൂലകങ്ങൾ ഉണ്ട്. കുറെ വിറ്റാമിനുകൾ ഉണ്ട്. ഔഷധഗുണമുള്ള കുറേ രാസവസ്തുക്കളുമുണ്ട്.

വൈൻ കുടിക്കുന്നവർക്ക് ഈ സ്വാദ് ഇഷ്ടമാണ്. പലർക്കും ഈ സ്വാദുള്ള പാനീയം കിട്ടിയാൽ മതി. അതിൽ ലഹരി പകരുന്ന മദ്യം വേണമെന്നില്ല. അതിനാൽ ഇങ്ങനെ കിട്ടുന്ന വൈനിൽനിന്നും മദ്യഘടകത്തെ മാറ്റാനുള്ള പല വിദ്യകളും റഷ്യാക്കാർ വികസിപ്പിച്ചിരിക്കുന്നു. അവിടെ മാത്രമല്ല, മറ്റു പല രാജ്യങ്ങളിലും ഇതിനുള്ള സാങ്കേതികവിദ്യ ഇന്ന് വികസിപ്പിച്ചെടുത്തിട്ടുണ്ട്. വൈനിനെ സാധാരണ അന്തരീക്ഷമർദ്ദത്തിലും വളരെ താഴ്ന്ന മർദ്ദത്തിൽവച്ച് തിളപ്പിക്കുകയാണ് ഒരു വിദ്യ. മർദ്ദം താഴുമ്പോൾ തിളനിലയും താഴും. അതിനാൽ താഴ്ന്ന ഊഷ്മാവിൽ തിളപ്പിച്ച് ആൽക്കഹോളിനെ മുഴുവൻ മാറ്റാൻ പറ്റും. താഴ്ന്ന ഊഷ്മാവായതിനാൽ വൈനിലെ മറ്റു ഘടകങ്ങൾക്ക് മാറ്റം വരില്ല. വൈനിന്റെ സ്വാദും നിറവും എല്ലാം നിലനിൽക്കും. അതിലെ മദ്യം (ആൽക്കഹോൾ) മാത്രം കാണില്ല എന്നു മാത്രം.

ആൽക്കഹോൾ അടങ്ങിയിട്ടില്ലാത്ത ബിയർ ജർമനിയിൽ ചില റസ്റ്റോറന്റുകളിൽ വിളമ്പുന്നത് ഈ ലേഖകൻ കണ്ടിട്ടുണ്ട്. എന്റെ

ഒരു സുഹൃത്തും നമീബിയായിൽ പ്രൊഫസറുമായ ശ്രീമതി ടോട്ടി മേയർക്ക് ലഹരിയില്ലാത്ത ഇത്തരം ബിയർ ആയിരുന്നു പ്രിയം. അവർ വെള്ളത്തിനു പകരം കുടിച്ചിരുന്നത് ഇതായിരുന്നു.

ഈ വിദ്യ നമ്മുടെ നാട്ടിലും പ്രചരിപ്പിക്കാവുന്നതാണ്. കള്ളിലെ മദ്യം നീക്കി അതൊരു സ്വാദുള്ള പോഷകസമൃദ്ധമായ പാനീയമാക്കി പ്രചരിപ്പിക്കുന്ന കാര്യം ആലോചിക്കണം.

പക്ഷേ മുഴുക്കുടിയന്മാർക്ക്, ഇന്നുള്ള ലഹരിപോലും പോരെന്ന് പരാതി പറയുന്നവർക്ക് ഈ സൂത്രം സമ്മതമാവുകയില്ല. അവർ കുടിച്ചു ചാകാൻ ഇഷ്ടപ്പെടുന്ന വിവരദോഷികളാണല്ലോ!

32

ബുദ്ധിയുള്ള കാറുകൾ!

കാറുകളും ലോറികൾക്കും ബസുകൾക്കും മറ്റും ബുദ്ധിയുണ്ടായാലോ? അവ ചിന്തിക്കാൻ തുടങ്ങിയാലോ? തീർച്ചയായും വാഹനലോകത്ത് അത് വൻ വിപ്ലവമുണ്ടാക്കും. അസാധ്യമെന്നു തോന്നാവുന്ന ആ വിപ്ലവത്തിനുള്ള പ്രവർത്തനങ്ങൾ ഇതാ തുടങ്ങിയിരിക്കുന്നു.

പ്രൊമിത്യൂസ് എന്ന പ്രോജക്ട്

യൂറോപ്പിലെ പതിമൂന്നു കൂറ്റൻ കാർ കമ്പനികളുടെയും നാൽപ്പതു ഗവേഷണ സ്ഥാപനങ്ങളുടെയും പ്രതിനിധികൾ ലണ്ടനിൽ യോഗം ചേർന്ന് അതിനുള്ള ഒരു പ്രോജക്ട് രൂപപ്പെടുത്തിയിരിക്കുന്നു. എട്ടുവർഷം കൊണ്ടു തീർക്കുന്ന എഴുന്നൂറുകോടി രൂപാ ചിലവു വരുന്ന ഒരു വൻ പ്രോജക്ട് ആണ് അവരുടേത്. യൂറോപ്പിലെ ഗതാഗതം കൂടുതൽ കാര്യക്ഷമമാക്കാനും സുരക്ഷാപൂർണമാക്കാനുമുള്ള പദ്ധതി എന്നാണവർ അതിനെ വിശേഷിപ്പിക്കുന്നത്. “പ്രൊമിത്യൂസ്” എന്നാണ് ആ പദ്ധതിയുടെ ചുരുക്കപ്പേര്. (Programme for European Traffic with Highest Efficiency and Unprecedented Safety) എന്നതിന്റെ ചുരുക്കപ്പേരാണ് PROMETHEUS)

ഇലക്ട്രോണിക്സിന്റെ പ്രത്യേകിച്ചും കമ്പ്യൂട്ടർ സയൻസിന്റെ മായാജാലങ്ങളെല്ലാം വാഹന വ്യവസായത്തിൽ പ്രയോഗിക്കുകയാണ് അവരുടെ ലക്ഷ്യം. വാഹനങ്ങളുടെ ഒരു പുതിയ തലമുറയെ അങ്ങനെ സൃഷ്ടിക്കാൻ കഴിയും. അതിനു പറ്റിയ ഗവേഷണങ്ങൾ നടത്തി കണ്ടുപിടുത്തങ്ങൾ വാഹന വ്യവസായികൾക്കു കൈമാറുകയാണ് പ്രൊമിത്യൂസ് പ്രോജക്ടിന്റെ ലക്ഷ്യം.

കമ്പ്യൂട്ടർ കാറുകൾ

ഈ പരിപാടി വിജയിച്ചാൽ പിന്നെ യൂറോപ്പിലെ കാറോട്ടം എങ്ങനെയായിരിക്കും? കാറിലെല്ലാം കമ്പ്യൂട്ടർ കാണും. റോഡിന്റെ ഉപരിതലത്തിന്റെ സ്വഭാവം മാറുന്നതുപോലെ കാറിലെ കമ്പ്യൂട്ടർ കണ്ടുപിടിക്കും. അതിനനുസരിച്ച് കാറിൽ വേണ്ട മാറ്റങ്ങൾ വരുത്തും. കാറോട്ടം നിയന്ത്രിക്കുകയും ചെയ്യും. വഴിയിൽ വളരെയകലെ തടസങ്ങൾ ഉണ്ട് എങ്കിൽ അതു കമ്പ്യൂട്ടർ നേരത്തെ തന്നെ കണ്ടുപിടിച്ച് ഡ്രൈവർക്കു മുന്നറിയിപ്പു നൽകും. അപ്പോൾ താമസം ഒഴിവാക്കാൻ കാറിന് വേറെ വഴി മാറിപ്പോകാം.

ഡ്രൈവർ വേണ്ട!

അടുത്ത ഘട്ടം അതിലും വിപ്ലവകരമായിരിക്കും. ഡ്രൈവർക്ക് പണി വളരെ കുറയുന്ന ഘട്ടമാണത്. കാറിനെ മുഖ്യപാതയിലെത്തിച്ച് ആവശ്യമായ കോഡുനമ്പർ കാറിലെ കമ്പ്യൂട്ടറിനു കൊടുത്താൽ മതി. കമ്പ്യൂട്ടർ തന്നെ സ്റ്റിയറിങ് ഏറ്റെടുക്കും. നന്നായി ശ്രദ്ധിച്ചു കാറോടിക്കും. മറ്റു വാഹനങ്ങളിൽനിന്നും കൃത്യമായ അകലം നിലനിർത്തി നിയമങ്ങൾ തെറ്റിക്കാതെ സ്വയം കാർ നിയന്ത്രിച്ച് ഓടിച്ചുകൊള്ളും. സ്റ്റിയറിങ് നിയന്ത്രിക്കുന്നതും ബ്രേക്ക് മാറുന്നതും ആക്സിലേറ്റർ നിയന്ത്രിക്കുന്നതും എല്ലാം കമ്പ്യൂട്ടർ തന്നെ. കവലയിലെത്തിയാൽ സൂക്ഷിക്കണമെന്നുവരെ ഡ്രൈവർക്കു മുന്നറിയിപ്പു നൽകും. കോഡ് നമ്പർ അനുസരിച്ചുള്ള സ്ഥലത്തെത്തിയാലുടൻ വിവരം ഡ്രൈവറെ അറിയിക്കും.

അപ്പോൾ ട്രാഫിക് ലൈറ്റുകളും ട്രാഫിക് പൊലീസുമൊന്നും വേണ്ടാതാകും. റോഡു കുറുകെ കടക്കേണ്ട സ്ഥലത്തും വേണ്ട എല്ലാ ക്രമീകരണങ്ങളും കാർ സ്വയമെടുക്കും. സിഗ്നൽ നിയമങ്ങൾ തെറ്റിക്കാതെ കാർ സ്വയം ഓടും. അപകടം ഒഴിവാക്കാൻ പറ്റാത്ത ഘട്ടം വന്നാൽ വിവരം ഡ്രൈവറെ അറിയിക്കും. മാത്രമല്ല അപകടത്തെ നേരിടാൻ വേണ്ട മുൻകരുതൽ എടുക്കും. കാർ മറിയാതിരിക്കാനും മറ്റുമുള്ള ക്രമീകരണങ്ങൾ സ്വയം ചെയ്യും!

സ്വയം പാർക്കിങ് സ്ഥലം കണ്ടെത്തും.

കുറേക്കൂടി കഴിഞ്ഞാൽ കാർ സ്വയം പോയി പറ്റിയ പാർക്കിങ് സ്ഥലം കണ്ടെത്തി അവിടെ കിടന്നുകൊള്ളും. ഡ്രൈവർ പറഞ്ഞിരിക്കുന്ന സമയം എത്തുമ്പോൾ തനിയെ നിർദേശിച്ചിരിക്കുന്ന സ്ഥലത്ത് തിരിച്ചുചെല്ലും. കാറിൽ ടെലഫോൺ സൗകര്യം മാത്രമല്ല ഉ

ണ്ടാവുക. കാറിലെ കമ്പ്യൂട്ടറിൽ വേണ്ട എല്ലാ വിവരങ്ങളും കാണും. ഉദാഹരണമായി ഏറ്റവുമടുത്ത പെട്രോൾ പമ്പ് എവിടെയാണ്. ഏറ്റവുമടുത്ത ഹോട്ടൽ ഏതാണ്, ആശുപത്രി ഏതാണ് തുടങ്ങിയ എല്ലാ വിവരങ്ങും ആവശ്യപ്പെട്ടാൽ കാറിലെ കമ്പ്യൂട്ടർ തരും.

ഇത്തരം കമ്പ്യൂട്ടർ കാറുകൾ നിലവിൽ വന്നാൽ പിന്നെ ഡ്രൈവർക്കെന്താ പണി എന്നാണ് സംശയം. ഡ്രൈവർ ഡ്രൈവ് ചെയ്യേണ്ടാത്ത കാലമായിരിക്കുമല്ലോ അത്. കാർ യാത്രാഭ്രാന്തന്മാർക്ക് അതോടെ കാറിൽനിന്നുമിറങ്ങേണ്ട കാര്യംപോലുമുണ്ടാകില്ല.

കാറിലെ പരിഷ്കാരങ്ങളെല്ലാം ലോറിക്കും ബസിനും സ്കൂട്ടറിനും തുടങ്ങി എല്ലാ ഓട്ടോമൊബൈൽ വാഹനങ്ങൾക്കും ഉണ്ടാകും എന്നും മറക്കേണ്ട. ബുദ്ധിയുള്ള ട്രാൻസ്പോർട്ട് വണ്ടികൾ സർവീസ് തുടങ്ങിയാൽ യാത്ര എങ്ങനെയായിരിക്കും എന്ന് സ്വയം ചിന്തിക്കുക.

ഇത്തരം ഗവേഷണ പ്രവർത്തനങ്ങളാണോ ഇന്നത്തെ ലോകത്തിനാവശ്യം എന്നൊക്കെ നമുക്കു സംശയങ്ങളുണ്ടാകും. ഭൂരിപക്ഷം മനുഷ്യരും പട്ടിണികിടക്കുന്ന ഒരു ലോകത്ത്, സമാധാനം വിദൂര സ്വപ്നമായി മാറിയിരിക്കുന്ന കാലത്ത്, ധാർമ്മികബോധമില്ലാത്ത ജനങ്ങൾ ഏറി വരുന്ന സന്ദർഭത്തിൽ ഗവേഷണം ഏതുമേഖലകളിലായിരിക്കണം എന്നൊക്കെ നമുക്കു സംശയങ്ങൾ ഉണ്ടാകാം. പക്ഷേ കാർ കമ്പനികൾക്ക് അവരുടെ വികസനവും ലാഭവുമാണ് പ്രശ്നങ്ങൾ. അതിനാൽ കമ്പ്യൂട്ടർ കാറുകൾ ഭാവിയിൽ നിലവിൽ വരുകതന്നെ ചെയ്യും. അതു ഗതാഗതത്തിൽ വിപ്ലവകരമായ മാറ്റങ്ങൾ വരുത്തുകയും ചെയ്യും എന്ന് നമുക്ക് പ്രത്യാശിക്കാം.

33

പുല്ലിൽനിന്നും പെട്രോൾ

അതെ. പുല്ലിൽനിന്നും പെട്രോളുണ്ടാക്കാൻ സാധ്യമാണെന്ന് സൂചന ലഭിച്ചിരിക്കുന്നു. ലണ്ടനിലെ യൂണിവേഴ്സിറ്റി കോളേജിലാണ് ഈ വിഷയവുമായി ബന്ധപ്പെട്ട ഗവേഷണം നടക്കുന്നത്. പ്രകൃതിയിലുള്ള ചില പ്രത്യേകതരം പാറകളിൽ കാണുന്ന "സിയോളൈറ്റുകൾ" എന്ന വസ്തുക്കളാണ് ഇതിനു കളമൊരുക്കിയിരിക്കുന്നത്.

സിയോളൈറ്റുകൾക്ക് ഇപ്പോൾ തന്നെ പല ഉപയോഗങ്ങളുണ്ട്. ജലത്തിന്റെ കാഠിന്യം കുറയ്ക്കാനും ശുദ്ധീകരിക്കാനും ഇതുപയോഗിക്കുന്നുണ്ട്. പ്രകൃതിയിലുള്ള സിയോളൈറ്റുകൾ കൂടാതെ കൃത്രിമമായി ഉണ്ടാക്കിയിട്ടുള്ള സിയോളൈറ്റുകളും ഉണ്ട്. ഇത്തരം സിയോളൈറ്റുകൾക്ക് രാസപ്രവർത്തനങ്ങളെ സഹായിക്കാൻ കഴിവുണ്ട്. അതാണ് പെട്രോളുണ്ടാക്കാനും ഇവയുടെ സേവനം ഉപയോഗിക്കുന്നത്.

പക്ഷേ ഒരു പ്രത്യേക രാസപ്രവർത്തനത്തെ സഹായിക്കാൻ കഴിയുന്ന ഒരു പ്രത്യേക പരലാകൃതി (ക്രിസ്റ്റൽ ഘടന)യുള്ള സിയോളൈറ്റിനെ വേർതിരിച്ചെടുക്കുക വളരെ വിഷമമുള്ള കാര്യമായിരുന്നു. എന്നാൽ കമ്പ്യൂട്ടറുകൾകൊണ്ടു നിയന്ത്രിക്കുന്ന സങ്കീർണങ്ങളായ ചില ഉപകരണങ്ങൾകൊണ്ട് സിയോളൈറ്റുകളുടെ കൃത്യമായ പരൽഘടന കണ്ടെത്താമെന്നും അങ്ങനെ ആവശ്യമായ ഘടനയുള്ളവയെ വേർതിരിക്കാമെന്നും കണ്ടെത്തിയിരിക്കുന്നു.

കൃത്യമായി പറ്റുന്ന ഘടനയുള്ള സിയോളൈറ്റുകൾ ലഭ്യമായാൽ അവയുപയോഗിച്ച് പുല്ല് പെട്രോളാക്കാനോ കൽക്കരി വാതകത്തെ പെട്രോളാക്കാനോ ഒക്കെ കഴിയും. ധാന്യത്തെവരെ പെട്രോളാക്കാൻ പറ്റും. ഇതാണ് പ്രത്യാശ.

പക്ഷേ കേരളീയർക്ക് എന്നാലും പ്രത്യാശയ്ക്കു വകയില്ല. ഇവിടെ കൽക്കരിയില്ല. ധാന്യം പണ്ടേ ഇറക്കുമതി ചെയ്യുകയുമാണ്. പുല്ലും ഇല്ലാതായി വരുന്നു. ചപ്പുചവറും കിട്ടാനില്ല. കാരണം പുല്ലും ചവറും കമ്പും കോലും എല്ലാം കിട്ടണമെങ്കിൽ വനം വേണം. (പുൽമേടും വനത്തിന്റെ ഒരു ഭാഗമാണ്.) വനം കടലാസിൽ മാത്രമായി ചുരുങ്ങുന്നു. അതിനാൽ പുല്ലും അപൂർവ വസ്തുവായി മാറുന്നു. പിന്നെ പുല്ലിൽനിന്നും അമൃതുണ്ടാക്കാമെന്നു വന്നാലും കേരളീയർക്കെന്തു രക്ഷ? മിക്ക പച്ചക്കറിക്കും തമിഴ്നാട്ടിലെ ലോറി കാത്തിരിക്കുന്ന കേരളീയർ പുല്ലിനും അങ്ങോട്ടു നോക്കിയിരിക്കേണ്ട കാലമല്ലേ വരുന്നത്? ചിന്തിച്ചു നോക്കൂ.

34

അമ്പട ഞാനേ

അമ്പട ഞാനേ എന്ന ഭാവം പണ്ടേ മനുഷ്യനുണ്ടായിരുന്നു. അതല്ലേ പ്രപഞ്ചത്തിന്റെ തന്നെ കേന്ദ്രം ഭൂമിയാണെന്ന് അവൻ വിശ്വസിച്ചത്? അൽപ്പം ശാസ്ത്രവിജ്ഞാനം കൂടി കയ്യിൽ കിട്ടിയപ്പോൾ ഈ ലോകത്തെ മുഴുവൻ കീഴടക്കാമെന്നും നക്ഷത്രങ്ങളെയെടുത്ത് അമ്മാനമാടാമെന്നും കണ്ണടച്ച് തുറക്കുമ്പോഴേക്ക് പ്രപഞ്ചത്തിനൊന്നു വലം വയ്ക്കാമെന്നുമെല്ലാം അവൻ സ്വപ്നം കണ്ടുകളഞ്ഞു!

എന്നാൽ അറിവേറിയതോടെ അഹന്തയുടെ പത്തി ചുരുങ്ങി. ഈ ലോകവുമായി താരതമ്യപ്പെടുത്തുമ്പോൾ മനുഷ്യനെന്ന ജന്തു എത്ര നിസാരനാണ് എന്ന് വിവരമുള്ള ശാസ്ത്രജ്ഞന്മാർക്കിന്നറിയാം. ഏകദേശം അഞ്ഞൂറു കോടി വർഷങ്ങൾക്കു മുമ്പാണുപോലും സൗരയൂഥമുണ്ടായത്. വാതകങ്ങളും ധൂളികളും കൂടിയുള്ള ഒരു ഭീമാകാരനായ മേഘപടലം ആയിരുന്നുപോലും സൗര

യൂഥത്തിന്റെ സൃഷ്ടിക്കു വഴിവച്ച വസ്തു. അനന്തമായ പ്രപഞ്ചത്തിന്റെ മാറിലൂടെ അലഞ്ഞുനടന്ന ഈ മേഘപടലം ഘനീഭവിച്ച് സൂര്യനുണ്ടായി. അപ്പോൾ മിച്ചം വന്ന പൊടിയും തരിയും കൂടിച്ചേർന്ന് ഗ്രഹങ്ങളും!

അങ്ങനെയുണ്ടായ ഭൂമിക്ക് ആദ്യമുണ്ടായിരുന്ന കവചം ഉരുകി തിളച്ചു മറിഞ്ഞു കിടന്ന ഒരു ദ്രാവകമായിരുന്നു. അന്തരീക്ഷമോ ചുട്ടുപഴുത്തുമിരുന്നു. ആ ഉരുകി തിളച്ചു മറിഞ്ഞുകിടന്ന ഭൂമി പിന്നെ തണുത്തു. ഘനത്വം കൂടിയ പദാർഥങ്ങൾ ഉള്ളിലേക്ക് പോയി. ഭൂമീദേവിക്ക് ഒരു കാമ്പായി ആ "ഹൃദയം" ഇന്നും ചുട്ടുപഴുത്തിരിക്കുന്നു. അത് ഊഷ്മളമെങ്കിലും മൃദുലമല്ല!" വെറും ഇരുമ്പും നിക്കലും കൊണ്ടാണ് ഹൃദയം! അതിനു പുറമെ മറ്റൊരു കവചമുണ്ടായി. അതിനും പുറത്ത് പുറന്തോടും.

ഈ പുറന്തോടിനുതന്നെ എന്തെല്ലാം മാറ്റങ്ങൾ വന്നു. പൊട്ടിത്തെറിച്ചുകൊണ്ടിരുന്ന അഗ്നിപർവതങ്ങൾ തുപ്പിയ ലാവ ഭൂമുഖത്തെ വികൃതമാക്കി. തുടർച്ചയായ മഴ ഭൂമുഖം തണുപ്പിച്ചു. വെള്ളം താഴ്ന്ന ഭാഗങ്ങളിലൊലിച്ചുചെന്നു കിടന്ന് സമുദ്രങ്ങളുണ്ടായി....

ഇങ്ങനെ എത്രനേരം പറഞ്ഞാലും തീരാത്ത ഒരു നീണ്ട കഥയാണ് ഭൂമിയുടേത്. അതിന്റെ അവസാന അധ്യായത്തിലാണ് ഭൂമിയിൽ ജീവൻ പ്രത്യക്ഷപ്പെടുന്നത്. അവസാന അധ്യായത്തിന്റെ അവസാനം മനുഷ്യനും പ്രത്യക്ഷപ്പെട്ടു.

ഭൂമിയുടെ ഈ നീണ്ടുനീണ്ടു കിടക്കുന്ന കഥയുടെ നീളം സാധാരണക്കാർക്കു സങ്കൽപ്പിക്കാൻ പാടാണ്. സൗകര്യത്തിനായി ഒരു കാര്യം ചെയ്യാം. ഭൂമി ഉണ്ടായതു മുതൽ ഇന്നുവരെയുള്ള സമയം 24 മണിക്കൂർ എന്നു കരുതുക. അതായത് ഭൂമിയുടെ വയസ്സ് ഒരു ദിവസം എന്നു കരുതാൻ. അതായത് ഇന്നലെ രാത്രി 12 മണി മുതൽ ഇന്നു രാത്രി 12 മണി വരെയുള്ള സമയം എന്നു കരുതുക. അപ്പോൾ ഇന്നലെ രാത്രി 12 മണിക്ക് ഭൂമിയുണ്ടായി. പിന്നെ തിളച്ചുമറിഞ്ഞും തണുത്തും ഉറഞ്ഞും ഭൂമി ജീവികൾക്കു ജീവിക്കാൻ പറ്റുന്നതാവാൻ എത്രയോ ഏറെ സമയം എടുത്തു എന്നോ. രാവിലെ 6.30ന് മാത്രമാണ് ആദ്യത്തെ സൂക്ഷ്മജീവികൾ രൂപമെടുത്തത്. രാത്രി 9.45ന് മാത്രമാണ് സസ്യങ്ങൾ പ്രത്യക്ഷപ്പെട്ടു തുടങ്ങിയത്. സസ്തനജീവികൾ ഉണ്ടായത് രാത്രി 11ന്. 12 മണി രാത്രിയായാൽ ഭൂമിയുടെ ചരിത്രം തീർന്നു. മറക്കരുത്- ആ പന്ത്രണ്ടുമണിയാകുന്നതിന് 40 സെക്കന്റ് മുമ്പാണ് ആദിമ മനുഷ്യൻ രംഗത്തു വരു

ന്നത്. മനുഷ്യന്റെ ആയുസ്സ് അത്രയേ ഉള്ളൂ. അവൻ രേഖപ്പെടുത്തിയിരിക്കുന്ന 'മഹത്തായ" ചരിത്രം മുഴുവൻ കൂടി പത്തിലൊന്നു സെക്കന്റ് മാത്രമേ വരൂ!

സംഗതി പിടികിട്ടിയോ? മഹത്തായ മനുഷ്യചരിത്രത്തിന്റെ നീളം പത്തിലൊന്ന് സെക്കന്റ് മാത്രം! ഭൂമിയുടെ മുഴുവൻ ചരിത്രവും 24 മണിക്കൂർ എന്നു കരുതിയാൽ അതിലൊരു സെക്കന്റിന്റെ ചരിത്രം പോലുമില്ലാത്ത ജീവിയാണ് മനുഷ്യൻ. പാറ്റയ്ക്കുപോലും അതിലെത്രയോ നീണ്ട ചരിത്രമുണ്ട്!

ഭൂമിയുടെ ചരിത്രവുമായി മാത്രമാണ് നാം നമ്മുടെ ചരിത്രത്തെ താരതമ്യപ്പെടുത്തിയതെന്നു മറക്കേണ്ട. അനന്തമായ ഈ പ്രപഞ്ചത്തിലെ കോടാനുകോടി നക്ഷത്രക്കൂട്ടങ്ങളുടെ വലിപ്പവും ചരിത്രവും ഒന്നും പരിഗണിച്ചതേയില്ല. അനന്തമായ ഈ പ്രപഞ്ചത്തിലെ ഒരു കൊച്ചു പൊട്ടുപോലുമല്ല. സൂര്യനും ഗ്രഹങ്ങളും അടങ്ങുന്ന സൗരയൂഥമെന്നും ഓർക്കുക.

"അനന്തമജ്ഞാതമവർണ്ണനീയം
ഈ ലോകഗോളം തിരിയുന്ന മാർഗം
അതിങ്കലെങ്ങാണ്ടൊരിടത്തിരുന്നു
നോക്കുന്ന മർത്യൻ കഥയെന്തറിഞ്ഞു

എന്ന് നാലപ്പാടൻ പാടിയത് വെറുതെയല്ല.

ഈ പ്രപഞ്ചവീക്ഷണമുണ്ടായാൽ ഞാനെന്ന ഭാവം താനെ തകരും. വ്യക്തികൾക്കും സമൂഹങ്ങൾക്കും രാജ്യങ്ങൾക്കുമെല്ലാമുള്ള അഹന്ത അസ്തമിക്കും. അതിനു പകരം വിനയം ഉണ്ടാകും. ഭൂമിയിലെ കോടാനുകോടി സസ്യജന്തുജാലങ്ങളിലൊന്നു മാത്രമാണ് മനുഷ്യൻ എന്ന സത്യം ബോധ്യമാകും. അനന്തവിശാലമായ പ്രപഞ്ചത്തിൽ മറ്റൊരിടത്തും ജീവന്റെ സംഗീതം ഇന്നു നിലനിൽക്കുന്നതായി തെളിഞ്ഞിട്ടില്ലാത്തതിനാൽ ഈ ലോകത്തെ ജീവനെ രക്ഷിക്കാൻ വിശേഷബുദ്ധിയുള്ള മനുഷ്യൻ കടപ്പെട്ടവനാണ് എന്ന ബോധവുമുണ്ടാകും. അപ്പോൾ ലോകസമാധാനം സാധ്യമാകും. പ്രകൃതി സംരക്ഷണവും.

35

നാറ്റം മാറ്റുന്ന യന്ത്രം

നമുക്ക് ഇഷ്ടപ്പെടാത്ത മണത്തെയാണല്ലോ നാം ദുർഗന്ധമെന്ന് പറയുന്നത്. ദുർഗന്ധവാഹികളായ വസ്തുക്കളെ മാറ്റിയാൽ ദുർഗന്ധവും ഇല്ലാതാകും. പക്ഷേ അതിനു മിനക്കെടാതെ "സ്പ്രേയടിച്ച്" നടക്കുകയാണ് പരിഷ്കൃതമാർഗം! അതായത് ദുർഗന്ധത്തിലും രൂക്ഷമായ മറ്റൊരു ഗന്ധത്തെ പരത്തി ദുർഗന്ധത്തെ തിരിച്ചറിയാതാക്കുക! ദുർഗന്ധം കൂടുംതോറും സ്പ്രേയടിക്കലും കൂട്ടണം.

ഇപ്പറഞ്ഞത് മനുഷ്യരുടെ ദേഹത്തിന്റെ ഗന്ധത്തിന്റെ കാര്യം. വ്യാവസായിക ലോകദേഹം മനുഷ്യദേഹംപോലെ ചെറുതല്ലല്ലോ. അതു പുറത്തുവിടുന്ന ദുർഗന്ധവസ്തുക്കളോ വളരെ ഏറെയും. എന്നാൽ സ്പ്രേയടിക്കൽപോലുള്ള വിദ്യകൾ വ്യാവസായിക ലോകം ദുർഗന്ധപരിഹാരമായും പ്രയോഗിച്ചു നോക്കിയിട്ടുണ്ട്. ഫലം ആശാവഹമല്ല. മീനുണക്കുന്നതിനു ചുറ്റും പനിനീർ തളിക്കുന്നതിനും ഒരു അതിരില്ലേ?

നഗരം തുപ്പുന്ന വിസർജ്യവസ്തുക്കൾ കുമിഞ്ഞുകൂടി കിടന്നാലുള്ള നാറ്റം ഊഹിക്കാവുന്നതേയുള്ളൂ. വ്യവസായശാലകൾ തുപ്പുന്ന വിഷങ്ങളുടെ നാറ്റം വേറെയും. ഇത്തരം വസ്തുക്കൾ പുറത്തുവിടുന്ന ദുർഗന്ധം കലർന്ന വായുവിനെ ശുചീകരിക്കാൻ ഒരു യന്ത്രം കണ്ടെത്തിയിരിക്കുന്നു. ദുർഗന്ധത്തിനു കാരണമായി വായുവിൽ കലർന്നിട്ടുള്ള രാസവസ്തുക്കളെ നശിപ്പിച്ച് വായുവിന്റെ ദുർഗന്ധം ഇല്ലാതാക്കുകയാണ് മാർഗം. അൾട്രാവയലറ്റ്/ഓസോൺ വാതകയന്ത്രമാണത്. ബ്രിട്ടനിലെ ശാസ്ത്രജ്ഞന്മാരാണ് ഈ യന്ത്രം കണ്ടുപിടിച്ചിരിക്കുന്നത്. അതിൻെറ നിർമാണത്തിനു വേണ്ട ലൈസൻസിനാവശ്യപ്പെട്ടിരിക്കുകയാണവിടെ.

ഓസോൺ ഓക്സിജന്റെ ചേട്ടനാണ്. രണ്ടിലും ഓക്സിജൻ ആറ്റങ്ങൾ തന്നെ. ഓസോൺ കൂടുതൽ ശക്തിയുള്ള വാതകമാണ്. അതാണത് ദുർഗന്ധവാഹികളെ എളുപ്പത്തിൽ നശിപ്പിക്കുന്നത്. ഇൗ യന്ത്രം പുറത്തു വന്നാൽ പല വ്യവസായശാലകൾക്കും ദുർഗന്ധം പരത്താതെ പ്രവർത്തിക്കാനാകും. ഉദാഹരണമായി എല്ലുപൊടിയുണ്ടാക്കുന്ന ഫാക്ടറിക്ക് പരിസരത്തേക്കു ദുർഗന്ധം പരത്താതെ സൂക്ഷിക്കാൻ കഴിയും.

ഓസോൺ രോഗാണുക്കളെ നശിപ്പിക്കും. അതിനാൽ ഈ തന്ത്രമുപയോഗിച്ച് അതിശുദ്ധമായ ജലമുണ്ടാക്കാനും കഴിയും. അതായത് ശുദ്ധജലത്തിലെ രോഗാണുക്കളെയും മറ്റും നശിപ്പിച്ച് അതിനെ അതിശുദ്ധമാക്കാൻ പറ്റും. അത്തരം ജലം മരുന്നുകൾ ഉണ്ടാക്കാനും മറ്റും ആവശ്യമാകും.

“ഓസോൺ” എന്ന വാക്കിനർഥം തന്നെ “ഞാൻ മണക്കുന്നു” എന്നാണ്. ഓസോണിന്റെ പ്രത്യേക മണം മൂലം ഒരു സഹൃദയനായ ശാസ്ത്രജ്ഞൻ അതിനിട്ട പേരാണത്. അങ്ങനെ ഒരു പേരു കിട്ടിയ ഓസോൺ തന്നെ വേണ്ടിവന്നിരിക്കുന്നു നാട്ടിലെ ദുർഗന്ധവാഹികളെ നശിപ്പിക്കാൻ.

ഏതായാലും ഈ പുതിയ യന്ത്രം മാർക്കറ്റിൽ വന്നാലുടൻ ഓരോന്നു വാങ്ങി നമ്മുടെ മുനിസിപ്പാലിറ്റികൾക്ക് (കോർപ്പറേഷനുകൾക്കും) കൊടുക്കണം. ചപ്പും ചവറും മറ്റും നഗരപ്രാന്തങ്ങളിൽ കൂട്ടിയിട്ട് നാറ്റിക്കുന്നതിൽ ഗവേഷണം നടത്തുന്നവർക്ക് ഈ യന്ത്രം ഓരോന്നു കൊടുത്താൽ പരിസരത്തു കഴിയുന്നവർക്ക് ശുദ്ധവായു കിട്ടിത്തുടങ്ങും.

36

നവതാരുണ്യത്തിലേക്കുള്ള എളുപ്പവഴി

കൊച്ചുപെൺകുട്ടികൾ കൂടുതൽ പെട്ടെന്ന് ഇപ്പോൾ തരുണീമണികളാകുന്നുണ്ടോ? കഴിഞ്ഞ നൂറ്റാണ്ടിനെ അപേക്ഷിച്ച് ഈ നൂറ്റാണ്ടിൽ കൂടുതൽ പെട്ടെന്നാണ് പ്രായപൂർത്തിയാകാത്ത പെൺകുട്ടികൾ യുവതികളാകുന്നതെന്നു കരുതുന്നു. അതായത് ലൈംഗിക പക്വത (പ്യൂബെർട്ടി) യെത്തുന്നത് കൂടുതൽ പെട്ടെന്നാണെന്ന്. ഇതിനുള്ള കൃത്യമായ കാരണം ഇനിയും കണ്ടുപിടിക്കേണ്ടിയിരിക്കുന്നു. എങ്കിലും ഒരു സൂചന ഇപ്പോൾ ലഭിച്ചിരിക്കുന്നു. ആഹാരത്തിലെ കൊഴുപ്പിന്റെ അളവാണ് കൂടുതൽ പെട്ടെന്ന് ആർത്തവത്തിലേക്ക് നയിക്കുന്നതെന്നാണ് സൂചന.

പെൺകുട്ടിക്കുരങ്ങുകളിലാണ് ഈ സൂചനയ്ക്ക് ആധാരമായ പരീക്ഷണങ്ങൾ നടന്നിരിക്കുന്നത്. അമേരിക്കയിലെ ഒരു ഗവേഷണ സ്ഥാപത്തിൽ സൂസൻ സ്ക്വാർട്ട്സ് എന്ന ശാസ്ത്രജ്ഞനും സംഘവും നടത്തിയതാണ് പരീക്ഷണം. രണ്ടുകൂട്ടം പെൺകുരങ്ങുകളെ തെരഞ്ഞെടുത്തു. ഒരു കൂട്ടത്തിന് കൊടുത്തതിന്റെ പകുതി മാത്രം കൊഴുപ്പേ മറ്റേ പെൺകൂട്ടത്തിനു കൊടുത്തുള്ളൂ. രണ്ടു കൂട്ടത്തിലെയും പെണ്ണുങ്ങൾ ഒരേപോലെ തടിച്ചുവന്നു. അതായത് അവയുടെ ഭാരം ഒരേ അളവിൽ കൂടി. ഒരേ അളവ് കലോറി ലഭിക്കത്തക്ക ആഹാരമാണവയ്ക്ക് നൽകിയിരുന്നത്. ഒരേ അളവിൽ ഭാരം കൂടിയെങ്കിലും അവയുടെ ശരീരത്തിലെ ഹോർമോണുകളുടെ അളവ് വ്യത്യസ്തമായിരുന്നു. ആദ്യത്തെ ഗ്രൂപ്പിലെ പെൺകുരങ്ങുകൾക്ക് 27 മാസംകൊണ്ട് ആർത്തവമുണ്ടായപ്പോൾ രണ്ടാമത്തെ ഗ്രൂപ്പിലുള്ളവർക്ക് 31 മാസം കൊണ്ടേ ആർത്തവമായുള്ളൂ. അതായത് ലൈംഗികമായ പക്വതയിലെത്താൻ ആദ്യത്തെ ഗ്രൂപ്പിലുള്ളവർക്ക് കൂടുതൽ പെട്ടെന്ന് കഴിഞ്ഞു എന്നർഥം. ഇതിനു കാരണം

അവ കൂടുതൽ കൊഴുപ്പു കഴിച്ചതാകണം എന്ന് സൂസനും കൂട്ടരും അനുമാനിക്കുന്നു. കൊഴുപ്പ് കൂടുതൽ കഴിച്ചവർക്ക് ശരീരത്തിൽ കൂടുതൽ ഹോർമോണുകൾ ഉണ്ടെന്നു കണ്ടു. കൂടുതൽ പെട്ടെന്ന് അവയ്ക്ക് യൗവനവും വന്നെത്തി.

ആഹാരരീതികൾ മാറിയതോടെ ആധുനിക മനുഷ്യർ കൂടുതൽ കൊഴുപ്പ് കഴിക്കുന്നുണ്ട്. ചെറുപ്പത്തിലാണെങ്കിൽ ആഹാരത്തിന് നിയന്ത്രണവുമില്ല. വയർ നിറയെ വറുത്തതും പൊരിച്ചതും എല്ലാം കഴിക്കും. ഇതാണോ നമ്മുടെ പുതിയ ലോകത്ത് കൂടുതൽ പെട്ടെന്ന് ലൈംഗിക പക്വത വരാനുള്ള പ്രധാന കാരണം? കുരങ്ങുപെണ്ണുങ്ങളിൽ പരീക്ഷണം നടത്തിക്കിട്ടിയ ഫലം മനുഷ്യപ്പെണ്ണുങ്ങളിൽ ശരിയാകാം എന്നു പറയാം. അത്രയേ തൽക്കാലം കഴിയൂ. ആഹാരം കൂടാതെ മറ്റ് അനേകം ഘടകങ്ങളും പ്രായപൂർത്തിയാകലിനെ സ്വാധീനിക്കുന്നുണ്ടോ? ലൈംഗികതയേയും ഒരു കച്ചവടച്ചരക്കായി കണ്ട് അതിനെ ദുരുപയോഗപ്പെടുത്തുന്ന പുത്തൻ സമൂഹത്തിലെ എന്തൊക്കെ ഘടകങ്ങൾ നമ്മുടെ കൊച്ചു പെൺകുട്ടികളെ സ്വാധീനിക്കുന്നു എന്ന് വിശദമായി പഠിക്കേണ്ട കാലം കഴിഞ്ഞിരിക്കുന്നു.

37

ഉടുപ്പുകൾ എട്ടുകാലിവലകൊണ്ട്!

എട്ടുകാലി വലകൊണ്ട് ഒന്നാംതരം ഉടുപ്പുകൾ ഉണ്ടാക്കുന്ന കാലം വരുന്നു. വെടിയുണ്ടപോലും തുളച്ചു കയറാത്ത അത്ര ബല മായിരിക്കും അതിന്. അതിനാൽ വലിയ നേതാക്കന്മാർക്ക് അടി യുടുപ്പുകൾ ഉണ്ടാക്കാൻ പറ്റിയ തുണിയായിരിക്കും എട്ടുകാലി വ ലത്തുണി! വെടിയുണ്ടയ്ക്കു തുളച്ചു കേറാൻ പറ്റാത്തതെങ്കിലും തീരെ ഭാരവും കുറവായിരിക്കും. സ്റ്റീലിലും ബലം; പക്ഷേ പ ഞ്ഞിപോലെ ഭാരമില്ലാത്തതും!

അടിയുടുപ്പുകൾ മാത്രമല്ല, മറ്റു പലതുമുണ്ടാക്കാൻ ഈ എട്ടു കാലി വല ഉപകരിക്കും. ഉടയാത്തതും അതിശക്തവുമായ വസ്തു വായിരിക്കുമല്ലോ എട്ടുകാലി വലത്തുണി. അതിനാൽ അതുപയോ ഗിച്ച് വിമാനങ്ങളും സ്പേസ് നൗകകളും ഉണ്ടാക്കാനും സാധിക്കും! ഏറ്റവും വിലയേറിയ, പ്രിയമുള്ള ഒരു ചരക്കായി മാറും എട്ടുകാലി യുണ്ടാക്കുന്ന വല അഥവാ സിൽക്ക്!

നിക്ക് ആഷ്‌ലി എന്ന വിദഗ്ധൻ പറയുന്നതു കേൾക്കൂ: 'എട്ടുകാ ലിവലയ്ക്ക് വളരെയേറെ ബലമുണ്ട്. അതിന് അതിശക്തമായ ആ ഘാതത്തെപ്പോലും ചെറുത്തുനിൽക്കാൻ കഴിവുണ്ട്. ഒരു എട്ടുകാ ലിവലയിലേക്ക് ഒരു പറവ ചെന്നിടിക്കുന്നത് ഒരു ജറ്റ്‌വിമാനം ചെ ന്നിടിക്കുന്നതുപോലെയാണ്. ഞങ്ങൾ ഈ വല ഉണ്ടാക്കാൻ ആ ഗ്രഹിക്കുന്നു. അതിന്റെ അത്ഭുതകരമായ ബലം പ്രയോജനപ്പെടു ത്താൻ ആഗ്രഹിക്കുന്നു.' ലണ്ടൻ നഗരത്തിനടുത്തുള്ള പി എ ടെക് നോളജി കമ്പനിയുടെ ഉപദേശകനായ ആഷ്‌ലി വെറുതെ സ്വപ് നം കാണുകയല്ല. എട്ടുകാലിവല പിരിച്ചുണ്ടാക്കുന്ന ഒരു വടത്തിന് അഥവാ കേബിളിന് അതേ വണ്ണമുള്ള സ്റ്റീൽ വടത്തേക്കാൾ (കേ ബിളിനേക്കാൾ) അഞ്ചിരട്ടിയെങ്കിലും ബലം ഉണ്ടെന്ന് കണ്ടുപിടി ച്ചതിനുശേഷമാണ് ഈ പ്രവചനങ്ങൾ നടത്തുന്നത്.

പട്ടുനൂൽപ്പുഴുക്കളെ വളർത്തി നൂലെടുക്കുംപോലെ എളുപ്പത്തിൽ എട്ടുകാലികളെ വളർത്തി നാലെടുഥാമായിരുന്നു എങ്കിൽ എട്ടുകാലി വളർത്തൽ ഇന്നുതന്നെ ഒരു വൻ വ്യവസായമായി മാറുമായിരുന്നു. കൂടുതൽ ലാഭകരമായി കൂടുതൽ എളുപ്പത്തിൽ എട്ടുകാലി ഉണ്ടാക്കുന്ന സിൽക്ക് നൂലായി ഉണ്ടാക്കാം. അതിന് ബാക്ടീരിയകളെ വളർത്താനാണ് ആഷ്‌ലിയുടെ കമ്പനി പ്ലാനിടുന്നത്. 'ഫെർമെന്റേഷൻ' അഥവാ പുളിപ്പിക്കൽ (കിണ്വനം) എന്ന വിദ്യകൊണ്ടല്ല പഞ്ചസാര ലായനിയിൽനിന്നും ചാരായം ഉണ്ടാക്കുന്നത്? ഈ പുളിപ്പിക്കൽ നടത്തുന്നത് ചില സൂക്ഷ്മജീവികൾ ആണ്. അഥവാ അവ പഞ്ചസാര ലായനിയിൽ വളരുന്നതാണ് പുളിപ്പിക്കലിനു കാരണം. ഇതേ വിദ്യയിൽ ചില ബാക്ടീരിയകളെ എളുപ്പത്തിൽ വളർത്തി അവ പുറത്തുവിടുന്ന സിൽക്ക് നൂലുകളെ ശേഖരിക്കാനാണ് പരിപാടി. എട്ടുകാലിവല നൂൽപോലുള്ള ഈ നൂലുകളെ അതിശക്തമായ പശകൾ (റെസിനുകൾ) കൊണ്ടു ബന്ധിപ്പിച്ച രൂപത്തിലായിരിക്കും ലഭിക്കുന്നത്. ഈ ഉൽപ്പന്നത്തിന് ഭാരം തീരെ കുറവായിരിക്കും. (ബലമോ സ്റ്റീലിൽ കൂടുതലും.)

ആഷ്‌ലിയുടേത് ധീരമായ ഒരു സ്വപ്നം കാണലാണ്. ധീരമായ, പുതുപുത്തനായ, ആ സ്വപ്നം സാക്ഷാൽക്കരിക്കും എന്നതിന് സംശയം വേണ്ട. എട്ടുകാലികളെ കണ്ടുപഠിച്ചതിന്റെ ഫലം ഇങ്ങനെയൊരു ഉൽപ്പന്നത്തിന്റെ നിർമാണത്തിലേക്കു നയിക്കും എന്ന് ആരെങ്കിലും കരുതിയിരുന്നോ? ഇല്ല. പ്രകൃതിയിൽ ഇങ്ങനെ പഠിക്കേണ്ട എത്രയെത്ര അത്ഭുതങ്ങൾ ഇനിയും അവശേഷിക്കുന്നു. ശാസ്ത്രകുതുകികളേ കണ്ണുതുറന്നു കാണൂ. പഠിക്കൂ. അത്യത്ഭുതകരവും അപ്രതീക്ഷിതവുമാകാം നിങ്ങളുടെ കണ്ടെത്തലുകൾ.

38

മനുഷ്യപുത്രനു നടക്കാൻ റോഡില്ല!

പാമ്പുകൾക്കു പാർക്കാൻ മാളമുണ്ട്. പറവകൾക്ക് പറക്കാൻ ആകാശമുണ്ട്. മനുഷ്യപുത്രനു നടക്കാനോ റോഡില്ല എന്നു പാടാനോ പറയാനോ ഈ നാട്ടിലാരുമില്ലാതായി. റോഡുകൾ മുഴുവനും വണ്ടികൾ കയ്യേറിയിരിക്കുകയുമാണ്. ട്രാഫിക് അപകടങ്ങളോ കൂടിയും വരുന്നു. നാറ്റ്പാക് (NATPAC) ട്രാഫിക് അപകടങ്ങളെപ്പറ്റി നടത്തിയ ഒരു പഠനത്തിന്റെ റിപ്പോർട്ട് കുറെനാൾ മുൻപു പത്രങ്ങളിൽ വന്നത് ഓർത്തുപോകുന്നു. കഴിഞ്ഞ മുപ്പതോളം വർഷങ്ങൾകൊണ്ട് കേരളത്തിലെ ട്രാഫിക് അപകടങ്ങൾ ഏഴിരട്ടിയായിരിക്കുന്നു എന്നാണ് ആ റിപ്പോർട്ടിൽ കണ്ടത്. കേരളം വളരുന്നു എന്നു മഹാകവി പാടിയത് എത്ര ശരി! രണ്ടായിരാമാണ്ട് ആകുന്നതോടെ കേരളത്തിലെ ട്രാഫിക് അപകടങ്ങൾ ഇപ്പോഴുള്ളതിന്റെ ഏകദേശം ഇരട്ടിയാകുമെന്നും ആ റിപ്പോർട്ടിൽ വായിച്ചു. ജനപ്പെരുപ്പം തടയാൻ അതൊരു നല്ല വഴിയാകുമല്ലോ എന്ന് വിദഗ്ധന്മാർ കണ്ടെത്തുമോ ആവോ. രണ്ടായിരാമാണ്ട് കഴിഞ്ഞതോടെ എന്താണ് അവസ്ഥ? പത്രങ്ങളിൽ റോഡപകടമരണ വാർത്തകൾ സ്ഥിരം പംക്തിയായിരിക്കുന്നു. അത്തരം അപകടങ്ങൾ ആശുപത്രികൾക്ക് ആദായമാർഗവുമായിരിക്കുന്നു! ഭീകരംതന്നെ ഇന്നത്തെ അവസ്ഥ!

ട്രാഫക് അപകടങ്ങളെപ്പറ്റി വിശദമായ പഠനങ്ങൾ നടത്തേണ്ടത് അത്യാവശ്യമാണ്. ഓരോ വർഷവും കൃത്യമായ സ്ഥിതിവിവരക്കണക്കുകൾ കിട്ടുന്നതും നല്ലതാണ്. അതനുസരിച്ച് വേണ്ട നടപടികൾ എടുക്കാമല്ലോ. ഒരു കാര്യത്തിൽ സംശയമേ വേണ്ട. മിക്ക അപകടങ്ങളുമുണ്ടാകുന്നത് ഡ്രൈവർമാരുടെ തെറ്റുമൂലമാണ്. (നാറ്റ്പാക്കും ആ റിപ്പോർട്ടിൽ ഇക്കാര്യം ശരിവച്ചിരുന്നു.) അതും സ്വാഭാ

വികം. വഴിയെ തൊഴിലില്ലാതെ നടന്നവൻ കിളിയാവുകയും കിളിക്കൊഞ്ചൽ തുടരുന്നതിനിടയ്ക്കു വളയം തിരിച്ചു തുടങ്ങുകയും പിന്നെയൊരു സുപ്രഭാതം മുതൽ വളയത്തിന്റെ അധിപനാവുകയും ചെയ്യുന്ന നാടാണല്ലോ നമ്മുടേത്. ട്രാഫിക് നിയമങ്ങളോ അവയുടെ പ്രാധാന്യമോ ഒന്നും കിളിമൂത്തു ഡ്രൈവറായവന് അറിയാൻ വഴിയില്ലല്ലോ. ഡ്രൈവിങ്ങ് ലൈസൻസ് കിട്ടാൻ എത്രയോ വളഞ്ഞ, പക്ഷേ എളുപ്പമായ, വഴികൾ ഉണ്ടുതാനും. പിന്നെ കേരളം മുഴുവൻ പരന്നുകിടക്കുന്ന മദ്യ, വിദേശമദ്യഷാപ്പുകളും ഉപഷാപ്പുകളും ഷാപ്പുകളേയല്ലാത്ത മദ്യ വിൽപ്പനശാലകളും കഞ്ചാവും കള്ളും നൽകും മുറുക്കാൻ കടകളും എല്ലാം വളയംപിടിക്കും മനുഷ്യനെ സേവിക്കാനിരിക്കുമ്പോൾ വെളിവോടെ വളയം തിരിക്കാനും വണ്ടിയോടിക്കാനും വിഷമം തന്നെ. അപകടം കൂടുന്നതിലെന്തിന് അത്ഭുതപ്പെടണം?

നമ്മുടെ റോഡുകളുടെ നിലവാരത്തെപ്പറ്റി പ്രത്യേകം പറയേണ്ടതില്ല. വളവും തിരിവും കേറ്റവും ഇറക്കവുമൊക്കെ സഹിക്കാം. കുണ്ടും കുഴിയും സാരമില്ല. ആനയെ വരെ വീഴ്ത്താൻ പറ്റുന്ന പാതാളവായകൾ എങ്ങനെ സഹിക്കും? അത്തരമൊരു റോഡിലൂടെ ഓട്ടോറിക്ഷയിലൂടെ നിരങ്ങിനിരങ്ങി നീങ്ങുമ്പോഴാണ് നാം നരകമെന്താണെന്നറിയുന്നത്. ഇത്രയൊക്കെയായിട്ടും നടുവൊടിയാതെ ജീവിക്കുന്ന കേരളീയരുടെ നടുവിന്റെ ഘടനയെപ്പറ്റി ഗവേഷണം നടത്താൻ കഴിഞ്ഞാൽ പല അത്ഭുതങ്ങളും വെളിച്ചത്തു വന്നേക്കും. കേരളത്തിലെ റോഡുകൾ എങ്ങനെ ഇത്ര അനായാസമായി തകർന്നു തരിപ്പണമാകുന്നു എന്ന വിഷയത്തിൽ ഗവേഷണമല്ല അന്വേഷണമാണു വേണ്ടത്. അതിന് പൊലീസോ സി ബി ഐ യോ പോരാ; സ്കോട്ട്ലണ്ട് യാർഡിന്റെ വിദഗ്ധ ഡിറ്റക്റ്റീവ് സംഘം തന്നെ നിയോഗിക്കപ്പെടേണ്ട കാലം കഴിഞ്ഞു.

വണ്ടി കൂടി. ജനങ്ങൾ പെരുകി. കൂടുതൽ പ്രദേശങ്ങൾ പട്ടണങ്ങളായി. വഴികളുടെ നിലവാരം മോശമായി. അപകടമൊഴിവാക്കാൻ വേണ്ട മുൻകരുതലുകളിൽ പാളിച്ചകൾ വരുന്നു. ഇതൊക്കെയാണ് കേരളത്തിന്റെ കാര്യത്തിൽ ഇത്ര മോശമായ ഒരു നിലയുണ്ടാകാനുള്ള കാരണങ്ങൾ.

നടപ്പാതകൾ വേണം

ഈ പശ്ചാത്തലത്തിൽ നാം ഒരു കാര്യം കൂടി ചിന്തിക്കണം. വാഹനങ്ങൾക്കാണോ മനുഷ്യനാണോ കൂടുതൽ പ്രാധാന്യം? വ

ഴികൾ വണ്ടിക്കോടാനോ മനുഷ്യർക്കു നടക്കാനോ? ഏതു പട്ടണമെടുത്താലും കാൽനടക്കാരെ അവഗണിച്ചിരിക്കുന്നതായി ഒറ്റനോട്ടത്തിൽ കാണാൻ കഴിയും. വളയം കൈയിൽ കിട്ടുന്നയന്നുതന്നെ കാൽനടക്കാരനെ പുച്ഛരമായിക്കഴിയുന്നു ഡ്രൈവർമാർക്ക്. തലേന്നുവരെ താനും കാൽനടക്കാരനായിരുന്നു എന്ന് വളയം പിടിക്കുന്നവൻ മറക്കുന്നു. തിരക്കേറിയ റോഡുകളിൽപ്പോലും ഫുട്പാത്തുകൾ ഇല്ല. ഇപ്പോൾ റോഡു മുഴുവൻ ടാറും ചെയ്യുകയാണ് അധികാരികൾ. മുഴുവൻ വീതിയും ടാർ ചെയ്താൽ മുഴുവൻ ഭാഗത്തുകൂടിയും വണ്ടികൾക്ക് ഓടാൻ കഴിയുന്നു. ഓടുകയും ചെയ്യും. പിന്നെ പാവം മനുഷ്യപുത്രൻ ദൈവംതന്ന കാലുകൾ എവിടെ കുത്തി നടക്കാൻ? വണ്ടി ചീറി വരുമ്പോൾ മൂടാത്ത ഓടയിലേക്ക് എടുത്തുചാടി ജീവൻ രക്ഷിക്കേണ്ടി വന്നിട്ടുള്ള ഒരു പാവപ്പെട്ടവനാണ് ഈ ലേഖകൻ! കാൽനടക്കാർക്കു ശ്രദ്ധ കുറവാകാം. വിവരദോഷികളാകാം അവർ. പക്ഷേ അവർക്കു നടക്കാൻ ഒരു ഭാഗം മാറ്റിയിടാത്തതു ക്രൂരമല്ലേ?

രണ്ടു കാര്യങ്ങളാണ് ഉടനെ വേണ്ടത്. നഗരങ്ങളിലെങ്കിലും ഫുട്പാത്തുകൾ നിർബ്ബന്ധമാക്കണം. വണ്ടി ഓടും വഴിയിൽനിന്ന് ഒരടിയെങ്കിലും പൊക്കിയിടണം ഫുട്പാത്തുകൾ. അപ്പോൾ ഭ്രാന്തൻ വണ്ടികൾക്ക് അതിലേക്ക് എളുപ്പം കയറാൻ പറ്റില്ലല്ലോ. ഗ്രാമങ്ങളിൽ റോഡിനിരുവശവും കുറെയേറെഭാഗം ടാർ ചെയ്യാതിടണം. മരങ്ങളും വച്ചുപിടിപ്പിക്കണം. വൃത്തിയായി ആ ഭാഗം ആ നാട്ടുകാർ സൂക്ഷിക്കാനും മുൻകൈ എടുക്കണം. അപ്പോൾ നാട്ടുകാർ തണലുള്ള അരികു ചേർന്നു താനെ നടക്കും.

വണ്ടി ഓടാത്ത വഴികൾ വേണം

ഇതു മാത്രം പോരാ. നഗരഹൃദയങ്ങളിലെ പ്രധാന ഭാഗങ്ങളെ കൂട്ടിയോജിപ്പിക്കുന്ന എളുപ്പനടപ്പുവഴികൾ വേണം. ഇവ നടക്കാൻ മാത്രമുള്ളവയാകണം. വീതി കുറഞ്ഞ് ഇടയ്ക്ക് സ്റ്റെപ്പുകൾ ഉള്ള വഴികൾ. അതിലെ സൈക്കിൾപോലും ഓടാൻ അനുവദിക്കരുത്. ആ വഴികളിൽ നിറയെ മരങ്ങൾകൂടി വച്ചാൽ വളരെ കേമമായി. തണൽ നിറഞ്ഞ, അപകടമില്ലാത്ത ആ വഴികൾ കാൽനടക്കാർ സ്വീകരിക്കും. തണൽകൂടിയുള്ളതിനാൽ കുറെയേറെ ദൂരമുണ്ടായാൽ പോലും ഓട്ടോറിക്ഷകൾ പിടിക്കാതെ നടന്നുപഠിക്കും. അതോടെ ആരോഗ്യവും ജനങ്ങൾക്കു കൂടും. അപകടം കുറയുകയും ചെയ്യും. ഈ കാൽനടവഴികൾക്കിടയ്ക്ക് വഴിനടപ്പുകാർക്ക് ശല്യമില്ലാ

ത്ത ഭാഗങ്ങളിൽ മുറുക്കാൻ കടകളും ലഘുപാനീയ ഷോപ്പുകളും (മദ്യഷോപ്പു വേണ്ട കേട്ടോ). വഴിവാണിഭ കച്ചവടക്കാർക്കുള്ള സ്റ്റാളുകളും കൂടിയുണ്ടായാൽ നന്ന്. അവരെല്ലാം വണ്ടിയോടും വഴിവിട്ട് ഇങ്ങോട്ട് പോരും. കാരണം കാൽനടക്കാരാണല്ലോ അവരുടെ ലക്ഷ്യം. തിരുവനന്തപുരംപോലുള്ള നഗരങ്ങളിൽ ഇത് ആദ്യം പരീക്ഷിക്കട്ടെ.

മനുഷ്യപുത്രന് നടക്കാൻ വഴിയില്ല എന്ന് വന്നാൽ എത്രമോശം. കേരളമെങ്കിലും ഇതിനു മാതൃക കാണിക്കട്ടെ. വഴി നടക്കാൻ മാത്രമുള്ള വഴികൾ തുടങ്ങട്ടെ. വണ്ടികളോടാത്ത വഴികൾ. ശാന്തമായ വഴികൾ!

39

അഭിനയം എളുപ്പമല്ല

നടികളേ, നടന്മാരേ, ശ്രദ്ധിക്കുവിൻ. അഭിനയം അത്ര എളുപ്പമല്ല. അത് ശരീരത്തിലെ നാഡീസ്പന്ദനം കൂട്ടം. അഭിനയത്തിന്റെ ഏറ്റവും നല്ല മുഹൂർത്തങ്ങളിൽ നാഡീ സപ്ന്ദനവും അതനുസരിച്ച് കൂടും. പിരിമുറുക്കമുള്ള രംഗങ്ങളിൽ നടീനടന്മാരുടെ ശരീരത്തിനും പിരിമുറുക്കമുണ്ടാകുമെന്ന്. അത്തരം ഘട്ടങ്ങളിൽ പൾസ് നിരക്ക് 175 വരെ ഉയരുന്നു. ചിലപ്പോൾ അതിലും ഉയരാറുമുണ്ടുപോലും. ഇത്ര ഉയർന്ന പൾസ് നിരക്ക് സാധാരണ, വിമാനം പറപ്പിക്കുന്നവരിലേ കാണാറുള്ളൂ. അതും വിമാനം ആകാശത്തിലേക്കുയരുമ്പോഴും വിമാനത്താവളത്തിലിറങ്ങുമ്പോഴും മാത്രം. അപ്പോഴാണല്ലോ പൈലറ്റ്മാർക്ക് ഏറ്റവുമധികം മാനസിക സംഘർഷം തോന്നുക.

അപ്പോൾ പൈലറ്റുമാർക്ക് ഏറ്റവും ആകാംക്ഷയുണ്ടാക്കുന്ന സമയത്തുള്ള പിരിമുറുക്കം നടീനടന്മാർക്ക് ഏറ്റവും വികാരതീവ്രതയുള്ള രംഗങ്ങളിൽ അനുഭവപ്പെടുന്നുണ്ട് എന്നർഥം.

സ്റ്റേജിലെ പിരിമുറുക്കമാണ് പഠനവിധേയമാക്കിയത് കേട്ടോ. ജീവിതത്തിലെ അഭിനയിക്കുന്ന വിദ്വാന്മാരെ (വിദൂഷികളെയും!) പരിശോധിച്ചുനോക്കിയിട്ടില്ല. നിത്യജീവിതത്തിൽ ഒത്തിരി അഭിനയം നടത്തുന്നവരാണ് ഇന്നത്തെ തലമുറയിൽ നല്ലൊരു പങ്കും. അവരുടെ ഈ നാട്യങ്ങളും കള്ളച്ചിരികളും ദേഷ്യപ്പെടലുകളും വേഷമിറക്കലുകളുമെല്ലാം സൂപ്പർതാരങ്ങളെയും തോൽപ്പിക്കുന്ന തരം അഭിനയങ്ങളല്ലേ? ഇങ്ങനെ മുഖംമൂടിയണിഞ്ഞു ജീവിക്കുന്ന ജീവികൾക്കും പിരിമുറുക്കമനുഭവപ്പെടുന്നുണ്ടോ? പിരിപോലുമില്ലാത്തവർക്കെങ്ങനെ മുറുക്കം എന്ന് ചിലരെങ്കിലും ചോദിക്കാം. എന്നാലും ഇങ്ങനെ കാൽ തട്ടിപ്പും മുക്കാൽ വെട്ടിപ്പും തൊഴിലാക്കി

നടക്കുന്നവർക്കും മാനസികമായ പിരിമുറുക്കം ഉണ്ടായിരിക്കാം. അവരിലാണെങ്കിലും ഈ കുറിപ്പു വായിച്ചാലെങ്കിലും അഭിനയം നിർത്തുമെങ്കിൽ അത്രയും നന്ന്!

മ്യൂനിച്ചിലെ ഇൻസ്റ്റിറ്റ്യൂട്ട് ഓഫ് തീയേറ്റർ സ്റ്റഡീസിലെ ഹെൽ ഗർ ആണ് ഈ പഠനം നടത്തിയത്. കൃത്യമായി പൾസ് നിരക്ക് അ ളന്നാണ് ഈ നിഗമനങ്ങളിലെത്തിയിരിക്കുന്നത്. നടീനടന്മാരുടെ മൂത്രത്തിലെ ഹോർമോൺ പരിശോധിച്ചപ്പോഴും ഈ നിഗമനം ശ രിയാണ് എന്നും അഭിനയം അവരിൽ പിരിമുറുക്കമുണ്ടാക്കുന്നു ണ്ട് എന്നും തെളിഞ്ഞു.

അപ്പോൾ അഭിനയം വെറും അഭിനയമല്ല. സ്റ്റേജിലെ സംഘർ ഷം നടന്റെ (നടിയുടെ) ശരീരത്തിലും അനുഭവപ്പെടും. സ്റ്റേജിൽ 'ജീവിച്ചാൽ ശരീരമതറിയും! നടീനടന്മാർ സ്വന്തം അനുഭവത്തിൽ നിന്ന് ഇതറിഞ്ഞിട്ടുണ്ടാകാം.

40

കണക്ക് കാര്യമായി പഠിക്കണം

കണക്കാണ് കാതൽ. എല്ലാ ശാസ്ത്ര വിഷയങ്ങളുടെയും അടിത്തറ കണക്കാണെന്നു പറയാം. സാധാരണ ശാസ്ത്രവിഷയങ്ങളുടെ മാത്രമല്ല സാമ്പത്തികശാസ്ത്രംപോലുള്ള വിഷയങ്ങളുടെ കാതലും കണക്കാണ്. കണക്കിൽ വൈദഗ്ധ്യമുള്ള യുവതലമുറയെ വാർത്തെടുത്താലേ ശാസ്ത്രരംഗം വളരൂ. ഇതൊക്കെ അറിഞ്ഞിട്ടാകാം നാം കണക്കിന് മാന്യസ്ഥാനം നൽകുന്നത്.

ബ്രിട്ടൻെറ സെക്കൻഡറി പരീക്ഷാ ചെയർമാനായിരുന്ന വിൽഫ്രെഡ് കോക്ക് ഇന്ത്യ സന്ദർശിച്ചപ്പോൾ ഇക്കാര്യം ഊന്നിപ്പറയുകയുണ്ടായി. കണക്കിൽ കുട്ടികൾ അടിസ്ഥാനമുറച്ചു പഠിച്ചുപോകണം എന്നദ്ദേഹം പറഞ്ഞു.എന്നുപറഞ്ഞാലെന്താ അർഥം? കുറെ അടിസ്ഥാന വസ്തുതകളോ പട്ടികകളോ ആശയങ്ങളോ കാണാപ്പാഠം പഠിച്ചുവയ്ക്കണമെന്നല്ല. അടിസ്ഥാനവസ്തുതകൾ വെറുതെ മനസിലാക്കിയതുകൊണ്ടും കാര്യമില്ല. കർണ്ണൻെറ അറിവുപോലെ അറിവുണ്ടായാൽ എന്തുഫലം? ആവശ്യമുള്ളപ്പോൾ ആവശ്യമുള്ള കാര്യം എടുത്തുപയോഗിക്കാൻ കഴിവില്ലെങ്കിൽ കണക്കു പഠിച്ചിട്ടും ഫലമില്ല. ഗുണനപ്പട്ടിക അറിയാം. പക്ഷേ എവിടെ എന്തിനതുപയോഗിക്കണമെന്നറിയില്ലെങ്കിലോ? പഠിച്ചിട്ടു ഫലമില്ല. അപ്പോൾ അടിസ്ഥാന ഗണിതം അറിഞ്ഞു പഠിക്കണം. പഠിച്ചതു വേണ്ടപ്പോൾ വേണ്ടിടത്തു വേണ്ടപോലെ പ്രയോഗിക്കാനും പഠിക്കണം. വെറുതെ കണക്ക് ചെയ്ത് ഉത്തരം കാണാൻ പഠിച്ചിട്ടുകാര്യമില്ല. ഉത്തരത്തിലേക്ക് എത്തിച്ചേർന്ന വഴി അറിയണം. ആ വഴി മുന്നേറിയതിൻെറ വാദമുഖങ്ങളറിയണം. ആ വഴിയിൽ ചിന്തിച്ചതിൻെറ യുക്തി അറിയണം. വഴി സ്വയം കണ്ടെത്താനുമറിയണമല്ലോ. വഴികണ്ടെത്തി യുക്തിപൂർവം വഴിയിലൂടെ മുന്നേറി ഉത്തരമെന്ന ലക്ഷ്യസ്ഥാനത്തെത്തിയാലേ കണക്കുകൊണ്ടു പ്രയോജനമുണ്ടാകൂ. ഇതൊക്കെ വിൽഫ്രഡിനെപ്പോലെ എല്ലാ വിദഗ്ധരും പറയുന്ന കാര്യങ്ങളാണ്. നമ്മെപ്പോലുള്ള സാധാരണക്കാരും സമ്മതിക്കും.

പക്ഷേ സമ്മതിക്കുന്നവരും തങ്ങളുടെ കുട്ടികൾ കണക്കു ചെയ്യുമ്പോൾ ഉത്തരം കിട്ടാൻ എന്തും എങ്ങനെയും ചെയ്യാൻ പ്രേരിപ്പിക്കും. ഉത്തരം എഴുതിയാൽ മാർക്കുകിട്ടുമെന്നാണ് രക്ഷാകർത്താക്കളുടെ വിചാരം. എങ്ങനെയെങ്കിലും ഉത്തരം കണ്ടുപിടിച്ചെടുക്കാനാണ് അവർ കുട്ടികളെ പ്രോത്സാഹിപ്പിക്കുന്നത്. വഴി കണ്ടെത്തി ആ വഴിയെ യുക്തിയുടെ കുതിരപ്പുറത്ത് കുതിക്കണമെന്ന കാര്യം കുട്ടിയും രക്ഷാകർത്താവും മറക്കും. എന്താ ഫലം? കണക്കു പഠിച്ചു. പക്ഷേ കണക്കു ദഹിക്കാതെ കിടക്കും എന്നു മാത്രം. ദഹിക്കാത്തതൊക്കെ പതുക്കെ പുറത്തുപോകും. കണക്കു പിന്നെ അവശേഷിക്കില്ല. കണക്ക് വേണ്ടപ്പോൾ എടുത്തുപയോഗിക്കാനുള്ള വിരുതും കൈവരിക്കില്ല.

കണക്കു വിഷമമമാണ് എന്നൊരു ധാരണ ചെറുപ്പത്തിലേ കുട്ടികളിൽ നാം കടത്തിവിടുന്നുമുണ്ട്. അത് കുട്ടികളിൽ ഭയമുണ്ടാക്കും.

അനാവശ്യമായ പിരിമുറുക്കവുമുണ്ടാക്കും. അത് ചെറുപ്പത്തിൽ ത്തന്നെ കണക്കിനോടുള്ള അലർജിയായി മാറാം. കണക്ക് രസകരമാണ്. ചെറുപ്പം മുതൽ കണക്കിന്റെ രസകരവും അത്ഭുതകരവുമായ ലോകത്തിലേക്ക് കടന്നുവരാൻ കുട്ടികൾക്ക് താൽപ്പര്യമുണ്ടാക്കണം. രസകരമായ കഥകളിലൂടെയും മോഡലുകളിലൂടെയും കളികളിലൂടെയും കണക്കിന്റെ ബാലപാഠങ്ങൾ കുട്ടികൾക്ക് പഠിക്കാൻ കഴിഞ്ഞാൽ കണക്കൊരു രസകരമായ വിഷയമായി മാറും.

അതിന് നല്ല കണക്കു മാസ്റ്റർമാർ ഉണ്ടാകണം. ബ്രിട്ടനിൽ നല്ല കണക്കു മാസ്റ്റർമാർ കുറവാണ് എന്ന് വിൽഫ്രഡ് പറയുന്നു. ശമ്പളവും സ്ഥാനവും കുറവായതിനാൽ മിടുക്കന്മാർ (മിടുക്കികളും) കണക്കു സാറന്മാരാകാൻ തയ്യാറാകുന്നില്ലപോലും.

കമ്പ്യൂട്ടറിന്റെ കാലമാണ്. വിവരവിസ്ഫോടനത്തിന്റെ കാലവുമാണ്. കണക്കിന്റെ പ്രാധാന്യം ഇനിയും കൂടാൻ പോകുന്നു. നല്ല കണക്കു മാസ്റ്റർമാരുടെ ആവശ്യവും കൂടി വരുന്നു. ബ്രിട്ടണിൽപ്പോലും നല്ല കണക്കു മാസ്റ്റർമാർ ഇല്ലെന്നു വിൽഫ്രഡ് പരിതപിക്കുന്നു. ഇന്ത്യയുടെ നിലയോ? വായനക്കാർ തന്നെ സ്വന്തം അനുഭവങ്ങൾ അയവിറക്കി തീരുമാനത്തിൽ എത്തിക്കോളൂ. പലർക്കും കയ്പ്പേറിയ ഓർമകളും കാണും. ഏതായാലും കണക്കാണ് ഏറ്റവും രസകരവും പ്രധാനപ്പെട്ടതുമായ വിഷയമെന്ന് മാതാപിതാക്കന്മാർ അറിയണം. അവരുടെ കുഞ്ഞുങ്ങൾക്ക് കണക്കിൽ താൽപ്പര്യം വളർത്താൻ വേണ്ട സാഹചര്യങ്ങൾ വീട്ടിലൊരുക്കണം. അല്ലാതെ മുലകുടി മാറും മുമ്പേ പട്ടികകൾ പഠിപ്പിക്കാൻ വടിയുമായി രംഗത്തിറങ്ങി കുഞ്ഞുങ്ങളെ കണക്കു വിരോധികളാക്കാൻ തുനിയരുതേ.

41

പൊള്ളുന്ന സത്യം

ഭാരതം എന്ന പേരുകേട്ടാൽ മനസ്സ് അഭിമാനംകൊണ്ട് നിറയണമെന്നാണ് കവി പറഞ്ഞിരിക്കുന്നത്. യൂറോപ്പിലും അമേരിക്കയിലും മനുഷ്യർ കാടന്മാരായി കഴിഞ്ഞിരുന്ന കാലത്ത് ഭാരതത്തിൽ ജനങ്ങൾ നഗരങ്ങളിൽ കഴിഞ്ഞിരുന്നു. പുരോഗമിച്ച നദീതടസംസ്കാരം അന്നേ ഇവിടെ വളർന്നു വികസിച്ചിരുന്നു. ലോകമെങ്ങും നിന്ന് വിജ്ഞാനദാഹികളായ വിദേശീയർ വന്ന് താമസിച്ചുപഠിച്ചിരുന്നത് നമ്മുടെ അന്നത്തെ സർവകലാശാലകളിലായിരുന്നു. ഇതൊക്കെ സത്യമാണ്. ഭാരതം എന്നു കേട്ടാൽ അഭിമാനം കൊള്ളുകതന്നെ വേണം.

നാം കാടന്മാരായി മാറി

പക്ഷേ പിന്നീട് യൂറോപ്പിലും അമേരിക്കയിലും മറ്റുമുള്ളവർ പുരോഗമിച്ചതോടെ നാം 'കാടന്മാ'രായോ? ശരിയായ കാടന്മാർക്ക് നല്ല ഒരു സംസ്കാരമുണ്ടായിരുന്നു. പ്രകൃതിയോട് ഇണങ്ങിയൊതുങ്ങി സസന്തോഷം ജീവിക്കുന്നവരാണല്ലോ കാട്ടിലെ ജീവികൾ. നാം അതിലും എത്രയോ മോശമായ നിലയിലേക്ക് താഴ്ന്നിരിക്കുന്നു. താഴ്ന്നുതാഴ്ന്ന് പലതിലും നമുക്ക് അടിയിൽനിന്ന് ഒന്നാം സ്ഥാനം ലഭിക്കുകയും ചെയ്തു.

നാണംകൊടുത്തുന്ന കണ്ടുപിടിത്തം

അങ്ങനെ ഇതാ ഇപ്പോൾ ഉള്ളംപൊള്ളുന്ന ഒരു സത്യം പുറത്തായിരിക്കുന്നു. ലോകത്ത് ഏറ്റവുമധികം സ്ത്രീകൾ പൊള്ളൽ മൂലം മരിക്കുന്നത് ഭാരതത്തിലാണെന്ന് കണ്ടെത്തിയിരിക്കുന്നു. വാഷിങ്ടൺ ആസ്ഥാനമായി പ്രവർത്തിക്കുന്ന അന്താരാഷ്ട്ര വനിതാ ഗവേഷണകേന്ദ്രം (International Centre for Research on Women) ആണ് ഈ പൊള്ളുന്ന രഹസ്യം കണ്ടെത്തിയത്. 15 മുതൽ 44 വ

യസുവരെയുള്ള സ്ത്രീകൾക്കിടയ്ക്കുണ്ടാകുന്ന പൊള്ളൽ മരണങ്ങളിൽ പകുതിയോളം മനഃപൂർവമുണ്ടാക്കുന്ന പൊള്ളലുകൾ ആണെന്നാണ് ഗവേഷണകേന്ദ്രം കണ്ടുപിടിച്ചിരിക്കുന്നത്. 1989ലെ കണക്കാണിത്.

മനഃപൂർവം എന്നു പറഞ്ഞാൽ എന്താണർഥം? സ്ത്രീ തന്നെ താൻ ഏറെക്കാലമായി അനുഭവിച്ചുകൊണ്ടിരിക്കുന്ന ക്രൂരമായ പീഡനങ്ങളിൽനിന്നും മോചനത്തിനായി മനഃപൂർവം സ്വന്തം ശരീരത്തിൽ തീ പിടിപ്പിക്കുന്നത് എന്നാണോ? അത് എത്രയോ കുറവായിരിക്കും. ഭൂരിപക്ഷം പൊള്ളൽ മരണവും കൊലപാതകം തന്നെയാണ്. ഭർത്താവ് എന്നു പറയുന്ന ജന്തുവും അയാളുടെ അച്ഛൻ എന്നു പറയുന്ന അധമനും അമ്മയെന്നു കരുതുന്ന രാക്ഷസിയും കൂടി പിടിച്ചുനിർത്തി തലയിൽ മണ്ണെണ്ണയൊഴിച്ച് തീയിട്ടു കൊല്ലുന്നതു തന്നെ. സ്ത്രീധനത്തുക പോരാഞ്ഞോ ഇനിയുമൊരു രണ്ടാം വിവാഹം നടത്തി കൂടുതൽ സ്ത്രീധനം വാങ്ങാനോ ഒക്കെ!

തീരാത്ത പഠനങ്ങൾ

വികസ്വരരാഷ്ട്രങ്ങളിലെ സ്ത്രീകളുടെ ആരോഗ്യപ്രശ്നങ്ങളെപ്പറ്റിയും മറ്റും വിശദമായ പഠനം ഈ കേന്ദ്രം നടത്തിയിട്ടുണ്ട്. ഭാര്യ, അമ്മ തുടങ്ങിയ സ്ഥാനങ്ങളിലിരുന്ന് നമ്മുടെ സ്ത്രീകൾ ചുമക്കേണ്ട ഭാരത്തേയും നേരിടേണ്ട പരീക്ഷണങ്ങളെയും പറ്റി എത്ര ഗവേഷണങ്ങൾ നടത്തിയാലും അധികമാവുകയില്ലല്ലോ. സ്ത്രീകളുടെ മാനസികാരോഗ്യം, കള്ളുകുടി തുടങ്ങിയ ദുഃസ്വഭാവങ്ങൾ കുടുംബത്തിലുണ്ടാക്കുന്ന പ്രശ്നങ്ങൾ ഇവയെപ്പറ്റിയെല്ലാം എന്തെല്ലാം അറിയാൻ കിടക്കുന്നു. ഇന്ത്യയിലെ സ്ത്രീകളിൽ നാലിലൊരു ഭാഗം പുകയില ഉപയോഗിക്കുന്നവരാണെന്നും അത് അവരുടെ ആരോഗ്യത്തെ തകരാറിലാക്കുന്നുവെന്നും ഈ ഗവേഷണകേന്ദ്രം കണ്ടെത്തിയിട്ടുണ്ട്.

സീതയെ സ്തുതിക്കുന്ന നേരത്ത്....

സീതയേയും സാവിത്രിയേയും സ്തുതിക്കുന്ന നേരത്ത് നമ്മുടെ സ്ത്രീകളുടെ ഇന്നത്തെ ദയനീയ സ്ഥിതിയെപ്പറ്റി ശാസ്ത്രീയമായി പഠിക്കാനും പരിഹാരം കാണാനും നമ്മുടെ ജനങ്ങളും സർക്കാരും ശ്രമിച്ചിരുന്നെങ്കിൽ! ഇത്രയേറെ ശാസ്ത്രപുരോഗതി നേടിയിട്ടും നമ്മുടെ നാട്ടിലെ സ്ഥിതി ഇത്ര ദയനീയമായിത്തന്നെ തുടരുന്നതിൽ ആശങ്കയെങ്കിലും തോന്നാൻമാത്രം ബോധം നമുക്കില്ലാതെ പോകുന്നതെന്തുകൊണ്ട്? ചിന്തിക്കൂ, പ്രതികരിക്കൂ.

42

കണ്ണേ കാണരുതേ!

കണ്ണു കാണാനാണ്. കാണേണ്ടതു കാണാൻ. കണ്ട് ആസ്വദിക്കാൻ. ആഹ്ലാദിക്കാൻ, സംതൃപ്തിയടയാൻ. പക്ഷേ കാണരുതാത്തതു കണ്ടാൽ? അതും തുടർച്ചയായി കണ്ടാൽ? കണ്ണു കാണാൻ മടിക്കുമോ? കണ്ണ് കാണേണ്ട എന്നു നിശ്ചയിക്കുമോ? കണ്ണിന്റെ കാഴ്ച മങ്ങുമോ?

അതാണ് ഗവേഷണം നൽകുന്ന സൂചന. കംബോഡിയാക്കാരായ അഭയാർഥികളിൽ നടത്തിയ ഒരു പഠനമാണിതു കാണിക്കുന്നത്. വോങ്ങ് ബീച്ചിലെ കാലിഫോർണിയ സ്റ്റേറ്റ് യൂണിവേഴ്സിറ്റിയിലെ മനഃശാസ്ത്ര പ്രൊഫസറായ പട്രീഷ്യ റോസി കോക്കർ ആണ് ഈ പഠനം നടത്തിയത്. നാൽപ്പതിനും എഴുപതിനും ഇടയ്ക്കു പ്രായമുള്ള അഭയാർഥി സ്ത്രീകളിൽ ഭൂരിഭാഗവും കാഴ്ച നശിച്ചവരോ മങ്ങിയവരോ ആണെന്നാണവർ കണ്ടത്. എന്താണിതിനു കാരണം? അവരിൽ ഭൂരിഭാഗത്തിന്റെയും ഏറ്റവുമടുത്ത ബന്ധുക്കളുടെ വധം അവർക്കു നേരിട്ടു കാണേണ്ടിവന്നിട്ടുണ്ട്! സ്വന്തം മകളെ, മകനെ, ഭർത്താവിനെ, അമ്മയെ, സഹോദരിയെ സ്വന്തം കൺമുമ്പിലിട്ടു ക്രൂരമായി പീഡിപ്പിക്കുന്നതും കൊല്ലുന്നതും കാണേണ്ടിവന്നവരാണവർ. ബലാത്സംഗവും കൊലപാതകവും മറ്റു പലതരം ക്രൂരകൃത്യങ്ങളും കണ്ടുകണ്ട് അവരുടെ മനസു മടത്തു. മനസു മരവിച്ചു. ഇനിയുമിതൊന്നും കാണുകയേ വേണ്ട എന്ന അവരുടെ നിശ്ശബ്ദമായ രോദനം അവരുടെ തലച്ചോർ കേട്ടതാണോ? ആയിരിക്കാം. അങ്ങനെ ക്രൂരതകൾക്കു സാക്ഷിയായവരുടെ കാഴ്ച മങ്ങി. നശിച്ചു. വികൃതമായി!

കംബോഡിയക്കാരായ അഭയാർഥികൾ അനേകം രോഗങ്ങൾക്കടിമയായിരിക്കുന്നു എന്നാണ് വിദഗ്ധന്മാർ കണ്ടിരിക്കുന്നത്. അ

വർ എല്ലാവരും തന്നെ പലതരം മനോരോഗങ്ങൾ ഉള്ളവരായി മാറിയിരിക്കുന്നു. അവരുടെ മനസ്സ് പിരിമുറുക്കങ്ങളിൽപ്പെട്ട് തകർന്നിരിക്കുന്നു.

കംബോഡിയൻ അഭയാർഥികളിൽ പഠനം നടന്നതുകൊണ്ട് ഇതു പുറത്തുവന്നു എന്നല്ലേയുള്ളൂ? ലോകത്ത് എത്രയോ ഭാഗങ്ങളിൽ ഇതുപോലെ അഭയാർഥികൾ നരകയാതന അനുഭവിച്ചുവരുന്നു. അവരുടെയെല്ലാം അവസ്ഥ ഇതുപോലെയാകാനാണു വഴി.

മനുഷ്യചരിത്രം കൊലയുടെയും പീഡനങ്ങളുടെയും മറ്റു പലതരം ക്രൂരകൃത്യങ്ങളുടെയും കൂടി കഥയായിരിക്കുന്നു. ധനത്തിനും അധികാരത്തിനും മറ്റും വേണ്ടി ചോരയൊഴുക്കാൻ മടിയില്ലാത്ത മനുഷ്യർ എക്കാലവും ഈ ലോകത്തു ജീവിച്ചിരുന്നിട്ടുണ്ടല്ലോ?

ശാസ്ത്രം കുതിച്ചുചാട്ടം നടത്തി വളർന്നിരിക്കുന്നു. സാങ്കേതിക വിദ്യകൾ വികാസം പ്രാപിച്ചിരിക്കുന്നു. ലോകത്തെ സർവജനങ്ങൾക്കും പട്ടിണികൂടാതെ ജീവിക്കാൻ വേണ്ടത്ര ആഹാരം ഇന്നും ലോകത്തുണ്ടാക്കുന്നുണ്ട്. പക്ഷേ പട്ടിണികിടന്ന് പല രാജ്യക്കാരും മരിക്കുന്നു. ലോകത്ത് പലയിടത്തും ആശുപത്രികൾ പോലുമില്ലാതെ വിഷമിക്കുമ്പോൾ വെടിക്കോപ്പുകൾ നിർമിക്കാൻ ലോഭമില്ലാതെ പണം ചെലവാക്കുകയും ചെയ്യുന്നു. കൂടുതൽ നന്നായി കൊല്ലാനുള്ള യന്ത്രങ്ങൾ ഗവേഷണം ചെയ്തു കണ്ടുപിടിച്ചു വൻതോതിലുണ്ടാക്കി പണം വാരുകയാണു പല സമ്പന്നരാഷ്ട്രങ്ങളും. അവ വാങ്ങി ഉപയോഗിക്കാനും ആളുണ്ട്. ജാതിയുടെ, മതത്തിന്റെ, ഭാഷയുടെ, ദേശത്തിന്റെ തത്വശാസ്ത്രങ്ങളുടെ എല്ലാം പേരിൽ കൊലയും ക്രൂരമായ പീഡനങ്ങളും കൂടി വരുകയും ചെയ്യുന്നു.

ഇതു തുടർന്നാൽ ലോകത്തെ ഭൂരിപക്ഷം ജനങ്ങളുടെയും കണ്ണുകൾ കാണരുതാത്തതു കണ്ടു മടുത്ത് ഇനിയൊന്നും കാണേണ്ട എന്നു നിശ്ചയിച്ചേക്കാം! മനസു മരവിച്ച് മരിച്ചതുപോലെ ജീവിക്കുന്നവരായി മനുഷ്യർ മാറാം. ശാസ്ത്രത്തോടൊപ്പം ധർമ്മബോധവും കൂടി വളരാതിരുന്നാൽ അഭയാർഥികൾ കൂടുതലാകും, മനോരോഗികളും ഏറും.

43

വെക്കേഷൻ വേണ്ട

പ്രിയപ്പെട്ട അധ്യാപകരേ, രക്ഷിതാക്കളേ, നമുക്ക് ഈ വെക്കേഷൻ എന്ന ഏർപ്പാട് നിർത്താം? 'ഹൊ രണ്ടു മാസമല്ലേ മധ്യവേനൽ ഒഴിവ്! ഇത്രയേറെ ദിവസം നമ്മുടെ കുഞ്ഞുങ്ങൾ വെറുതെ നടക്കുകയോ! എന്തൊരു നഷ്ടം. നമ്മുടെ കുഞ്ഞുങ്ങളെ നന്നായി പഠിപ്പിക്കേണ്ടേ? അവരെ ഡോക്ടർമാരാക്കേണ്ടേ? എൻജിനീയർമാരാക്കേണ്ടേ? ഐ എ എസ് കാരാക്കേണ്ടേ? വെറുതെ കാടുകേറി രണ്ടുമാസം പഠിക്കാതെ നടന്നാൽ അവർ മടിയന്മാരാകും. മടിച്ചികളാകും. അതിനാൽ നമുക്ക് ഈ ഏർപ്പാട് നിർത്താം. ഒഴിവുകാലമേ വേണ്ട.

എന്തിന് ഈ പാഴ്‌വേല? ഏതായാലും ഒഴിവുകാലത്തും അധ്യാപകർക്ക് ശമ്പളം കൊടുക്കണം. പിന്നെ അവരെക്കൊണ്ട് ക്ലാസെടുപ്പിക്കാതിരിക്കുന്നതെന്തിന്? പിന്നെ വെക്കേഷനായാൽ വീട്ടിൽ 'കിടക്കപ്പൊറുതി'യുണ്ടോ? പിള്ളേരുടെ ശല്യം എന്തൊരു ശല്യം! പിള്ളേർ എന്തിനധികം? ഒന്ന് അല്ലെങ്കിൽ രണ്ടുമാത്രം. പക്ഷേ രണ്ടു മാസം സ്കൂളിലോ മറ്റോ വിടാതെ വീട്ടിൽത്തന്നെ വച്ചുകൊണ്ടിരിക്കാൻ വയ്യ. അതിനാൽ വെക്കേഷൻ ഒരിക്കലുമുണ്ടാകാതിരുന്നാൽ അത്രയും നന്ന്.

നമ്മുടെ രക്ഷിതാക്കളുടെ മനോഭാവമാണ് മുകളിൽ വിവരിച്ചിരിക്കുന്നത്. സ്വന്തം കുട്ടികളെ ഒഴിവുകാലത്തുപോലും 'സഹിക്കാൻ' അവർക്കു വയ്യ. അതിനാൽ ഒഴിവുകാലത്തും ഏതെങ്കിലും ട്യൂഷൻ ക്ലാസുകളിൽ അവരെ വിടാനാണ് രക്ഷിതാക്കൾക്ക് താൽപ്പര്യം. ഈ മനോഭാവം നമ്മുടെ നാട്ടിലെ വിദ്യാലയങ്ങൾ നടത്തുന്നവർ ശരിക്ക് മുതലുമെടുക്കുന്നു. ഒഴിവുകാലം തുടങ്ങുംമുമ്പേ നമ്മുടെ നാട്ടിൻപുറത്ത് എങ്ങുമുള്ള ട്യൂഷൻ സെന്ററുകൾ 'കുട്ടികളെ' പിടുത്തം തുടങ്ങുന്നു. ഒഴിവു തുടങ്ങുന്ന അന്നുതന്നെ ട്യൂഷൻ സെന്ററുകൾ ക്ലാസുകൾ തുടങ്ങും. പത്താം ക്ലാസുകാർക്കു മാത്രമല്ല, എല്ലാ ക്ലാസുകാർക്കും. ഒന്നാം ക്ലാസിനുവരെ ട്യൂഷൻ! ചില വിരുതന്മാർ പത്താം ക്ലാസിന്റെ പരീക്ഷ കഴിഞ്ഞാലുടൻ ആ കുട്ടികൾക്കും ക്ലാസ് തുടങ്ങും. കോളേജിലേക്ക് കയറുന്നവർക്ക് സ്പെഷൽ ട്യൂഷൻ! കോളേജിൽ കേമമായി പഠിക്കാനുള്ള കഴിവുണ്ടാകേണ്ടേ? അതിനാണീ സ്പെഷൽ.

ഈ ട്യൂഷൻ സെന്ററുകൾ എല്ലാവർക്കും ക്ലാസ് നടത്തുമ്പോൾ മിക്ക സ്വകാര്യ വിദ്യാലയങ്ങളും പത്താം ക്ലാസുകാർക്കു മാത്രം ക്ലാസ് മധ്യവേനലവധിക്കു തുടങ്ങുന്നു. അത് പത്താം ക്ലാസിലെ റിസൾട്ട് നന്നാക്കാനാണുപോലും. ഇപ്പോൾ ഈ പകർച്ചവ്യാധി സർക്കാർ സ്കൂളുകളേയും ബാധിച്ചിരിക്കുന്നു. ചുരുക്കത്തിൽ നമ്മുടെ കുട്ടികൾക്ക് ഒഴിവുകാലം ഇല്ലാതായിരിക്കുന്നു.

ലോകമെങ്ങും കുഞ്ഞുങ്ങൾക്ക് ഒഴിവുകാലമുണ്ട്. ശാസ്ത്രീമായി വളരെയേറെ ചിന്തിച്ചിട്ട് വിവേകമുള്ളവർ ഉണ്ടാക്കി വച്ചിരിക്കുന്ന ഏർപ്പാടാണ് ഈ ഒഴിവുകാലം. യന്ത്രംപോലും തുടർച്ചയായി പ്രവർത്തിച്ചാൽ കേടാകും. വികാരവും വിചാരവുമുള്ള ജീവനുള്ള യന്ത്രങ്ങളാണ് മനുഷ്യർ. കുഞ്ഞുങ്ങളോ മൃദുല പ്രകൃതികളുമാണ്. അവർ പെട്ടെന്ന് ക്ഷീണിക്കും. അവർക്കു പെട്ടെന്ന് മടുപ്പു തോന്നും. മുഷിവു തോന്നും. നിരന്തരമായ പഠനം അവരെ തളർത്തും.

അവരുടെ ബുദ്ധി ശരിക്കു പ്രവർത്തിക്കാതാവും. അവരുടെ പഠനം അതോടെ അവതാളത്തിലുമാകും.

അതുകൊണ്ട് കുറേനാൾ തുടർച്ചയായി പഠിച്ചുകഴിഞ്ഞാൽ കുഞ്ഞുങ്ങൾക്കൊരു ഒഴിവുകാലം നൽകണം. അതിനാണ് മധ്യവേനലവധി. ആ കാലം അവർ പാഠപുസ്തകങ്ങൾ മുറുക്കി കെട്ടിവയ്ക്കണം. എന്നിട്ട് സ്വതന്ത്രമായി ഓടണം. ചാടണം. മരം കയറണം. നീന്തണം, പാടണം, പൊട്ടിച്ചിരിക്കണം. യാത്രകൾ നടത്തണം. മാമ്പഴം പെറുക്കണം. ഉത്സവങ്ങൾ കാണണം. അങ്ങനെ അവരുടെ മടുപ്പു മാറണം. അവരുടെ തലച്ചോർ കൂടുതൽ നന്നായി പഠിക്കാനും മനസിലാക്കാനും അപ്പോൾ തയ്യാറാകും. എന്നിട്ടു പഠിച്ചാൽ പഠിക്കുന്നതു തലയിലേക്കു കയറും.

അല്ലാതെ വെക്കേഷനിലും പഠിപ്പിച്ചാൽ, പാഠപുസ്തകങ്ങൾ കലക്കിക്കുടുപ്പിച്ചാൽ, കുട്ടികൾക്ക് പഠനത്തോട് അലർജിയാകും. പഠിക്കുംതോറും അവർ വിവരമില്ലാത്തവരാകും.

പക്ഷേ നമ്മുടെ രക്ഷിതാക്കൾക്ക് ഇക്കാര്യം അറിവില്ലാത്തതുപോലെയാണവർ പെരുമാറുന്നത്. അധ്യാപകർപോലും വെക്കേഷൻ ക്ലാസുകൾക്കുവേണ്ടി വാദിക്കുന്നു. അവർക്ക് അവരുടേതായ വാദമുഖങ്ങൾ ഉണ്ട്. അവരുടെ കണ്ണിലൂടെ നോക്കുമ്പോൾ അവർ ചെയ്യുന്നതു ശരിയുമാണ്.

പക്ഷേ വെക്കേഷനും പാഠപുസ്തകം പഠിപ്പിക്കുന്നത് അശാസ്ത്രീയമാണ്. വിദ്യാർഥികളുടെ മനഃശാസ്ത്രമറിയാവുന്നവർക്ക് ഒരിക്കലും അംഗീകരിക്കാനാകാത്ത ഒരു പ്രവൃത്തിയാണ്. അധികമായാൽ അമൃതും വിഷമാകും. പഠിപ്പിക്കലും ഏറിയാൽ കുഞ്ഞുങ്ങളെ നശിപ്പിക്കും. അതിനാൽ ഒഴിവുകാലം കുഞ്ഞുങ്ങൾക്ക് ഒഴിവുകാലമായി നൽകാൻ രക്ഷിതാക്കളും അധ്യാപകരും തയ്യാറാകണേ. കുഞ്ഞുങ്ങളെ ഇടിച്ചു പഴുപ്പിക്കരുത്. പഠിപ്പിച്ചു കൊല്ലരുത്. മുളയിലേ വാട്ടരുത്.

44

ടെസ്റ്റ്യൂബ് ബേബികളുടെ ഉത്സവം

അവരും ഒരു ഉത്സവമാഘോഷിച്ചിരിക്കുന്നു. ടെസ്റ്റ്യൂബ് ബേബികൾ. നാലു ഭൂഖണ്ഡങ്ങളിൽനിന്നുമെത്തിയ അറുനൂറോളം ടെസ്റ്റ്യൂബ് ബേബികൾ. അവർ അവരുടെ കുടുംബത്തിലെ ഏറ്റവും പ്രായമുള്ള അംഗത്തിന്റെ പിറന്നാളാഘോഷിച്ചു. അവരുടെ ചേച്ചിയായ ലൂയിസ് ബ്രൗണാണ് ലോകത്തെ ആദ്യത്തെ ടെസ്റ്റ്യൂബ് ബേബി. അവൾ ഉണ്ടായത് 1978ൽ. അവളുടെ പത്താം പിറന്നാളാണ് എല്ലാ ടെസ്റ്റ്യൂബ് ബേബികളും കൂടി ആഘോഷിച്ചത്. ഇംഗ്ലണ്ടിലെ സെൻട്രൽ കേംബ്രിഡ്ജിലുള്ള ബൗൺഹാൾ ക്ലിനിക്കിൽ വച്ചായിരുന്നു ആഘോഷം. ആ ക്ലിനിക്കിന്റെ ഡയറക്ടറായിരുന്ന യശശ്ശരീരനായ ഡോ. പാട്രിക്സ് റ്റെപ്ടോ ആയിരുന്നല്ലോ ആദ്യത്തെ ടെസ്റ്റ്യൂബ് ശിശുവിന്റെ സംവിധായകൻ! ഡോ. എഡ്വേർഡ് ആയിരുന്നു സഹസംവിധായകൻ! അവരാണ് ടെസ്റ്റ്യൂബ് ബേബി എന്ന ആശയം ആദ്യമായി വിജയപ്രദമായി നടപ്പാക്കിയത്.

ലൂയിസ് ബ്രൗണിന്റെ അമ്മയ്ക്ക് ഭർത്താവുമൊത്ത് സ്വാഭാവിക കുടുംബജീവിതം നടത്തിയിട്ടും ഗർഭം ധരിക്കാൻ കഴിഞ്ഞില്ല. ഒരു കുഞ്ഞുണ്ടാകാത്തതിന്റെ ദുഃഖം അവർക്കു താങ്ങാനായില്ല. അവർ നേരത്തെ പറഞ്ഞ ഡോക്ടർമാരുടെ ചികിത്സയിൽ ആയിരുന്നു. സ്വാഭാവിക ലൈംഗിക ജീവിതം നയിച്ചിട്ടും ആ 'അമ്മയ്ക്ക്' അമ്മയാകാൻ കഴിയാതിരുന്നതെന്തുകൊണ്ട് എന്ന് ഡോക്ടർമാർക്കറിയാമായിരുന്നു. സ്ത്രീശരീരത്തിലെ അണ്ഡാശയത്തിലുണ്ടാകുന്ന അണ്ഡം അണ്ഡവാഹി (ഫാലോപ്പിയൻ നാളി) വഴി ഗർഭാശയത്തിലെത്തണം. ആ യാത്രയിലാണ് അണ്ഡത്തെത്തേടി മത്സരിച്ചു കുതിക്കുന്ന പുംബീജങ്ങളിലൊന്ന് അണ്ഡവുമായി യോജിക്കുന്നത്. ഇങ്ങനെ ബീജസംയോഗം അണ്ഡവാഹിയിൽ വച്ചു നടന്നതിനു

ശേഷം ഉണ്ടാകുന്ന 'സിക്താണ്ഡം' തുടർച്ചയായ വിഭജനംമൂലം ഭ്രൂണമായിത്തീരുന്നു. ഇതു ഗർഭാശയത്തിലെത്തി അതിന്റെ ഉൾഭിത്തിയിലെത്തി അതിൽ പറ്റിപ്പിടിച്ചു വളരണം. ഇത്രയും 'സെക്സ്' അറിയാത്ത വായനക്കാർ പത്താം ക്ലാസിലെ ജീവശാസ്ത്രത്തിലെ

‘പ്രത്യുൽപ്പാദനം’ എന്ന അധ്യായം വായിച്ചാൽ വിശദവിവരങ്ങൾ ചിത്രങ്ങൾ സഹിതം കിട്ടും!

നമ്മുടെ ലൂയിസ് ബ്രൗണിന്റെ അമ്മയുടെ ഫാലോപ്പിയൻനാളികൾ രണ്ടും തകരാറിലായിരുന്നു. അതിനാൽ അവരുടെ അണ്ഡങ്ങൾക്ക് പുംബീജങ്ങൾ തേടിയുള്ള തീർഥയാത്ര മംഗളകരമായി പര്യവസാനിപ്പിക്കാൻ ശേഷിയുണ്ടായിരുന്നില്ല. പിന്നെയെന്താ വഴി? മിസിസ് ബ്രൗണിന്റെ അണ്ഡാശയത്തിൽനിന്നും അനുയോജ്യമായ നിമിഷം അണ്ഡത്തെ പുറത്തെടുക്കുക. ‘ടെസ്റ്റ്യൂബിൽ’വച്ച് അവരുടെ ഭർത്താവിൽനിന്ന് ശേഖരിച്ച ശുക്ലവുമായി ഇടപെഴകാൻ അവസരം കൊടുക്കുക. അപ്പോഴും ‘മിടുക്കൻ’ ആയ പുംബീജം അണ്ഡത്തെ കണ്ടെത്തി ബീജസംയോജനം നടത്തും. ഇങ്ങനെ പുറത്തുവച്ച് ഉണ്ടാക്കിയെടുത്ത ഭ്രൂണത്തെ അമ്മയുടെ ഗർഭാശയത്തിലേക്കു കയറ്റി വിടുക. ഇത്രയും കാര്യങ്ങൾ ഡോക്ടർമാർ നടത്തി. പിന്നെ ഭ്രൂണം സ്വാഭാവികമായിത്തന്നെ അമ്മയുടെ ശരീരത്തിൽ വളർന്നു. മിസിസ് ബ്രൗണിന് അങ്ങനെ ഒരു പെൺകുഞ്ഞിനെ ഗർഭം ധരിക്കാനും പ്രസവിക്കാനും ഭാഗ്യമുണ്ടായി. പുരാണകഥകളിലും മറ്റും പുംബീജത്തേയും അണ്ഡത്തേയും കൃത്രിമമായി സംയോജിപ്പിച്ചതിന് തുല്യമായ ചില കഥകൾ നാം വായിച്ചിട്ടുണ്ട്. പക്ഷേ മിസിസ് ബ്രൗൺ പുരാണകഥാപാത്രമല്ല! ലൂയിസ് ബ്രൗൺ മിടുമിടുക്കിയായി ആദ്യത്തെ ടെസ്റ്റ്യൂബ് ബേബിയെന്ന അപൂർവ ബഹുമതിയുമായി ഈ ലോകത്തു ജീവിക്കുന്നു. ശാസ്ത്രത്തിന് സ്തുതി പറയുക.

ഡോ. പാട്രിക്കിന്റെ സ്മരണ ഉണർത്തുന്ന ആവേശത്തോടെ നാലു ഭൂഖണ്ഡങ്ങളിൽനിന്നെത്തിയ അറുനൂറോളം ടെസ്റ്റ്യൂബ് ബേബികൾ ലൂയിസ് ബ്രൗണിന്റെ പിറന്നാളാഘോഷിക്കുമ്പോൾ വൈദ്യശാസ്ത്രത്തിന്റെ അത്യത്ഭുതകരമായ ഒരു നേട്ടം അവർ നിശ്ശബ്ദരായി പ്രഖ്യാപിക്കുക കൂടിയാണ്. പുരാണകഥകളെ വരെ തോൽപ്പിക്കുന്ന എന്തെന്ത് അത്ഭുതങ്ങൾ ഇനിയും ശാസ്ത്രലോകത്തുണ്ടാകാം. ലൂയിസ് ബ്രൗൺ ഒരു തുടക്കം മാത്രം. ഒരു പ്രതീകം മാത്രം. ഭാവനയും സമർപ്പണബോധവും ധർമ്മബോധവും ഉള്ള ഡോക്ടർമാർ ദൈവദൂതന്മാരായി മാറുന്നു എന്നതിനൊരു തെളിവുമാത്രം!

45

കുറുന്തോട്ടിക്കു വാതം പിടിച്ചാൽ

ദരിദ്രനാരായണന്മാരുടെ രാജ്യമാണ് ഇന്ത്യ. ഗാന്ധിജിക്കു മാത്രമേ അക്കാര്യം ഉള്ളിൽ തട്ടിയിരുന്നുള്ളൂ. വിശക്കുന്നവർക്കു മുമ്പിൽ ദൈവം ഭക്ഷണത്തിന്റെ രൂപത്തിൽ പ്രത്യക്ഷപ്പെടണമെന്ന് സ്വാമി വിവേകാനന്ദൻ പറഞ്ഞിട്ടുള്ളത് ഗാന്ധിജിക്കു മനസിലായിട്ടുണ്ടായിരുന്നു. ഭൂരിപക്ഷം ദാരിദ്ര്യരേഖയ്ക്കു താഴെ കിടക്കുന്ന ഇന്ത്യയിൽ കോടിക്കണക്കിനാണ് പണം ഗവേഷണത്തിനുവേണ്ടി ചെലവാക്കുന്നത്. ആ പണത്തിൽ കുറച്ചെങ്കിലും സമൂഹത്തിന്റെ പ്രശ്നങ്ങൾ പരിഹരിക്കാൻ ചെലവാക്കണം എന്ന് നാം ആശിച്ചുപോകും. പക്ഷേ, അങ്ങനെയല്ല കാര്യങ്ങൾ സംഭവിച്ചുകൊണ്ടിരിക്കുന്നതെന്നാണ് നാം അറിയേണ്ടത്.

ഇന്ത്യയിലിന്നു നടന്നുകൊണ്ടിരിക്കുന്ന ഗവേഷണത്തിന്റെ സ്വഭാവമറിയാൻ ഒരു ശ്രമം നടന്നു. അതെ, ഗവേഷണത്തെപ്പറ്റി ഒരു ഗവേഷണം! ഡൽഹിയിലെ ജവഹർലാൽ യൂണിവേഴ്സിറ്റിയുടെ മുൻ വൈസ് ചാൻസലർ റയ്സ് അഹമ്മദിന്റെ നേതൃത്വത്തിലുള്ള ഒരു കമ്മിറ്റിയാണ് ഈ ഗവേഷണഗവേഷണം നടത്തിയത്. ഞെട്ടിപ്പിക്കുന്ന വിവരങ്ങളാണ് അപ്പോൾ പുറത്തുവന്നത്. കുറുന്തോട്ടിക്ക് വാതം പിടിച്ചതുപോലെയുള്ള ഒരവസ്ഥയിലാണ് നമ്മുടെ ഗവേഷണരംഗം എന്ന് ചുരുക്കം. 25000 ഗവേഷകരുടെ ഗവേഷണവിഷയങ്ങൾ അവർ പരിശോധിച്ചു. 12000 സൂപ്പർവൈസർമാരായിരുന്നു അത്രയും ഗവേഷണ പ്രോജക്ടുകളുടെ മേൽനോട്ടം വഹിച്ചിരുന്നത്. ആ 25000 ഗവേഷണ പ്രോജക്ടുകളിൽ അഞ്ഞൂറ് (500)–ൽ താഴെ മാത്രമാണ് സാമൂഹ്യപ്രസക്തിയുണ്ടായിരുന്നവ. നമ്മുടെ നാടുമായി നേരിട്ടോ അല്ലാതെയോ ബന്ധമുള്ള, നാടിനെന്തെങ്കിലും

പ്രയോജനമുണ്ടായേക്കാവുന്നവ അഞ്ഞൂറിൽ താഴെ മാത്രമായിരുന്നു. കഷ്ടംതന്നെ.

എളുപ്പത്തിൽ ഗവേഷണ ബിരുദങ്ങൾ കിട്ടണം. എളുപ്പത്തിൽ ഏറെ ഗവേഷണ പ്രബന്ധങ്ങൾ പ്രസിദ്ധീകരിക്കണം. അംഗീകാരം കിട്ടണം.... ഇതൊക്കെയാണല്ലോ മിക്ക ഗവേഷകരുടേയും ലക്ഷ്യം. അവർക്ക് സമൂഹത്തോട് യാതൊരു കടപ്പാടുമില്ല. ചുരുക്കത്തിൽ സാധാരണക്കാരുടെ പണം വാങ്ങി നടത്തുന്ന ഗവേഷണങ്ങൾകൊണ്ട് സാധാരണക്കാരന് ഒരു ഗുണവും കിട്ടുന്നുമില്ല. അവന്റെ നിത്യജീവിതം നരകമായി തുടരുന്നു. ഇത് ഒരു വലിയ ക്രൂരതയല്ലേ? തെറ്റല്ലേ? ഇതിനെതിരെ ശബ്ദമുയർത്താൻ നമ്മുടെ ബഹുജനങ്ങൾക്ക് കഴിയേണ്ടതല്ലേ? കഴിയണമെങ്കിൽ അതിനുള്ള ബോധം അവർക്കുണ്ടാവുകയും വേണം.

ഗവേഷകവിദ്യാർഥികളിൽ നാൽപ്പതു ശതമാനം പേരും ദിവസം 8 മണിക്കൂറിലധികം ഗവേഷണത്തിനു ചെലവഴിക്കുന്നില്ല. നാൽപ്പതു ശതമാനത്തിന് തങ്ങളുടെ ഗവേഷണമേഖലയെപ്പറ്റി വേണ്ടത്ര വിവരമില്ല. ഇരുപതു ശതമാനത്തിന്റെ പരീക്ഷണ വൈദഗ്ധ്യം വളരെ മോശവുമാണ്. ഇത്രയുമാണ് ഗവേഷക വിദ്യാർഥികളെപ്പറ്റി ലഭിച്ച വിവരം. ഗവേഷക വിദ്യാർഥികൾക്ക് വേണ്ട ഉപദേശങ്ങൾ നൽകി അവരെ മുന്നോട്ടു നയിക്കേണ്ട അധ്യാപകരുടെ (ഗൈഡുകളുടെ) കാര്യവും കഷ്ടംതന്നെ. അവരിൽ നാൽപ്പതു ശതമാനം കുറച്ചു സമയം മാത്രം വിദ്യാർഥികളുമായി ചെലവഴിക്കുന്നു. നാൽപ്പതു ശതമാനം പേർക്ക് തങ്ങളുടെ വിദ്യാർഥികൾ ചെയ്യുന്ന ഗവേഷണം എന്താണെന്നുപോലും നിശ്ചയമില്ല. ഇരുപതു ശതമാനത്തിന് ഇതൊന്നും പ്രശ്നവുമല്ലപോലും. ഉസ്മാനിയാ യൂണിവേഴ്സിറ്റിയുടെ വൈസ് ചാൻസലർ നവനീതറോയ് പുറത്തുവിട്ട ഈ വിവരങ്ങൾ ഈ ലേഖകൻ പത്രത്തിൽ നിന്നാണു വായിച്ചത്.

ഈ 'ഗവേഷണഗവേഷണം' കഴിഞ്ഞിട്ടു കാലം കുറേയായി. ഇതേപ്പറ്റിയുള്ള വാർത്തകൾ ഗവേഷകർ ചർച്ചചെയ്യുകയും ചെയ്തു. എന്നിട്ടും വഞ്ചി തിരുനക്കരതന്നെ. ഇന്നും ഗവേഷണരംഗത്തു മാറ്റമൊന്നുമില്ല. ഇന്ത്യയുടെ 'സയൻസ് പോളിസി' നിശ്ചയിക്കുന്നവരും ഇന്ത്യയിലെ ഗവേഷകരും ഉറക്കം നടിക്കുന്നു. പൊതുജനങ്ങൾക്കോ ഈ രംഗം ബാലികേറാമലയായി തുടരുകയും ചെയ്യുന്നു!

46

മരിച്ചിട്ടും മരിക്കാത്ത തലച്ചോർ

എണ്ണായിരത്തോളം വർഷങ്ങൾ ഒരു ചതുപ്പിൽ കിടന്നിട്ടും നശിക്കാത്ത തലച്ചോർ കുഴിച്ചെടുത്തിരിക്കുന്നു! ഫ്ളോറിഡായിലാണ് ഈ അത്ഭുത സംഭവം നടന്നത്. അവിടെ ആഴം കുറഞ്ഞ ഒരു ചതുപ്പുകുളത്തിൽ കുഴിച്ചപ്പോൾ കുറേ തലയോടുകൾ കണ്ടു. നാലു യുവാക്കന്മാരുടെയും ഒരു മധ്യവയസുള്ള സ്ത്രീയുടെയും തലയോടുകൾ. വേറെയും മുമ്പത്തഞ്ചോളമാളുകളുടെ അവശിഷ്ടങ്ങൾ കിട്ടി. തലയോടുകൾ ചിലത് പരിശോധിച്ചപ്പോഴാണ് അതിൽ തലച്ചോർ കണ്ടത്. അവ കുറേ ചുരുങ്ങിയിരുന്നു. അതൊഴിച്ചാൽ അവയ്ക്ക് കാര്യമായ മാറ്റം കണ്ടില്ല. പുതിയ തലച്ചോർ പോലിരുന്നു. ഈ തലച്ചോറുകളെ സൂക്ഷ്മപരിശോധന നടത്തി. സാധാരണ ഡോക്ടർമാർ നടത്തുന്ന പരിശോധനകൾക്കു പുറമെ കമ്പ്യൂട്ടറുകൾ ഉപയോഗിച്ച് സങ്കീർണമായ പരിശോധനകൾക്കും വിധേയമാക്കി. അങ്ങനെയാണ് ഇത്രയേറെകാലം കഴിഞ്ഞിട്ടും ആ തലച്ചോറിൽ നശിക്കാത്ത കോശസഞ്ചയങ്ങൾ ഉണ്ടെന്ന് കണ്ടെത്തിയത്.

ഇത്രയേറെ പഴക്കമുള്ള ശരീരകോശങ്ങൾ ഇത്രയേറെ അധികം ഒന്നിച്ചു ലഭിക്കുന്നത് ആദ്യമായാണ്. അതു ശാസ്ത്രജ്ഞന്മാർക്ക് നല്ല ഒരു അവസരം കൊടുത്തിരിക്കുകയാണ്. ഇന്നത്തെ മനുഷ്യന്റെ തലച്ചോറും 8000 വർഷങ്ങൾക്കു മുമ്പു ജീവിച്ചിരുന്ന മനുഷ്യന്റെ തലച്ചോറും തമ്മിൽ താരതമ്യം ചെയ്യാനൊരു അവസരം. രണ്ടും തമ്മിൽ കാര്യമായ വ്യത്യാസം അവർ കണ്ടില്ല. പക്ഷേ, പ്രാഥമിക പരിശോധനകൊണ്ട് ഒന്നും തീർത്തുപറയാറായിട്ടില്ല. അവർ ആ പഴയ തലച്ചോറുകളിൽനിന്നും പാരമ്പര്യ വാഹികളായ ജീനുകളെ (ഡി എൻ എകളെ) വേർതിരിച്ചെടുത്തു. ഈ ജീനുക

ളെ ഇന്നു ജീവിച്ചിരിക്കുന്ന ജീവികളിലേക്കു മാറ്റാനാകും. അങ്ങനെ മാറ്റിയാൽ അവിടെ ആ ജീൻ വളരും. പെരുകും. ആ ജീനിന്റെ ഘടനയും സ്വഭാവങ്ങളും അപ്പോൾ പഠിക്കാനാകും. ആ പഠനങ്ങൾ പണ്ടുപണ്ട് ജീവിച്ച മനുഷ്യരുടെ പാരമ്പര്യഘടകങ്ങളെപ്പറ്റിയുള്ള വിവരങ്ങൾ നൽകിയേക്കാം. ഇന്നത്തെ മനുഷ്യനിലേക്കുള്ള പരിണാമത്തിന്റെ രഹസ്യങ്ങൾ വെളിവാക്കിയേക്കാം. ഇതാണ് പ്രത്യാശ.

ജീൻമാറ്റ പ്രക്രിയ കൂടുതൽ സൂക്ഷ്മമായാൽ ഭാവിയിൽ ഈ പഴയ ജീനുകളുപയോഗിച്ച് പുതിയ 'പഴയ മനുഷ്യരെ സൃഷ്ടിക്കാൻ കഴിഞ്ഞേക്കാം. ഇന്നല്ല, ഭാവിയിൽ. എണ്ണായിരം വർഷങ്ങൾ മുമ്പു ജീവിച്ച മനുഷ്യരുടെ പതിപ്പുകൾ ഉണ്ടാക്കിയാൽ എങ്ങനെയിരിക്കും! അത് ഇപ്പോൾ സാധ്യമല്ലാത്ത ഒരു കാര്യമാണ്. അതിനാൽ ഭാവനയിൽ കണ്ടു രസിക്കാൻ മാത്രം വിടുകയാണ്.'

ശാസ്ത്രം വളരുമ്പോൾ ഗവേഷണങ്ങൾ എത്ര അപ്രതീക്ഷിതമായ മേഖലകളിലേക്ക് തിരിയുന്നു എന്ന് ഓർക്കൂ. എണ്ണായിരം വർഷങ്ങൾക്കു മുമ്പ് ജീവിച്ചു മരിച്ചവരുടെ അവശിഷ്ടങ്ങളിൽനിന്ന് മരിക്കാത്ത കോശങ്ങളെ ശേഖരിച്ച് അവയെ വളർത്തുന്നു എന്നു കേട്ടാൽ നമുക്കിന്ന് അത്ഭുതമില്ല. കാരണം നാം ജനിറ്റിക് എഞ്ചിനീയറിങ്ങിന്റെ മായാജാലങ്ങളെപ്പറ്റി കേട്ടു വളരുന്ന തലമുറയാണല്ലോ.

47

സിഗരറ്റിന്റെ കഥ

തെരുവുതെണ്ടികളാണ് സിഗരറ്റു കണ്ടുപിടിച്ചതെന്നാണ് കഥ. ഇന്നോ, തെരുവിലൂടെ സിഗരറ്റും പുകച്ചു നടക്കുന്നത് മാന്യതയുടെ ലക്ഷണമായിരിക്കുന്നു!

സിഗരറ്റു കണ്ടുപിടിച്ച രസകരമായ കഥ പറയാം. മധ്യ അമേരിക്കയാണ് പുകയിലയുടെ ജന്മദേശം. അവിടെ രണ്ടായിരം വർഷം മുമ്പ് ജീവിച്ചിരുന്ന നാട്ടുകാർ പുകയില കൃഷി ചെയ്തിരുന്നു. അതിന്റെ ഇല ചുരുട്ടി കത്തിച്ചു വലിച്ചിരുന്നു.

സ്പെയിൻകാരും പോർട്ടുഗീസുകാരുമായ കപ്പൽ ജോലിക്കാരാണ് പുകയില യൂറോപ്പിലെത്തിച്ചത്. പക്ഷേ, അവിടെ പുകയിലയ്ക്ക് സാവധാനമേ പ്രചാരം ലഭിച്ചുള്ളൂ. പുകയില ചുരുട്ടിയുണ്ടാക്കുന്ന ചുരുട്ടാണ് ആദ്യം പ്രചാരത്തിൽ വന്നത്. സ്പെയിനിൽ അതിന് വലിയ വിലയായിരുന്നു. പണക്കാർക്കു മാത്രമേ ചുരുട്ടു വലിക്കാൻ കഴിയുമായിരുന്നുള്ളൂ.

തെരുവുതെണ്ടികളുടെ ഗവേഷണം

സ്പെയിനിലെ നഗരമായിരുന്ന സെവില്ലിയിൽ ധാരാളം പണക്കാരായ ചുരുട്ടുവലിയന്മാരുണ്ടായിരുന്നു. അവർ പുകവലിക്കുശേഷം മിച്ചം വരുന്ന ചുരുട്ടു കുറ്റികൾ തെരുവിലേക്കെറിഞ്ഞിരുന്നു. നഗരത്തിലെ തെരുവുതെണ്ടികൾ ചുരുട്ടുകുറ്റികൾ പെറുക്കിയെടുത്ത് അവയിലെ പുകയില അടർത്തിയെടുത്തുവന്നു. ഈ പുകയില ഒന്നു വലിച്ചു രസിക്കാനെന്തുവഴി? അവർ ആലോചിച്ച് ഒരു സൂത്രം കണ്ടുപിടിച്ചു. തെരുവിൽ കിടക്കുന്ന കടലാസുകഷണങ്ങൾ കൂടി പെറുക്കിയെടുക്കുക. അവയിൽ പുകയിലയിട്ടു ചുരുട്ടി ഒരറ്റം കത്തിച്ചു വലിക്കുക.

അങ്ങനെ അവർ പണക്കാരെ അനുകരിച്ച് പുകയില വലിച്ചുതുടങ്ങി. പുകയിലയടങ്ങുന്ന കടലാസുചുരുളിനെ അവർ 'സിഗരില്ലോസ്' എന്നാണു വിളിച്ചുവന്നത്. പാവപ്പെട്ടവന്റെ പുകവലിസാധനം എന്നർഥം.

ഫ്രാൻസിൽ

ഈ പുതിയ വിദ്യ സാവധാനം യൂറോപ്പിലെ മറ്റു രാജ്യങ്ങളിലേക്കും വ്യാപിച്ചു. ഫ്രാൻസിലെത്തിയതോടെ ഇതിനു കൂടുതൽ പ്രചാരം ലഭിച്ചു. കാരണം ചുരുട്ടിലും വിലക്കുറവ്. പൊടിവലിയിലും ഫാഷനായ വലിയും!

പുതിയ പേര്

ഫ്രാൻസിൽവച്ച് ഈ സാധനത്തിന് സിഗരറ്റ് എന്ന പേരും ലഭിച്ചു.

എങ്ങനെയായിരുന്നു അന്നത്തെ സിഗരറ്റുവലി എന്നു കേട്ടാൽ നിങ്ങൾ ചിരിക്കും. പുകയിലപ്പൊടി ഒരു പൊതിയായി കൊണ്ടുനടക്കണം. സിഗരറ്റു ചുരുട്ടാൻ വേണ്ടത്ര വലിപ്പത്തിലുള്ള കടലാസുകൾ വേറെയും കരുതണം. വലിപ്പത്തിലുള്ള കടലാസുകൾ വേറെയും കരുതണം. അത് ഒരു ബുക്കിന്റെ രൂപത്തിൽ വാങ്ങാൻ കിട്ടുമായിരുന്നു. പുകവലിക്കണമെന്നുതോന്നുമ്പോൾ ബുക്കിൽനിന്നും കടലാസെടുക്കുക. വേണ്ടത്ര പുകയിലപ്പൊടി അതിലിട്ടു ചുരുട്ടി കത്തിച്ചു വലിക്കുക!

യന്ത്രങ്ങൾ രംഗത്ത്

പിന്നീട് സിഗരറ്റുണ്ടാക്കുന്ന യന്ത്രങ്ങൾ കണ്ടുപിടിക്കപ്പെട്ടു. ഒറ്റ യന്ത്രത്തിന് ഒരു മിനിട്ടിൽ ഇരുപതിനായിരത്തോളം സിഗരറ്റുണ്ടാക്കാമെന്നു തെളിഞ്ഞു. അതോടെ വൻകിട കമ്പനികൾ സിഗരറ്റുണ്ടാക്കാൻ തുടങ്ങി. അവർ സിഗരറ്റിന് വലിയ പരസ്യങ്ങളും കൊടുത്തു. അങ്ങനെ ലോകമെങ്ങുമുള്ള ജനങ്ങൾ ഈ ദുഃസ്വഭാവത്തിന് അടിമപ്പെടുകയും ചെയ്തു.

പുകവലിയെപ്പറ്റി വിവരമുള്ളവർ പലരും പലതും പറഞ്ഞിട്ടുണ്ട്. കണ്ണിന് അറപ്പും മൂക്കിന് വെറുപ്പും തലച്ചോറിന് തകർച്ചയും ഉണ്ടാക്കുന്ന ഒരു ദുഃസ്വഭാവമാണ് പുകവലി എന്ന് ജയിംസ് ഒന്നാമൻ പറഞ്ഞു. സർപ്പ വിഷതുല്യമാണ് പുകവലി എന്ന് ഗോയ്ഥെയും പറഞ്ഞു. പുകവലിച്ചു വലിച്ച് ക്യാൻസർ പിടിപെടുകയും അതി

വിദഗ്ധമായ ചികിത്സകൊണ്ട് ജീവൻ തിരിച്ചുകിട്ടുകയും ചെയ്ത ഒരു ഭാഗ്യവാനായിരുന്നു ലൂയിസ്ഫിഷർ. അതെത്തുടർന്ന് അദ്ദേഹം എഴുതി: "ആ ചെയിത്താന്റെ സ്വഭാവം നിങ്ങൾക്കില്ലെങ്കിൽ നിങ്ങൾ ഭാഗ്യവാൻ."

"വെളുത്ത ഒരു സിലിണ്ടർ. ഒരറ്റത്ത് പുകയും മറ്റെ അറ്റത്ത് ഒരു വിഡ്ഢിയും" എന്ന് സിഗരറ്റിനെ ഡോ. ജോൺസൺ വിശേഷിപ്പിക്കുകയുണ്ടായി. പക്ഷേ, പുകയുന്ന സിഗരറ്റിന്റെ മറ്റേയറ്റം വായിൽ വച്ചു പുകവലിച്ചു ജീവൻ നശിപ്പിച്ചുകൊണ്ടിരിക്കുന്ന ലക്ഷക്കണക്കിനു മനുഷ്യർ ഇന്നും ലോകത്തുണ്ട്. അവർക്ക് വിവരമുണ്ടാകണേ എന്നു നമുക്കു പ്രാർഥിക്കാം.

48

ജലശക്തി

ജലം കിട്ടാനില്ലാതാകുന്നു. കൂടുതൽ ഭൂമി വരളുന്നു. അപ്പോൾ ഉള്ള ജലത്തെ ഏറ്റവും നന്നായി ഉപയോഗിക്കാൻ കഴിയുന്നത് അഭിനന്ദനാർഹമാണല്ലോ. കൃഷിക്കാർക്ക് ഇക്കാര്യത്തിൽ സഹായം നൽകുന്ന ഒരു പുതിയ വസ്തുവാണ് ജലശക്തി. കൃത്രിമമായി ഉണ്ടാക്കുന്ന റബ്ബർ പോലുള്ള ഒരു വസ്തു രാസഭാഷയിൽ 'പോളിമർ' എന്നു വിളിക്കും. ടെറിലിനും പ്ലാസ്റ്റിക്കും മറ്റും പോളിമറുകളാണ്. ആ ഗ്രൂപ്പിൽപ്പെടും ജലശക്തിയും.

ജലശക്തിക്ക് അതിന്റെ ഭാരത്തിന്റെ ഇരുനൂറ് ഇരട്ടി മുതൽ അഞ്ഞൂറ് ഇരട്ടിവരെ ഭാരം ജലം ആഗിരണം ചെയ്യാനുള്ള കഴിവുണ്ട്. ഇങ്ങനെ വലിച്ചെടുക്കുന്ന ജലത്തെ പെട്ടെന്ന് പുറത്തുവിട്ടു നഷ്ടപ്പെടുത്തുകയുമില്ല. ആവശ്യത്തിന് അൽപ്പാൽപ്പമായി ചെടിക്കോ വിത്തിനോ നൽകുകയും ചെയ്യാം.

അതിനാൽ ഈ അത്ഭുതവസ്തു വിത്തുകളുടെ പുറത്തു പുരട്ടാം. മണ്ണിൽച്ചേർത്ത് മണ്ണ് ഉണങ്ങാതെ നിലനിർത്താം - പ്രത്യേകിച്ചും വരണ്ട പ്രദേശങ്ങളിൽ. ഇങ്ങനെ കൃഷി കൂടുതൽ കാര്യക്ഷമമാക്കാം. പറിച്ചുനടേണ്ട ചെടികൾ ഈ വസ്തുചേർത്ത മണ്ണിൽ പാകി വളർത്തിയാൽ 'പറിച്ചുനടീൽ' എളുപ്പമാകും. ചെടികൾക്ക് കേടുണ്ടാകാതെ പറിച്ചുനടീൽ നടത്താനാകും... ഇക്കാര്യങ്ങളൊക്കെ പരീക്ഷണങ്ങളിലൂടെ തെളിഞ്ഞുകഴിഞ്ഞ കാര്യങ്ങളാണ്.

പൂനയിലെ നാഷണൽ കെമിക്കൽ ലാബോറട്ടറിയാണ് ഈ അത്ഭുതവസ്തുവിനെ വികസിപ്പിച്ചെടുത്തത്. അതുണ്ടാക്കുന്ന വിദ്യ അവർ ബോംബെയിലെ ഇന്ത്യൻ ഓർഗാനിക് കെമിക്കൽസ് ലിമിറ്റഡിന് കൈമാറി. അവർ ഇത് വൻതോതിൽ ഉണ്ടാക്കാനും തുടങ്ങിയിട്ടുണ്ട്.

ജലശക്തി വിത്തുകളിൽ പുരട്ടിയിരുന്നാൽ അത് വേണ്ടത്ര ജലം വലിച്ചുവയ്ക്കും. ആ ജലം ആവിയായി എളുപ്പം നഷ്ടപ്പെടുകയുമില്ല. അതിനാൽ വിത്തിന് മുളയ്ക്കാൻ വേണ്ട ജലം വേണ്ട സമയങ്ങളിൽ വേണ്ടത്ര അളവിൽ ജലശക്തി നൽകും. അതുകൊണ്ട് കൂടുതൽ വിത്തുകൾ നന്നായി മുളപ്പിക്കാൻ കഴിയും.

മണ്ണിൽ ചേർത്താൻ ഈ വസ്തു മണ്ണിനോട് ഇടകലർന്ന് കിടക്കും. ജലം വലിച്ചെടുത്തു ശേഖരിച്ചു വയ്ക്കും. നിയന്ത്രിതമായ തോതിൽ മാത്രം ഈ ജലം പുറത്തുവിടും. അതിനാൽ വരൾച്ച കുറയ്ക്കാം. കൃഷി കൂടുതൽ നന്നാക്കാം. ജലസേചനത്തിന്റെ കാലയളവ് കൂട്ടാം. അതായത് കൂടുതൽ കാലം നനയ്ക്കാതെ കഴിക്കാം. മണ്ണ് ഉണങ്ങാതെ ജലശക്തി കാക്കും. കൃഷിക്കിടയിൽ കൃഷിക്കാരന് ഒരു ഒഴിവുകാലം ആഘോഷിക്കാൻ പോയാലും കുഴപ്പമില്ല. ജലശക്തിചേർത്ത കൃഷിസ്ഥലങ്ങളിൽ പത്തുമുതൽ നാൽപ്പതുശതമാനംവരെ ആദായം കൂടുതൽ കിട്ടിയതായാണ് കണക്ക്. പൂനായിലെ പരീക്ഷണശാലയുടെ ഡപ്യൂട്ടി ഡയറക്ടർ ഡോ. ആർ എ മാഷെൽകറാണ് ഈ വിവരങ്ങൾ വിശദീകരിച്ചത്.

പലപ്പോഴും കൃഷിശാസ്ത്രജ്ഞന്മാരുടെ ഗവേഷണം കടലാസുകളിൽ ഒതുങ്ങിക്കിടക്കുകയും കർഷകൻ ഒരു ടെക്നോളജിയും അറിയാതെ പ്രാകൃത കൃഷിസമ്പ്രദായത്തിൽ കുരുങ്ങിക്കിടക്കുകയുമാണ് സംഭവിക്കാറ്. ശാസ്ത്രീയ കൃഷി എന്ന പേരിൽ അമിതമായി കൃത്രിമവളം ചേർക്കാനും കീടനാശിനികൾ ഉപയോഗിക്കാനും കൃഷിക്കാർ പ്രേരിപ്പിക്കപ്പെടുകയും ചെയ്യുന്നു. കാരണം, ഈ വകകളൊക്കെ വിൽക്കുന്നവരാണ് കൃഷിക്കാർക്ക് ഉപദേശം നൽകുന്നത്! അഥവാ അവർ സ്വാധീനിച്ചു വച്ചിരിക്കുന്ന വിദഗ്ധന്മാർ!

ജലശക്തിയെപ്പറ്റിയുള്ള വാർത്ത ഈ പശ്ചാത്തലത്തിൽ പ്രതീക്ഷ നൽകുന്നു. അത് അമിതമായ കൃത്രിമവളമോ കീടനാശിനിയോ ചേർത്ത് മണ്ണിനെ നശിപ്പിക്കുന്ന വസ്തുവല്ലല്ലോ. മണ്ണിന്റെ ഈർപ്പം നിലനിർത്തുന്ന വസ്തു മാത്രം. അത് നിരുപദ്രവകാരിയാണോ എന്ന് ഗവേഷകർ വ്യക്തമാക്കേണ്ടതുണ്ട്. ഉപദ്രവമൊന്നും ചെയ്യാത്തതുകൂടിയാണെങ്കിൽ ജലശക്തി കൃഷിയെ ഏറെ സഹായിക്കും. പ്രത്യേകിച്ചും കാടും പുൽമേടും നശിപ്പിച്ച് മണ്ണൊലിപ്പും വരൾച്ചയും ക്ഷണിച്ചുവരുത്തിയിട്ടു കരയുന്ന കർഷകർക്ക് അത് ഒരു താൽക്കാലിക ആശ്വാസം നൽകാം.

49

യന്ത്രത്തേനീച്ചകളുടെ നൃത്തം

മനോഹരമായ ഒരു കലാരൂപമാണ് നമുക്കു നൃത്തം. നൃത്തത്തെപ്പറ്റി ഓർക്കുമ്പോൾത്തന്നെ നൃത്തരാജാവായ നടരാജ മൂർത്തിയുടെ രൂപം നമ്മുടെ മനസിലേക്കോടിവരും. രാഗതാളമേള ങ്ങൾക്കനുസരണമായി കരചരണാദികൾ ചലിപ്പിച്ച് നൃത്തം ചെ യ്യുന്ന കലാകാരന്റെയോ കലാകാരിയുടെയോ മാസ്മരവലയത്തിൽ ലയിച്ച് എല്ലാം മറന്നിരുന്നുപോകും, സാധാരണക്കാർ പോലും. അത്രയേറെ ആ കലാരൂപം നമ്മെ ആകർഷിക്കുന്നു.

എന്നാണ് മനുഷ്യൻ നൃത്തം ചെയ്യാൻ തുടങ്ങിയതെന്ന് നമുക്ക് കൃത്യമായിട്ടറിവില്ല. രാത്രി തീകൂട്ടി അതിന് ചുറ്റും നിന്ന് പ്രാകൃത മനുഷ്യൻ നൃത്തം ചെയ്തിരുന്ന രംഗം ഓർക്കുക. അവർക്കും നൃ ത്തം ആശയവിനിമയത്തിനുള്ള ഉപാധിയായിരുന്നു. സാമൂഹ്യബ ന്ധങ്ങൾ ഉറപ്പിക്കാനും കൂട്ടായ്മ നിലനിർത്താനും ധൈര്യത്തിനും ആവേശത്തിനും ആനന്ദത്തിനുമെല്ലാം നൃത്തം അവർക്കുപകരിച്ചു. പ്രാകൃതരായ ആ കാട്ടുമനുഷ്യർക്ക് അവരുടേതായ നൃത്തങ്ങൾ ഉ ണ്ടായിരുന്നു എന്നു ചുരുക്കം.

അപ്പോൾ പ്രാകൃതജന്തുസമൂഹങ്ങൾക്കും നൃത്തമുണ്ട്. അത് അ വർക്കും ക്ലാസിക്കൽ കലയൊന്നുമല്ല. അതിനു സങ്കീർണങ്ങളായ താളങ്ങളോ ചിട്ടവട്ടങ്ങളോ ഒന്നുമില്ല. പക്ഷേ, നൃത്തം അവർക്കും ഒഴിച്ചുകൂടാൻ വയ്യായിരുന്നു.

ഇണയെ ആകർഷിക്കാൻ മയിൽപ്പയ്യന്മാർ നടത്തുന്ന മനോഹ രമായ നൃത്തം മനുഷ്യന് അസൂയ ഉണ്ടാക്കുന്നത്ര പൂർണ്ണത നിറ ഞ്ഞതല്ലേ? ചിറകുകൾ വിരിച്ച് കഴുത്തുകൾ ചേർത്തുവച്ച് സ്വയം മ റന്നുനിന്ന് നൃത്തം ചെയ്യുന്ന കാമുകീകാമുകന്മാർ പക്ഷികൾക്കിട യിൽ ഏറെയുണ്ട്.

അപ്പോൾ മനുഷ്യർ മാത്രമല്ല നൃത്തം ചെയ്യുക. ആശയപ്രകടനത്തിന് മറ്റു പല ജന്തുക്കളും നൃത്തം ചെയ്യും.

ഇക്കാര്യത്തിൽ തികഞ്ഞ ചിട്ടയും ശാസ്ത്രീയതയും പ്രായോഗികചിന്തയും പുലർത്തുന്ന വിരുതന്മാരാണ് തേനീച്ചകൾ. മനുഷ്യരേക്കാൾ ഉയർന്ന സാമൂഹ്യബോധമുള്ളവരാണ് തേനീച്ചകളും ഉറുമ്പുകളും ചിതലുകളും മറ്റും. റാണിയും തൊഴിലാളിപ്പെണ്ണുങ്ങളും മടിയന്മാരുമടങ്ങുന്ന അവരുടെ കൂടെ സമൂഹത്തിൽ ഓരോരുത്തർക്കും കടമകൾ നൽകപ്പെട്ടിട്ടുണ്ട്. അവർ സമർപ്പണബോധത്തോടെ അവരുടെ ജോലികൾ ചെയ്യുന്നു. സ്വന്തം കാര്യം എന്നൊന്ന് അവയ്ക്കില്ല. സ്വന്തം കൂട് എന്ന ചിന്തമാത്രം. തൊഴിലാളിപ്പെണ്ണുങ്ങൾ റാണിയേയും റാണി പെറ്റുകൂട്ടുന്ന മുട്ടകൾ വിരിഞ്ഞുണ്ടാകുന്ന മക്കളേയും (ലാർവകളേയും) പരിചരിക്കുന്നതിലെ ആത്മാർഥതകണ്ടാൽ മനുഷ്യർ നാണംകെടും. ഇങ്ങനെ ഉന്നതകുലത്തിലുള്ളവരെന്നു തെളിയിച്ചു കഴിഞ്ഞിരിക്കുന്ന തേനീച്ചകൾ നൃത്തം ചെയ്യുന്നതിലും അതിവിദഗ്ധരാണ് എന്ന് പലർക്കുമറിയില്ല.

വെറും കലാപ്രകടനങ്ങളൊന്നുമല്ല അവയ്ക്കു നൃത്തം. ഭക്ഷണം എവിടെയിരിക്കുന്നു എന്നു കൂട്ടുകാരെ അറിയിക്കാനാണ് നൃത്തം. ഒരു തേനീച്ച ഒരിടത്ത് ഭക്ഷണം കണ്ടാൽ കഴിയുന്നത്ര ശേഖരിച്ച് തിരിച്ച് പറന്നു കൂട്ടിലെത്തും. എന്നിട്ട് ഭക്ഷണം കണ്ടെത്തിയ വിവരം നൃത്തം വഴി കൂട്ടുകാരെ അറിയിക്കും. ഫോൺഫ്രീ് എന്ന ശാസ്ത്രജ്ഞനാണ് ഈ അത്ഭുതകരമായ രഹസ്യം കണ്ടെത്തിയത്. ഭക്ഷണം ഏകദേശം നൂറുമീറ്ററിലും അകലെയാണെങ്കിൽ വാഗ്ൾ നൃത്തം എന്ന പ്രത്യേകനൃത്തം വഴിയാണ് ഭക്ഷണസ്ഥലത്തെപ്പറ്റി കൃത്യമായ വിവരം നൽകുക. സൂര്യനെയും കൂടിനെയും ഒരു രേഖ കൊണ്ടു ബന്ധിപ്പിക്കുന്നു എന്നു കരുതുക. ഈ രേഖയിൽനിന്ന് എത്ര ഡിഗ്രി എങ്ങോട്ട് ചെരിഞ്ഞാണ് ഭക്ഷണം കണ്ടെത്തിയ സ്ഥലം എന്ന് വാഗ്ൾ നൃത്തംവഴി കൂട്ടുകാരോട് തേനീച്ച പറഞ്ഞുകൊടുക്കുന്നു എന്നാണ് ഫ്രിഷ് എന്ന നിരീക്ഷകൻ കണ്ടെത്തിയത്.

ഭക്ഷണം ഏകദേശം നൂറുമീറ്ററിലും അടുത്താണെങ്കിൽ വൃത്താകാര നൃത്തം എന്ന വിദ്യയാണ് തേനീച്ച ഉപയോഗിക്കുന്നതെന്ന് ഫ്രിഷ് കണ്ടുപിടിച്ചു. സ്ഥലപരിമിതിമൂലം ഈ നൃത്തരൂപങ്ങളുടെ വിശദാംശങ്ങൾ ഇവിടെ വിവരിക്കുന്നില്ല. നാം നിസ്സാരർ എന്നു പറഞ്ഞ് അവഗണിച്ചിരുന്ന ഈ ചെറുജീവികൾക്ക് സ്വന്തം ജീവിതം സുഖകരമാക്കാൻ എന്തെന്ത് അത്ഭുതസിദ്ധികൾ പ്രകൃതി

കനിഞ്ഞു നൽകിയിരിക്കുന്നു എന്നു മാത്രം ഓർക്കുക; അത്ഭുതപ്പെടുക.

തേനീച്ച ആശയവിനിമയത്തിന് വെറും നൃത്തം മാത്രമല്ല ഉപയോഗിക്കുന്നതെന്ന് പിന്നീടുള്ള ഗവേഷണങ്ങൾ സൂചിപ്പിക്കുന്നു. നൃത്തത്തോടൊപ്പം തേനീച്ച ഒരു ശബ്ദവും പുറപ്പെടുവിക്കുന്നുണ്ട്. മസിലുകളുടെ ചലനംമൂലം പുറപ്പെടുവിക്കുന്ന ഈ പ്രത്യേക ശബ്ദസിഗ്നലുകൾകൂടി പിടിച്ചെടുത്തിട്ടാണ് തേനീച്ചയുടെ കൂട്ടുകാർ കാര്യം മനസിലാക്കുന്നത് എന്നാണ് പുതിയ കണ്ടുപിടുത്തം. ഈ ശബ്ദം കൂടി വന്നില്ലെങ്കിൽ കൂട്ടുകാർ നൃത്തത്തെ അവഗണിക്കുംപോലും.

ശാസ്ത്രജ്ഞന്മാർ ഏറെ ഗവേഷണങ്ങൾക്കുശേഷം ഈ ശബ്ദസിഗ്നലുകളുടെ രഹസ്യങ്ങളും മനസിലാക്കി. കമ്പ്യൂട്ടർ യുഗത്തിലെ ശാസ്ത്രജ്ഞന്മാരാണല്ലോ ഇന്നുള്ളവർ. അവർ യന്ത്രമനുഷ്യരെ ഉണ്ടാക്കുംപോലെ ഇതാ ചെറിയ യന്ത്രത്തേനീച്ചകളെയും സൃഷ്ടിച്ചിരിക്കുന്നു. സാക്ഷാൽ തേനീച്ചകളെപ്പോലെ നൃത്തം ചെയ്യാനും ശബ്ദം പുറപ്പെടുവിക്കാനും കഴിയുന്നവയാണ് ഈ യന്ത്രത്തേനീച്ചകൾ (റോബോട്ട് തേനീച്ചകൾ). തേനീച്ചകളെ വളർത്തുന്നവർക്ക് ഈ യന്ത്രത്തേനീച്ചകൾ വലിയ അനുഗ്രഹമായിരിക്കും. കൃത്രിമ ഭക്ഷണം ഒരിടത്തുവച്ചിട്ട് വിവരമറിയിക്കാൻ സാധാരണ തേനീച്ചകളുടെ കൂട്ടിലേക്ക് യന്ത്രത്തേനീച്ചകളെ വിടാം. നൃത്തംവഴി യന്ത്രത്തേനീച്ച സാധാരണ തേനീച്ചകളെ കൃത്രിമ ഭക്ഷണത്തിനടുത്തേക്ക് വിളിച്ചുകൊണ്ടുപോരും. ഇങ്ങനെ സാധാരണ തേനീച്ച കൂടുതൽ ഭക്ഷണം ശേഖരിച്ചാൽ കൂടുതൽ തേനുണ്ടാകും. തേനീച്ചവളർത്തൽ കൂടുതൽ ആദായകരവുമാകും. ഇതാണ് വിദ്യ! സൂര്യന്റെ സ്ഥാനം മാറുന്നതനുസരിച്ച് നൃത്തത്തിൽ മാറ്റം വരുത്തി ഭക്ഷണസ്ഥലം ഓരോ പ്രാവശ്യവും കൃത്യമായിത്തന്നെ സൂചിപ്പിക്കാൻ കഴിയുന്ന ചെറിയ കമ്പ്യൂട്ടർ സംവിധാനം ഈ യന്ത്രത്തേനീച്ചകളിൽ ഫിറ്റു ചെയ്തിട്ടുണ്ടെന്നാണ് വാർത്ത!

ശാസ്ത്രഗവേഷണങ്ങൾ എന്തെന്തു നൂതനമേഖലകളിലേക്കാണ് നമ്മെ നയിക്കുന്നതെന്ന് ഓർത്തുനോക്കൂ. കണ്ണും കാതും തുറന്ന് പ്രകൃതിയെ കാണാനും പഠിക്കാനും തയാറായാൽ അനന്തമായ സാധ്യതകൾ പ്രകൃതി നമുക്കു തുറന്നു തരും എന്നും ഓർക്കുക.

50

വിഷം വിറ്റാൽ വിഷമിക്കും

മറ്റുള്ളവർക്കു വിഷം വിറ്റു നടന്നാൽ അവസാനം ആ വിഷം വിൽക്കുന്നവനെത്തന്നെ വിഷമിപ്പിക്കും. ഈ പാഠം ഇതാ അമേരിക്ക അറിഞ്ഞിരിക്കുന്നു.

അമേരിക്കൻ പ്രസിഡണ്ടായിരുന്ന ജിമ്മി കാർട്ടർ തന്റെ രാജ്യത്ത് നിരോധിക്കപ്പെട്ട രാസവസ്തുക്കളും കീടനാശിനികളും പുറത്തേക്ക് കയറ്റി അയയ്ക്കാനും അനുവദിച്ചിരുന്നില്ല. എന്നാൽ റീഗൻ പ്രസിഡണ്ടായപ്പോൾ ഈ നിയമം മാറ്റി. അമേരിക്കയിൽ നിരോധിക്കപ്പെട്ട വസ്തുക്കളും മറ്റു രാജ്യങ്ങളിലേക്ക് കയറ്റി അയയ്ക്കാൻ അനുവാദം നൽകി. അങ്ങനെ അനേകം വിഷവസ്തുക്കൾ അമേരിക്കയിലുണ്ടാക്കി പുറം രാജ്യങ്ങൾക്കു വിൽക്കാൻ അമേരിക്കൻ കമ്പനികൾക്കു സാധ്യമായി.

ഇങ്ങനെ പുറത്തേക്കു കയറ്റിഅയച്ചുകൊണ്ടിരിക്കുന്ന രണ്ടു രാസവസ്തുക്കളാണ് ക്ലോർഡേനും ഹെപ്ടാക്ലോറും. ഇവ ട്യൂമറുകൾ ഉണ്ടാക്കും എന്ന് പരീക്ഷണങ്ങൾ തെളിയിച്ചിരുന്നു. അതാണ് അമേരിക്കയുടെ പരിസ്ഥിതി സംരക്ഷണ ഏജൻസി ഈ രാസവസ്തുക്കൾ കൃഷിയിടങ്ങളിൽ ഉപയോഗിക്കുന്നത് 1978-ൽ വിലക്കിയത്. എന്നാൽ ഈ രാസവസ്തുക്കൾ അമേരിക്കയിൽനിന്നും ഇരുപത്തഞ്ചു രാജ്യങ്ങളിലേക്ക് കയറ്റി അയച്ചുകൊണ്ടിരിക്കുകയാണ് അമേരിക്ക.

എന്നാലിതാ ഈ വിഷങ്ങൾ തിരിച്ച് അമേരിക്കയിലെത്തിയിരിക്കുന്നു! അമേരിക്ക മറ്റു രാജ്യങ്ങളിൽനിന്നും മാട്ടിറച്ചി, കൈതച്ചക്ക, കാരറ്റ് തുടങ്ങി പലതും ഇറക്കുമതി ചെയ്യുന്നുണ്ട്. ഈ ആഹാരപദാർഥങ്ങളിൽ നിരോധിക്കപ്പെട്ട ക്ലോർഡേനും ഹെപ്ടാക്ലോറും ക

ണ്ടെത്തിയിരിക്കുന്നു എന്ന വാർത്ത പുറത്തുവിട്ടിരിക്കുന്നത് ഗ്രീൻ പീസ് പ്രസ്ഥാനത്തിന്റെ വക്താക്കളാണ്.

ഇത് സ്വാഭാവികം മാത്രം. ലോകം ഇന്ന് ചെറുതായിരിക്കുന്നു. ഒരു രാജ്യത്തിനും ഒറ്റയ്ക്ക് ഒരു റോബിൻസൺ ക്രൂസോ സ്റ്റൈലിൽ കഴിയാൻ ഇന്നു സാധ്യമല്ല. പലതും കൊടുത്തും വാങ്ങിയും കഴി യേണ്ടിവരും. വിഷം വിറ്റാൽ അതു വേഷം മാറി വിറ്റവന്റെ വാ യിൽത്തന്നെ എത്തും. മണ്ണിലും വെള്ളത്തിലും കലരുന്ന വിഷം ഇറച്ചിയിലും പാലിലും പഴത്തിലും പച്ചക്കറിയിലും മറ്റും കയറി ക്കൂടി ലോകമെങ്ങും എത്തും. അമേരിക്കയിലുമെത്തും. വിഷം ഉ ണ്ടാക്കിയാലതു പടരും. അകലേക്കുപോയ വിഷം വളഞ്ഞുചുറ്റി തിരിച്ചെത്തി വൃത്തം പൂർത്തിയാക്കി വിഷചക്രമുണ്ടാക്കും എന്ന് അമേരിക്കയുടെ പരിസ്ഥിതി സംരക്ഷണ ഏജൻസി തന്നെ മു ന്നറിയിപ്പു നൽകിയിരുന്നതുമാണ്.

എന്റെ വീട്ടിൽ കിടന്നു നാറുന്നതെടുത്ത് അയൽപക്കക്കാരന്റെ മുറ്റത്തേക്ക് എറിഞ്ഞാലും അൽപ്പസമയം കഴിയുമ്പോൾ എന്റെ വീ ട്ടിലും നാറ്റം എത്തും. പ്രകൃതി ഒരു വലപോലെയാണ്. മണ്ണും വെ ള്ളവും വായുവും ജീവനുള്ളവയും ഇല്ലാത്തവയുമായ മറ്റു പ്രകൃ തിഘടകങ്ങളും എല്ലാം പരസ്പരം ബന്ധപ്പെട്ടാണ് കിടക്കുന്നത്. മണ്ണിൽ ഉള്ള വെള്ളവും വളവും വലിച്ചെടുത്തു പുല്ലു വളരുന്നു. പുല്ലുതിന്നു വളരുന്ന പശുവിന്റെ പാൽ കുടിച്ചും ഇറച്ചിതിന്നും മ നുഷ്യൻ വളരുന്നു. മണ്ണിൽ വിഷം പരന്നാൽ പുല്ലിലൂടെ, പാലിലൂ ടെ മനുഷ്യനിലെത്തും. ഒരിടത്തെ മണ്ണിലെ വിഷം മറ്റൊരിടത്ത് വെള്ളം വഴിയോ പാൽ വഴിയോ എത്താം. എത്തുക തന്നെ ചെ യ്യും.

വിഷക്കച്ചവടം നിർത്താൻ നിയമമുണ്ടാക്കുമോ? ഉണ്ടാക്കിയി ല്ലെങ്കിൽ ആത്യന്തികമായി അമേരിക്കയ്ക്കും വിഷം തീണ്ടും എ ന്നുള്ള സത്യം വിവേകശാലികളായ അമേരിക്കക്കാർ അമേരിക്കൻ സർക്കാരിന് ഉപദേശിച്ചുകൊടുക്കട്ടെ. വിഷക്കച്ചവടവീരന്മാരായ മ റ്റു രാജ്യക്കാർക്കും ഈ വാർത്ത പാഠമാകട്ടെ.

51

വരുന്നു വൻ വെള്ളക്ഷാമം

ലോകം അവസാനിക്കാൻ പോകുന്നു എന്ന വെളിപാടു പ്രഖ്യാപിക്കുംപോലെയുള്ള വെറും ഒരു പ്രവചനമല്ല ഇത്. ഇന്ത്യയിലെ ഇന്നത്തെ പരിസ്ഥിതികൾ ശാസ്ത്രീയമായി പഠിച്ച് വിലയിരുത്തി നടത്തിയിരിക്കുന്ന പ്രവചനമാണ്. വാഷിങ്ടൺ ആസ്ഥാനമായി പ്രവർത്തിക്കുന്ന ലോകപ്രശസ്ത ഗവേഷണസ്ഥാപനമായ വേൾഡ് വാച്ച് ഇൻസ്റ്റിറ്റ്യൂട്ടാണ് പ്രവചനം നടത്തിയിരിക്കുന്നത്. 'കൃഷിക്കുള്ള ജലം - പരിമിതികൾ' എന്ന അവരുടെ റിപ്പോർട്ടിലാണ് ഈ പ്രവചനം.

ജലമാണ് ജീവനം. ജീവൻ നിലനിർത്തുന്ന അമൃത്. ജലമില്ലാതായാൽ ജീവനില്ല. പക്ഷേ, പ്രകൃതി കനിഞ്ഞു നമുക്കു തന്നിരിക്കുന്ന ഈ അമൃതിന്റെ വില നമുക്കിന്നും മനസിലായിട്ടില്ല. ജന്തുക്കളുടെ മുന്നിൽ രണ്ടുഭാഗത്തോളം ജലമാണ്. ഒരു മനുഷ്യന് ഒരു ദിവസം ഏകദേശം ഒരു ലിറ്റർ വെള്ളത്തോളം കുടിക്കണം! ഒരു മുട്ടയുണ്ടാകാൻ ഏകദേശം അഞ്ഞൂറോളം ലിറ്റർ വെള്ളം ചെലവാകുന്നു എന്നാണൊരു കണക്ക്! കോഴികൾക്ക് നൽകേണ്ട തീറ്റയുണ്ടാക്കാനും കോഴിയെ വളർത്താനും ഒക്കെ വേണ്ടിവരുന്ന വെള്ളം കണക്കിലെടുക്കുമ്പോഴാണ് എത്ര ഭീമമായ ചെലവാണിതിന് വേണ്ടിവരുന്നതെന്നറിയുക. ചുരുക്കത്തിൽ വെള്ളമില്ലാതെ നമുക്ക് ജീവിക്കാൻ സാധ്യമല്ല.

കാട്ടിൽ കഴിഞ്ഞിരുന്ന പ്രാകൃത മനുഷ്യൻ പ്രകൃതിയുടെ സന്താനമായിരുന്നു. അവന് വളരെ കുറച്ച് വെള്ളം മാത്രമേ ആവശ്യമുണ്ടായിരുന്നുള്ളൂ. കുടിക്കാൻ വേണ്ട വെള്ളം. അവൻ ചുറ്റുപാടും നിന്ന് ശേഖരിച്ചിരുന്ന ആഹാരപദാർഥങ്ങൾ നിർമിക്കാൻ പ്രകൃതിവെള്ളം ഉപയോഗിച്ചിരുന്നു. അത്രയും വെള്ളമേ അവനുവേണ്ടി

പ്രകൃതി കണ്ടെത്തേണ്ടിയിരുന്നുള്ളൂ. കാലം മാറി. മനുഷ്യൻ വളർന്നു. അവന്റെ ആവശ്യങ്ങൾ വർധിച്ചു. അവന് ഒന്ന് കക്കൂസിൽ പോകാൻതന്നെ എത്ര ലിറ്റർ വെള്ളം വേണം ഇന്ന്! അവന് കുളിക്കണം. കുടിക്കണം. നാനാതരം ആഹാരപദാർഥങ്ങൾ വേണം. നാനാതരം സുഖഭോഗവസ്തുക്കൾ വേണം. വ്യവസായശാലകൾ പ്രവർത്തിക്കണം. വാഹനങ്ങൾ ഓടണം. ഇതിനെല്ലാം വെള്ളം വേണം. ഫലമോ? അവന്റെ വെള്ളത്തിനുള്ള ആവശ്യം വളരെ വളരെ കൂടി!

പക്ഷേ, ഭൂമിയിൽ ആകെയുള്ള ജലത്തിൽ ബഹുഭൂരിഭാഗവും ഉപ്പുവെള്ളമായിട്ടാണ് കിടപ്പ്. വെറും മൂന്നു ശതമാനത്തോളമേ ശുദ്ധജലമായിട്ടുള്ളൂ. അതിൽത്തന്നെ ഭൂരിഭാഗവും ഐസായിക്കിടക്കുന്നു. വെറും ഒരു ശതമാനം മാത്രമേ ശുദ്ധജലമായി നമ്മുടെ ആവശ്യത്തിന് ലഭ്യമായിട്ടുള്ളൂ. അതാണ് നമ്മുടെ ജീവനെ നിലനിർത്തേണ്ടത്. നമ്മുടെ എല്ലാ ധൂർത്തും താങ്ങേണ്ടത്! ഈ ഒരു ശതമാനത്തെ പവിത്രമായ അമൃതായിക്കണ്ട് പരിരക്ഷിച്ചാലേ ലോകത്ത് ജീവന് നിലനിൽക്കാൻ കഴിയൂ. പക്ഷേ, നാം രാക്ഷസീയമായ ഭാവത്തോടെ നാനാതരം വിഷങ്ങൾ ഇതിലേക്കൊഴുക്കി ഇതിനെ നശിപ്പിക്കുകയുമാണ്. പ്രകൃതിക്ക് നാം പുറത്തേക്കൊഴുക്കുന്ന വിഷങ്ങളെ പരിചയമില്ല. അവ മാറ്റി വെള്ളം ശുദ്ധമാക്കാനുള്ള കഴിവുമില്ല.

ഈ പശ്ചാത്തലത്തിൽ വേണം ഇന്ത്യയിലെ ജലത്തിന്റെ ലഭ്യതയെപ്പറ്റിയും ചിന്തിക്കാൻ. താൽക്കാലിക ലാഭത്തിനുവേണ്ടി വനം നശിപ്പിച്ചും മണ്ണൊലിപ്പിച്ചും തടാകങ്ങളും പാടങ്ങളും മറ്റും നികത്തിയും പ്രകൃതിയെ കീഴ്മേൽ മറിച്ചുകഴിഞ്ഞാൽ അതിന്റെ ദൂഷ്യഫലങ്ങൾ പിന്നീട് അനുഭവിക്കേണ്ടിവരും. വേൾഡ് വാച്ച് ഇൻസ്റ്റിറ്റ്യൂട്ടിന്റെ വൈസ് പ്രസിഡണ്ടായിരുന്ന സാന്ദ്രപോസ്റ്റൽ പറയുന്നതെന്താണെന്നോ? ഇന്ത്യയിലെ വെള്ള പ്രശ്നങ്ങളുടെ അടിസ്ഥാനകാരണം ഇവിടുത്തെ അശാസ്ത്രീയമായ സമീപനമാണെന്നാണ്. വനനശീകരണം മണ്ണൊലിപ്പുണ്ടാക്കും. തടാകങ്ങളെയും ചിറകളെയും നികത്തും. മഴ പെയ്താലും വെള്ളം ഭൂമിയിൽ തങ്ങിനിൽക്കില്ല. കഷണ്ടിത്തലയിൽ വീണ വെള്ളം പോലെ ഒഴുകിപ്പോകും. മലയിൽ വനം ഉണ്ടായാലേ താഴേക്കൊഴുകുന്ന നദിയിൽ വേനൽക്കാലത്തും വെള്ളം കാണൂ.

നമ്മുടെ കേരളത്തിലുണ്ടായിരുന്ന അനേകം ചിറകളും കുളങ്ങളും അത്തരം താഴ്ന്ന പ്രദേശങ്ങളും ശുദ്ധജലത്തെ ശേഖരിച്ചു നിർ

ത്തിയിരുന്ന ബാങ്കുകളായിരുന്നു. അവയൊക്കെ നികത്തപ്പെട്ടു വരുന്നു. അതല്ലേ നല്ല മഴ കിട്ടിയിട്ടും ഇവിടെ ഗ്രാമങ്ങളിൽ ജലക്ഷാമം അനുഭവപ്പെടുന്നത്.

അപ്പോൾ പ്രശ്നം സങ്കീർണമാണ്. അതിനെ ലളിതമാക്കി കാണരുത്. 'നിങ്ങൾക്ക് കുരങ്ങന്മാരെ വേണോ മനുഷ്യരെ വേണോ' എന്നൊക്കെ ചോദിച്ച് താൽക്കാലികമായി കയ്യടി വാങ്ങുന്നവനും പിന്നെ വരൾച്ച അനുഭവിക്കേണ്ടിവരും. അവരുടെ മക്കളും അവരെ പിന്നീട് ശപിക്കും. അതിസങ്കീർണവും പലപ്പോഴും അദൃശ്യവുമായ പ്രകൃതിയുടെ വലക്കണ്ണികളെ അറുക്കാൻ എളുപ്പമാണ്; കൂട്ടിക്കെട്ടാൻ വിഷമവും.

നമ്മുടെ നാട്ടിൽ നമ്മുടെ മക്കൾക്കും അവരുടെ മക്കൾക്കും സമാധാനമായി ജീവിക്കണം. നിലനിൽക്കണം. അവരുടെ വെള്ളംകുടി മുട്ടിക്കാതിരിക്കാനുള്ള ധർമ്മബോധം – വിവേകം – നമുക്കുണ്ടായെങ്കിൽ!

52

കല്യാണം കളിയല്ല!

കല്യാണം കളിയല്ലെന്ന് കല്യാണം കഴിച്ചിട്ടുള്ളവർക്കെല്ലാമറിയാം. അത് ജീവിതത്തെ സ്വർഗമാക്കാം; നരകമാക്കാം. യോജിച്ച ജീവിതപങ്കാളിയാണെങ്കിൽ ജീവിതം സ്വർഗമാക്കാം. യോജിക്കാത്തയാളായിപ്പോയാലോ? ശ്വാസംമുട്ടി കഴിയേണ്ടിവരും. ഒട്ടും യോജിക്കാത്തയാളായിപ്പോയാൽ ജീവിതം മഹാനരകവുമാകും.

യോജിക്കാത്ത ജീവിതപങ്കാളിയുണ്ടാക്കുന്ന മാനസിക സംഘർഷങ്ങൾ വിവരിക്കേണ്ടതില്ല. അതു മാത്രമല്ല കുഴപ്പമെന്നാണ് ശാസ്ത്രജ്ഞന്മാർ പറയുന്നത്. യോജിക്കാത്ത പങ്കാളിയുടെ കൂടെ ജീവിച്ചാൽ ശരീരത്തിന്റെ പ്രതിരോധ സജ്ജീകരണത്തിനു തകരാറുണ്ടാകുംപോലും.

എന്നാൽ ഈ നാശം വേണ്ട. വിവാഹമോചനം നടത്തിയേക്കാമെന്നു നിശ്ചയിച്ചാലോ? വിവാഹമോചനം നേടിയാൽ കൂടുതൽ പെട്ടെന്നു ചാകാനാണു സാധ്യത എന്നു ശാസ്ത്രജ്ഞന്മാർ മുന്നറിയിപ്പു തരുന്നു!

എന്താ കാരണമെന്നോ? വിവാഹമോചനം നേടിയവരുടെ മനസിന്റെ പിരിമുറുക്കം അവരുടെ ശരീരത്തിന്റെ പ്രതിരോധശക്തിയെ താറുമാറാക്കുന്നു. അപ്പോഴവരുടെ ശരീരത്തിൽ രോഗാണുക്കൾ എളുപ്പത്തിൽ കയറിപ്പറ്റുന്നു. വളരുന്നു. പെരുകുന്നു. അങ്ങനെ അവർ കൂടുതൽ എളുപ്പം രോഗികളാകുന്നു. അതുകൊണ്ടുതന്നെ അവരിൽ മരണനിരക്കും കൂടിയിരിക്കുന്നു.

വിവാഹമോചനം തന്നെ വേദനയുണ്ടാക്കും. അതോടെ നിരാശരായി, ജീവിതത്തിലെ ചിട്ടയെല്ലാം വലിച്ചെറിഞ്ഞ് തോന്നിയവാസം ജീവിച്ചെന്നു വരാം. സമയത്ത് ആഹാരം കഴിക്കാതെയും ഉറങ്ങാതെയും ദുഃഖിച്ചു ജീവിച്ചാൽ ആരോഗ്യം നശിക്കും.

പക്ഷേ, വിവാഹമോചനം നേടിയവരിൽ മരണനിരക്ക് കൂടിയതിനു കാരണം ഈ ചിട്ടയില്ലാത്ത ജീവിതമല്ല എന്നാണ് ഒരു പഠനം സൂചിപ്പിക്കുന്നത്. മറിച്ച് ശരീരത്തിൽ തന്നെ ഉണ്ടാകുന്ന ഒരു മാറ്റമാണുപോലും രോഗബാധയ്ക്കും മരണത്തിനും കാരണം. ശരീരത്തിൽ സ്വാഭാവികമായി കാണേണ്ട രോഗപ്രതിരോധ വസ്തുക്കൾ വിവാഹമോചനം നടത്തിയവരിൽ കുറവായി കണ്ടു. അവരുടെ ശരീരത്തിലെ ശ്വേതാണുക്കൾ വേണ്ടത്ര സജീവമല്ലെന്നും കണ്ടു. അവയാണല്ലോ രോഗാണുക്കൾക്കെതിരെ പടപൊരുതേണ്ടത്. ഇങ്ങനെ ശരീരത്തിന്റെ പ്രതിരോധശക്തി കുറയുമ്പോൾ ന്യൂമോണിയ, ക്ഷയം മുതലായ രോഗങ്ങൾ എളുപ്പത്തിൽ പിടിപെടുന്നു. മരണസാധ്യതയും കൂടുന്നു.

ഇതിൽനിന്നുമെന്ത് അനുമാനിക്കാം? മാനസികമായ സംഘർഷം ശരീരത്തിന്റെ രോഗപ്രതിരോധശക്തി കുറയ്ക്കുന്നു എന്നുതന്നെ. ഒഹായോ യൂണിവേഴ്സിറ്റിയിലെ ജാനീസ് കീ കോൾട്ട് ഗ്ളേസർ ആണ് ഈ നിഗമനത്തിലെത്തിയിരിക്കുന്നത്. മുൻ ഭർത്താവിനെ (അഥവാ ഭാര്യയെ) വലിയ സ്നേഹമായിരുന്നുവെങ്കിൽ കാര്യം കൂടുതൽ കുഴപ്പമാകും. കാരണം വിവാഹമോചനം കൂടുതൽ മാനസിക സംഘർഷം ഉണ്ടാക്കും. അതിനാൽ ശരീരത്തിന്റെ പ്രതിരോധശക്തി കൂടുതൽ തകരാറിലുമാകും. അതുപോലെ വിവാഹമോചനം നടന്നയിടെയാണ് ഈ ദൂഷ്യഫലങ്ങൾ ശരീരത്തിൽ കൂടുതൽ കാണുക. കാലം കഴിയുമ്പോൾ ഏതു മുറിവും ഉണങ്ങുമല്ലോ. അതോടെ മനസ്സ് സമനില വീണ്ടെടുക്കും. ശരീരം ആരോഗ്യവും.

അപ്പോൾ കല്യാണം കളിയല്ലെന്ന് തെളിഞ്ഞില്ലേ? നമുക്കു പറ്റാത്തയാളിനെ ജീവിതപങ്കാളിയാക്കിയാൽ പിന്നെ എല്ലാം കുഴയും. തള്ളാനും വയ്യ. കൊള്ളാനും വയ്യ എന്ന നിലയിലാകും നാം. അതിനാൽ കല്യാണം കഴിക്കാൻ പോകുന്നവർ കൂടുതൽ ശ്രദ്ധിക്കണം. ആൾ നമുക്ക് പറ്റിയതാണോ എന്നാണ് അറിയേണ്ടത്. രുചികളിലും സംസ്കാരത്തിലും സ്വഭാവത്തിലും എല്ലാം പറ്റുന്നയാളായിരിക്കണം. പണം മോഹിച്ചു കരിങ്കല്ലിനെയും കെട്ടാൻ തയ്യാറാകുന്ന പുത്തൻ പരിഷ്കാരികൾ പ്രത്യേകിച്ചും ഇക്കാര്യം ശ്രദ്ധിച്ചാൽ അവർ രക്ഷപ്പെടും. വിവാഹം നടത്തി പരീക്ഷിച്ചു നോക്കിയിട്ടു പരാജയമെങ്കിൽ വിവാഹമോചനം നടത്തുന്നത് അശാസ്ത്രീയമാണെന്ന് അവർ മറക്കാതിരിക്കട്ടെ.

53

തൊലികൊണ്ടു കേൾക്കാം

ചെവികൊണ്ടു കേൾക്കാം എന്നു പറയുന്നതിൽ അത്ഭുതമൊന്നുമില്ല. കാരണം ചെവി കേൾക്കാനാണ്. എന്നാൽ ചിലർക്ക് കേൾവി കുറവാകാം. ചെവിയുടെ തകരാറുമൂലം കേൾവി തീരെ കുറവായവരെ സഹായിക്കാൻ ഇപ്പോൾ 'കേൾവിസഹായികൾ' ഉണ്ട്. ഇത്തിരിക്കൂടി ഗമയുള്ള പേരുകൾ വേണമെങ്കിൽ പറയാം. ശ്രവണസഹായികൾ, ഹീയറിംഗ് എയ്ഡ്സ് എന്നൊക്കെ. കേൾവി കുറവായ നിർഭാഗ്യവാന്മാർ ഈ ഉപകരണം ധരിച്ചിരിക്കുന്നത് വായനക്കാർ കണ്ടുകാണും.

എന്നാൽ ചിലരുടെ കേൾവി തീരെ തകരാറിലായിരിക്കാം. അങ്ങനെ ഒട്ടും കേൾക്കാൻ കഴിയാത്തവർക്ക് കേൾവി സഹായികൾ കൊണ്ട് പ്രയോജനമില്ല. ശബ്ദത്തിന്റെ മായാപ്രപഞ്ചം അനുഭവിക്കാനാകാതെ കഴിയേണ്ടിവരുന്ന ഹതഭാഗ്യരാണവർ. കിളികളുടെ പാട്ടും സ്വന്തം കുഞ്ഞിന്റെ കൊഞ്ചലും സംഗീതത്തിന്റെ മോഹനരാഗങ്ങളും കേൾക്കാൻ കഴിയാതെ ജീവിക്കേണ്ടിവരിക എത്ര വലിയ ഒരു ദുരന്തമാണ്!

ഇങ്ങനെയുള്ളവർക്ക് ആശയങ്ങൾ വ്യക്തമാക്കാൻ ആംഗ്യഭാഷ ഉപയോഗിക്കാം. ഒരു അഭിനയഭാഷ എന്നതിനെ കരുതാം. "അധരവായന'യാണ് മറ്റൊരു വഴി. അതെന്താണ്? ഒരാൾ സംസാരിക്കുമ്പോൾ അയാളുടെ ചുണ്ടുകൾക്ക് വരുന്ന മാറ്റം ശ്രദ്ധിച്ച് അതിൽ നിന്നും കാര്യം മനസിലാക്കുന്ന രീതിയാണ് അധരവായന. ചുണ്ടിൽനോക്കി പറഞ്ഞകാര്യം പിടിച്ചെടുക്കുന്ന വിദ്യ.

എന്നാൽ ഇങ്ങനെയുള്ള ഹതഭാഗ്യരെ സഹായിക്കാനും ശാസ്ത്രം മുന്നോട്ട് വന്നിരിക്കുന്നു. തൊലികൊണ്ടു കേൾക്കുന്ന വിദ്യ വഴി. പടിഞ്ഞാറൻ ജർമനിയിലെ സീമൻസ് കമ്പനിയാണ് ഈ പു

തിയ ഉപകരണം മാർക്കറ്റിലിറക്കിയിരിക്കുന്നത്. അതിന്റെ സൂത്രം അറിയേണ്ടേ?

വലിച്ചുമുറുക്കിയിരിക്കുന്ന ഒരു കമ്പിയിൽ തട്ടൂ. ശബ്ദമുണ്ടാകും. കമ്പിക്കുപകരം റബ്ബർബാൻഡ് വലിച്ചുനിർത്തി അതിൽ തട്ടിയാലും മതി. തട്ടുമ്പോൾ ചലനമുണ്ടാകും. അഥവാ കമ്പനമുണ്ടാകും. അതാണ് ശബ്ദത്തിനാധാരം. അപ്പോൾ കമ്പിയിൽ പിടിക്കൂ. കമ്പനം നിൽക്കും. അതായത് ചലനം നിൽക്കും. ശബ്ദവും നിൽക്കും!

സീമൻസ് പുറത്തിറക്കിയിരിക്കുന്ന ഉപകരണം ഒരു വാച്ചുപോലിരിക്കും. ഡയലില്ലാത്ത വാച്ച്! കേൾവിയില്ലാത്തയാൾ ഈ 'വാച്ച്' കൈയിൽ കെട്ടിയിരിക്കണം. അടുത്തു നിൽക്കുന്നയാൾ സംസാരിക്കുന്നു എന്നിരിക്കട്ടെ. ആ ശബ്ദങ്ങൾ ഒരു മൈക്രോഫോൺ വഴി ബധിരന്റെ 'വാച്ചിൽ' ചെന്നുവീഴും. 'വാച്ച്' ശബ്ദങ്ങളെ ചെറുചലനങ്ങളാക്കി (കമ്പനങ്ങളാക്കി) കൈയിലേക്കു കൊടുക്കും. കൈയിലെചർമ്മം ഈ ചലനങ്ങളെ സ്വീകരിക്കുന്നു. മനസിലാക്കുന്നു. അങ്ങനെ ആ 'വാച്ച്' കെട്ടിയിരിക്കുന്നയാളിന് ശബ്ദബോധമുണ്ടാകുന്നു. ആശയം വ്യക്തമാകുന്നു.

ചുരുക്കത്തിൽ അധരവായനയ്ക്കു പകരം ഉള്ള ഒരു വിദ്യയാണിതെന്നു മാത്രം. അധരവായനയ്ക്കു വേണ്ടതുപോലെ ഇതിനും പരിശീലനം വേണം. ഓരോതരം ശബ്ദവും കൈയിലുണ്ടാക്കുന്ന ചലനം എന്തെന്ന് നേരത്തെ അറിയണം. അധരവായനയിലും നന്നായി ശബ്ദങ്ങളെ തിരിച്ചറിയാനും കാര്യങ്ങൾ മനസിലാക്കാനും ഈ യന്ത്രം സഹായിക്കും. അത്രയും ആശ്വാസകരം തന്നെ.

എന്നാൽ ഈ യന്ത്രംകൊണ്ട് യഥാർഥ ശബ്ദം അങ്ങനെ കേൾക്കാനാവില്ല. ആശയം വ്യക്തമാവുകയേ ഉള്ളൂ. യഥാർഥശബ്ദങ്ങൾ ആസ്വദിക്കാൻ പ്രകൃതി തന്നിരിക്കുന്ന ചെവിതന്നെ വേണം. നാമിഷ്ടപ്പെടുന്ന സംഗീതധാര അത്തരം സ്വാഭാവികമായ ചെവിയിൽ എത്തുമ്പോഴുള്ള ആനന്ദാനുഭൂതി ഒരു ബധിരന് ഒരിക്കലും ലഭിക്കുന്നില്ല. അതിനും എന്തെങ്കിലും വഴി ശാസ്ത്രം കണ്ടെത്തുമെന്ന് നമുക്കാശിക്കാം.

54

മണ്ണായിമാറുന്ന പ്ലാസ്റ്റിക്

മനുഷ്യാ നീ മണ്ണാകുന്നു - എന്നു പറയുന്നത് എത്ര ശരി. അതിമനോഹരമായ ഒരു ശാസ്ത്രസത്യം അതിലൊളിച്ചിരിക്കുന്നു. മരിച്ച മനുഷ്യന്റെ ശരീരം മണ്ണിൽ കുഴിച്ചിട്ടാൽ പിന്നെ നാം വിഷമിക്കേണ്ട. പ്രകൃതി ബാക്കി കാര്യങ്ങൾ നോക്കിക്കൊള്ളും. ആ ശരീരത്തെ കൈകാര്യം ചെയ്യാൻ അനേകം സൂക്ഷ്മജീവികളെ ഏൽപ്പിക്കും. അവരാണ് ശരീരത്തെ ചീയാനും വിഘടിക്കാനും മണ്ണിലേക്ക് ലയിച്ചുചേരാനും വേണ്ട വിദ്യകൾ ചെയ്യുന്നത്. അങ്ങനെ ഞാൻ മരിച്ചാൽ എന്റെ ശരീരത്തിലെ കോടാനുകോടി ആറ്റങ്ങളെ പ്രകൃതി തന്നെ വിഘടിപ്പിച്ചു മണ്ണിലേക്കും വായുവിലേക്കും വിതരണം ചെയ്യുന്നു. അവ മറ്റു സസ്യങ്ങൾക്ക് പ്രയോജനകരമായ പോഷകങ്ങളായി മാറി അവയ്ക്ക് ആഹാരമാകുന്നു. അങ്ങനെ എന്റെ ശരീരഘടകങ്ങൾ മണ്ണിലും വായുവിലും വെള്ളത്തിലും പടർന്ന് മറ്റ് അനേകം ജീവികളിലേക്ക് കടന്ന് വീണ്ടും ജീവിക്കുന്നു. എത്ര ഉദാത്തവും മനോഹരവുമായ ഒരു സത്യമാണ് ശാസ്ത്രം തുറന്നു കാണിക്കുന്നത്! വെറുതെയല്ല ജവഹർലാൽ നെഹ്റു തന്റെ ചിതാഭസ്മം ഭാരതത്തിലെങ്ങും വിതരണം ചെയ്യണം എന്നു മോഹിച്ചത്.

പ്രകൃതിയിൽ ജീവിക്കുന്ന എല്ലാ ജീവികളുടെയും ഉച്ഛിഷ്ടത്തെ വിഘടിപ്പിച്ച് ദോഷകരമല്ലാത്തതും ഉപയോഗപ്രദവുമായ വസ്തുക്കളാക്കി മാറ്റാൻ പ്രകൃതിക്കറിയാം. അതാണല്ലോ മലം മണ്ണോടു ചേരാനും കാരണം.

പക്ഷേ, പ്ലാസ്റ്റിക് പോലെയുള്ള കൃത്രിമ വസ്തുക്കളെ, വിഘടിപ്പിക്കാൻ പ്രകൃതിക്കറിയില്ല. 'പ്ലാസ്റ്റിക്കിന്റെ ഭാഷ' പ്രകൃതിക്കറിയാത്ത ഭാഷയാണ്. അതിനാൽ വൻതോതിൽ പ്ലാസ്റ്റിക് ഉൽപ്പാദിപ്പിച്ച് ഉപയോഗിക്കുമ്പോൾ കുഴപ്പമുണ്ടാകും. ഉപയോഗം കഴിഞ്ഞ്

ഉപേക്ഷിക്കപ്പെടുന്ന പ്ലാസ്റ്റിക് അവശിഷ്ടങ്ങൾ ഭൂമിയിൽ കിടക്കും. മണ്ണിലും വെള്ളത്തിലുമെല്ലാം മാറി കിടക്കും. ചീയാതെ കിടക്കും. പരിസരമലിനീകരണമുണ്ടാക്കും.

ഇതിനെന്താ ഒരു പോംവഴി? ചീയുന്ന പ്ലാസ്റ്റിക് ഉണ്ടാക്കുക. മണ്ണോടുചേരുന്ന പ്ലാസ്റ്റിക് ഉണ്ടാക്കുക. സ്റ്റാർച്ച് (അന്നജം) മാത്രം ഉപയോഗിച്ച് പ്ലാസ്റ്റിക് ഉണ്ടാക്കുകയാണ് ഒരു മാർഗമെന്ന് ഇപ്പോൾ ശാസ്ത്രജ്ഞന്മാർ കണ്ടുപിടിച്ചിരിക്കുന്നു. അരി, ഗോതമ്പ്, പഞ്ചസാര, ഉരുളക്കിഴങ്ങ് തുടങ്ങിയവ നാം വൻതോതിൽ ഉൽപ്പാദിപ്പിക്കുന്നുണ്ട്. ഇവയ്ക്കുവേണ്ടി കൃഷി നടത്തുമ്പോൾ ആഹാരമായി ഉപയോഗിക്കാൻ പറ്റാത്ത അന്നജ അവശിഷ്ടങ്ങൾ വൻതോതിൽ കിട്ടുന്നു. തിന്നാൽ വേണ്ടത്ര നിലവാരമില്ലാത്ത ഈ അന്നജ വസ്തുക്കളെ പ്ലാസ്റ്റിക് ആക്കി മാറ്റിയാൽ കൃഷി കൂടുതൽ ലാഭകരവുമാകും.

അന്നജത്തെ വലിയ താപനിലയിലേക്ക് ഉയർത്താൻ വയ്യ. ചൂടാക്കുമ്പോൾ അവ വിഘടിക്കും. അതുമൂലം അവയെ പ്ലാസ്റ്റിക് ആക്കി മാറ്റാൻ ഇതുവരെ സാധ്യമായിരുന്നില്ല. കാരണം പ്ലാസ്റ്റിക് നിർമാണവേളയിൽ ഉയർന്ന തോതിൽ ചൂടാക്കൽ വേണ്ടിവരുന്നു.

അമേരിക്കയിലെ വാർണർ ലാംബർട്ട് എന്ന കമ്പനിയിലെ വിദഗ്ധന്മാർ അതിന് പരിഹാരം കണ്ടെത്തിയിരിക്കുന്നുപോലും. സ്റ്റാർച്ചും (അന്നജവും) വെള്ളവുമായി നന്നായി കൂട്ടിക്കലർത്തിയുണ്ടാക്കുന്ന കുഴമ്പ് നിയന്ത്രിത അവസ്ഥകളിൽ ചില പ്രത്യേക സാങ്കേതികവിദ്യയുപയോഗിച്ച് പ്ലാസ്റ്റിക് ആക്കി മാറ്റുകയാണവരുടെ വിദ്യ. 'ഇൻജെക്ഷൻ മോൾഡിങ് വിദ്യ' എന്നു വിശേഷിപ്പിക്കുന്ന ഈ വഴിയിൽ സ്റ്റാർച്ചിനെ പ്ലാസ്റ്റിക് ആക്കി മാറ്റുമ്പോൾ അതിൽ കുറെ വെള്ളവും പ്ലാസ്റ്റിക്കിന്റെ ഘടനയുടെ ഭാഗമായി നിലനിർത്തിയിരിക്കുന്നു.

ഇത്തരം പ്ലാസ്റ്റിക്കുകൾ ഭാവിയിൽ രംഗത്തെത്തി സാധാരണ പ്ലാസ്റ്റിക്കുകളെ പുറന്തള്ളുമെങ്കിൽ നന്ന്. പക്ഷേ അതിനു വേണ്ടത്ര അന്നജം നാമുണ്ടാക്കണം. അതിന് കൃഷി പുരോഗമിക്കണം. അതിനു മണ്ണിനെ രക്ഷിക്കണം. ജലത്തേയും അന്തരീക്ഷത്തേയും രക്ഷിക്കണം. അതിനോ, പരിസ്ഥിതിബോധമുള്ള ജനത ലോകത്തുണ്ടാവുകതന്നെ വേണം, വേണ്ടേ?

55

പെണ്ണുങ്ങൾ കുടിച്ചാൽ

ആണും പെണ്ണും കുടിച്ചു കൂത്താടുന്ന കാലമാണല്ലോ ഇത്. ആണിനും പെണ്ണിനും കുടി കേടാണ്. രണ്ടു പേരിലും മദ്യം വിഷമായി പ്രവർത്തിക്കും. രണ്ടുപേരുടെയും ശരീരത്തെയും മനസിനെയും അതു തകർക്കും. രണ്ടുപേരുടെയും കുടുംബത്തെയും മദ്യം തകർക്കും. അതിനാൽ ആണിന്റെയും പെണ്ണിന്റെയും കുടി നിരുത്സാഹപ്പെടുത്തേണ്ടതാണ്. 'കുടിയ'നേയും 'കുടിച്ചി' (അങ്ങനെ ഒരു വാക്ക് ശബ്ദതാരാവലിയിലില്ലെങ്കിലും നമുക്കുപയോഗിക്കാം) യേയും മനോരോഗികളായി കണ്ടു ചികിത്സിക്കേണ്ടതുമാണ്.

പക്ഷേ, 'പെൺകുടി' കൂടുതൽ അപകടകരമാണെന്ന് ശാസ്ത്രജ്ഞന്മാർ കണ്ടുപിടിച്ചിരിക്കുന്നു. കാരണം പെണ്ണുങ്ങൾ കൂടുതൽ പെട്ടെന്നു 'പൂസാകും'. ഒരേ ഭാരമുള്ള ഒരു ആണും പെണ്ണും ഒരേ അളവിൽ മദ്യം അകത്താക്കിയാൽ ആണിന്റെ ശരീരത്തിലുണ്ടാകുന്നതിന്റെ ഇരട്ടി ഫലം പെണ്ണിന്റെ ശരീരത്തിലുണ്ടാകുമെന്ന്. അഥവാ പെണ്ണിന്റെ ശരീരത്തിലെ രക്തത്തിലേക്കു കടക്കുന്ന മദ്യത്തിന്റെ അളവ് ആണിന്റെ രക്തത്തിൽ കയറുന്നതിന്റെ ഏകദേശം ഇരട്ടിയായിരിക്കുമെന്ന്. സ്വാഭാവികമായും കുടിയന്റെ ശരീരത്തിലുണ്ടാകുന്ന ദൂഷ്യഫലങ്ങളുടെ ഇരട്ടി കുടിച്ചിയുടെ ശരീരത്തിലുണ്ടാകും.

ഇതെങ്ങനെ? മദ്യത്തിന് ആണിനെയും പെണ്ണിനെയും തിരിച്ചറിയാമോ? ഇങ്ങനെയൊക്കെ തർക്കിക്കുന്നവരുണ്ടാകും. അവരോട് ശാസ്ത്രജ്ഞന്മാർക്ക് പറയാനുള്ളത് ഒരു കാര്യം മാത്രം. ഇത് രണ്ടു കൂട്ടരുടെയും ശരീരത്തിന്റെ സ്വഭാവം മൂലമുണ്ടാകുന്ന വ്യത്യാസമാണ്. പ്രകൃതി പെണ്ണിനെ സൃഷ്ടിച്ചിരിക്കുന്നത് ആണിനെ സൃഷ്ടിച്ചിരിക്കുന്നതുപോലെയല്ല!

എന്താണു വ്യത്യാസം? ആൽക്കഹോളിനെ അതായത് മദ്യത്തെ

വിഘടിപ്പിച്ചു മാറ്റുന്ന ഒരു എൻസൈമിന്റെ കുറവാണ് പെണ്ണുങ്ങളെ കൂടുതൽ പൂസാക്കുന്നത്. 'ആൽക്കഹോൾ ഡീഹൈഡ്രജനേസെ' എന്നാണീ എൻസൈമിന്റെ പേര്. കുടലിൽ വച്ച് ഈ എൻസൈം രക്തത്തിലേക്കു കയറുന്ന മദ്യത്തിന്റെ ഏകദേശം ഇരുപതു ശതമാനത്തെ വിഘടിപ്പിച്ചു കളയും. ബാക്കി എൺപതു ശതമാനത്തെ മാത്രമാണ് കരൾ വിഘടിപ്പിക്കുന്നത്.

സ്ത്രീകളുടെ ശരീരത്തിൽ മദ്യത്തെ വിഘടിപ്പിക്കുന്ന ഈ എൻസൈം പുരുഷന്മാരെ അപേക്ഷിച്ച് വളരെ കുറവാണ്. അതുകൊണ്ട് സ്ത്രീകൾ കുടിക്കുമ്പോൾ കൂടുതൽ മദ്യം രക്തത്തിലേക്കു കയറുന്നു. കുറെ ആണുങ്ങൾക്കും പെണ്ണുങ്ങൾക്കും മദ്യം കൊടുത്തിട്ട് അവരുടെ ശരീരത്തിലെ രക്തം പരിശോധിച്ചാണ് ശാസ്ത്രജ്ഞന്മാർ ഈ പഠനം നടത്തിയത്. താരതമ്യേന കൂടുതൽ മദ്യം അപ്പോൾ സ്ത്രീകളുടെ രക്തത്തിൽ അവർ കണ്ടു.

മറ്റൊരു അത്ഭുതകരമായ രഹസ്യവും അവരുടെ പഠനഫലമായി പുറത്തുവന്നു. കുടിയന്മാരുടെ ശരീരത്തിൽ മദ്യത്തെ വിഘടിപ്പിക്കുന്ന എൻസൈം പകുതിയായി കുറഞ്ഞിരിക്കുന്നതും അവർ കണ്ടു. കുടിയന്മാരല്ലാത്ത ആണുങ്ങളുടെ ശരീരത്തിലുള്ളതിന്റെ പകുതിയായി കുറഞ്ഞിരിക്കുന്നു എന്ന്. പക്ഷേ, കുടി സ്വഭാവമാക്കിയിരിക്കുന്ന സ്ത്രീകളുടെ ശരീരത്തിന് ഈ എൻസൈം കാണുന്നേയില്ലപോലും. കുടി തുടങ്ങിയതോടെ എൻസൈം ഉൽപ്പാദനവും നിലച്ചതുപോലെ! ഇതാണ് കൂടുതൽ അപകടകരം. അത്തരം സ്ത്രീകൾ കുടിക്കുമ്പോൾ എന്തുണ്ടാകും? സാധാരണഗതിയിൽ കുടിലിൽവച്ചു വിഘടിച്ചുപോകേണ്ട മദ്യവും വിഘടിക്കാതെ രക്തത്തിലേക്കു കടക്കും!

അതുകൊണ്ട് പെൺകുടി വൻകുടിയായിപ്പോകും. "അവർ കുടിക്കുന്നു" എന്നു പറഞ്ഞാൽ അവരുടെ രക്തനാളിയിലേക്ക് (സിരകളിലേക്ക്) നേരിട്ട് മദ്യം കുത്തിവയ്ക്കുന്നതിനു തുല്യമാണ് എന്നാണ് ന്യൂയോർക്കിലെ ചാൾസ് ലിബർ പറയുന്നത്. മൗണ്ട് സീനായ് സ്കൂൾ ഓഫ് മെഡിസിനിലെ ശാസ്ത്രജ്ഞനായ ലിബർ ഈ ഗവേഷണത്തിൽ പങ്കാളിയായിരുന്നു.

അതുകൊണ്ട് പ്രിയപ്പെട്ട സഹോദരിമാരെ നിങ്ങൾ മദ്യം തൊടരുത്. ആണുങ്ങൾ കുടിച്ചു ചാകുന്നതു കണ്ടാലും നിങ്ങൾ മദ്യത്തിൻെറ ആകർഷണവലയത്തിൽ പെടരുത്; സ്വയം നശിക്കരുത്; മറ്റുള്ളവരെ നശിപ്പിക്കുകയുമരുത്.

56

മുറിവുണക്കാൻ, മധുരമുള്ള വഴി

ഒരു നോട്ടം, ഒരു പുഞ്ചിരി, ഒരു തലോടൽ, ഒരു വാക്ക് .... ഇതൊക്കെ മതി പലപ്പോഴും ഒരു മുറിവുണക്കാൻ. മരുന്നിലും ഫലപ്രദമാണ് പലപ്പോഴും ഈ സ്നേഹ ചികിത്സ. അത് മധുരിക്കുന്ന ചികിത്സയാണ്. കുളിരുപകരുന്ന അനുഭവമാണ്. അത് ആശ്വാസം പകരുന്നു. ആനന്ദിപ്പിക്കുന്നു. വേദനയില്ലാതാക്കുന്നു. അങ്ങനെ മുറിവുണക്കുന്നു.

ഇത് ഹൃദയത്തിനേറ്റ മുറിവിന്റെ കാര്യം. വികാരത്തിന്റെ ലോകത്തെ കാര്യം. എന്നാൽ കൈക്കോ, കാലിനോ കത്തികൊണ്ടൊരു കുത്തേറ്റു പുളയുമ്പോൾ പുഞ്ചിരിയും തലോടലുമായി ചെന്നാൽ തല്ലു വാങ്ങുകയില്ലേ? അവിടെ മധുരമുള്ള ചികിത്സ പറ്റില്ല.... ഇങ്ങനെയാകും വായനക്കാരുടെ ചിന്ത. പക്ഷേ, ശരീരത്തിനു മുറിവുണ്ടായാലും മധുരമുള്ള ഒരു വഴിയിലൂടെ അത് ചികിത്സിച്ച് മാറ്റാമെന്ന് ഇതാ ഒരു വാർത്ത. രസകരമായ ഒരു വാർത്ത തന്നെ.

അർജന്റീനയിലെ ഡോക്ടർമാരാണ് ഈ മധുരമായ ചികിത്സ ഫലപ്രദമെന്ന് കണ്ടുപിടിച്ച് ഇപ്പോൾ പ്രയോഗിച്ചുവരുന്നത്. മുറിവിൽ പഞ്ചസാര വിതറുകയാണ് ചികിത്സ. അതായത് മുറിവുണക്കാനുപയോഗിക്കുന്ന മരുന്നാണ് പഞ്ചസാര. മുറിവിൽ പഞ്ചസാരയിടുമ്പോൾ മുറിവിന് മധുരം തോന്നുകയില്ല. മുറിവിലിടുന്നതിനു പകരം വായിൽ പഞ്ചസാരയിട്ടാൽ പോര താനും! എന്നാലും ഇതിനെ മധുരമുള്ള ചികിത്സയായി കാണണം. കാരണം ശരീരത്തിന് ഈ പഞ്ചസാര യാതൊരു ദോഷവും ചെയ്യുകയില്ല. മറിച്ചാണ് പല ആധുനിക മരുന്നുകളുടെയും നില. അവ മുറിവിൽ പ്രയോഗിക്കുമ്പോഴും ശരീരത്തിൽ കുത്തിവയ്ക്കുമ്പോഴും എല്ലാം ചില ദോഷങ്ങൾ ശരീരത്തിനുണ്ടാകും. പഞ്ചസാര ഒരു ദോഷരഹിത മരുന്നാണെന്നു ചുരുക്കം.

അർജന്റീനയിലെ പൊതു ആശുപത്രികളിലും പ്രൈവറ്റ് ആശുപത്രികളിലും ഈ പഞ്ചസാര ചികിത്സ ഇന്നു നടപ്പാക്കിക്കഴിഞ്ഞിരിക്കുന്നുപോലും. മനുഷ്യരുടെ ആശുപത്രികളിൽ മാത്രമല്ല മൃഗാശുപത്രികളിലും ഈ രീതി സ്വീകരിച്ചിരിക്കുന്നു. ബ്യൂണേഴ്സ് എയേഴ്സിലെ (Beunos Aires) മൃഗശാലയിൽ മൃഗങ്ങളുടെ മുറിവുണക്കുന്നതിനുപയോഗിക്കുന്നത് ഒരു ഉദാഹരണം. സസ്യങ്ങളുടെ മുറിവുണക്കാനും ഈ രീതി പറ്റുമെന്നാണ് അവർ പറയുന്നത്.

വാസ്തവത്തിൽ ഇതൊരു പുതിയ കണ്ടുപിടുത്തമൊന്നുമല്ല. നമ്മുടെ നാട്ടിൽ മുറിവുണക്കാൻ പഞ്ചസാര പണ്ടേ ഉപയോഗിച്ചിരുന്നു. ചെറുപ്പത്തിൽ ഇടയ്ക്കിടയ്ക്ക് ശരീരത്തിൽ ഭേദപ്പെട്ട മുറിവുകൾ ഉണ്ടാക്കുന്നതിൽ വിരുതനായിരുന്നു ഈ ലേഖകൻ. ഒരു കർഷകകുടുംബാംഗമായിരുന്നതിനാൽ വെട്ടുകത്തിയും അരിവാളും കോടാലിയും മറ്റും ഇടയ്ക്കിടയ്ക്കെടുത്തു പെരുമാറുമായിരുന്നു. മുറിവുണ്ടാവുക സ്വാഭാവികം. ചെറിയ മുറിവുകളെപ്പറ്റി അന്നൊക്കെ ആരും വിഷമിച്ചിരുന്നില്ല. അതുണ്ടാകും; താനെ ഉണങ്ങും. നല്ല മുറിവാണ്, നന്നായി രക്തം പോകുന്നു എന്നു കണ്ടാൽ അമ്മ മുറിവിലേക്ക് കുറെ പഞ്ചസാരയും കാപ്പിപ്പൊടിയും വയ്ക്കും. അലക്കിവച്ചിരിക്കുന്ന തുണികീറി മുറിവ് നന്നായി കെട്ടും. ഉണങ്ങുന്നതുവരെ മുറിവ് നനയ്ക്കുകയുമില്ല. മറ്റു മരുന്നുകൾ ഒന്നും കഴിക്കാതെതന്നെ മുറിവുകൾ ഉണങ്ങിയിരുന്നു. ഞങ്ങളുടെ നാട്ടുകാരെല്ലാം അക്കാലത്ത് ഈ രീതിയിലാണ് മുറിവുകൾ ഉണക്കിയിരുന്നത്. മുറിവ് പഞ്ചസാര ഉപയോഗിച്ച് ഉണക്കുന്ന രീതി മറ്റു രാജ്യങ്ങളിലും പണ്ടേ നിലനിന്നിരുന്നു. ജർമ്മനിയിൽ സ്കൾട്ടിയസ് (Sculteus) എന്ന ഭിഷഗ്വരൻ 1679ൽ തന്നെ ഈ രീതി പ്രയോഗിച്ചിരുന്നുപോലും.

പഞ്ചസാരയ്ക്ക് രോഗാണുക്കളെ നശിപ്പിക്കാനുള്ള കഴിവുണ്ടോ? അതൊരു ആന്റിബയോട്ടിക് ഔഷധമല്ല. അത് ആന്റിസെപ്ടിക്കുമല്ല. പക്ഷേ, മുറിവിൽ പഞ്ചസാരയിരുന്നാൽ മുറിവു പഴുക്കാതെ ഉണങ്ങുന്നു. അതൊരു ശാസ്ത്രസത്യവുമാണ്. എന്താണിതിനു പിന്നിലെ രഹസ്യം? വളരെ ലളിതമാണ് എന്നാണ് ഗവേഷകരുടെ അഭിപ്രായം. നമ്മുടെ സ്കൂൾ കുട്ടികൾക്കുപോലും അറിയാവുന്ന ഓസ്മോസിസ് (വൃതിവ്യാപനം) എന്ന പ്രതിഭാസമാണിതിനു പിന്നിൽ. ഉപ്പുമാങ്ങാ ഉണ്ടാക്കുന്നവർക്ക് ഇത് പരിചിതമാണ്. മാങ്ങാ ഉപ്പുവെള്ളത്തിലിട്ടു വച്ചിരുന്നാൽ ചുരുങ്ങും. കാരണം പുറത്തെ ഉപ്പുവെള്ളത്തിന് മാങ്ങയ്ക്കുള്ളിലെ ദ്രാവകത്തിനെക്കാൾ ഗാഢ

ത കൂടുതലാണ്. അതിനാൽ മാങ്ങയുടെ ഉള്ളിലെ ദ്രാവകം പുറത്തെ ഗാഢത കൂടിയ ലായനിയിലേക്കൊഴുകും. ഇത് ഓസ്മോസിസിന് ഒരു ഉദാഹരണം. ഇതുതന്നെ മുറിവിൽ വന്നുപെടുന്ന ഒരു ഉദാഹരണം. ഇതുതന്നെ മുറിവിൽ വന്നുപെടുന്ന ബാക്ടീരിയകൾക്കുമുണ്ടാകും. അവയ്ക്കുള്ളിലെ ദ്രാവകത്തിന്റെ ഗാഢതയെക്കാൾ വളരെ കൂടുതലായിരിക്കും. മുറിവിലെ പഞ്ചസാര ലായനിയുടെ ഗാഢത. അതിനാൽ ബാക്ടീരിയകളുടെ ശരീരത്തിൽനിന്നും ദ്രാവകം പുറത്തേക്കൊഴുകും. ബാക്ടീരിയകൾ ചുരുങ്ങും. അവയുടെ ജലാംശം നഷ്ടമാകും. അവയ്ക്കു തകരാറുണ്ടാകും. അവ തകരും. അതിനാലവയ്ക്കു മുറിവിനെ പഴുപ്പിക്കാൻ പറ്റില്ല.

എത്ര ലളിതമായ വിദ്യ! ദോഷകരമായ ഒരു മരുന്നും പുരട്ടാതെ മുറിവിനെ ഉണക്കുന്നു. പ്രമേഹരോഗികൾക്കുവരെ ഇതു പ്രയോഗിക്കാം. കാരണം പഞ്ചസാരയുടെ തന്മാത്രകൾ താരതമ്യേന വലിയതായതിനാൽ കോശഭിത്തികളിലൂടെ ശരീരത്തിനുള്ളിൽ അധികമായി കടന്നു കുഴപ്പമുണ്ടാക്കുകയില്ല എന്നു ഗവേഷകർ ചൂണ്ടിക്കാട്ടുന്നു.

മധുരിക്കുന്ന ഈ ചികിത്സ നമ്മെ മറ്റൊരു കാര്യം കൂടി ഓർമ്മിപ്പിക്കുന്നു. ലോകമെങ്ങും പുരാതന കാലം മുതൽ നിലനിന്നിരുന്ന അനേകം ലളിതമായ ചികിത്സാരീതികളുണ്ട്. അവയെ പുച്ഛിച്ചു തള്ളാതെ അവയെപ്പറ്റി ആധുനികശാസ്ത്രവിജ്ഞാനത്തിന്റെ പശ്ചാത്തലത്തിൽ ഗവേഷണം നടത്തിയാൽ ഇത്തരം മധുരമുള്ള പല കണ്ടുപിടുത്തങ്ങളും പുറത്തുവരും. ഇത്തരം ലളിതവും ഫലപ്രദവുമായ ചികിത്സാ രീതികൾ പുറത്തുകൊണ്ടുവരുന്ന ഗവേഷകരാണ് മനുഷ്യസ്നേഹികൾ. മാലാഖമാർ, അർജന്റീനയിലെ ഡോക്ടർമാരെപ്പോലുള്ള ദൈവദൂതന്മാർ അത്തരം ഗവേഷകർ കൂടുതൽ ഈ ലോകത്തിലുണ്ടാകട്ടെ; ലോകത്തിന്റെ മുറിവുകൾ മധുരമായ മാർഗങ്ങളിലൂടെ ഉണങ്ങട്ടെ.

57

ഹൃദയമുള്ളവരേ ശ്രദ്ധിക്കൂ

"എന്റെ ഹൃദയേശ്വരീ, ഞാൻ എന്റെ തുടിക്കുന്ന ഹൃദയം പ്രേമപൂർവ്വം ഭവതിക്ക് സമർപ്പിക്കുന്നു' എന്ന് ധൈര്യമായി പറയാം. പക്ഷേ, ശരിയായ ഹൃദയം എടുത്ത് "ഭവതി"ക്കുകൊടുത്താൽ "ഭവാൻ" ഉടൻ ക്ലോസാകും തീർച്ച! കാരണം, ഹൃദയമില്ലാതെ ഭവാനും ഭവതിക്കും കഴിച്ചുകൂട്ടാൻ വയ്യേവയ്യ. ഹൃദയം പ്രേമിക്കാനുള്ള അവയവവുമല്ല. പ്രേമിക്കുന്നത് തലച്ചോറുകൊണ്ടാണ്! ഹൃദയത്തിന് നമ്മുടെ വികാരവിചാരങ്ങളുമായി നേരിട്ട് ബന്ധമൊന്നുമില്ല. സാഹിത്യകാരന്മാർ പക്ഷേ, ഇക്കാര്യം അറിഞ്ഞിട്ടില്ലെന്നു മാത്രം.

ഹൃദയത്തെപ്പറ്റി വേണ്ടത്ര വിവരം സാധാരണക്കാർക്കില്ല. ഊണിലും ഉറക്കത്തിലും ഹൃദയമെന്ന യന്ത്രം പ്രവർത്തിച്ചുകൊണ്ടിരിക്കുന്നു. അതിന് ഉറക്കമില്ല, വിശ്രമമില്ല. അങ്ങനെ നിരന്തരമായി ചുരുങ്ങുകയും വികസിപ്പിക്കുകയും മറ്റും ചെയ്ത് ശരീരത്തിലെ രക്തയോട്ടം ശരിയായി നിലനിർത്തി. ശുദ്ധരക്തത്തിനെ കോശങ്ങളിലെത്തിച്ച് കോശങ്ങൾക്ക് ഊർജം നൽകി അശുദ്ധമായി മാറുന്ന രക്തത്തെ സ്വീകരിച്ച് ശുദ്ധീകരിച്ച് ജീവൻ നിലനിർത്തുന്ന ഒരു അത്ഭുതയന്ത്രമാണ് ഹൃദയം. മനുഷ്യൻ ഇന്നുവരെ നിർമിച്ചിട്ടുള്ള ഒരു യന്ത്രത്തിനും ഇത്രയധികം പ്രവർത്തനക്ഷമതയില്ല. നമ്മുടെ കാറും ലോറിയുമൊക്കെ കേടാകുന്നതുപോലെ ഹൃദയം കേടാകാറില്ല. ആകുമായിരുന്നെങ്കിൽ നാമൊന്നും അധികകാലം ജീവിച്ചിരിക്കുമായിരുന്നില്ല.

എന്നാൽ ഹൃദയത്തിനും ചിലപ്പോൾ കേടുകൾ ഉണ്ടാകാം. സ്തംഭനമുണ്ടാകാം. അങ്ങനെ ഉണ്ടാകാതെ നോക്കേണ്ടത് നമ്മുടെ കടമയാണ്.

ആധുനിക ജീവിതത്തിലെ അസഹനീയമായ പിരിമുറുക്കം, മാ

നസികസംഘർഷം, ലഹരികളുടെ ഉപയോഗം, അമിതമായിട്ടുള്ള ആഹാരം കഴിക്കൽ, വ്യായാമമില്ലായ്മ... തുടങ്ങി അനേകം കാരണങ്ങൾ ഹൃദയത്തിന്റെ അനാരോഗ്യത്തിന് കാരണമാകുന്നുണ്ട്. ചിട്ടയായ ജീവിതം, ലളിതമായ ജീവിതചര്യകൾ, ശാന്തമായ ചിന്ത, സംഘർഷമില്ലാത്ത ചുറ്റുപാട് മുതലായവ നിലനിന്നിരുന്നപ്പോൾ ജനങ്ങളുടെ ഹൃദയത്തിന് ഇന്നത്തേതിലും ആരോഗ്യവുമുണ്ടായിരുന്നു. അതിനാൽ ശാന്തവും ലളിതവുമായ ജീവിതം നയിച്ചാൽ തന്നെ ഹൃദയാരോഗ്യം നിലനിർത്താൻ കഴിയും. സുഖസൗകര്യങ്ങൾ കൂടിവരുമ്പോൾ ശരീരം ഒട്ടും അനങ്ങാതാകുന്നു. പക്ഷേ തീറ്റയോ കൂടുകയും ചെയ്യും. ഇങ്ങനെ തിന്നുമദിച്ചുകഴിഞ്ഞാൽ ഹൃദയം തളരും.

കുറേനാൾ മുൻപ് ഹൃദയാരോഗ്യവുമായി ബന്ധപ്പെട്ട രസകരമായ രണ്ടു വാർത്തകൾ വായിച്ചു. ബ്രിട്ടനിലെ ഏഷ്യാക്കാർക്കിടയ്ക്ക് ഹൃദയാഘാതം (ഹാർട്ട് അറ്റാക്ക്) വളരെ കൂടുതലാണ് എന്നാണ് ഒരു വാർത്ത. നാൽപ്പതിനും അറുപതിനുമിടയ്ക്കുള്ളവരിലാണ് ഈ വൻതോതിലുള്ള ഹാർട്ട് അറ്റാക്ക് കണ്ടുവരുന്നത്. ലണ്ടനിലെ നോർത്ത് വിക്ക് ഹോസ്പിറ്റൽ കേന്ദ്രമാക്കി നടന്ന ഗവേഷണം കാണിക്കുന്നത് ആ ഭാഗത്തെ ഏഷ്യാക്കാർക്കിടയിൽ ഹാർട്ട് അറ്റാക്കിന്റെ തോത് വെള്ളക്കാരുടേതിനെക്കാൾ ഇരട്ടിയാണെന്നാണ്.

ആ ആശുപത്രിക്കടുത്തുള്ള ഭാഗത്ത് പ്രധാനമായും ഗുജറാത്തികളാണ് താമസം. അവർ സസ്യഭുക്കുകളുമാണ്. അവർ താരതമ്യേന കുറച്ച് കൊഴുപ്പ് കഴിക്കുന്നവരാണ്. അവരുടെ രക്തത്തിലെ കൊളസ്ട്രോൾ അളവ് കുറവുമാണ്. അതുകൊണ്ടെല്ലാം അവർക്കിടയിൽ ഹാർട്ട് അറ്റാക്ക് കുറവായിരിക്കേണ്ടതാണ്. പക്ഷേ, വെള്ളക്കാരിൽ കാണുന്നതിലുമിരട്ടിയുണ്ടുതാനും.

ഇതിനു കാരണം അവർ അമിതമായി അകത്താക്കുന്ന നെയ്യ് ആണ് എന്നാണിപ്പോൾ ഗവേഷകർ ഊഹിക്കുന്നത്. ചപ്പാത്തിയിലൂടെയും മധുരപലഹാരങ്ങളിലൂടെയും അവർ വലിയ അളവിൽ നെയ്യ് കഴിക്കുന്നു. വെണ്ണ ചെമ്പുപാത്രങ്ങളിൽവെച്ച് ഉരുക്കി നെയ്യ് ഉണ്ടാക്കുകയാണ് ഇപ്പോഴത്തെ രീതി. ഈ പ്രക്രിയയിൽ വെണ്ണയിലെ കൊളസ്ട്രോൾ ഓക്സീകരിക്കപ്പെടുന്നു. അതായത് അത് അതിന്റെ ഓക്സൈഡുകൾ ആയി മാറുന്നു. ഈ ഓക്സൈഡുകൾ ആണ് ഹൃദ്രോഗത്തിന് പ്രധാന കാരണമെന്ന് ഗവേഷകർ കരുതുന്നു. നാൽപ്പതോളം വയസാകുമ്പോൾ സാധാരണക്കാർ തടിക്കാൻ

തുടങ്ങും. അമിതമായ മേദസും ഹൃദയത്തിന്റെ ആരോഗ്യത്തെ ബാധിക്കും. പാശ്ചാത്യരാജ്യങ്ങളിലെ സാമൂഹ്യജീവിതത്തിലുള്ള സമ്മർദങ്ങളും ഹൃദയാരോഗ്യത്തെ തകർക്കും. ഇങ്ങനെ പല ഘടകങ്ങൾ ഒന്നിച്ചു ചേർന്നാകാം. അവിടെ ഏഷ്യക്കാരെ ഹൃദ്രോഗികളാക്കുന്നത് എന്ന് ഗവേഷകർ അനുമാനിക്കുന്നു. മധ്യവയസിനുശേഷമെങ്കിലും ആഹാരരീതികളിൽ നിയന്ത്രണം ഏർപ്പെടുത്തണമെന്ന് ഈ വാർത്ത സൂചിപ്പിക്കുന്നു.

58

കണ്ണുനീരിൽ കുതിർന്ന ഗവേഷണം

കണ്ണുനീരിൽ കുതിർന്ന കഥകളും നോവലുകളും സിനിമകളും നമുക്കു പരിചിതമാണ്. കണ്ണുനീർ കണ്ടാൽ കരയുന്നവരാണ് നാം. എന്നാൽ ഇതാ ഒരു ശാസ്ത്രജ്ഞൻ അനേകം യുവതികളേയും യുവാക്കന്മാരേയും തുടർച്ചയായി കരയിക്കുന്നു. ആ കരച്ചിലുകൾ കണ്ടുനിൽക്കുന്നു. കണ്ണുനീർ ശേഖരിക്കുകകൂടി ചെയ്യുന്നു!

ഹോ അയാൾ എന്തൊരു ക്രൂരൻ എന്നാകാം നിങ്ങളുടെ ചിന്ത. പക്ഷേ, അദ്ദേഹത്തിനു വേറെ വഴിയില്ല. കാരണം, കണ്ണീരിൽ കുതിർന്ന ഒരു ഗവേഷണത്തിലാണ് അദ്ദേഹം. അതായത് കണ്ണുനീരിൽ ഗവേഷണം!

അദ്ദേഹത്തിനു ഗവേഷണത്തിന് ഒത്തിരി കണ്ണുനീർ വേണം. "അതിനെന്താ കുറേ പെണ്ണുങ്ങളെ സമീപിച്ചാൽ മതിയല്ലോ; അവർ എന്തിനും കരയുന്ന സൂത്രക്കാരല്ലേ?" എന്ന് ആണുങ്ങൾ തമാശ പറയും. പക്ഷേ, അതുപോരാ. അദ്ദേഹത്തിന് ആണിന്റെയും പെണ്ണിന്റെയും കണ്ണുനീർ വേണം. ആത്മാർഥമായി കരയുമ്പോഴത്തെ കണ്ണുനീർ തന്നെ വേണം താനും.

സിനിമാ തീയേറ്ററിലിരുന്നും, ടെലിവിഷനിൽ ഇഷ്ടതാരത്തിന്റെ ദുഃഖകഥകൾ കണ്ടും, ഉറക്കറയിൽ വഴക്കുണ്ടാക്കിയും എല്ലാം ആത്മാർഥമായി കരയുന്ന മഹതികൾ ഉണ്ട്. മഹാന്മാരും! പക്ഷേ പറഞ്ഞിട്ടെന്തു ഫലം? അങ്ങനെ ആത്മാർഥമായി കരയുമ്പോഴത്തെ കണ്ണുനീർ ശേഖരിക്കാൻ നമ്മുടെ ശാസ്ത്രജ്ഞനെ അവരാരെങ്കിലും അപ്പോൾ അടുത്തിരുത്തുമോ? എന്നാൽ ഒന്നു വന്നിരുന്നു കരയാൻ പറഞ്ഞാൽ കരച്ചിൽ വരുമോ? വന്നാലും ആത്മാർഥമായി, വികാരക്ഷോഭം മൂലമുള്ള കരച്ചിലാകുമോ?

ആകപ്പാടെ വിഷമം തന്നെ. കണ്ണുനീർ ശേഖരിക്കുക അത്ര എ

ളുപ്പമല്ല എന്നു സാരം. അതും വികാരക്ഷോഭത്തോടെ ഏങ്ങലടിച്ചു കരയുമ്പോൾ വരുന്ന വെള്ളം ചേർക്കാത്ത കണ്ണുനീർ! പക്ഷേ ഗവേഷണം നടത്താതെയും പറ്റില്ല.

ഡോ. വില്യംഫ്രെ അതിനൊരു സൂത്രം കണ്ടുപിടിച്ചു. മിനിസോട്ട യൂണിവേഴ്സിറ്റിയിലെ കുട്ടികളുടെ പത്രത്തിൽ അദ്ദേഹമൊരു പരസ്യം കൊടുത്തു. "ഒന്നു കരയൂ, നൂറു രൂപാ വാങ്ങൂ" എന്നായിരുന്നു പരസ്യത്തിലെ സന്ദേശം. അനേകം യുവതീയുവാക്കൾ പരസ്യം കണ്ട് ഡോക്ടറുടെ അടുത്തെത്തി. ഒരുദിവസം ഉച്ചകഴിഞ്ഞ് കുറച്ചുനേരം ഒന്ന് ആത്മാർഥമായി കരഞ്ഞാൽ എന്താ നഷ്ടം? കിട്ടുന്ന നൂറുരൂപാകൊണ്ട് പിന്നെ സന്തോഷിക്കാമല്ലോ.

കരച്ചിൽ തൊഴിലാളികൾക്ക് ഡോക്ടർ ഒരു കണ്ണാടിയും രണ്ടു കൊച്ചു പരീക്ഷണനാളികളും കൊടുക്കും. പിന്നെ അവരെ കരയിക്കാൻ പറ്റിയ ചിത്രങ്ങൾ കാണിക്കുകയോ കഥ പറയുകയോ ചെയ്യും. അവരെ സങ്കടപ്പെടുത്തുന്ന, വികാരവിവശരാക്കുന്ന എന്തെങ്കിലും സംഭവത്തിൽ അവർതന്നെ ഏർപ്പെട്ടാലും മതി. പക്ഷേ, ഒരു കാര്യം. വികാരവിവശരായി കിടന്നു കരഞ്ഞാൽ പോരാ. കണ്ണുകളിൽ നീർ നിറയുമ്പോൾ കണ്ണാടിയിലേക്കു നോക്കണം. എന്നിട്ട് കണ്ണുനീർത്തുള്ളികൾ താഴെപ്പോകാതെ പരീക്ഷണനാളിയിൽ ശേഖരിക്കണം. രണ്ടു കണ്ണുകളിലെയും ശേഖരിക്കാനാണ് രണ്ടു പരീക്ഷണനാളികൾ. കണ്ണുനീർ ശേഖരിച്ചുകൊടുത്താൽ നൂറുരൂപയും വാങ്ങിപ്പോകാം!

ഡോക്ടർ ഫ്രെ ഈ കണ്ണുനീർത്തുള്ളികളെ അത്യന്താധുനിക ഉപകരണങ്ങൾകൊണ്ടു പരിശോധിച്ച് അതിന്റെ ചേരുവ കണ്ടുപിടിക്കും.

പിറ്റേന്നും കരച്ചിൽത്തൊഴിലാളികൾ എത്തണം. ഇന്നു വികാരവിക്ഷോഭംകൊണ്ടു വീർപ്പുമുട്ടി കരയേണ്ട. പകരം ഓരോ ഉള്ളിക്കഷണം കണ്ണിനടുത്തു പിടിക്കുക. കണ്ണുനീർത്തുള്ളികൾ ഒഴുകാൻ തുടങ്ങുമ്പോൾ തലേന്നത്തെപ്പോലെ അവയെ ശേഖരിച്ചു കൊടുക്കുക. രൂപാ വാങ്ങിപ്പോവുക!

ഉള്ളി കണ്ടപ്പോൾ പുറത്തുവന്ന കണ്ണുനീരും ഡോക്ടർ പരിശോധിക്കുന്നു. ചേരുവ കണ്ടെത്തുന്നു. അപ്പോൾ ഒരു സത്യം പുറത്താകുന്നു. വികാരം മൂലം ആത്മാർഥമായി കരയുമ്പോൾ പുറത്തുവരുന്ന കണ്ണുനീർത്തുള്ളികളിലെ ചേരുവ വേറെയാണ്! ഉള്ളി കണ്ടാലുണ്ടാകുന്ന കണ്ണുനീരിലും വ്യത്യാസമുണ്ട്!

ഇങ്ങനെ പടിപടിയായി ശാസ്ത്രീയമായി ഡോക്ടർ വില്യം

ഫ്രെ തന്റെ കണ്ണുനീർ ഗവേഷണം മുന്നോട്ടു കൊണ്ടുപോവുകയാണ്. സെന്റ് പോൾ റാംസെ മെഡിക്കൽ സെന്ററിൽ മിനിസോട്ടയിൽ.

പരിണാമത്തിനൊരിക്കലും തെറ്റുപറ്റില്ല. പരിണാമത്തിലെ അവസാനകണ്ണിയായ മനുഷ്യനു മാത്രം കരയാനുള്ള കഴിവുണ്ടായിരിക്കുന്നതിനു പിന്നിൽ വലിയ ഉദ്ദേശ്യങ്ങൾ കാണണം. അതു കണ്ടെത്താനാണ് ഡോക്ടറുടെ പരിപാടി. കരച്ചിൽ വൈകാരികമായ പിരിമുറുക്കം കുറയ്ക്കും. അതിനാൽ കരയാൻ കഴിയുന്ന സ്ത്രീകൾ കരയാതെ കടിച്ചുപിടിച്ചു കഴിയുന്ന പുരുഷന്മാരേക്കാൾ കൂടുതൽ കാലം ജീവിക്കും. അൾസർ മുതലായ രോഗങ്ങൾ കരച്ചിൽ വിദഗ്ധകൾക്കു വരില്ല എന്നെല്ലാമാണ് ഡോക്ടറുടെ വിശ്വാസം. ചുരുക്കത്തിൽ കരയൂ, കരഞ്ഞ് പ്രശ്നങ്ങൾ തീർക്കൂ എന്നാണദ്ദേത്തിന്റെ ഉപദേശം.

കരച്ചിലിന്റെ ഗുണങ്ങൾ പുറത്താകുന്നതോടെ എങ്ങനെ കരയണമെന്നു വിദഗ്ധന്മാർ പഠിപ്പിക്കാൻ തുടങ്ങും എന്നു കരുതാം. ബ്യൂട്ടിക്ലിനിക്കുകൾപോലെ കരച്ചിൽ ക്ലിനിക്കുകൾ ആരംഭിക്കും എന്നും കരുതാം. അതുവരെ പ്രിയപ്പെട്ടവരേ, നിങ്ങൾ തനിയെ കരയൂ.

59

കല്യാണം കഴിക്കാൻ

കല്യാണം കഴിക്കണം എന്നുവച്ച് ആരെയെങ്കിലും കല്യാണം കഴിച്ചാൽ പോര. പല പൊരുത്തങ്ങളും നോക്കണം. ഏതൊക്കെ

നോക്കണമെന്നുള്ളത് നോക്കുന്നയാളിന്റെ മനോഭാവമനുസരിച്ച് മാറും! ശാസ്ത്രീയപ്പൊരുത്തം എന്നൊന്നു നാമൊന്നും അംഗീകരിച്ചിട്ടില്ല. കല്യാണമാലോചിച്ച് ചെല്ലുമ്പോൾ ചെറുക്കന്റെ അഥവാ പെണ്ണിന്റെ രക്തഗ്രൂപ്പ് ഏതാണെന്നെങ്ങാൻ ചോദിച്ചാൽ ആലോചന അവിടെ നിൽക്കും. കാരണം, ചോദിച്ചവന് തലയ്ക്ക് എന്തോ തകരാറ് ഉണ്ടെന്നേ കരുതൂ. രക്തപ്പൊരുത്തം വേണം എന്ന് ആരും അംഗീകരിച്ചിട്ടില്ലാത്തതാണ് കാരണം. പെണ്ണിന്റെ അഥവാ ചെറുക്കന്റെ കുടുംബത്തിന്റെ 'പാരമ്പര്യം' പലരും തിരക്കും. അവർക്കു പാരമ്പര്യരോഗങ്ങൾ വല്ലതുമുണ്ടോ എന്നു ശ്രദ്ധിക്കാറില്ലെന്നു മാത്രം.

മുറപ്പെണ്ണിനെ കെട്ടുന്ന രീതി നായന്മാർക്കിടയിൽ പണ്ടുണ്ടായിരുന്നു. അമ്മാവന്റെ മകളല്ലേ മുറപ്പെണ്ണ്? ഇന്ന് മുറപ്പെണ്ണിനെയോ മുറച്ചെറുക്കനെയോ ആലോചിക്കാൻ ആരും സാധാരണ സമ്മതിക്കാറില്ല. കാരണം ബന്ധുജനങ്ങൾ തമ്മിലുള്ള വിവാഹം ശാസ്ത്രീയമായി ചിന്തിച്ചാൽ നന്നല്ല. വിദ്യാഭ്യാസം സിദ്ധിച്ചതോടെ ഇക്കാര്യം മിക്കവർക്കും മനസിലായിട്ടുണ്ട്. എന്നാലും കുടുംബസ്വത്തു മറ്റൊരിടത്തേക്കു മാറാതിരിക്കാൻ അപൂർവം ചിലർ ഇന്നും അത്തരം കല്യാണങ്ങൾ നടത്താറുണ്ട്. തമിഴ്നാട്ടിൽ അമ്മാവൻ മരുമകളെ കല്യാണം കഴിക്കുന്ന രീതി ചിലയിടങ്ങളിലുണ്ട്.

രാമനാഥപുരത്തിനടുത്ത് സിക്കൽ എന്നു പേരുള്ള ഒരു ഗ്രാമമുണ്ട്. അവിടെ കുറേനാൾ മുൻപ് ഒരു മെഡിക്കൽ ക്യാമ്പു നടന്നു. അപ്പോൾ ഡോക്ടർമാർ കണ്ടെത്തിയ പല വിവരങ്ങളും ആരെയും ഞെട്ടിക്കും. ആ ഗ്രാമത്തിൽ മിക്കവരും രോഗികളാണെന്നാണ് ഡോക്ടർമാർ കണ്ടെത്തിയത്. മിക്ക രോഗങ്ങൾക്കും കാരണം ബന്ധുജനങ്ങൾ തമ്മിലുള്ള വിവാഹമാണ് എന്നാണവരുടെ നിഗമനം. തൊട്ടടുത്ത ബന്ധുക്കളെ വിവാഹം കഴിക്കുന്നതുമൂലം ഗ്രാമീണർക്ക് മിക്കവർക്കും പാരമ്പര്യരോഗങ്ങൾ ബാധിച്ചിരിക്കുകയാണ്. ഡോക്ടർമാർ അനേകം ഉദാഹരണങ്ങളും ചൂണ്ടിക്കാട്ടിയിട്ടുണ്ട്.

ആ ഗ്രാമത്തിലെ ചെറുപ്പക്കാരിലും കാറ്ററാക്ട് രോഗം കണ്ടു. നിശാതിമിരം, ചെങ്കണ്ണ് എന്നിവയും ഗ്രാമീണരിൽ സർവസാധാരണമായിരുന്നു. നാൽപ്പതു ശതമാനം പേരും നേത്രരോഗികളാണ്. അനേകം കുട്ടികൾക്ക് ഞരമ്പുരോഗങ്ങൾ ഉണ്ട് എന്നും കണ്ടു. മുതിർന്നവർക്കാണെങ്കിൽ ക്ഷയം, കുഷ്ഠം എന്നിവയും.

ചുരുക്കത്തിൽ ഭൂരിപക്ഷംപേരും രോഗികളായിരിക്കുന്നു അവിടെ. അതിന്റെ കാരണങ്ങൾ അന്വേഷിച്ചു ചെന്നപ്പോഴാണ് അവിടുത്തെ

ബന്ധുജനങ്ങൾ തമ്മിലുള്ള വിവാഹരീതി ഡോക്ടർമാർ കണ്ടെത്തിയത്.

വിദ്യാഭ്യാസം ലഭിച്ചിരുന്നെങ്കിൽ ഈ നില അവിടെ നിലനിൽക്കുകയില്ലായിരുന്നു. സിക്കൽ ഗ്രാമം ഒരു പ്രതീകമാണ്. ഭാരതത്തിൽ അത്തരം അനേകം ഗ്രാമങ്ങൾ ഉണ്ട്. അവിടെ ജീവിക്കുന്നവർക്ക് ശാസ്ത്രവിജ്ഞാനത്തിന്റെ വെളിച്ചം ലഭിച്ചാലേ രക്തബന്ധമുള്ളവരെ വിവാഹം കഴിക്കരുതെന്ന് അവരറിയൂ.

വിദ്യാസമ്പന്നരേ, നിങ്ങളെങ്കിലും വിവാഹത്തെ വിവേകത്തോടെ സമീപിക്കൂ. പണപ്പൊരുത്തത്തിലും പ്രധാനമാണ് ശാസ്ത്രവിജ്ഞാനത്തിന്റെ പശ്ചാത്തലത്തിലുള്ള പൊരുത്തമെന്ന് മറക്കാതിരിക്കൂ. കല്യാണപ്രശ്നത്തിൽ ഡോക്ടറെക്കൂടി കൺസൾട്ട് ചെയ്യുന്നതിൽ മടിക്കാതിരിക്കൂ. ഇല്ലെങ്കിൽ നിങ്ങൾ മാത്രമല്ല വരുന്ന തലമുറയും ചിലപ്പോൾ കരയേണ്ടിവരും.

60

പാവം മനുഷ്യൻ!

ആ സംഭവം ഓർത്താൽ ഇപ്പോഴും ഞാൻ ഞെട്ടും. ഏതാനും കൊല്ലങ്ങൾ മുമ്പാണെന്നു തോന്നുന്നു. ഞാൻ ഉച്ചയൂണും കഴിഞ്ഞൊന്നു കിടന്നതാണ്. എല്ലാ ചിന്തകളേയും മനസിൽ നിന്നു മാറ്റി ഒന്നു വിശ്രമിക്കാനുള്ള ഒരുക്കം. പെട്ടെന്ന് എന്തോ ഒരു ഇരമ്പൽ. ആകാശത്തുനിന്നും എന്തോ ഇരമ്പി താഴേക്ക്. എന്റെ തലയിലേക്ക് വീഴുകയാണോ? എന്ത്! വീടുതന്നെ ഇളകുന്നോ! സീലിങ് വിറയ്ക്കുന്നോ? കട്ടിൽ വിറയ്ക്കുന്നോ? എന്റെ ചെവിയിലൂടെ പേടിപ്പിക്കുന്ന ഇരമ്പൽ. കാലിലൂടെ വിറയൽ. എല്ലാം അവസാനിക്കാൻ പോകുന്ന തോന്നൽ. ഒരു മരണനാദംപോലെ മുറി മുഴുവൻ ഇരമ്പൽ. മരണം അകലെനിന്നും അലറിവരുംപോലെ....

ഞാൻ എങ്ങനെയോ കട്ടിലിൽനിന്നും ചാടി എഴുന്നേറ്റു. വിറയ്ക്കുന്ന വീടിനു പുറത്തേക്കു ചാടി. മുറ്റത്തെത്തി ചുറ്റും നോക്കി. അപ്പോഴേക്ക് എല്ലാം ശാന്തം. ഇരമ്പലില്ല. വിറയലില്ല. കോളേജ് കുന്നിൽനിന്നും പക്ഷികളുടെ പാട്ട്. അടുത്തുള്ള വർക്ക്ഷോപ്പിൽ നിന്നും തൊഴിലാളികളുടെ ചിരി. എല്ലാം സാധാരണം. അപ്പോൾ ഞാൻ അനുഭവിച്ച വിറയലോ? ഞാൻ കേട്ട മരണനാദമോ? എല്ലാം എനിക്കു തോന്നിയതാകാം. എന്റെ തലയ്ക്കു ചൂടുപിടിച്ചപ്പോൾ.... ഓ ഒരു പിരിയിളകിയതാകാം. ഈ അനുഭവം മറ്റുള്ളവരോടു പറഞ്ഞാൽ അവർ ചിരിക്കും. എനിക്കു വട്ടാണ് എന്ന് ഞാൻ തന്നെ തെളിയിക്കേണ്ട. ഞാൻ ആരോടും ഒന്നും തിരക്കാതെ കട്ടിലിലേക്കുതന്നെ കയറി! എന്നാൽ പിറ്റേന്ന് പത്രം വന്നപ്പോഴാണ് വിവരമറിയുന്നത്. തലേന്ന് കോട്ടയത്ത് നേരിയ ഭൂചലനം അനുഭവപ്പെട്ടെന്ന്. ആ ചലനത്തിൽപ്പെട്ട് എന്റെ വീടിന്റെ സീലിങ് വിറച്ചതാണ് ഞാനനുഭവിച്ചത്. കെട്ടിടത്തിന്റെ ഭിത്തിയിൽ പൊട്ടലുകളുണ്ടായിരുന്നതും ഞാൻ പിന്നീട് കണ്ടുപിടിച്ചു.

നേരിയ ഭൂചലനമാണ് ഞാൻ അനുഭവിച്ചത്. അപ്പോൾ നന്നായി ഭൂമീദേവി ഒന്നു കുലുങ്ങിയാലോ? മനുഷ്യർ നിസ്സഹായരായതുതന്നെ. എല്ലാ ശാസ്ത്ര-സാങ്കേതിക വിദ്യകളും ഒരു ഭൂകമ്പത്തിനു മുമ്പിൽ തകരും. നാം നിൽക്കുന്ന ഭൂമി വിറയ്ക്കുക. ഇളകുക, തെന്നുക, കെട്ടിടങ്ങൾ ചെരിയുക, തകരുക, ഭൂമി വിണ്ടുകീറുക, തീവണ്ടിപ്പാളങ്ങൾ വളഞ്ഞ് ഒടിയുക..... എല്ലാം തകർന്ന് തരിപ്പണമാവുക. അതിനടിയിൽപ്പെട്ട് ലക്ഷങ്ങൾ മരിക്കുക. ഹൊ! അതൊരു ഞെട്ടിക്കുന്ന അനുഭവമാണ്. സോവിയറ്റ് റഷ്യയിലെ അർമീനിയൻ റിപ്പബ്ലിക്കിനെ ശവപ്പറമ്പാക്കി മാറ്റിയ ഭീകരമായ ഭൂകമ്പത്തെ മറക്കാൻ നേരമായിട്ടില്ല. ലക്ഷങ്ങൾ അന്നവിടെ മരിച്ചു. മരണം അവിടെ ഓടിയെത്താൻ പോകുന്നു എന്ന് റഷ്യൻ ശാസ്ത്രജ്ഞന്മാർക്കു നേരത്തെ പ്രവചിക്കാൻ കഴിഞ്ഞില്ല എന്നതാണ് ഏറ്റവും വലിയ പരാജയം. മുൻകൂട്ടി ആ ഭൂകമ്പത്തെപ്പറ്റി വിവരം ലഭിച്ചിരുന്നുവെങ്കിൽ വളരെയേറെ അപകടങ്ങൾ ഒഴിവാക്കാൻ കഴിഞ്ഞേനേ.

1991 ഒക്ടോബർ മാസം ഇരുപതിന് ഇന്ത്യയിലുണ്ടായ ഭൂകമ്പവും ഭീകരമായിരുന്നു. ഉത്തർപ്രദേശിലാണ് അത് അനുഭവപ്പെട്ടത്. ഉത്തർകാശി, അൽമോറ, നൈനിറ്റാൽ തുടങ്ങിയ ഭാഗങ്ങൾ ശരിക്കും കുലുങ്ങി. ജാവക് എന്ന ഗ്രാമം തന്നെ അപ്രത്യക്ഷമായി. ടെലിവിഷനിൽ കണ്ട ദൃശ്യങ്ങൾ ആരെയും ഞെട്ടിക്കുമായിരുന്നു.

ഭൂതലത്തിൽ വളരെ താഴെ പ്രവർത്തിക്കുന്ന കൂറ്റൻ ബലങ്ങളാണ് ഭൂകമ്പങ്ങൾക്കു കാരണമാകുന്നത്. ഭൂമിക്കടിയിലെ സമ്മർദം മാസങ്ങളോ വർഷങ്ങളോ നൂറ്റാണ്ടുകളോ വളർന്ന് നിലനിന്ന് വലുതാകുമ്പോഴാണ് വൻ ഭൂകമ്പങ്ങളുണ്ടാകുന്നത്. ഈ സമ്മർദങ്ങൾ മൂലം ഭൂമിയുടെ പുറംതൊലിക്കു തൊട്ടുതാഴെയുള്ള പാളികൾ തമ്മിൽ ഇടിച്ചു എന്നു വരാം. ചിലപ്പോൾ ഒന്നു മറ്റൊന്നിനു മീതെ കയറിയെന്നും വരാം....

ഭൂകമ്പം ഉണ്ടാകാൻ പോകുന്നുവെന്ന് വളരെ നേരത്തെ അറിയാൻ കഴിഞ്ഞാൽ വേണ്ട മുൻകരുതലുകൾ എടുക്കാൻ കഴിയും. ഓടി രക്ഷപ്പെടുകയെങ്കിലും ചെയ്യാമല്ലോ. പക്ഷേ, അതിന് ശാസ്ത്രം ഇനിയും വളരണം. ആ ശാസ്ത്രവിഭാഗം ഇന്നും ശൈശവദിശയിലാണ്.

എന്നാൽ ഭൂകമ്പം ഉണ്ടാകാൻ പോകുന്നുവെന്ന് മറ്റു പല ജന്തുക്കളും മുൻകൂട്ടി അറിയുന്നു! അപ്പോൾ അവ അസാധാരണമായി പെരുമാറുകയും ചെയ്യുന്നു. പാമ്പുകൾ മാളങ്ങളിൽനിന്നു പുറത്തുവരുന്നു. കൂട്ടിൽ കിടക്കുന്ന പക്ഷികൾ വല്ലാതെ ചിലയ്ക്കുന്നു. മത്സ്യങ്ങൾ വെള്ളത്തിൽനിന്ന് കരയിലേക്ക് ചാടുന്നു. കോഴിക്കുഞ്ഞുങ്ങൾ കൂട്ടിൽ കയറാൻ മടിക്കുന്നു. എലികൾ ഒളിസ്ഥലം വിട്ടു ഭ്രാന്തുപിടിച്ചോടി നടക്കുന്നു....

ഈ നാനാതരം പെരുമാറ്റങ്ങൾ ചൈനാക്കാർ പുരാതനകാലം മുതലേ നിരീക്ഷിച്ചിരുന്നു. കിണറുകളിലെ ജലനിരപ്പിനു പെട്ടെന്നു മാറ്റം വരുന്നതും അവർ ശ്രദ്ധിച്ചിരുന്നു.

പഴമക്കാരുടെ വിശ്വാസങ്ങൾ എന്നു പറഞ്ഞ് ഇവയെ നമുക്ക് പുച്ഛരിച്ചുതള്ളാൻ വയ്യ. ഭൂമിയുടെ സമ്മർദവും വിറയലും ഈ ജന്തുക്കൾക്ക് വളരെനേരത്തെ അനുഭവപ്പെടുന്നുണ്ടാകണം. മനുഷ്യൻ കൃത്രിമമായി ഉണ്ടാക്കുന്ന യന്ത്രങ്ങളിലും എത്രയോ കേമമാണ് ജന്തുശരീരങ്ങളാകുന്ന യന്ത്രങ്ങൾ! ഏതായാലും 1975 ഫെബ്രുവരി നാലിന് ചൈനയിലെ ഹായ്ചെങ്ങ് എന്ന സ്ഥലത്ത് ഉണ്ടായ ഭൂകമ്പം ഇത്തരം നിരീക്ഷണങ്ങൾ വഴി ചൈനക്കാർ മുൻകൂട്ടി പ്രവചിച്ചു! അതിനാൽ ജനങ്ങൾക്ക് ഓടി മാറാൻ പറ്റി. ഒറ്റ ആളും ആ ഭൂകമ്പത്തിൽ മരിച്ചുമില്ല.

അമേരിക്കയിൽവച്ച് കുറേനാൾ മുമ്പ് ഭൂകമ്പശാസ്ത്രജ്ഞന്മാരുടെ ഒരു സമ്മേളനം നടന്നു. അവ അന്നു നൽകിയ മുന്നറിയിപ്പ് നമ്മെ ഞെട്ടിപ്പിക്കുന്നതാണ്. പുത്തൻ ലോകം കൂടുതൽ ഭൂകമ്പനാശങ്ങൾ നേരിടേണ്ടിവരുമെന്നാണ് അവരുടെ മുന്നറിയിപ്പ്. കാരണം ലോകത്തിലെ വൻനഗരങ്ങളിൽ മുപ്പതു ശതമാനത്തിലേറെ ഭൂകമ്പ സാധ്യതയുള്ള മേഖലകളിലാണ്. ആ നഗരങ്ങൾ കൂടുതൽ കൂടുതലായി വളർന്നുകൊണ്ടിരിക്കുകയുമാണ്. അതിനാൽ ഇനിയുണ്ടാകുന്ന ഭൂകമ്പങ്ങൾ കൂടുതൽ പേരുടെ മരണത്തിനു കാരണമാകും. പാവപ്പെട്ടവരുടെ നഗരങ്ങളിൽ മാത്രമല്ല സമ്പന്നരാഷ്ട്രങ്ങളുടെ നഗരങ്ങളിലും ഇങ്ങനെതന്നെ അപകടങ്ങൾ ഉണ്ടാകും. ഇന്ന് ലഭ്യമായ എല്ലാ എൻജിനീയറിങ് വൈദഗ്ധ്യം ഉപയോഗിച്ചുണ്ടാക്കുന്ന കെട്ടിടങ്ങൾപോലും ഭേദപ്പെട്ട ഒരു ഭൂകമ്പത്തിൽ തകരും. അത്തരമൊരു ഭൂകമ്പം ടോക്കിയോ നഗരത്തിലിന്നുണ്ടായാൽ ഏറ്റവും കുറഞ്ഞത് ഒന്നര ലക്ഷം പേർ മരിക്കും എന്നാണ് വിദഗ്ദ്ധരുടെ കണക്കുകൂട്ടൽ. രണ്ടുലക്ഷത്തോളം പേർക്ക് മുറിവുമേൽക്കും. 1923–ൽ ടോക്കിയോയിൽ ഉണ്ടായ ഒരു ഭൂകമ്പം ഒരു ലക്ഷം ആളുകളെ കൊന്ന കാര്യം ഓർക്കുക.

ആധുനിക മനുഷ്യൻ ഭൂമീദേവിയെ എന്തെല്ലാം തരത്തിലാണ് ദ്രോഹിക്കുന്നതെന്നു ചിന്തിക്കുക. ക്ഷമയുടെ പര്യായമാണ് ഭൂമീദേവി. പക്ഷേ, ദേവിയുടെ ഉള്ളിൽ എന്നും സമ്മർദമാണ്. വല്ലപ്പോഴും ആ സമ്മർദങ്ങളിൽപ്പെട്ട് ദേവി ഞെട്ടുന്നതാണ് ഭൂകമ്പം എന്നു കരുതാമോ? ഏതായാലും ഭൂമീദേവിയുടെ മുന്നിൽ മനുഷ്യൻ എത്ര ചെറിയ ഉറുമ്പുമാത്രമാണ് എന്നാണ് ഭൂകമ്പങ്ങൾ തെളിയിക്കുന്നത്; അല്ലേ?

61

മരുഭൂമിയെ മലർവാടിയാക്കാൻ

മരുഭൂമി വളർന്നാൽ മനുഷ്യൻ തളരും. തളരാതിരിക്കാൻ മരുഭൂമിയെ തളയ്ക്കണമെന്നാണ് ശാസ്ത്രജ്ഞന്മാരുടെ ചിന്ത. തളച്ചാലും പോരാ, മരുഭൂമിയെ സാവധാനം മലർവാടിയാക്കുകയും വേണം. എങ്കിൽ അതൊരു മഹാവിജയമാകും. തീർച്ച.

മരുഭൂമിയിൽ മരം വളർത്തി അതിനെ മെരുക്കിയെടുക്കാൻ പല രാജ്യത്തും ശ്രമങ്ങൾ നടക്കുന്നുണ്ട്. മരുഭൂമിയിൽ മരം വച്ചിട്ടുപോന്നാൽ പോരുന്നതിനു പുറകെ അതു വാടിക്കരിയും. ശാസ്ത്രീയ

മായി ജലസേചനം നടത്തണം. വളമിടണം. ദരിദ്രരായ നാട്ടുകാർ വിറകിനായി മരം വെട്ടിയെടുക്കാതെ നോക്കുകയും വേണം. ഇതൊന്നും അത്ര എളുപ്പമല്ല. നൈജീരിയായിലെ വനവല്ക്കരണം പരാജയപ്പെട്ടത് ജലസേചനത്തിൽ വന്ന വീഴ്ചയായിരുന്നുപോലും. മറ്റുള്ള രാജ്യങ്ങളിൽ വേറെ വീഴ്ചകളാകാം. ഏതായാലും മരുവൽക്കരണം തടയുകയും വനവൽക്കരണം തുടരുകയും ചെയ്യാൻ വിഷമം തന്നെ.

ഇതിന് ഒരു പരിഹാരം ഇതാ ഒരു ശാസ്ത്രജ്ഞൻ കണ്ടെത്തിയിരിക്കുന്നു. (*ന്യൂസയന്റിസ്റ്റ്* മാസികയിൽ വന്നതാണു വാർത്ത) അന്റോണിയോ ഇബനേസ് ആൽബ എന്നാണ് കണ്ടുപിടിത്തക്കാരന്റെ പേര്. സ്പെയിൻകാരനാണദ്ദേഹം. അദ്ദേഹം ഒരു കൃത്രിമ മരം കണ്ടുപിടിച്ചിരിക്കുന്നു. വെള്ളമൊഴിക്കേണ്ട, വളമിടേണ്ട, കത്തിക്കാൻ കൊള്ളുകയില്ലാത്തതിനാൽ ആൽബയുടെ മരങ്ങളെ ആരും വെട്ടിയെടുക്കുകയുമില്ല. തിന്നാൻ കൊള്ളാത്തതിനാൽ ആടുപോലും കടിക്കുകയുമില്ല.

പക്ഷേ, ആൽബയുടെ മരം മരുഭൂമിയെ സാവധാനം മലർവാടിയാക്കും എന്നാണദ്ദേഹം കരുതുന്നത്. ഒരു പത്തുകൊല്ലം മതി ആ മാന്ത്രികവിദ്യ നടത്താനെന്നതും ശുഭവാർത്ത തന്നെ.

എന്താണ് ആൽബയുടെ കൃത്രിമ മരം? അത് 'ഫോം' മരമാണ്. ഫോം മെത്തകൾ പരിചയമുള്ളവർക്ക് ഫോം എന്താണെന്നറിയാം. ഇത് കൃത്രിമമായി ഉണ്ടാക്കിയിരിക്കുന്ന ഒരു തരം ഫോം ആണ്. രസതന്ത്രജ്ഞന്റെ ഭാഷയിൽ പോളിയൂറിഥേൻ – ഫിനോൾ ഫോം. ആ പേരു കേട്ടു പേടിക്കേണ്ട. പ്ലാസ്റ്റിക്പോലൊരു വസ്തു എന്നു കരുതിക്കോളൂ. ഇതാണ് കൃത്രിമമരത്തിന്റെ വേരും തടിയും ഇലയുമെല്ലാം. തീ പിടിക്കാത്ത വസ്തുവുമാണിത്. അതിനാൽ കാട്ടുതീയേയും പേടിക്കേണ്ട.

കുഴൽ പോലുള്ളതാണ് ഈ മരത്തിന്റെ തായ്ത്തടി. അതിൽ പല തട്ടുകളിൽ പല സാന്ദ്രതയിലുള്ള ഫോം തരികളാണ് നിറച്ചിരിക്കുന്നത്. ഇത് എളുപ്പത്തിൽ വെള്ളം വലിച്ചെടുക്കും. ഇലകൾ 'ഫിനോൾ ഫോം' കൊണ്ടുണ്ടാക്കിയിരിക്കുന്നു. ശിഖരങ്ങളും ഇതേ വസ്തുതന്നെ. ശിഖരങ്ങളും ഇലകളും പനയുടേതുപോലെയാണ് രൂപപ്പെടുത്തിയിരിക്കുന്നത്. അപ്പോൾ മരം കണ്ടാൽ പനപോലിരിക്കും.

മരുഭൂമിയിൽ നല്ല കാറ്റാണല്ലോ. മണിക്കൂറിൽ 140 കിലോമീറ്റർ വരെ വേഗത്തിലടിക്കുന്ന ശക്തിയുള്ള കാറ്റ്. ആ കാറ്റിൽ ഫോം

മരം മറിയരുതല്ലോ. അതിന് ശക്തിയുള്ള വേരുവേണം. മണ്ണിലേക്ക് ഇറങ്ങി പടരുന്ന വേരുകൾ. അതിനും ആൽബ ഒരു വിദ്യ കണ്ടെത്തി. മരത്തിന്റെ തായ്ത്തടിയിൽനിന്നും മൂന്നു കുഴലുകൾ മണ്ണിലേക്കു ഘടിപ്പിച്ചിരിക്കും. ഈ കുഴലുകളുടെ വശങ്ങളിലും അകത്തും ദ്വാരമുണ്ടായിരിക്കും. ഇതിലൂടെ ഫോം കുഴമ്പ് ശക്തിയായി താഴേക്കു കടത്തുന്നു. ഇത് കുഴലിലൂടെ താഴേക്ക് ഇറങ്ങി ചെറുദ്വാരങ്ങളിലൂടെ മണ്ണിനുള്ളിലേക്ക് ചീറ്റിയിറങ്ങി അരമണിക്കൂറിനകം തണുക്കും. തണുക്കുമ്പോൾ ആ ഫോം നാരുകൾ വേരുകൾ പോലിരിക്കും. മണ്ണിൽ 20 മീറ്റർ വരെ അകലേക്ക് ആഴത്തിലവ പടർന്നിരിക്കും. പിന്നെ കാറ്റിനെ പേടിക്കേണ്ട.

ഇനി എന്താണീ മരം ചെയ്യാൻ പോകുന്ന സേവനമെന്നു പറയാം. മരുഭൂമിയിൽ താപനില വല്ലാതെ മാറിക്കൊണ്ടിരിക്കും. പകൽ ചുട്ടുപൊള്ളും. രാത്രി തണുത്തു മരവിക്കും. 70°C മുതൽ -5°C വരെ അതു മാറും ചിലയിടങ്ങളിൽ. ഈ ചൂടിനും തണുപ്പിനുമിടയിൽ അന്തരീക്ഷത്തിലെ ജലാംശം രാത്രി തണുക്കും. അതിനെ ഫോം മരം പിടിച്ചെടുക്കും. അതിന്റെ ഇലകളിൽ തണുത്തു തുള്ളിയായി വിശ്രമിക്കുന്ന ജലകണികകളെ മരത്തിന്റെ തണ്ടും തടിയും പെട്ടെന്നു വലിച്ചെടുക്കും, സൂക്ഷിക്കും. എന്നിട്ട് സാവധാനം ചൂടു കൂടി വരുമ്പോൾ പുറത്തേക്ക് ബാഷ്പമായി വിടും. സാധാരണ മരം ചെയ്യുംപോലെ. ഇതു മരുഭൂമിയെ തണുപ്പിക്കും. അങ്ങനെ അവിടെ മഴ കൂടും. മഴ കൂടിവരുമ്പോൾ മരം കൂടുതൽ വെള്ളം പിടിച്ചെടുക്കും. കൂടുതൽ ബാഷ്പീകരണം നടത്തും. കൂടുതൽ തണുപ്പിക്കും. അങ്ങനെയങ്ങനെ മരുഭൂമിയിൽ മഴകളുടെ എണ്ണം കൂടും. അതോടെ മരുഭൂമിയിൽ മറ്റു മരങ്ങൾക്ക് വളരാറാകും. ആൽബയുടെ മരങ്ങൾക്കിടയ്ക്ക് അവയും വളരും. അങ്ങനെയങ്ങനെ മരുഭൂമി വനഭൂമിയാക്കാം, മലർവാടിയുമാക്കാം.

അനേകം വടക്കൻ ആഫ്രിക്കൻ രാജ്യങ്ങൾ ആൽബയുടെ മരങ്ങൾ വാങ്ങി മരുഭൂമിയിൽ സ്ഥാപിച്ചുകഴിഞ്ഞു. ലിബിയ 30000 മുതൽ 40000 വരെ മരങ്ങൾ സ്ഥാപിക്കുന്നു എന്നാണ് വാർത്ത. വെറുതെ സാധാരണ മരം വച്ച് കയ്യും കെട്ടിയിരുന്നാൽ താനെ മരം വളരുന്ന നാടാണു കേരളം. കൈ കെട്ടിത്തന്നെ ഇരിക്കണമെന്ന് നിർബന്ധം. കോടാലിയെടുക്കരുത്! ഇത്തരം നാട്ടുകാർക്ക് ആൽബയുടെ മരത്തിന്റെ സേവനം മനസിലാവുകയില്ല. മരുഭൂമിയുടെ ഭീകരമായ ആക്രമണം അനുഭവിക്കുന്നവർക്ക് ഈ മരം ഒരു അനുഗ്രഹമായിരിക്കും. തീർച്ച.

രസകരമായ രണ്ടു കാര്യങ്ങൾകൂടി പറയട്ടെ. ആൽബ എന്തിനാണ് തന്റെ മരത്തിന് പനയുടെ ആകൃതി നൽകിയതെന്നോ? അതാണുപോലും ഏറ്റവും നല്ല ഡിസൈൻ! 'പ്രകൃതിയുടെ ഡിസൈൻ ആണ് ഏറ്റവും നല്ലത്' എന്ന് ആൽബ പറയുന്നു. ഏറ്റവുമധികം മഞ്ഞുതുള്ളികളെ പിടിച്ചെടുക്കാൻ പറ്റുന്ന ആകൃതിയാണ് പനന്തലയുടേതെന്ന്. പ്രകൃതിയാണല്ലോ ഏറ്റവും നല്ല ഡിസൈൻ എൻജിനീയറും!

പ്രകൃതിയെ ഭക്തിപൂർവം സ്മരിക്കേണ്ടതിന് ഒരു കാര്യംകൂടി. ഫോം മരം ഉണ്ടാക്കാനുള്ള ഫോം ഉണ്ടാക്കാനുള്ള രാസദ്രവ്യങ്ങൾക്ക് നാം പെട്രോളിയത്തിലേക്കും കൽക്കരിയിലേക്കും തിരിയണം. അവയുപയോഗിച്ചുവേണം ഇതിനുള്ള രാസവസ്തുക്കൾ ഉണ്ടാക്കാൻ. കൽക്കരിയും പെട്രോളിയവും പ്രകൃതി പണ്ടേ നിർമിച്ചു തന്റെ ഹൃദയത്തിൽ സൂക്ഷിച്ചിരുന്ന സ്വത്തുക്കളാണ്. അപ്പോൾ പ്രകൃതിയുടെ തന്നെ സ്വത്തുപയോഗിച്ചാണ് പ്രകൃതിയെ രക്ഷിക്കാനുള്ള കൃത്രിമ മരവുമുണ്ടാക്കുന്നത്! പ്രകൃതിക്കു സ്തുതി. ആൽബയ്ക്കും!

62

പൂക്കളുടെ റാണി

റോസക്കുട്ടിയുടെ രഹസ്യങ്ങൾ അറിയണോ? വലിയ ഒരു കുടുംബമാണ് റോസയുടേത്. അയ്യായിരത്തിലേറെ അംഗങ്ങളുള്ള വലിയ കുടുംബം. അപ്പോൾ പിന്നെ കുറെയേറെ രഹസ്യങ്ങൾ കാണാതിരിക്കുമോ?

പൂക്കളുടെ റാണിയാണ് റോസാപ്പൂ. സുന്ദരി. സുഗന്ധവാഹി. പക്ഷേ, എല്ലാ റോസാപ്പൂക്കൾക്കും സുഗന്ധമില്ല. സുഗന്ധറാണിമാർ ഒരു ഡസൻപോലുമില്ല. ഏറ്റവും നല്ല ഗന്ധമുള്ള റോസാ തരത്തിനാണ് ഏറ്റവും വലിയ വില. അതിന്റെ ഓയിലിന് വലിയ വിലയുമാണ്. ഒന്നാന്തരം റോസ് ഓയിലിന് ഒരു കിലോഗ്രാമിന് ഒരുലക്ഷത്തിലേറെ രൂപാ വിലയുണ്ടെന്ന് അധികമാർക്കുമറിയില്ല. ലോകനിലവാരമുള്ള ഒന്നാംതരം റോസ് ഓയിലുണ്ടാക്കുന്ന വിദ്യതന്നെ അധികം രാജ്യങ്ങൾക്കറിയില്ല.

ഏറ്റവുമുയർന്ന നിലവാരമുള്ള റോസ് ഓയിൽ നിർമിക്കുന്ന പ്രമുഖരാജ്യം ബൾഗേറിയ ആണുപോലും. എൺപതു ശതമാനം ആ രാജ്യമുണ്ടാക്കുന്നു. ബൾഗേറിയൻ റോസ് അത്തരം ഓയിലുണ്ടാക്കാൻ പറ്റിയതാണ്.

ഭാരതത്തിലും ഭാവിയിൽ അത്തരം ഉയർന്ന റോസ് ഓയിലുണ്ടാക്കാൻ കഴിയും എന്ന് തെളിഞ്ഞിരിക്കുന്നു. സി എസ് ഐ ആർ-ന്റെ ലക്നൗവിലെ ഗവേഷണസ്ഥാപനം ഇത്തരം ഉയർന്ന നിലവാരമുള്ള റോസ് ഓയിൽ നിർമിക്കാനുള്ള ഒരു പ്ലാന്റ് വിജയകരമായി പ്രവർത്തിപ്പിച്ചിരിക്കുന്നു. അതിനാവശ്യമുള്ള റോസ് തരം ഇന്ത്യയിൽ കൊണ്ടുവരികയും കാശ്മീർ താഴ്‌വരയിൽ വച്ചുപിടിപ്പിക്കുകയും ചെയ്തിട്ടുണ്ട്. നമ്മുടെ ശാസ്ത്രജ്ഞന്മാർ ഈ രംഗത്ത് വലിയ വിജയമാണ് കൈവരിച്ചിരിക്കുന്നത്. കാശ്മീർ താഴ്‌വരയിൽ വൻ

തോതിൽ റോസ് തോട്ടങ്ങൾ ഉണ്ടാകും എന്നും നല്ലയിനം റോസ് ഓയിലുൽപ്പാദിപ്പിക്കുന്നതിൽ ഭാരതം മുന്നേറുമെന്നും നമുക്കാശിക്കാം.

റോസാപ്പൂവിന്റെ സുഗന്ധത്തെപ്പറ്റി ചിന്തിക്കുമ്പോൾ രസകരമായ മറ്റൊരു രഹസ്യംകൂടി ഓർത്തുപോകുന്നു. പ്രകൃതി വളരെയേറെ ശ്രദ്ധിച്ച് അനേകഘടകങ്ങൾ കൂട്ടിക്കലർത്തിയാണ് ഇത്ര ഹൃദ്യമായ സുഗന്ധം റോസാപ്പൂവിന് നൽകിയിരിക്കുന്നത്. ഏകദേശം നൂറോളം സുഗന്ധഘടകങ്ങൾ റോസ് ഓയിലിൽനിന്നും വേർതിരിച്ച് എടുത്തിട്ടുണ്ട്! തിരിച്ചറിഞ്ഞിട്ടുമുണ്ട്. ആധുനിക രസതന്ത്രത്തിന്റെ വലിയ വിജയമാണിത്. ഈ ഘടകങ്ങളെ വേണ്ടവിധത്തിൽ കൂട്ടിച്ചേർത്താലേ റോസാപ്പൂവിന്റെ സ്വാഭാവിക സുഗന്ധം ലഭിക്കൂ.

എങ്ങനെയാണ് ഈ ഗന്ധം നാമറിയുന്നത്? സുഗന്ധവസ്തുവിൽനിന്നും പുറത്തുചാടുന്ന ചെറുകണങ്ങൾ അഥവാ തന്മാത്രകൾ ബാഷ്പരൂപത്തിൽ വായുവിലൂടെ സഞ്ചരിച്ച് നമ്മുടെ മൂക്കിലെത്തിയാണ് നമുക്ക് സുഗന്ധം നൽകുന്നത്. നമ്മുടെ മൂക്ക് അസാധാരണശക്തിയുള്ള ഒരു ശരീരഭാഗമാണ്. ഒരു കൃത്രിമയന്ത്രത്തിനും മൂക്കിനോളം കൃത്യമായി ഗന്ധം തിരിച്ചറിയാൻ കഴിവുമില്ല.

റോസ് ഓയിലിനെ അനുകരിച്ച് കൃത്രിമ ഓയിലുകൾ ശാസ്ത്രജ്ഞന്മാർ ഉണ്ടാക്കുന്നുണ്ട്. റോസ് ഓയിലിലെ ഘടകങ്ങൾ തിരിച്ചറിഞ്ഞതിനാൽ അവയെ കൃത്യമായി ഉണ്ടാക്കി യോജിപ്പിച്ചാണ് ഈ വിദ്യ നടത്തുന്നത്. പക്ഷേ, സ്വാഭാവിക റോസ് ഓയിലിന്റെ ആ നിലവാരം ഒരു കൃത്രിമ ഓയിലിനും ഉണ്ടാവുകയില്ലെന്ന് ഓർക്കുക.

ഒരു വെറും റോസയുടെ കാര്യത്തിൽപ്പോലും ഇങ്ങനെ എത്രയെത്ര കാര്യങ്ങൾ അറിയാനുണ്ട്. പറയാനുണ്ട്. റോസയുടെ രഹസ്യങ്ങൾ ഇനിയും എത്രയോ അറിയാനും കിടക്കുന്നു! റോസയ്ക്കു സ്തുതി. പ്രകൃതീദേവിക്കും സ്തുതി!

63

ഭ്രാന്തു കാണിക്കരുത്

ഒരു മുറിയിൽ കുറേ പാമ്പുകളെ പിടിച്ചിടുക. അതിനു നടുവിലൊരു മണ്ടൻ കയറിയിരിക്കുന്നു. അതു കാണാൻ കുറെയേറെ ആളുകൾ ഓടിക്കൂടുക. കാശുകൊടുത്ത് 'പ്രദർശന നഗറിൽ' പ്രവേശിക്കുക. പാമ്പുകൾക്കിടയിലിരിക്കുന്ന 'വീരനെ' കണ്ടു വാ പൊളിച്ചു നിൽക്കുക. ഇതാകുന്നു സർപ്പയജ്ഞം വാ സർപ്പ സഹവാസം!

പാമ്പുകൾ പാവങ്ങളാണ്. പ്രാണനിൽ കൊതിയുള്ള ഏതു ജീവിയും മനുഷ്യജീവിയെ ഭയത്തോടെയല്ലേ കാണൂ. പാമ്പുകൾക്ക് ഭയം വളരെ കൂടുതലുമാണ്. അതുകൊണ്ടു മുറിയിൽ പിടിച്ചിട്ടാലും പേടിച്ച് ഒഴിഞ്ഞുമാറി കിടക്കാനേ അവ നോക്കൂ. ഏറെ ശല്യപ്പെടുത്തിയാലേ കടിക്കൂ. കടിച്ചാലും കൊള്ളാത്ത രീതിയിലായിരിക്കും സർപ്പസഹവാസവീരൻ വസ്ത്രം ധരിച്ചിരിക്കുക. അഥവാ കടിയേറ്റാലും വിഷം ശരീരത്തിൽ കയറണമെന്നില്ല. കയറിയാലും ഉടനെ ചികിത്സിക്കാൻ തയാറായി നിൽക്കുന്നതിനാൽ ചാകാൻ സാധ്യത പിന്നേയും തീരെ കുറവാണ്. എന്നിട്ടും സർപ്പസഹവാസവീരനെ നാം വീരനായി വിധിയെഴുതുന്നു!

പാമ്പുകൾക്കു ബുദ്ധിയില്ല. അതിനാൽ ചതിക്കാനോ പറ്റിക്കാനോ പാരവയ്ക്കാനോ ഒന്നുമറിയില്ല. അങ്ങനെയുള്ള പാവങ്ങളായ പാമ്പുകൾക്കിടയിലിരിക്കുന്നതിലും എത്രയോ അപകടകരമാണ് ക്രൂരന്മാരായ പല മനുഷ്യരുടെയും നടുവിലും കഴിച്ചു കൂട്ടുന്നത്! പാമ്പുകൾ ദുർബലരുമാണ് എന്ന് ഓർക്കുക.

പ്രകൃതി ഒരുക്കിക്കൊടുത്തിരിക്കുന്ന തണുപ്പിലും ഇരുട്ടിലും സുഖമായിക്കഴിഞ്ഞിരുന്ന പാമ്പുകളെ പിടിച്ച് മുറിയിൽ ചൂടിൽ ഇലക്ട്രിക് ലൈറ്റിനു കീഴിൽ പ്രദർശിപ്പിക്കുമ്പോൾ അവ അവശരാകും. ഇങ്ങനെ അവശരായി കിടന്നു നരകിക്കുന്ന പാവം പാമ്പു

കൾക്കു നടുവിൽ കുത്തിയിരിക്കുന്നവൻ വീരനല്ല; വിഡ്ഢിയാണ്. അവന്റെ ഈ വിഡ്ഢിത്തം കാണാൻ തടിച്ചു കൂടുന്നവർക്കു വിവേകമുണ്ടോ? വിവേകമുള്ളവർ ഈ ക്രൂരതയെ എതിർക്കണം. സർപ്പയജ്ഞവീരനെ പിടിച്ച് രണ്ടു കൊടുത്തിട്ട് സർപ്പങ്ങളെ രക്ഷിച്ചു വിടണം. അവയ്ക്ക് പുറത്തുപോയിട്ട് വലിയ ജോലികൾ ചെയ്തു തീർക്കാനുണ്ട്. രാത്രി പറമ്പുകൾ മുഴുവൻ തെരഞ്ഞുനടന്ന് എലികളെ പിടിച്ചു തിന്നു തീർക്കാനുണ്ട്. പ്രകൃതിയുടെ സന്തുലനം അല്ലെങ്കിൽ തകരാറിലാകും. പാമ്പുകളെ മുറിയിലിട്ടു പ്രദർശിപ്പിച്ചു കാശു പിരിച്ചുകൊണ്ടിരുന്നാൽ രാത്രി എലികളെ പിടിച്ചുതിന്നാൻ അയാൾ അയാളുടെ ഭാര്യയേയും മക്കളേയും വിടുമോ? ചുരുക്കത്തിൽ വില കുറഞ്ഞ ഒരു സ്റ്റണ്ടുമാത്രമാണിത്തരം യജ്ഞങ്ങൾ. നമ്മുടെ നാട്ടിലവ നടത്താൻ ബോധമുള്ളവർ സമ്മതിക്കരുത്.

സർപ്പസഹവാസത്തിനിപ്പോൾ ഡിമാന്റില്ലാത്തതുകൊണ്ടാകാം, തെക്കെ ആഫ്രിക്കയിൽ മൈക്ക് ഓസ്റ്റർലാക്ക് എന്നൊരു വിദ്വാൻ രണ്ടു മാസങ്ങൾ സിംഹക്കൂട്ടിൽ കയറിയിരുന്നത്! ഏഴു വലിയ സിംഹങ്ങൾ കഴിഞ്ഞിരുന്ന ഒരു കൂട്ടിൽ 64 ദിവസവും ഏഴുമണിക്കൂറും ആ പഹയൻ കഴിഞ്ഞു. ഫണ്ടുശേഖരണം തന്നെയായിരുന്നു ലക്ഷ്യം. രണ്ടു ഗറില്ലാക്കുരങ്ങന്മാരെ വാങ്ങാനുള്ള പണം ശേഖരിക്കുകയായിരുന്നു മൈക്ക്. കൂട്ടിൽ ഒരു ഗദയുമായിട്ടായിരുന്നു അയാളുടെ ഇരിപ്പ്. അടുത്തുവരുന്ന സിംഹങ്ങളെ തല്ലാൻ തന്നെയായിരുന്നു ഗദ. തല്ല് ഇടയ്ക്കിടെ വേണ്ടിയും വന്നു. കാരണം സിംഹങ്ങൾ പൂച്ചകുടുംബക്കാരാണല്ലോ. നല്ല ജിജ്ഞാസയുള്ള വർഗം. മൈക്കിന്റെ റേഡിയോയും കിടക്കയും ഉടുപ്പും എല്ലാം അവ കീറിനോക്കി! അവസാനദിവസം അയാളുടെ നോട്ടുബുക്കും കീറിക്കളഞ്ഞു. സിംഹക്കൂട്ടിൽ കിടന്നകാലത്തെ അനുഭവങ്ങൾ ചൂടോടെ എഴുതിവച്ചതായിരുന്നു ബുക്കിൽ! സിംഹങ്ങൾക്ക് നല്ല തീറ്റ വേറെ കൊടുത്തിരുന്നതുകൊണ്ട് അവയ്ക്കു വിശന്നു കാണില്ല. അതിനാൽ മൈക്കിന്റെ ഇറച്ചിയുടെ രുചി നോക്കാനവർ മിനക്കെട്ടില്ല.

വളരെയേറെ തെറ്റിദ്ധാരണ നാം സിംഹങ്ങളെക്കുറിച്ചും വച്ചു പുലർത്തുന്നുണ്ട്. അവ അതിഭീകരന്മാരാണെന്നും വളരെയേറെ ആക്രമണകാരികളാണെന്നും മറ്റും മറ്റും. സത്യത്തിൽ അവ മടിയന്മാരാണ്. വിശക്കാതെ ഒന്നിനേയും പിടിക്കാൻ മിനക്കെടില്ല. വിശന്നാൽ പോലും ഇരയെപിടിക്കാൻ ഭാര്യമാരെ തള്ളിവിട്ടിട്ട് അതുനോക്കി കിടക്കുന്ന വീരന്മാരാണ് സിംഹരാജാക്കന്മാർ! സ്വന്തം കുടുംബങ്ങളുമൊത്ത് ശാന്തമായി കഴിയാനാഗ്രഹിക്കുന്ന സിംഹ

ങ്ങളെ പിടിച്ചൊരു കൂട്ടിലിട്ട് അവയ്ക്കിടയിൽ ഗദയുമായിട്ടിരുന്ന് റിക്കാർഡുണ്ടാക്കുന്നതും വങ്കത്തമാണ്. മൈക്ക് അങ്ങനെ കുത്തിയിരുന്ന കാലത്തുതന്നെ അയാളുടെ മുമ്പിൽ കിടന്ന് സിംഹികൾക്ക് പ്രസവിക്കേണ്ടിയും വന്നു. ആറു കുഞ്ഞുങ്ങളുടെ ജനനവും അങ്ങനെ നാണമില്ലാതെ നോക്കിയിരിക്കേണ്ടിവന്നു മൈക്കിന്.

ഭ്രാന്ത് കാണിക്കുന്നവൻ ഭ്രാന്തൻ. അതുകൊണ്ടു രസിക്കുന്നവരോ മുഴുഭ്രാന്തന്മാർ. നിങ്ങൾ അക്കൂട്ടത്തിൽപ്പെടാതെ നോക്കണം. അതിനുള്ള ബോധം നിലനിർത്തണം.

64

ഓറഞ്ച് ഓയിലിന്റെ അത്ഭുതസ്വഭാവം

ഓറഞ്ച് ഓയിലിന് ഒരു അത്ഭുതസ്വഭാവമുണ്ടുപോലും. ജപ്പാനിൽ നിന്നുള്ള വാർത്തയാണ് ആണവനിലയങ്ങൾ പലപ്പോഴും ലീക്കുചെയ്യും. മാരകമായ വിഷവസ്തുക്കൾ പുറത്തുവിടും. റേഡിയോ ആക്റ്റീവായ വസ്തുക്കളാണവ. എന്നു പറഞ്ഞാലെന്താണർഥം? അവയിടെ ആറ്റങ്ങൾ സ്വയം പ്രകാശകിരണങ്ങൾ പുറത്തുവിടും. മാരകമായതരം പ്രകാശകിരണങ്ങൾ. അതിനാൽ ഈ വിഷവസ്തുക്കൾ ശരീരത്തിൽ പറ്റുന്നവർക്ക് പലതരം രോഗങ്ങളുണ്ടാകും. മരണവും സംഭവിക്കാം.

ഇങ്ങനെ വിഷവസ്തുക്കൾ ശരീരത്തിൽ പറ്റിയാലുടൻ ടൈറ്റനസ് ഓക്സൈഡ് പേസ്റ്റ് ശരീരത്തിൽ പുരട്ടുകയാണ് ഇപ്പോഴത്തെ ചികിത്സ. പിന്നെ സോപ്പും വെള്ളവുംകൊണ്ടു കഴുകും. ഈ ചികിത്സ അത്ര ഫലപ്രദമല്ല.

ജപ്പാനിൽ നടന്ന ഗവേഷണം എന്താണെന്നോ? ഇങ്ങനെ വിഷവസ്തുക്കൾ ശരീരത്തിൽ പറ്റുമ്പോൾ ഓറഞ്ച് ഓയിൽ പുരട്ടുന്നതാണ് കൂടുതൽ നല്ലത്. പന്നിയുടെ ശരീരത്തിലാണ് പരീക്ഷണം നടത്തിയത്. കാരണം പന്നിയുടെയും മനുഷ്യരുടെയും തൊലിക്കു തമ്മിൽ വലിയ സാമ്യമുണ്ട്.

എന്തായിരുന്നു പരീക്ഷണഫലം? വെറും വെള്ളംകൊണ്ടു കഴുകിയാൽ തൊലിയിൽ പറ്റിയ വിഷം നാലിലൊന്നായി കുറയും. ടൈറ്റനസ് ഓക്സൈഡ് പേസ്റ്റോ സോപ്പുവെള്ളമോ ഉപയോഗിച്ചാൽ വിഷം പത്തിലൊന്നായി കുറയും. ഓറഞ്ച് ഓയിൽ പുരട്ടിയാലോ വിഷം നൂറിലൊന്നായി കുറയും!

പാവം പന്നിയുടെ തൊലിയിൽ എന്തു പുരട്ടാനും ആരുടേയും അനുവാദം വേണ്ടല്ലോ! മനുഷ്യരുടെ ശരീരത്തിൽ മാരകങ്ങളായ

റേഡിയോ ആക്ടീവ് വിഷവസ്തുക്കൾ പുരട്ടി നോക്കി പരീക്ഷണം നടത്താൻ അനുവാദവുമില്ലല്ലോ. അതിനാൽ പന്നിയുടെ മേലുള്ള പരീക്ഷണഫലം മനുഷ്യർക്കും ശരിയാകും എന്നു കരുതാനേ പറ്റൂ.

ഏതായാലും ടോക്കിയോ ഇലക്ട്രിക് പവർ കമ്പനി അതിന്റെ പത്ത് ആണവനിലയങ്ങളിലും ഓറഞ്ച് ഓയിൽ വൻതോതിൽ വാങ്ങിവയ്ക്കാൻ നിശ്ചയിച്ചിരിക്കുന്നു. ഓറഞ്ച് കൃഷിക്കാരുടെ ശുക്രദശ!

ഈ ഗവേഷണം നമ്മെ രണ്ടു കാര്യങ്ങൾ ഓർമിപ്പിക്കുന്നു. ഒന്ന്: ലോകത്ത് ഏതു ഭാഗത്തുമുള്ള ആണവനിലയങ്ങളിലും അപകടമുണ്ടാകാമെന്നും ലീക്കു വരാമെന്നും അവിടെയുള്ള എഞ്ചിനീയർമാർ പ്രതീക്ഷിക്കുന്നു. അല്ലെങ്കിൽ ഓറഞ്ച് ഓയിൽ വാങ്ങി സൂക്ഷിക്കേണ്ടല്ലോ. ആണവനിലയത്തിന്റെ അപകട സാധ്യതയെ നാം കുറച്ചുകാണരുതെന്നർഥം.

രണ്ട് : പ്രകൃതിയുടെ കരവിരുത് എത്ര അത്ഭുതകരം. ഓറഞ്ച് ഓയിലിനെപ്പോലെ അത്ഭുതസ്വഭാവങ്ങളുള്ള എന്തെല്ലാം വസ്തുക്കൾ നമ്മുടെ നാട്ടിലെ നാടൻ ചെടികളിലുണ്ടാകും. അതൊന്നും അറിയപ്പെടാതെ കിടക്കുന്നു. അതേസമയം വനനശീകരണം മറ്റും മൂലം അമൂല്യങ്ങളായ അത്തരം ആയിരക്കണക്കിനു സസ്യങ്ങളെ നാം നശിപ്പിച്ചു കളയുന്നു. നമുക്ക് നാം തന്നെ വരുത്തുന്ന ഈ നഷ്ടങ്ങളെപ്പറ്റി നാം ഇനി എന്ന് ബോധവാന്മാരാകും?

65

ഭൂതത്തെ കാണാവുന്ന കണ്ണുകൾ

ഭൂതത്തെ കാണാവുന്ന കണ്ണുകളോ? അതെ. അമ്മൂമ്മക്കഥയിലെ ഭൂതത്തെയല്ല. ഭൂതകാലത്തെ ഇന്നലെകളെ. ഇന്നലെകളെ എന്നു ലളിതമായിപ്പറഞ്ഞതാണ്. കോടിക്കോടിക്കണക്കിനു വർഷങ്ങൾക്കുമുമ്പ് ഈ പ്രപഞ്ചത്തിൽ നടന്ന മഹാനാടകങ്ങൾ കാണാൻ കഴിയുന്ന കണ്ണുകളാണ് വരുന്നത്. രസകരമായ ആ രഹസ്യം പറയാം.

പുതിയ അളവുകോൽ

പ്രകാശം വളരെ വേഗത്തിലാണ് സഞ്ചരിക്കുന്നതെന്നറിയാമല്ലോ. ഒരു സെക്കന്റിൽ മൂന്നു ലക്ഷം കിലോമീറ്റർ വേഗതയിൽ. അതായത് ഒരു സെക്കന്റിൽ ഒരു ലക്ഷത്തി എൺപത്തിയാറായിരം മൈൽ വേഗതയിൽ. അപ്പോൾ പ്രകാശം ഒരുവർഷത്തിൽ സഞ്ചരിക്കുന്ന ദൂരം ഏതു കൊച്ചുകുട്ടിക്കും കണക്കുകൂട്ടിനോക്കാം. അത് ഏകദേശം പത്തുലക്ഷം കോടി കിലോമീറ്ററാണ്! എന്തു വലിയ ദൂരം! ഇതാണ് പ്രകാശവർഷം.

തുണിയുടെ നീളം നാം മീറ്ററിലാണ് അളക്കുന്നത്. പക്ഷേ, കോട്ടയത്തുനിന്നും കോഴിക്കോട്ടിനുള്ള ദൂരം മീറ്ററിൽ പറഞ്ഞാൽ അസൗകര്യമാണ്. കുറേക്കൂടി വലിയ അളവുകോലായ കിലോമീറ്ററിലാണ് ഭൂമിയിലെ സ്ഥലങ്ങൾ തമ്മിലുള്ള ദൂരം പറയുന്നത്.

എന്നാൽ നക്ഷത്രങ്ങളിലേക്കുള്ള ദൂരം വളരെ കൂടുതലായതിനാൽ പ്രകാശവർഷം എന്ന വലിയ അളവുകോലിലാണ് പറയുക. ഭൂമിയിൽനിന്ന് സൂര്യനിലേക്കുള്ള ദൂരം വെറും എട്ടു പ്രകാശമിനിറ്റേ ഉള്ളൂ. എന്നാൽ തൊട്ടടുത്ത നക്ഷത്രങ്ങളിലേക്കുള്ള ദൂരം നാലു പ്രകാശവർഷം ആണ്. അതായത് ആ നക്ഷത്രത്തിൽനിന്നും ഒ

രു പ്രകാശം ഭൂമിയിലെത്താൻ നാലു വർഷമെടുക്കും. അത്ര അകലമുണ്ട്.

കൂറ്റൻ പ്രപഞ്ചം

നമുക്ക് ഊഹിക്കാവുന്നതിലും എത്രയോ വലുതാണ് പ്രപഞ്ചം. കോടിക്കോടിക്കണക്കിനു നക്ഷത്രക്കൂട്ടങ്ങൾ അഥവാ ഗാലക്സികൾ നിറഞ്ഞതാണ് പ്രപഞ്ചം. നമ്മുടെ സൗരയൂഥമുൾപ്പെടുന്ന ഗാലക്സിയാണ് ആകാശഗംഗ. അതിന്റെ ഒരറ്റത്തുനിന്നും മറ്റേ അറ്റത്തേക്കുള്ള ദൂരം ഒരുലക്ഷം പ്രകാശവർഷമാണ്. അതായത് ആകാശഗംഗയുടെ ഒരറ്റത്തുനിന്നും ഒരു പ്രകാശം സഞ്ചാരം തുടങ്ങിയാൽ ഒരുലക്ഷം വർഷം കഴിഞ്ഞാലേ മറ്റേ അറ്റത്തെത്തൂ എന്നർഥം. ഇത്തരം എത്രയെത്ര നക്ഷത്രക്കൂട്ടങ്ങൾ നിറഞ്ഞതാണ് കൂറ്റൻ പ്രപഞ്ചം! അതിന്റെ വലിപ്പത്തെപ്പറ്റി സങ്കൽപ്പിക്കാൻപോലും വിഷമമാണ്.

ഇന്ന് ഇന്നലെകളെ കാണുന്നു!

നമുക്ക് ഇനി നമ്മുടെ വിഷയത്തിലേക്കു വീണ്ടും വരാം. ആകാശഗംഗയ്ക്കുമകലെ അറിയപ്പെടാത്ത എത്രയെത്ര നക്ഷത്രക്കൂട്ടങ്ങൾ ഉണ്ട്. പത്തുകോടി പ്രകാശവർഷം അകലെയുള്ള ഒരു നക്ഷത്രത്തിനെ സങ്കല്പിക്കൂ. അവിടെനിന്നും ഒരു പ്രകാശം സഞ്ചരിച്ചു ഭൂമിയിലെത്താൻ പത്തുകോടി വർഷമെടുക്കും. അപ്പോൾ ഇന്നു രാത്രി നാം ആ നക്ഷത്രത്തിനെ എങ്ങനെയെങ്കിലും കാണുന്നു എന്നിരിക്കട്ടെ. എന്താണ് കാണുന്നത്? പത്തുകോടി വർഷം മുമ്പു പുറപ്പെട്ട പ്രകാശത്തെ! ഇന്ന് ആ നക്ഷത്രമവിടെ ഉണ്ടോ എന്നുപോലും നമുക്കറിയാൻ സാധ്യമല്ല. ഇന്നു കാണുന്നത് ഇന്നലെകളെ!

വരുന്നു വൻ ദൂരദർശിനികൾ

വെറും കണ്ണുകൾകൊണ്ടോ സാധാരണ ടെലസ്കോപ്പുകൾകൊണ്ടോ നോക്കിയാൽ വളരെയകലെയുള്ള നക്ഷത്രങ്ങളിൽനിന്നും വരുന്ന പ്രകാശത്തെ കാണാൻ കഴിയുകയില്ല. ഇന്നുള്ള നല്ല ടെലസ്കോപ്പുകൾക്കുപോലും ആകാശഗംഗയ്ക്കപ്പുറത്തെ നക്ഷത്രങ്ങളെ ശരിയായി നിരീക്ഷിക്കാൻ കഴിറില്ല. പക്ഷേ, ശാസ്ത്രജ്ഞന്മാർ അങ്ങനെ പരാജയപ്പെട്ട് പിന്മാറുന്നവരല്ലല്ലോ. ആകാശഗംഗയ്ക്കപ്പുറത്ത് അകലെയകലെയുള്ള നക്ഷത്രങ്ങളെ ശരിയായി നിരീക്ഷിക്കാൻ കഴിവുള്ള അതിശക്തമായ ടെലസ്കോപ്പുകളുടെ നിർമാണത്തിലാണ് ഇന്നു ശാസ്ത്രജ്ഞന്മാർ അമേരിക്കയിലും ജർമനിയിലും മറ്റും.

ആദിനാടകം പുറത്താകും

ആ ശ്രമം വിജയിച്ചാലോ? ആകാശഗംഗയ്ക്കുമപ്പുറത്തെ നക്ഷത്രക്കൂട്ടങ്ങളിൽനിന്നും വരുന്ന പ്രകാശങ്ങളെ പിടിച്ചെടുക്കാനാകും. ഏകദേശം രണ്ടായിരം കോടി കൊല്ലം മുമ്പ് പ്രപഞ്ചവസ്തു മുഴുവൻ ഒരു ചെറിയ സ്ഥലത്ത് ഒതുങ്ങിക്കൂടി നിന്നിരുന്നുവെന്നും, ഒരു മഹാസ്ഫോടനത്തോടെ അവ അകന്നുമാറാൻ തുടങ്ങിയെന്നും ആ പ്രപഞ്ചവസ്തുക്കളിലുണ്ടായ വലിയ മാറ്റങ്ങളിലൂടെ ഇന്നത്തെ നക്ഷത്രക്കൂട്ടങ്ങളുണ്ടായി എന്നുമാണ് മഹാസ്ഫോടന സിദ്ധാന്തം പറയുന്നത്. ആദിയിലുണ്ടായ ആ മഹാസ്ഫോടനത്തെത്തുടർന്ന് ഉടലെടുത്ത ആ നക്ഷത്രക്കൂട്ടങ്ങളിൽ പലതിലുംനിന്ന് അക്കാലത്തുത്ഭവിച്ച പ്രകാശങ്ങൾ സഞ്ചരിച്ചു സഞ്ചരിച്ചു സഞ്ചരി

ച്ചു ഭൂമിയിലിതുവരെ എത്താതെ സഞ്ചാരം തുടരുന്നുണ്ടാകാം! അങ്ങനെ മഹാസ്ഫോടനത്തോടടുത്തുത്ഭവിച്ച നക്ഷത്രങ്ങൾ അന്നു പുറത്തുവിട്ട പ്രകാശങ്ങൾ പിടിച്ചെടുക്കുന്നതിൽ പുതിയ ടെലസ്കോപ്പുകൾ വിജയിക്കും. ആകാശഗംഗയ്ക്കപ്പുറത്തെ പ്രകാശങ്ങൾ പിടിച്ചെടുക്കുമ്പോൾ അത്തരം പ്രകാശങ്ങൾ കിട്ടും. അവ പഠിച്ചാലോ? മഹാസ്ഫോടനത്തോടെ പിറവിയെടുത്ത ഇന്നത്തെ പ്രപഞ്ചത്തിന്റെ കഥ വെളിച്ചത്താകും. അന്നത്തെ നാടകങ്ങളാണ് നാം ആ പ്രകാശങ്ങളിലൂടെ കാണുന്നത്. എത്രയോ കാലങ്ങളായി ശാസ്ത്രജ്ഞന്മാർ കാണാനും അറിയാനുമാശിച്ചിരുന്ന ഭൂതകാല രഹസ്യങ്ങളാണ് അങ്ങനെ പുറത്താകാൻ പോകുന്നത്. അതാണ് ശാസ്ത്രജ്ഞന്മാരുടെ ആവേശത്തിനു കാരണം.

ആവേശം പകരുന്ന കഥ

ശാസ്ത്രം ശരിയിൽനിന്നു കൂടുതൽ ശരിയിലേക്കു പ്രയാണം ചെയ്യുകയാണ്. ആത്യന്തികമായ സത്യം എന്നൊന്ന് ശാസ്ത്രത്തിലില്ല. പുതിയ ഭീമൻ ടെലസ്കോപ്പുകളിലൂടെ കിട്ടുന്ന പുത്തൻ അറിവുകൾ ഉപയോഗിച്ച് ശാസ്ത്രജ്ഞന്മാർക്ക് പ്രപഞ്ചത്തിലെ ഭൂതകാല രഹസ്യങ്ങളെ കൂടുതലായി വെളിപ്പെടുത്താൻ കഴിയും. അത് അവരെ പ്രകൃതിയുടെ കൂടുതൽ വലിയ രഹസ്യങ്ങൾ കണ്ടെത്തുന്നതിനു സഹായിക്കും. അതാണ് ആ ഗവേഷണങ്ങളുടെ ലക്ഷ്യം. അറിയാൻ, കൂടുതലറിയാൻ, അറിവിലാവേശം കൊള്ളാൻ, അതിലാഹ്ലാദിക്കാൻ, കഴിയുന്നവരാണല്ലോ യഥാർഥ ശാസ്ത്രജ്ഞന്മാർ. (ശാസ്ത്രം പഠിക്കുന്ന കുട്ടികളിലും ഈ സ്വഭാവമുണ്ടാക്കാനാണ് മാതാപിതാക്കന്മാർ ശ്രദ്ധിക്കേണ്ടത്.) ഭൂതകാലത്തെ കാണാൻ പുതിയ കണ്ണുകൾ സൃഷ്ടിച്ചുകൊണ്ടിരിക്കുന്ന ശാസ്ത്രജ്ഞന്മാരുടെ കഥ മനുഷ്യന്റെ മഹത്വത്തിന്റെ കഥയല്ലേ? ശാസ്ത്രകുതുകികളായ സാധാരണക്കാർക്കും ആവേശം പകരുന്ന കഥ.

66

വാഴയ്ക്ക വയറിനു നന്ന്

വാഴയ്ക്ക വയറിനു നന്നാണെന്ന് പുതിയ തെളിവുകൾ കിട്ടിയിരിക്കുന്നു. ഇന്ത്യാക്കാർക്ക് പണ്ടേ അറിയാവുന്ന ഒരു കാര്യമാണിത്. പച്ചവാഴയ്ക്ക വയറ്റിലെ അസുഖങ്ങൾക്ക് മരുന്നായി ഇന്ത്യയിൽ പലയിടത്തും പണ്ടേ ഉപയോഗത്തിലുണ്ട്. നമ്മുടെ കേരളത്തിൽ കണ്ണൻകായയും ഏത്തക്കായയും മറ്റും അരിഞ്ഞുണക്കിപ്പൊടിച്ച് കുറുക്കി കുട്ടികൾക്ക് കൊടുത്തിരുന്നല്ലോ. ഒന്നാന്തരം ഒരു ശിശുആഹാരമാണ് കാ കുറുക്ക്. ഇന്നത്തെ പല ഫാഷൻ ആഹാരങ്ങളിലും മെച്ചം. അത് നന്നായി കുറുക്കിയാൽ പോഷകഗുണം മാത്രമല്ല സ്വാദുമുണ്ട്. കുഞ്ഞുങ്ങൾ സ്വാദോടെ അത് തിന്നും. വലിയവർക്കും സ്വാദോടെ തിന്നാവുന്ന ആഹാരമാണത്. പക്ഷേ, കണ്ണൻകായ് കാണാൻ കിട്ടാത്ത കാലത്ത് കാ കുറുക്കിത്തിന്നണം എന്നു മോഹിച്ചാൽ നടപ്പില്ലെന്നു മാത്രം. അനുജനോ അനുജത്തിക്കോ കുറുക്കിക്കൊടുക്കുന്നതിനരികിൽ അടുക്കുപറഞ്ഞിരുന്ന് അതിലൊരു പങ്ക് വാങ്ങി സ്വാദോടെ ശാപ്പിടുന്ന ചേട്ടന്റെയോ ചേച്ചിയുടെയോ കൊതി കണ്ടാലറിയാം. കാ കുറുക്കിയതിന്റെ സ്വാദ്. കേരളീയരുടെ ആഹാരത്തിന്റെ ഒരു ഭാഗവുമാണ് പച്ചക്കായ്. കായ് കൊണ്ട് തോരനും മെഴുക്കുപുരട്ടിയും ഉണ്ടാക്കാം. അവിയലിലും പുഴുക്കിലും എല്ലാം ഇടാനും കായ് ഒന്നാംതരം. ചുരുക്കത്തിൽ പച്ചവാഴയ്ക്കായുടെ ഗുണം നമുക്ക് പണ്ടേ അറിയാം.

ബ്രിട്ടനിലെ ഒരു സംഘം ശാസ്ത്രജ്ഞന്മാരാണ് വാഴയ്ക്കായുടെ ഔഷധഗുണങ്ങൾ ഇപ്പോൾ കണ്ടെത്തിയിരിക്കുന്നത്. മൂക്കാത്ത പച്ചവാഴയ്ക്കായുടെ ദശയ്ക്ക് ആമാശയ അൾസർ ഭേദമാക്കാനുള്ള കഴിവുണ്ടെന്ന് അവർ കണ്ടെത്തി. അൾസർ വാരാതെ നോക്കാനും ഇതിന് കഴിവുണ്ട്.

ആമാശയത്തിൽ ശക്തിയേറിയ അമ്ലരസങ്ങൾ ഉണ്ട്. എൻസൈമുകളുമുണ്ട്. ആമാശയത്തെത്തന്നെ ഇവയിൽനിന്നു സംരക്ഷിക്കേണ്ടതുണ്ട്! ആമാശയത്തിന്റെ ഉപരിതലത്തിൽ അതിനായി ആവരണംതന്നെയുണ്ട്. സുരക്ഷ ഉറപ്പുവരുത്തുന്ന ഈ ശ്ലേഷ്മകലയ്ക്ക് (Mucous membrane) തകരാറു വരുമ്പോഴാണ് അൾസർ ഉണ്ടാകുന്നത്. അമിതമായ മാനസിക പിരിമുറുക്കവും പല വിഷവസ്തുക്കളുടെ പ്രവർത്തനവും അൾസറിനു കാരണമാകാം. ശ്ലേഷ്മകലയ്ക്ക് പരിക്കുപറ്റുന്നിടത്ത് ആമാശയത്തെ അതിലെ അമ്ലങ്ങളും എൻസൈമുകളും ആക്രമിക്കും. അത് വ്രണത്തിന് കാരണമാകും. വാഴയ്ക്കായിലെ വസ്തുതകൾ ശ്ലേഷ്മകലയുടെ വളർച്ചയെ ഉത്തേജിപ്പിക്കുന്നു എന്നാണ് ഗവേഷണം സൂചിപ്പിക്കുന്നത്. ഇതാണ് അൾസറിനെ സുഖപ്പെടുത്താനും വരാതെ തടയാനും വാഴയ്ക്കായ്ക്കു കഴിയുന്നതിന്റെ രഹസ്യം. വാഴയ്ക്കായിലെ ഔഷധഗുണമുള്ള വസ്തുക്കൾക്കുള്ള സ്വഭാവങ്ങൾ ഉള്ള ചില മരുന്നുകൾ ഗവേഷകസംഘം കൃത്രിമമായി ഉണ്ടാക്കിയിട്ടുമുണ്ട്. ഇവയെ അൾസറിനു മരുന്നായി ഉപയോഗിക്കാൻ കഴിയും എന്നവർ കരുതുന്നു.

സസ്യ സമ്പന്നമാണ് ഇന്ത്യയെപ്പോലുള്ള ഉഷ്ണമേഖലാ രാജ്യങ്ങൾ. ലക്ഷക്കണക്കിനു വരും അവിടങ്ങളിലെ സസ്യവർഗങ്ങൾ. അവയിൽ വളരെ കുറച്ചെണ്ണത്തിന്റെ ഗുണങ്ങളേ ഇന്നും നമുക്കറിയൂ. അവയിൽ അനേകതരത്തിന്റെ ഔഷധഗുണങ്ങൾ നമ്മുടെ കാടുകളിൽ കഴിഞ്ഞിരുന്ന ആദിവാസികളെപ്പോലുള്ളവർക്കറിയാമായിരുന്നു. അവരുടെ പാരമ്പര്യചികിത്സാരഹസ്യങ്ങൾ ഭൂരിഭാഗവും അറിയപ്പെടാതെ കിടക്കുന്നു. നാടൻ മരുന്നുകളും നാടൻ ആഹാരരീതികളും അസ്തമിച്ചു വരുന്നു. അവയെപ്പറ്റി ഇനിയെങ്കിലും അന്വേഷിക്കണം. വളരെയേറെ അത്ഭുതങ്ങൾ അപ്പോൾ വെളിച്ചത്തുവരും; തീർച്ച. വാഴയ്ക്കായുടെ ഔഷധഗുണം നമ്മെ ഓർമിപ്പിക്കേണ്ടത് അതാണ്. ഇന്ന് ജീവിച്ചിരിക്കുന്ന അമ്മൂമ്മമാരുടെയും അപ്പൂപ്പന്മാരുടെയും ഓർമകളിൽ തങ്ങിനിൽക്കുന്ന വിവരങ്ങളെങ്കിലും ശേഖരിച്ചാൽ വാഴയ്ക്കാവിശേഷംപോലെ പലതും പുറത്താകും. വായനക്കാർ അതിന് ശ്രമിക്കണം.

67

ആണുങ്ങളില്ലേ?

നമ്മുടെ നാട്ടിലെ ആണുങ്ങൾ എവിടെപ്പോകുന്നു എന്ന് ഒന്നു കണ്ടുപിടിക്കണം. ഇല്ലെങ്കിൽ കാര്യം കുഴപ്പമാകും. ജനസംഖ്യയിൽ അമ്പതുശതമാനത്തോളം ആണുങ്ങളാണല്ലോ. അവരെ പക്ഷേ, കാണാൻ കിട്ടുന്നില്ല. സംശയമുണ്ടെങ്കിൽ കേരളത്തിലെ കോളേജുകളിൽ വന്നു നോക്കൂ. പെൺകോളേജുകളിൽ മുഴുവൻ പെണ്ണുങ്ങളാണ്. തനി ആൺകോളേജുകൾ വളരെക്കുറവും. ആൺപെൺ കോളേജുകളിലോ പെൺമയം. അതിന്റെ ഗുട്ടൻസാണ് പിടികിട്ടാത്തത്. പെൺകോളേജുകളിൽ പോയി മിച്ചം വരുന്ന പെൺകുട്ടികളല്ലേ ആൺകോളേജുകളിൽ കാണാവൂ? പിന്നെ മുഴുവൻ ആണുങ്ങളും. അപ്പോൾ പാതിയിൽ കുറവു പെണ്ണുങ്ങളേ കാണാവൂ. പക്ഷേ, ആൺകോളേജുകളിലും ബഹുഭൂരിപക്ഷവും പെണ്ണുങ്ങളാണ്. പ്രത്യേകിച്ചും എം എ, എം എസ് സി ക്ലാസുകളെടുത്താൽ ഏകദേശം നൂറുശതമാനവും പെണ്ണുങ്ങൾ! മരുന്നിന് ഒന്നോ രണ്ടോ ആൺപിള്ളേർ കണ്ടെങ്കിലായി. പല ആൺകോളേജുകളിലേയും എം എ, എം എസ് സി ക്ലാസുകളിൽ ആണുങ്ങളേയില്ല! അതാണ് ആദ്യമേ ചോദിച്ചത്. നമ്മുടെ ആണുങ്ങൾ എവിടെപ്പോയിരിക്കുന്നു?

പത്തിരുപതു വർഷങ്ങൾ മുമ്പ് സ്ഥിതി മറിച്ചായിരുന്നു. പോസ്റ്റ് ഗ്രാഡുവേറ്റ് ക്ലാസുകളിൽ പെണ്ണുങ്ങളെ കാണാറില്ല. അത്യാവശ്യം ഒന്നോ രണ്ടോ പെൺകുട്ടികൾ കാണും. അവരാണെങ്കിൽ പൂച്ചക്കൂട്ടിൽപ്പെട്ട എലിക്കുഞ്ഞുങ്ങളെപ്പോലെ പതുങ്ങി ഒതുങ്ങി ഒരരികിലിരിക്കും. ഇന്നോ, ക്ലാസിൽ ഒന്നോ രണ്ടോ ആൺകുട്ടികൾ ഉള്ളവരാണ് ഒതുങ്ങിയും പതുങ്ങിയും കഴിയേണ്ടിവരുന്നത്! അവരെ അങ്ങനെ വിടാനൊന്നും പെൺകുട്ടികൾ സമ്മതി

ക്കാറുമില്ല. മഹാഭൂരിപക്ഷം വരുന്ന പെൺകുട്ടികൾ അവർക്കോരോരുത്തർക്കും വേണ്ട കൊച്ചുകൊച്ചു കാര്യങ്ങൾ ചെയ്യിച്ച് ക്ലാസിലെ ആൺകുട്ടികളെ പതംവരുത്തി വരുത്തി അവസാനം അവരും പെൺകുട്ടികളെപ്പോലെ ആകുന്നു! ഒരു കുടുക്കയിൽ കുറെ കല്ലെടുത്തിട്ടു കുലുക്കുമ്പോൾ എല്ലാം മിനുസപ്പെട്ട് ഒരുപോലെയാകുമ്പോലെ. പൊങ്ങിയും കൂർത്തും വളഞ്ഞും മറ്റുമുള്ള ഭാഗങ്ങളൊക്കെ തേഞ്ഞ് എല്ലാം ഉരുണ്ടുവരും പോലെ! അങ്ങനെ എം എ, എം എസ് സി ക്ലാസുകളിൽനിന്നു പുറത്തുവരുന്ന അപൂർവം ആൺകുട്ടികളും പെണ്ണുങ്ങളെപ്പോലെയിരിക്കും!

ഇങ്ങനെ ഉയർന്ന ക്ലാസുകളിൽ മുഴുവൻ പെൺകുട്ടികൾ മാത്രമായാൽ എന്താ ഉണ്ടാവുക? അഥവാ ഉണ്ടായിക്കൊണ്ടിരിക്കുന്നത്? പുതിയ വേക്കൻസികളിൽ കയറിപ്പറ്റുകയും ഉദ്യോഗം ഭരിക്കുകയും ചെയ്യാൻ പോകുന്നതും പെണ്ണുങ്ങളായിരിക്കും. വീടുഭരണം ഭാവിയിൽ ആണുങ്ങളുടെ പണിയുമാകും. അതിൽ അപകടമൊന്നുമില്ല.

ആണുങ്ങൾക്ക് പെണ്ണുങ്ങളോളം ബുദ്ധിയില്ലാഞ്ഞിട്ടാണോ അവർക്കൊപ്പം മാർക്കുവാങ്ങി ഉയർന്ന ക്ലാസുകളിൽ കേറിക്കൂടാൻ പറ്റാത്തത്? ഛെ, അത് എന്തു ചോദ്യം? രണ്ടുപേർക്കും ഒരുപോലെ ബുദ്ധികാണണം. പ്രത്യേകിച്ചും സയൻസും കണക്കുംപോലെ യുക്തിപൂർവം കൈകാര്യം ചെയ്യേണ്ട വിഷയങ്ങളിൽ ആൺകുട്ടികളാണ് കൂടുതൽ ശോഭിക്കേണ്ടതെന്നാണ് ചില വിദഗ്ധന്മാരെങ്കിലും പറയുന്നത്. എന്നിട്ടും എന്തേ ആൺകുട്ടികൾ ഇങ്ങനെ പിന്തള്ളപ്പെടുന്നു?

ഒന്നാം ക്ലാസിൽ നോക്കിയാൽ ആണുങ്ങളും പെണ്ണുങ്ങളും ഏകദേശം തുല്യമാണ്. കോളേജിലെത്തുമ്പോൾ ആണുങ്ങൾ കുറഞ്ഞുവരുന്നു. കോളേജിലെ ഉയർന്ന ക്ലാസുകളിലെത്തുമ്പോഴേക്ക് ആണുങ്ങളെ കാണാനില്ലാതെയുമാകുന്നു. ഈ നിരീക്ഷണം ശരിയാണെങ്കിൽ ഇത് ഗൗരവമേറിയ ഒരു സാമൂഹ്യരോഗമാണ്. ഗവേഷകർ ഈ പ്രശ്നം പഠിക്കണം. പരിഹാരങ്ങൾ നിർദേശിക്കണം. ഇല്ലെങ്കിൽ നമ്മുടെ സമൂഹത്തിന് വലിയ നഷ്ടങ്ങൾ വരും. അവസാനം ആണുങ്ങൾക്ക് റിസർവേഷൻ ഏർപ്പെടുത്തേണ്ട കാലവും വരാം.

പ്രവേശനപ്പരീക്ഷ ഏർപ്പെടുത്തുന്നതിനു മുമ്പ് മെഡിക്കൽ കോളേജുകളിലും ആൺകുട്ടികൾ തീരെ കുറഞ്ഞുവന്നിരുന്നു എന്നും എന്നാൽ പ്രവേശനപ്പരീക്ഷ വന്നതോടെ പെൺകുട്ടികൾ കുറഞ്ഞി

രിക്കുന്നു എന്നും പറയുന്നു. ഇതു ശരിയാണോ? യൂണിവേഴ്സിറ്റികൾ നടത്തുന്ന പരീക്ഷയുടെ ചോദ്യങ്ങൾ വെറും കാണാപ്പാഠം പഠിക്കുന്നവർക്കുവേണ്ടിയുള്ളതായതുകൊണ്ട് ആൺകുട്ടികൾ പിന്തള്ളപ്പെടുന്നതാണെന്ന് ചില പെൺവിരോധികൾ പറയുന്നു. ഏതായാലും ഇക്കാര്യങ്ങളൊക്കെ അന്വേഷിക്കേണ്ട സമയമായിരിക്കുന്നു. വിദഗ്ധന്മാർ അത് ചെയ്യും എന്ന് നമുക്കാശിക്കാം. വിദഗ്ധകളും ചെയ്യണം. പഠനങ്ങളൊക്കെ ആണുങ്ങളെ മാത്രം ഏൽപ്പിച്ചാൽ നിഗമനങ്ങളിൽ ആണുങ്ങൾ വെള്ളം ചേർക്കാൻ സാധ്യതയുണ്ട്. പെണ്ണുങ്ങൾ കരുതിയിരിക്കട്ടെ.

68

പാമ്പുകടിക്കു കറന്റടി

പാമ്പുകടി വാങ്ങിയാൽ പുറകെ കറന്റടിയും കിട്ടും. ഭാവിയിൽ അതായിരിക്കും പാമ്പുകടിയേറ്റ് വിഷബാധയുണ്ടായാൽ ചികിത്സ എന്നാണ് ഒരു വാർത്ത നൽകുന്ന സൂചന.

പാമ്പിന്റെ കടിയും പിടിച്ച് ആശുപത്രിയിൽ ചെന്നാലുടനെ അവരൊരു തോക്കെടുക്കും. 'സ്റ്റൺഗൺ' എന്നാണാ തോക്കിന്റെ ഓമനപ്പേര്. അതുപയോഗിച്ച് കടിവായ്ക്കടുത്തേക്ക് കറന്റടിപ്പിക്കും. പേടിക്കേണ്ട. വെറും ഒൻപതു വോൾട്ട് ബാറ്ററികൊണ്ട് പ്രവർത്തിക്കുന്നതാണ് സ്റ്റൺഗൺ. അതുപയോഗിച്ച് കടിവായ്ക്കടുത്തേക്ക് പായിക്കുന്ന കറന്റ് ശക്തി കുറഞ്ഞതാണ്. ആളെ കൊല്ലില്ല. ഹൃദയപേശികൾക്ക് അത് ഉത്തേജനം നൽകില്ല. ചെറിയ ഒരു കറന്റടി എന്നു കരുതിയാൽ മതി. പാമ്പിൻകടിയേറ്റ് അരമണിക്കൂറിനകം കറന്റടി കൊടുത്താൽ പതിനഞ്ചുമിനിറ്റിനുശേഷം പാമ്പുകടിയുടെ വേദന ഇല്ലാതാകും എന്നുകണ്ടു. ഒരുമണിക്കൂറിനുശേഷം വീട്ടിൽ പോകാം. പിന്നെ പരമസുഖം. പാമ്പുകടിയേപ്പറ്റി മറക്കാം. കറന്റടിയെ നന്ദിയോടെ സ്മരിക്കാം.

അണലിയുടെ കടിയേറ്റ് രണ്ടുമണിക്കൂറുകൾക്കുശേഷം രണ്ടുപേർക്കു കറന്റടി കൊടുത്തുനോക്കി. അവർക്ക് ഏഴുപ്രാവശ്യം കറന്റടിപ്പിക്കേണ്ടിവന്നു. പാമ്പുകടിയേറ്റു നീരുകെട്ടിയിരുന്നു അവരുടെ വിരലുകൾ. അവയിൽനിന്നും രക്തം പുറത്തുവരുന്നുണ്ടായിരുന്നു. അവർക്ക് കടുത്ത വേദനയും അനുഭവപ്പെട്ടിരുന്നു. എന്നാൽ കറന്റടി കൊടുത്ത് അരമണിക്കൂറിനകം അവരുടെ വേദനനിന്നു. 12 മണിക്കൂറിനുള്ളിൽ നീരു കൂടിവന്നത് നിന്നു. മൂന്നു ദിവസങ്ങൾ കഴിഞ്ഞപ്പോഴോ നീരേ പോയി.

ബ്രിട്ടൻ, അമേരിക്ക, ഇക്വഡോർ എന്നിവിടങ്ങളിലെ ഡോക്ടർ

മാരാണ് ഈ പുതിയ ചികിത്സാരീതിയിൽ ഗവേഷണം നടത്തി വിജയിച്ചിരിക്കുന്നത്. കറന്റടിപ്പിച്ച് പാമ്പിൻവിഷത്തെ നിർവീര്യമാക്കാമെന്നാണു സൂചന. അതിനുള്ള സ്റ്റൺഗണ്ണും വികസിപ്പിച്ചുകഴിഞ്ഞു. പക്ഷേ, എങ്ങനെയാണ് കറന്റടിമൂലം വിഷത്തിന്റെ ശക്തി നിർവീര്യമാകുന്നതെന്ന് ഇതുവരെ കണ്ടെത്താൻ കഴിഞ്ഞിട്ടില്ല.

കാരണമെന്തായാലും കറന്റടി പ്രയോജനപ്രദമാണെങ്കിൽ നന്നായി. ഇനി ഈ തോക്കുകൾ എന്നാണാവോ നമ്മുടെ ആശുപത്രികളിലും എത്തുക? അത് പാമ്പുകടിക്കും ഉറുമ്പുകടിക്കും തേൾകുത്തിനുമെല്ലാം പറ്റും എന്നാണ് വാർത്ത. കാത്തിരുന്നു കാണാം, അല്ലേ?

69

ഇലയിൽ ആന്റീനകളോ?

ടെലിവിഷനുള്ള വീടുകളുടെ മുകളിൽ ആന്റീന ഉയർന്നു നിൽക്കുന്നതു കണ്ടിട്ടില്ലേ? ടെലിവിഷൻ കേന്ദ്രത്തിൽനിന്നും പുറത്തേക്കു വിടുന്ന ടെലിവിഷൻ തരംഗങ്ങൾ പിടിച്ചെടുക്കാനാണ് ഈ ആന്റീനകൾ സ്ഥാപിച്ചിരിക്കുന്നത്. ഇതുപോലെ ഇലകളിലും അനേകം ആന്റീനകൾ ഉണ്ടുപോലും. നാം കൃത്രിമമായി സ്ഥാപിച്ചിരിക്കുന്നവയല്ല എന്നു മാത്രം. ടെലിവിഷൻ തരംഗങ്ങൾ പിടിച്ചെടുക്കാനുമല്ല. പിന്നെയെന്തിനാണവ? പ്രകാശതരംഗങ്ങളെ പിടിച്ചെടുക്കാൻ. പിടിച്ചെടുത്ത് വൈദ്യുത തരംഗങ്ങളാക്കി മാറ്റുന്ന അനേകം കേന്ദ്രങ്ങൾ ഇലയിലുണ്ട്. ഇലപ്പച്ചയിലെല്ലാമുണ്ട്. അവ ഇങ്ങനെ പ്രകാശം പിടിച്ചെടുക്കാൻ സഹായിക്കുന്നതുകൊണ്ടാണ് ഇലപ്പച്ചയ്ക്ക് ഒരു ഇന്ദ്രജാലം കാണിക്കാൻ കഴിയുന്നത്. പ്രകാശസംശ്ലേഷണം അഥവാ ഫോട്ടോ സിന്തെസിസ് എന്ന ഇന്ദ്രജാലം. ലോകത്തെ ഏറ്റവും മഹത്തായ രാസപ്രവർത്തനം. അതാണ് മനുഷ്യനെയും മൃഗത്തെയും സസ്യങ്ങളെയുമെല്ലാം നിലനിർത്തുന്നത്. ഈ ലോകത്തെ ജീവനെ കാത്തുരക്ഷിക്കുന്നത്. ജീവികൾക്ക് ആഹാരം തരുന്നത്.

വെയിലിൽ കുളിച്ചുനിൽക്കുന്ന പച്ചിലകൾ. അവ വെയിൽ ആസ്വദിക്കുകയാണ്. വെയിൽ തിന്നുന്നു എന്നു പറഞ്ഞാലും ശരിതന്നെ. സൂര്യപ്രകാശത്തെ ഇലപ്പച്ചകളിലെ സജീവകേന്ദ്രങ്ങൾ പിടിച്ചെടുക്കുന്നു. വൈദ്യുത ഊർജം ആക്കി മാറ്റുന്നു. അതാണുപോലും പ്രകാശസംശ്ലേഷണത്തിന്റെ ആദ്യപടി. അത് സാധ്യമാക്കുന്നതെങ്ങനെ? അത് നിയന്ത്രിക്കുന്ന നേർത്ത പ്രകാശസംശ്ലേഷണപാളി (Photosynthesis membrane) യുടെ ഘടനയെന്താണ്? ഇതേപ്പറ്റിയെല്ലാം പഠിച്ച് വിവരങ്ങൾ പുറത്തുകൊണ്ടുവന്നതിനാണ് ജർ

മ്മനിയിലെ മാക്സ് പ്ലാങ്ക് ഗവേഷണാലയത്തിന്റെ തലവനായ റോബർട്ട് ഹ്യൂബറിനും സഹപ്രവർത്തകർക്കും 1988 ലെ രസതന്ത്രത്തിനുള്ള നോബൽ സമ്മാനം നൽകിയത്.

പ്രകാശസംശ്ലേഷണ പാളികളിൽ പ്രകാശത്തെ പിടിച്ചെടുക്കുന്ന ആന്റിനകൾ ഉണ്ടെന്ന് അവർ കണ്ടെത്തി. ഈ ആന്റിനകളുടെ ഘടനകളും അവർ കണ്ടുപിടിച്ചു. മാംസ്യതന്മാത്രകളും വർണവസ്തുവും ബന്ധിപ്പിച്ചുണ്ടാക്കിയിരിക്കുന്ന ഈ ആന്റിനകളിൽ പ്രകാശകണങ്ങൾ വന്നു പതിക്കുമ്പോൾ അതിവിദഗ്ധമായി അതിവേഗം അവയെ പിടിച്ചെടുക്കുകയും വൈദ്യുതിയാക്കി മാറ്റുകയുമാണ് ചെയ്യുന്നത്! ഇതിന് ഒരു സെക്കന്റിന്റെ പത്തു കോടിയിലൊരംശംസമയംപോലും വേണ്ടിവരുന്നില്ലെന്നവർ പറയുന്നു!

ഈ രഹസ്യങ്ങൾ അവർ വിവരിക്കുന്നത് വായിക്കുമ്പോൾ ഒരു ഫിസിക്സ് ലേഖനം വായിക്കുകയാണെന്ന് തോന്നും. കാരണം അവർ ഇലപ്പച്ചയിലെ ജീവനുള്ള വൈദ്യുതസെല്ലിനെപ്പറ്റിയാണ് പറയുന്നത്. അഥവാ ഇലപ്പച്ചയിലെ ഊർജമാറ്റത്തിന്റെ ഭൗതിക രഹസ്യങ്ങളാണവർ വിവരിക്കുന്നത്. അവർക്ക് ലഭിച്ചിരിക്കുന്നതോ രസതന്ത്രത്തിലെ നോബൽ സമ്മാനം. അവർ കൈകാര്യം ചെയ്യുന്നതോ ഇലയിലെ ഇന്ദ്രജാലം. തനി ജീവശാസ്ത്രമേഖല!

നന്നായി ഫിസിക്സ് അറിയാവുന്ന ആൾ ഭൗതികശാസ്ത്രജ്ഞന്റെ കണ്ണിലൂടെ ജീവശാസ്ത്രത്തിലെ പ്രശ്നത്തെ നേരിട്ടപ്പോഴാണ് ഈ മഹത്തായ കണ്ടെത്തലുകൾ നടന്നത് എന്നോർക്കുക. നമ്മുടെ നാട്ടിലെ ഫിസിക്സും കണക്കും പഠിക്കാതെ രക്ഷപ്പെടാനാണ് പലരും ബയോളജി പഠിക്കുന്നതുതന്നെ! ഇവിടെ ബയോളജിക്കാർക്ക് ഫിസിക്സിനോടും കെമിസ്ട്രിയോടും കണക്കിനോടും അലർജി. ഫിസിക്സും കെമിസ്ട്രിയും കണക്കും പഠിക്കുന്നവർക്കോ ബയോളജിയോട് പുച്ഛം! ഈ സങ്കുചിത മനോഭാവങ്ങൾ മാറാതെ ഇത്തരം സങ്കീർണങ്ങളായ പ്രശ്നങ്ങളെ കണ്ടെത്താനും പഠിക്കാനും കഴിയുകയില്ലതാനും. അതിനാൽ ഇന്ന് നമ്മുടെ വിദ്യാലയങ്ങളിൽ ഉണ്ടാക്കിവച്ചിരിക്കുന്ന ഈ വേലിക്കെട്ടുകൾ പൊളിച്ചുകളയേണ്ട കാലം കഴിഞ്ഞു. ഇലയെ പഠിക്കാൻ ബയോളജിയും ഫിസിക്സും കെമിസ്ട്രിയും കണക്കും എല്ലാം ഉപയോഗിക്കുന്ന രീതി വന്നാലേ നാം ആധുനിക ശാസ്ത്രം പഠിക്കാൻ കഴിവുള്ളവരാകൂ. മാക്സ് പ്ലാങ്ക് ഗവേഷണാലയത്തിലെ വിദഗ്ധന്മാർക്ക് ലഭിച്ച അംഗീകാരത്തെപ്പറ്റി കേട്ടപ്പോൾ എനിക്ക് തോന്നിയ വികാരമാണ് മുകളിൽ പറഞ്ഞത്.

ഇനി പ്രകാശസംശ്ലേഷണത്തിന്റെ പ്രധാന ഘട്ടങ്ങളുടെ രഹസ്യങ്ങൾ മുഴുവൻ അറിഞ്ഞുകഴിഞ്ഞാൽ എന്താ ഗുണം? അത്യത്ഭുതകരമായ സാങ്കേതിക വിപ്ലവങ്ങൾക്ക് ആ അറിവുകൾ വഴിവച്ചേക്കാം. ഇലയിലെ ആന്റീനകളുടെ രഹസ്യങ്ങൾ അറിഞ്ഞാൽ അതേതരം ആന്റീനകളെ കൂടുതൽ മെച്ചപ്പെടുത്തി കൃത്രിമമായി ഉപയോഗിക്കാൻ കഴിയും. അതോടെ ചെടികളുടെ സഹായമില്ലാതെ ഇതേവഴിയിൽ നേരിട്ട് സൗരോർജത്തെ നമുക്ക് വൈദ്യുതിയാക്കി മാറ്റാനാകും. അപ്പോൾ ഇന്നത്തേതിലും നല്ല സൗരചൂളകൾ സാധ്യമാകും. പ്രകാശസംശ്ലേഷണത്തെത്തന്നെ കൂടുതൽ മെച്ചമാക്കാൻ കഴിഞ്ഞാലോ? അതായത് അതിന്റെ കാര്യക്ഷമത കൂട്ടാൻ കഴിഞ്ഞാൽ! ഇന്നത്തേതിൽ കൂടുതൽ വെയിലിനെ തിന്നാൻ ഇലകളെ സഹായിച്ചാൽ? എങ്കിൽ കൃഷിയിൽ വിപ്ലവങ്ങളുണ്ടാകും. ഉൽപ്പാദനം കൂടും.... ഇങ്ങനെ പലതും സംഭവിക്കാം. ഇതൊന്നും അസാധ്യമല്ല. പക്ഷേ, സാധ്യമാകണമെങ്കിൽ വേലിക്കെട്ടുകളില്ലാത്ത മനസോടെ ഫിസിക്സും കെമിസ്ട്രിയും ബയോളജിയും യോജിപ്പിച്ചുകൊണ്ട് കൂടുതൽ ഗവേഷണം നടത്തേണ്ടിവരും. അതിന് നമ്മുടെ കുട്ടികളെയും നമുക്ക് തയാറാക്കാം. അവരെ വേലിക്കെട്ടുകൾക്ക് പുറത്തുകൊണ്ടുവന്ന് ശാസ്ത്രം പഠിപ്പിക്കാം.

70

വണ്ടിയോടിച്ച് മണ്ടന്മാരാവുക

കാറുകൾ ഓടുന്നതു കൂടുന്തോറും നാട്ടിൽ മണ്ടന്മാർ കൂടുമോ? അമേരിക്കൻ ശാസ്ത്രജ്ഞന്മാർക്കാണ് സംശയം. ബോസ്റ്റണിലെ കുട്ടികളുടെ ആശുപത്രിയിൽ നടന്ന ഗവേഷണങ്ങളാണ് ഈ സൂചന നൽകുന്നത്.

പെട്രോളിലും പെയിന്റിലും കൂടി പരിസരത്തു പരന്നു മലിനീകരണമുണ്ടാക്കുന്ന വിഷവസ്തുവാണ് ലെഡ് അഥവാ കറുത്തീയം. ഈ കറുത്തീയം ശരീരത്തിൽ കയറിപ്പറ്റും. മുതിർന്നവരിൽ മാത്രമല്ല, കുട്ടികളിലും.

ബോസ്റ്റണിലെ ഡേവിഡ് ബെലിൻ ജറും സഹപ്രവർത്തകരും കുറെ കുട്ടികളുടെ പൊക്കിൾക്കൊടിയിലെ കറുത്തീയത്തിന്റെ അളവ് കണ്ടുപിടിച്ചു. ജനിക്കുമ്പോൾ ആ കുട്ടികളിൽ ഉള്ള കറുത്തീയത്തിന്റെ അളവായി അതിനെ കണക്കാക്കാം. ഇങ്ങനെ കറുത്തീയമെത്രയെന്നു കണക്കാക്കിയ കുട്ടികളെ പിന്നീട് രണ്ടു വർഷക്കാലം നിരീക്ഷിച്ചു. അവരുടെ ഓർമ, പ്രശ്നങ്ങൾ പരിഹരിക്കാനുള്ള കഴിവ്, കാര്യങ്ങൾ മനസിലാക്കാനുള്ള കഴിവ് മുതലായവ കണക്കാക്കി.

ഇതിൽനിന്നും അവർ ഒരു രഹസ്യം കണ്ടെത്തി. ജനനസമയം കൂടുതൽ കറുത്തീയം ശരീരത്തിലുണ്ടായിരുന്ന കുട്ടികൾ എല്ലാറ്റിലും മറ്റു കുട്ടികളുടെ പുറകിലാണ് എന്ന്! ഇതിൽനിന്നുമാണ് കറുത്തീയം മന്ദബുദ്ധികളെ സൃഷ്ടിക്കും എന്നവർ സംശയിക്കുന്നത്.

അവർ പരിശോധിച്ചത് പണക്കാരുടെയും മധ്യവർഗക്കാരുടെയും കുട്ടികളെയായിരുന്നു. ആ കുട്ടികൾക്ക് ലഭിച്ചിരുന്ന ആഹാരത്തിലെ പോഷകങ്ങളുടെ അളവ് വളരെ ഉയർന്ന നിലവാരത്തിലുള്ളതായിരുന്നു. അതിനാൽ അവർക്ക് സാധാരണ കുട്ടികളിലും ബുദ്ധിയുണ്ടെന്നും കണ്ടു.

പാവപ്പെട്ടവരുടെ കുട്ടികളിൽ ഇത്തരമൊരു പഠനം നേരത്തെ നടത്തിയിരുന്നു. കറുത്തീയത്തിന്റെ ദൂഷ്യം അത്തരം കുട്ടികളിൽ കൂടുതലാണ് എന്ന് തെളിഞ്ഞിരുന്നു. അവരുടെ ഭാരം തീരെ കുറവാകുമെന്നും തലച്ചോറിന്റെ വികാസം കുറയുമെന്നും കണ്ടിട്ടുണ്ട്.

അതായത്, വേണ്ടത്ര പോഷകാഹാരം കൂടി ലഭിക്കാത്ത അമ്മമാരുടെ കുട്ടികളിൽ കറുത്തീയത്തിന്റെ കറുത്ത കൈ കൂടുതൽ കരുത്തോടെ പ്രവർത്തിക്കുമെന്ന്! ഇത് ഇന്ത്യാക്കാരെ കൂടുതൽ ഭയപ്പെടുത്തണം. കാരണം, പകുതിയിലേറെ ജനങ്ങൾ ദാരിദ്ര്യത്തിൽ കഴിയുന്ന രാജ്യമാണ് നമ്മുടേത്. ഗർഭിണികൾ എന്നും വിളറിയിരിക്കുന്ന നാട്. ഭൂരിപക്ഷം കുട്ടികളും പോഷകാഹാരക്കുറവു മൂലം വളർച്ച മുരടിച്ചു കഴിയുന്ന നാട്. അവിടെ കറുത്തീയവിഷം കൂടുതൽ മാരകമാകും. അതിന്റെ ശക്തിയിൽ കൂടുതൽ കുട്ടികൾ മണ്ടന്മാരായാൽ അതിശയിക്കേണ്ട!

കാറുകൾ കൂടുന്തോറും റോഡിലേക്ക് അവ തുപ്പുന്ന പുകയും കൂടും. കറുത്തീയവിഷം കൂടുതലായി നാട്ടിൽ പരക്കും. പെയിന്റും അതിന്റെ ഓഹരി മലിനീകരണം നടത്തും. ഈ മലിനീകരണത്തിന്റെ മാരകഫലങ്ങൾ കൂടുതലനുഭവിക്കുക ദരിദ്രരുമായിരിക്കും.

പെട്രോൾ വാഹനങ്ങളുടെ എണ്ണം നിയന്ത്രിക്കുകയും അവയുടെ ഗുണനിലവാരം കർശനമായി പരിശോധിക്കുകയും ചെയ്താലേ ഈ മലിനീകരണം നിയന്ത്രിക്കാനാകൂ.

പ്രൈവറ്റ് കാറുകളുടെ എണ്ണം കുറയ്ക്കണം. കുറച്ചില്ലെങ്കിലും കൂടാതെ നോക്കണം. അതിനുവേണ്ടി പൊതുയാത്രാ സംവിധാനം മെച്ചപ്പെടുത്തണം. തീവണ്ടികളും ബസുകളും വേണ്ടത്ര കൃത്യമായി ഓടിത്തുടങ്ങിയാൽ കാറുകളുടെയും സ്കൂട്ടറുകളുടെയും മറ്റും എണ്ണം കുറയും.

ഇതിനൊക്കെ വിവരമുള്ളവർ കൂടിയാലോചിച്ചു പ്ലാനിങ് നടത്തി യാത്രാസംവിധാനം ശാസ്ത്രീയമാക്കണം. ഇല്ലെങ്കിൽ കാറുകൾ കൂടും. മണ്ടന്മാരും കൂടിവരും. മണ്ടികളും തഥൈവ.

71

കൃത്രിമ കരിങ്കല്ല്

കരിങ്കല്ലിലും നല്ല കല്ല് കൃത്രിമമായി ഉണ്ടാക്കാമെന്ന് റഷ്യൻ ശാസ്ത്രജ്ഞന്മാർ കണ്ടുപിടിച്ചിരിക്കുന്നു. സൈഗ്രാൻ എന്നാണീ കൃത്രിമ കരിങ്കല്ലിന്റെ പേര്. സാധാരണ കരിങ്കല്ലിന്റെ ഇരട്ടി ബലമുണ്ട് ഇതിന്. വെള്ളം ഒട്ടും വലിച്ചെടുക്കുകയുമില്ല. എത്ര അമർത്തിയാലും അമരുകയുമില്ല. മാത്രമോ ഈ കൃത്രിമ കരിങ്കല്ലിന് സാധാരണ കരിങ്കല്ലിലും വില കുറവായിരിക്കും.

വെറുതെ കളഞ്ഞു വന്ന ഒരു വസ്തുവിൽനിന്നാണീ കൃത്രിമകരിങ്കല്ല് ഉണ്ടാക്കുന്നതെന്നതാണ് ഏറ്റവും ആകർഷകമായ വസ്തുത. ഇരുമ്പുണ്ടാക്കുന്നത് ബ്ലാസ്റ്റ് ഫർണസ് എന്ന ചൂള ഉപയോഗിച്ചാണ്. ഇരുമ്പയിരിലുള്ള മാലിന്യങ്ങൾ മാറ്റാൻ ഉൽപ്പാദനവേളയിൽ ചൂളയിലേക്ക് ചുണ്ണാമ്പുകല്ലും ചേർക്കും. മാലിന്യം ചുണ്ണാമ്പുകല്ലുമായി പ്രവർത്തിച്ച് ഒരു ദ്രാവകമായി മാറിപ്പോകും! ഈ ദ്രാവകത്തിന്റെ പേരാണ് സ്ലാഗ് (Slag). യാതൊന്നിനും കൊള്ളാത്തതിനാൽ വെറുതെ കളയുന്ന ഒരു വസ്തു. അതുപയോഗിച്ചാണ് കൃത്രിമ കരിങ്കല്ലുണ്ടാക്കാമെന്ന് കണ്ടെത്തിയിരിക്കുന്നത്. പലവിധ ആകൃതികളിൽ ആകർഷകങ്ങളായ പലതരം നിറങ്ങളിൽ ഈ സൈഗ്രാൻ ഉൽപ്പാദിപ്പിക്കാം. ഇഷ്ടികരൂപത്തിൽ മാത്രമല്ല നാടരൂപത്തിലും ഇതു വാർത്തെടുക്കാം. വിലകൂടിയ മാർബിളും മറ്റുംകൊണ്ട് അലങ്കരിക്കേണ്ട സ്ഥലങ്ങളിൽ ഇനി ഈ വിലകുറഞ്ഞ സൈഗ്രാൻ ഉപയോഗിക്കാമെന്നാണ് സോവിയറ്റ് ശിൽപ്പികൾ കരുതുന്നത്. അത്രയും നന്ന്.

പരമ്പരാഗത കെട്ടിടനിർമാണ വസ്തുക്കൾ ഇല്ലാതായി വരുന്നു. നമ്മുടെ നാട്ടിലും നല്ല വെട്ടുകല്ല് കിട്ടാനില്ലാതായിരിക്കുന്നു. കരിങ്കല്ലിനോ തീപിടിച്ച വിലയും. കാലക്രമേണ കരിങ്കല്ലും ഇല്ലാതാ

കും. കെട്ടിടങ്ങൾ ചെലവുകുറച്ചു നിർമിക്കാനുള്ള വഴികൾ കണ്ടെത്താതെ പറ്റില്ല. അതിനുള്ള ഗവേഷണങ്ങൾ എത്ര നടത്തിയാലും പോരാ. പക്ഷേ പല വിദഗ്ധരും കെട്ടിടംപണിക്ക് ഏറ്റവും കൂടുതൽ പണം എങ്ങനെ ചെലവാക്കാമെന്നാണ് ഗവേഷണം നടത്തുന്നത്! സിമന്റിന്റെയും കമ്പിയുടെയും തടിയുടെയും ഉപയോഗം പരമാവധി കുറച്ച് നല്ല വീടുകൾ എങ്ങനെ ഉണ്ടാക്കാം എന്നു കണ്ടെത്തണം. പ്രതിഭാശാലിയായ ബേക്കർ കേരളത്തിൽ ഈ രംഗത്തു വലിയ സംഭാവനകൾ നടത്തിയിട്ടുണ്ട് എന്ന കാര്യം ഓർക്കുക.

നമ്മുടെ നാട്ടിലും ഉപയോഗിക്കാതെ കളയുന്ന പല പദാർഥങ്ങളും ഉണ്ട്. അവയൊക്കെ ഉപയോഗപ്രദമായ ഉൽപ്പന്നങ്ങളാക്കി മാറ്റാൻ കഴിയണം. പുതിയ കെട്ടിടനിർമാണ വസ്തുക്കളും ആ ഗവേഷണപരമ്പരകളിലൂടെ നാട്ടിലുണ്ടാക്കാൻ കഴിഞ്ഞില്ലെങ്കിൽ കെട്ടിടംപണി അസാധ്യമാകുന്ന കാലം വരും.

72

മീനോ ഇറച്ചിയോ?

മീനോ ഇറച്ചിയോ? എതു തിന്നുന്നതാണ് നന്ന്? ഇറച്ചി ഒഴിവാക്കി മീൻ തിന്നാൽ ഹൃദയസ്തംഭനം ഒഴിവാക്കാം എന്ന് ചില വിദഗ്ധന്മാർ ചൂണ്ടിക്കാട്ടുന്നു.

ധ്രുവപ്രദേശത്തു ജീവിക്കുന്ന പ്രാകൃത വർഗക്കാരാണല്ലോ എസ്കിമോകൾ. ജപ്പാൻകാരോ പരിഷ്കാരികൾ. സമ്പന്നർ. പക്ഷേ എസ്കിമോകൾക്കിടയിലാണ് ഹൃദയസ്തംഭനം കുറവ്. ജപ്പാൻകാർക്കിടയിൽ കൂടുതലും. എക്സിമോകൾക്ക് ഹൃദയമില്ലാഞ്ഞിട്ടൊന്നുമല്ല കേട്ടോ. രണ്ടു കൂട്ടരുടേയും ആഹാരരീതിയാണ് കാരണം. എസ്കിമോകൾ ധാരാളം മീൻ കഴിക്കും. ജപ്പാൻകാർ ഇറച്ചിയും. ഇതിൽനിന്നും മീൻതീനികളേക്കാൾ ഇറച്ചിതീനികൾക്കിടയിൽ ഹൃദയ സ്തംഭനനിരക്ക് കൂടുതലായിരിക്കും എന്ന് അനുമാനിക്കണമല്ലോ.

മാംസ്യസമൃദ്ധമായ ഒന്നാംതരം ആഹാരപദാർഥമാണ് മീൻ. പക്ഷേ, മനുഷ്യർക്ക് പല മീനുകളും ഇഷ്ടമല്ല. പ്രത്യേകിച്ചും പൊടിമീനുകളും ചെറുമീനുകളും. അവയുടെ സ്വാദില്ലായ്മയാണ് ഒരു കാരണം. അല്ല, സ്വാദില്ലായ്മയല്ല, മാറിയ സ്വാദാണ് കാരണം. അവയിലെ ചെറുമുള്ളുകളാണ് കാരണം. അവയ്ക്ക് ഗമപോരെന്നു കരുതുന്നവരുമുണ്ട്! കാരണം വിലകുറവാണല്ലോ. ലോകമെങ്ങും ഈ സ്വഭാവമുണ്ട്. കേരളത്തിൽ മാത്രമല്ല, അതിനാൽ ആകെ ഉൽപ്പാദിപ്പിക്കുന്ന തിന്നാവുന്ന മീനുകളിൽ എഴുപതു ശതമാനവും വേണ്ടവിധത്തിൽ ഉപയോഗിക്കാതെ നഷ്ടപ്പെടുകയാണ് എന്ന് യു എസ് എ യിലെ കോർണർ യൂണിവേഴ്സിറ്റിയിലെ വിദഗ്ദ്ധന്മാർ പറയുന്നു.

ഇതിനെന്താണ് മാർഗം? ഇത്തരം പൊടിമീൻ, ചെറുമീൻ തര

ങ്ങളെ ശേഖരിച്ച് ആകർഷകങ്ങളായ വിഭവങ്ങൾ ഉണ്ടാക്കുക തന്നെ വഴി. ആധുനിക യന്ത്രങ്ങൾ ഉപയോഗിച്ച് ഈ മീനുകളിൽനിന്നും മുള്ളുകൾ പൂർണമായി മാറ്റാൻ കഴിയും. മീനിന്റെ ദശമാത്രം ശേഖരിക്കാൻ കഴിയും. അതുകൊണ്ട് സ്വാദുള്ള വിഭവങ്ങൾ ഉണ്ടാക്കുക തന്നെ നല്ല മാർഗം.

പ്രകൃതി ഏറെ പാടുപെട്ടാണ് നമുക്കുവേണ്ട ആഹാര പദാർഥങ്ങൾ ഉണ്ടാക്കുന്നതെന്ന് ഓർക്കുക. പൊടിമീനുകൾ ഉണ്ടാക്കുന്നതിലും പാടാണ് വൻമീനുകൾ ഉണ്ടാക്കാനും ഇറച്ചിതരുന്ന മാടുകളെയും കോഴികളേയും മറ്റും ഉണ്ടാക്കാനും. പൊടിമീനുണ്ടാക്കാൻ പ്രകൃതിക്ക് കുറച്ച് ഊർജമുപയോഗിച്ചാൽ മതി എന്നർഥം. അതിനാൽ പ്രകൃതിസ്നേഹികൾ പൊടിമീനുകൾ തിന്ന് പ്രകൃതിയെ സഹായിക്കുകയാണ് വേണ്ടത്.

ഒരു കാര്യംകൂടി മീൻ തിന്നാനും ഇറച്ചി തിന്നാനും കൊതിയുള്ളവർ അറിയണം. മീൻപിടുത്തക്കപ്പലുകളും വൻ വലകളുമുപയോഗിച്ചുള്ള വൻതോതിലുള്ള മത്സ്യം പിടിക്കൽ കടലിന്റെ നട്ടെല്ലു തകർക്കും. പൊടിമീനുകളെ നശിപ്പിക്കും. കടലിലെ സന്തുലനം തകരാറാക്കും. ചെറിയ തോതിൽ കടലിനെ കരയിക്കാതെ നടത്തുന്ന മീൻപിടുത്തമേ ഭാവിയിൽ നമുക്കു മീൻ ലഭിക്കാനുള്ള സാധ്യത നിലനിർത്തൂ.

രസകരമായ മറ്റൊരു കാര്യം കൂടി അറിയണം. വലിയ മീൻപിടുത്തക്കാരായ ജപ്പാൻകാർക്ക് ഇപ്പോൾ അവരുടെ കടൽത്തീരത്തുനിന്നും മീൻ പിടിക്കാൻ വയ്യ! കാരണം വ്യാവസായിക മലിനവസ്തുക്കൾ ഒഴുക്കി അവർ അവരുടെ കടൽ ഉപയോഗശൂന്യമാക്കിയിരിക്കുന്നു. അവിടത്തെ മീനുകളിൽ മാരകമായ മെർക്കുറി (രസം) അടങ്ങിയിരിക്കുന്നു. ആ മീനുകൾ തിന്നാൻ കൊള്ളാതായിരിക്കുന്നു!

അതിനാൽ "മീൻ തിന്നൂ" എന്ന് ഉപദേശിക്കുന്ന വിദഗ്ധന്മാർ തന്നെ കടലിനേയും കരയേയും മലിനമാക്കുന്നതു തുടർന്നാൽ അവസാനം "മീൻ തിന്നരുതേ" എന്ന് ഉപദേശിക്കേണ്ടിവരും.

73

കുളിമുറികൾ കൂടരുത് കുറയരുത്

ശാസ്ത്രം വളരുന്നു. അതിന്റെ ആഴവും പരപ്പും കൂടുന്നു. അതനുസരിച്ച് ഗവേഷണ വിഷയങ്ങളുടെ വൈവിധ്യവും കൂടുന്നു. എന്തൊക്കെ വിഷയങ്ങളിലാണ് ഇപ്പോൾ ഗവേഷണം നടക്കുന്നതെന്നു കേട്ടാൽ ആരും അത്ഭുതപ്പെട്ടു പോകും.

വായിൽ നാറ്റമുണ്ടാക്കുന്ന വസ്തുക്കൾ വേർതിരിച്ചെടുത്ത്, അവയുടെ ഘടനകൾ കണ്ടുപിടിച്ച്, ആ ദുർഗന്ധ രാജാക്കന്മാരെ തിരിച്ചറിഞ്ഞതായി ഒരു വാർത്ത കുറേനാൾ മുൻപ് വായിച്ചു. കണ്ടോ വായ്നാറ്റ വസ്തുക്കളിൽവരെ ഗവേഷണമാകാം. എത്ര നാറ്റമുള്ള വായകൾ പരതിയാകാം ആ വസ്തുക്കളെ ശേഖരിച്ചത്! രസതന്ത്രത്തിലെ ആധുനിക വിദ്യകൾ ഉപയോഗിച്ചാണ് ആ ദുർഗന്ധവീരന്മാരെ വേർതിരിച്ചതെന്ന് ഓർക്കുക. ഗവേഷണം നടത്താൻ വിഷയമില്ലെന്നു പരിതപിക്കുന്നവർ ഇതുവല്ലതുമറിയുന്നുണ്ടോ ആവോ!

ഇതാ ഇപ്പോൾ രസകരമായ മറ്റൊരു ഗവേഷണ വാർത്ത. വീട്ടിലെ കുളിമുറികളുടെയും കക്കൂസുകളുടെയും എണ്ണവും കുടുംബാംഗങ്ങളുടെ ആരോഗ്യവുമായുള്ള ബന്ധമാണ് ഗവേഷണവിഷയം. യു എസ് എ യിലെ ഇന്ത്യാനയിലെ ഇരുന്നൂറു കുടുംബങ്ങളെയാണ് ഗവേഷണത്തിന് വിധേയമാക്കിയത്. എന്താണ് ഗവേഷണഫലമെന്നോ? ആവശ്യത്തിനു കുളിമുറികൾ (കക്കൂസ് ഉൾപ്പെടെ) ഇല്ലെങ്കിൽ കുടുംബത്തിൽ വൈകാരിക സമ്മർദമുണ്ടാകും. പിരിമുറുക്കമുണ്ടാകും. തീർച്ചയായും അത് കുടുംബാംഗങ്ങളുടെ ആരോഗ്യത്തെയും ബാധിക്കും.

ഒറ്റ കുളിമുറി മാത്രമുള്ള കുടുംബങ്ങളിലെ അൻപതു ശതമാനമാളുകൾക്കും വൈകാരിക സമ്മർദം കണ്ടു. വേണ്ടത്ര സ്വകാര്യ സ്വഭാവം അവർക്ക് ജീവിതത്തിൽ ലഭിക്കുന്നില്ലെന്നു കണ്ടു. അത്തരം കുടുംബങ്ങളിൽ ഒരു കുളിമുറി കൂടി ഉണ്ടായപ്പോൾ അവരുടെ മാനസികാരോഗ്യം വളരെ കൂടിയതായും കണ്ടെത്തി.

വലിയ ഗവേഷണമൊന്നും നടത്താതെ തന്നെ നമുക്കീ കാര്യം ബോധ്യമാകും. കക്കൂസിൽ പോകാൻ ഓടിച്ചെല്ലുമ്പോൾ അകത്ത് മറ്റാരെങ്കിലും അടയിരിക്കുന്നതുകണ്ടാൽ എങ്ങനെ സഹിക്കും? പലർക്കും കുളിമുറിയിൽ കയറിയാൽ പിന്നെ ഇറങ്ങണമെന്നേയില്ല. ചിലർക്ക് അപ്പോഴാണ് പാട്ടുവരുക. ആ "കുളിമുറി ഗായക"രുണ്ടോ അറിയുന്നു പുറത്തു കാത്തുനില്ക്കുന്നവന്റെ വിഷമങ്ങൾ!

ഇപ്പോൾ സാധാരണക്കാർപോലും വീടു പണിയുമ്പോൾ അനാവശ്യമായി ഏറെ പണം കളയുന്നുണ്ട്. വേണ്ടത്ര കുളിമുറികൾ (കക്കൂസുൾപ്പെടെ) വീട്ടിലുണ്ടാകാൻ അവർ ശ്രദ്ധിക്കണമെന്നർഥം.

വീട്ടിൽ കുളിമുറികൾ കൂടിയാലും കുഴപ്പമാണ്. അവയെല്ലാം വൃത്തിയാക്കി വയ്ക്കാനുള്ള വിഷമം കുടുംബാംഗങ്ങളിൽ വൈകാരിക സമ്മർദമുണ്ടാക്കും! അതിനാൽ മൂന്നിലധികം കുളിമുറികൾ

സാധാരണ വീടുകളിൽ വേണ്ട എന്നാണ് ഈ ഗവേഷണങ്ങൾക്ക് നേതൃത്വം കൊടുത്ത എം ഇൻമാൻ ഉപദേശിക്കുന്നത്.

ഭാരതത്തിന്റെ ദയനീയമായ അവസ്ഥകൂടി ഓർക്കുക. ഇവിടെ കോടിക്കണക്കിനു കുടുംബങ്ങൾക്ക് സ്വന്തം പാർപ്പിടങ്ങളില്ല. അവരുടെ മാനസികമായ പിരിമുറുക്കങ്ങളെപ്പറ്റി ഭാഗ്യത്തിന് ആരും ഗവേഷണം നടത്തുന്നില്ല. അവർക്ക് പ്രകൃതിയുടെ വിളികൾ അനുസരിക്കാൻ എന്തുണ്ടു മാർഗം? ചേരികളിലും തെരുവുകളിലും ജീവിച്ചു വളരുന്ന ആ മനുഷ്യപുത്രന്മാർ മനോരോഗികളും കുറ്റവാളികളും മറ്റുമാകാൻ കാരണം നമുക്ക് ഊഹിക്കാൻ കഴിയും. സ്വന്തം വീടു നൽകുന്ന ശാന്തിയിൽ വളർന്നിരുന്നെങ്കിൽ അവർ എത്ര മാറിപ്പോകുമായിരുന്നു!

നമ്മുടെ ഗവേഷകർ ഇവിടുത്തെ പാവങ്ങളുടെ പാർപ്പിടങ്ങളെപ്പറ്റിയും അവരുടെ മാനസികമായ പിരിമുറുക്കങ്ങളെപ്പറ്റിയും ഗവേഷണങ്ങൾ നടത്തി സത്യങ്ങൾ പുറത്തു കൊണ്ടുവരും എന്നാശിക്കാം.

74

നാടൻ മരുന്നുകൾക്ക് നല്ലകാലം

ഓരില, മാവില, അത്തി, ഇത്തി, ആടലോടകം, അമൃത്, കുറുന്തോട്ടി, കച്ചോലം, നറുനീണ്ടി.... നമ്മുടെ നാട്ടിൽ ഇങ്ങനെ എത്രയെത്ര ഔഷധസസ്യങ്ങൾ ഉണ്ട്. ആഫ്രിക്കൻ രാജ്യങ്ങളിലും ഇങ്ങനെ ലക്ഷക്കണക്കിന് ഔഷധസസ്യങ്ങളുണ്ട്. അവയുപയോഗിച്ചുള്ള നാടൻ ചികിത്സകളുമുണ്ട്. ആഫ്രിക്കയിലെ ഗ്രാമങ്ങളിലും നാടുകളിലും ഒതുങ്ങിക്കഴിയുന്ന എത്രയോ സമൂഹങ്ങൾക്കിടയ്ക്ക് എത്രയെത്രതരം നാടൻ മരുന്നുകളും ചികിത്സാരീതികളും ഇന്നും നിലനിൽക്കുന്നു. മന്ത്രവാദികളുടെയും മറ്റും കൈകളിലാണ് ആ ചികിത്സാരഹസ്യങ്ങളിൽ നല്ലൊരു പങ്ക്.

നാടൻ മരുന്നുകളെ കണ്ടെത്തുകയും അവയുടെ യഥാർഥ ശക്തി പരീക്ഷിച്ചറിയുകയും ചെയ്യാൻ കെനിയയുടെ വൈദ്യഗവേഷണ സ്ഥാപനം പരിപാടിയിട്ടിരിക്കുന്നു. ആധുനിക ആശുപത്രികളിൽ ലഭ്യമായ ഗവേഷണ സൗകര്യങ്ങളാണ് ഇതിനുപയോഗിക്കുന്നത്. ലോകാരോഗ്യ സംഘടനയുടെ സഹായത്തോടെ, മറ്റ് അനേകം രാഷ്ട്രങ്ങളുടെ സഹകരണത്തോടെ വിപുലമായ ഒരു പരീക്ഷണപരമ്പരയാണ് നടത്തുക. അത് വിജയിച്ചാൽ ഈ മരുന്നുകളെപ്പറ്റി ഇന്നും ഗ്രാമങ്ങളിൽ നിലനിൽക്കുന്ന രഹസ്യങ്ങൾ പുറത്താകും എന്നു കരുതണം.

ഈ ഗവേഷണം ആരംഭിച്ചിട്ടേയുള്ളൂ. എന്നാൽ ആശാവഹമായ പല സൂചനകളും ഇപ്പോൾ തന്നെ ലോകമെങ്ങും നിന്നു ലഭിച്ചിട്ടുണ്ട്. ആസ്ത്മയ്ക്കു പുഷ്കരമുല്ല ഒരു നല്ല ഔഷധമാണെന്ന് ലക്നൗവിലെ കിംഗ് ജോർജ് മെഡിക്കൽ കോളേജിലെ ഗവേഷകർ കണ്ടെത്തിയതായി വാർത്ത വന്നത് ഓർക്കുക. ഒരു നാടൻ ചെടിയിൽനിന്നും എടുത്ത മരുന്ന് ക്യാൻസർ ചികിത്സയ്ക്ക് ഫലപ്രദമാണെന്ന് എലികളിൽ നടത്തിയ പരീക്ഷണങ്ങൾ സൂചിപ്പി

ക്കുന്നതായി മദ്രാസിൽനിന്ന് വാർത്തയുണ്ട്. ഔഷധശക്തിയുള്ള അനേകം രാസവസ്തുക്കൾ ചെടികളിൽനിന്നും ജപ്പാൻകാർ വേർതിരിച്ചെടുത്തതായും അറിയുന്നു.

ലോകാരോഗ്യ സംഘടനയിലെ വിദഗ്ധനായ പ്രൊഫ. നോർമാൻ ആർ ഫൗൺസ് വർത്ത് പറയുന്നത് എന്താണെന്നോ? വികസ്വരരാഷ്ട്രങ്ങളിലെ സസ്യസമ്പത്തിനെപ്പറ്റി ഗൗരവമായി യാതൊന്നും ഇതുവരെ പഠിച്ചിട്ടില്ലെന്ന്. വിശദമായ പഠനം അനേകം ഔഷധങ്ങൾ വേർതിരിച്ചെടുക്കുന്നതിൽ കലാശിക്കും. അവയുടെ ഉൽപ്പാദനം അതാതു രാജ്യങ്ങളിൽ നടത്താനും കഴിയും.

ഇന്ത്യയിൽ പ്രത്യേകിച്ച് കേരളത്തിൽ അറിയപ്പെടാത്ത എത്രയോ ഔഷധച്ചെടിയും നഷ്ടപ്പെടാതെ നിലനിൽക്കുന്ന എത്രയോ ചികിത്സാരീതികളും ഉണ്ട്. ഗ്രാമങ്ങളിൽ ആരോരുമറിയാതെ, പല നാടൻ ചികിത്സകരുടെയും ഓർമയിൽ മാത്രം അവശേഷിക്കുന്ന രഹസ്യവിവരങ്ങൾ കാലം ചെല്ലുംതോറും നഷ്ടപ്പെടും. അപ്പോൾ കെനിയയിൽ നടക്കുന്നതരം വിപുലമായ ഗവേഷണങ്ങൾ ഈ രംഗത്ത് ഭാരതത്തിൽ – പ്രത്യേകിച്ച് കേരളത്തിൽ നടത്തേണ്ടതുണ്ട്. ഔഷധച്ചെടികളെ തിരിച്ചറിയുക, അവയിലെ ഔഷധവീര്യമുള്ള രാസവസ്തുക്കൾ വേർതിരിച്ചെടുക്കുക, അവയെ ആധുനിക ഗവേഷണ നിലവാരത്തിൽ പരീക്ഷിച്ച് ഫലപ്രദമാണോ എന്നറിയുക, അവയുടെ സ്വഭാവങ്ങൾ പഠിക്കുക തുടങ്ങി എന്തെല്ലാം ഈ രംഗത്ത് ചെയ്യേണ്ടതുണ്ട്.

നാടൻ ചികിത്സയും മറുനാടൻ ചികിത്സയും നടത്തുന്നവർ പരസ്പരം മിണ്ടാൻ മടിക്കുകയും പരിഹസിക്കുകയും ചെയ്യുന്ന നാട്ടിൽ ഇത്തരമൊരു കൂട്ടായ ഗവേഷണം എങ്ങനെ നടത്താനാകും? ഗവേഷണത്തിൽ യഥാർഥ താൽപ്പര്യമുള്ളവർ ചിന്തിക്കട്ടെ. തൽക്കാലം നമുക്ക് നമ്മുടെ നാട്ടിലെ നൂറുകണക്കിനുള്ള ഔഷധച്ചെടികളെ പരിരക്ഷിക്കാൻ ആകുന്നതൊക്കെ ചെയ്തു കാത്തിരിക്കാം.

75

നനഞ്ഞാലും വിടാത്ത പശ

ഒട്ടിപ്പിടിക്കാനുള്ള കഴിവാണല്ലോ പശയുടെ ഗുണം. പക്ഷേ പല പശകളും വെള്ളം കണ്ടാൽപ്പിന്നെ ഒട്ടിപ്പിടിക്കാൻ മറന്നുപോകും. അതാണല്ലോ സ്റ്റാമ്പ് ഒട്ടിച്ചിരിക്കുന്ന കവർ വെള്ളത്തിലിട്ടാൽ അൽപ്പനേരം കഴിയുമ്പോൾ സ്റ്റാമ്പ് എളുപ്പത്തിലിളകിപ്പോരുന്നത്.

പക്ഷേ എത്രനേരം വെള്ളത്തിലിട്ടാലും ഒട്ടിപ്പിടിക്കൽ സ്വഭാവം മാറ്റാത്ത പശകളും ഉണ്ട്. കടലിൽ കപ്പലിന്റെ പള്ളയിൽ പറ്റിപ്പിടിച്ചിരിക്കുന്ന ചിലതരം കക്കകൾ ഉണ്ട്. അവയ്ക്ക് സ്വയം സഞ്ചരിക്കാൻ കഴിവില്ല. അതിനാലാണ് ഇങ്ങനെ കപ്പലിലും മറ്റും പറ്റിപ്പിടിച്ചുകൂടുന്നത്. കപ്പൽ പോകുന്ന വഴിയെല്ലാം സഞ്ചരിച്ച് ആഹാരം തേടി വളരാം. കപ്പൽക്കമ്പനിക്കു കാശുകൊടുക്കാതെയുള്ള ഈ യാത്രയ്ക്ക് കക്കകളെ സഹായിക്കുന്നത് ഒരുതരം പശയാണ്. കക്കകൾ പുറത്തുവിടുന്ന ഒരു ദ്രാവകമാണത്. ഈ കക്കാപ്പശ കപ്പലുമായി കക്കയെ ഒട്ടിപ്പിടിപ്പിക്കുന്നു. കടലിൽ വെള്ളത്തിനടിയിലാണ് ഇങ്ങനെ കക്ക കപ്പലിൽ പിടിച്ചിരിക്കുന്നതെന്ന് ഓർക്കണം. മുഴുവൻ സമയവും വെള്ളത്തിലിരുന്നാലും ഈ പശപിടുത്തം വിടുകയില്ല.

എങ്കിലതു കൊള്ളാമല്ലോ? എന്താണീ പശ? അതു വേർതിരിച്ചെടുക്കാമോ? അതിന്റെ ഘടന കണ്ടെത്താമോ? അതു കൃത്രിമമായി ഉണ്ടാക്കാമോ? ഉപയോഗിക്കാമോ? ഇതായിരുന്നു കഴിഞ്ഞ പത്തോളം വർഷമായി ഒരു ശാസ്ത്രജ്ഞന്റെ ഗവേഷണവിഷയം. ജെ ഹെർബർട്ട് വെയ്റ്റ് എന്ന ആ ശാസ്ത്രജ്ഞൻ തന്റെ സഹപ്രവർത്തകരുമായി യോജിച്ച് നീണ്ട ഗവേഷണം നടത്തി. മൂവായിരത്തിലേറെ കക്കകളിൽനിന്നും വളരെ ശ്രദ്ധിച്ച് ഈ പശ ശേഖ

രിച്ചു. അതിന്റെ ഘടന കണ്ടുപിടിച്ചു. അതിലെ മുഖ്യവസ്തു കൃത്രിമമായി നിർമിക്കുകയും ചെയ്തു.

ഈ പശരാജാവിന് പല ഉപയോഗങ്ങളും ഉണ്ടാകും. ഉപ്പുവെള്ളത്തിലും വിടാത്ത പശയാണല്ലോ ഇത്. പല്ലും എല്ലും നന്നാക്കാനും മറ്റും ഇത് പ്രയോജനപ്പെട്ടേക്കും. വൈദ്യശാസ്ത്രത്തിലും ഇതിന് വേറെയും ഉപയോഗങ്ങൾ ഉണ്ടാകും. ഈ പശ മറ്റു പശകളെ തന്നോട് ഒട്ടാൻ അനുവദിക്കുകയില്ലപോലും. അതിനാൽ ഈ കുലീനനെ കപ്പലിന്റെ പള്ളയിൽ പുരട്ടിയാൽ മറ്റു സമുദ്രജീവികൾക്ക് കപ്പലിൽ പറ്റിപ്പിടിക്കാൻ കഴിയാതെയും വരും.

നോക്കണേ ഗവേഷണത്തിന്റെ വഴി. പ്രകൃതിയുടെ ഒരു സന്താനമാണ് ഈ കക്ക. അതായത് ഈ പശയും പ്രകൃതിയുടെ സൃഷ്ടിതന്നെ. ആ പശയെ കണ്ടെത്തി പഠിച്ച് പ്രകൃതിയെ അനുകരിക്കുകയാണ് ശാസ്ത്രജ്ഞൻ. പ്രകൃതിയുടെ പശയുടെ ഘടന കണ്ടെത്തിയാൽ പിന്നെ പരീക്ഷണശാലയിൽ അതുണ്ടാക്കാൻ തന്മാത്രാശിൽപ്പികളായ രസതന്ത്രജ്ഞന്മാർക്കു കഴിയുന്നു. അതു പിന്നീടു കൂടുതൽ മെച്ചപ്പെടുത്തിയേക്കാനും മതി. അങ്ങനെ ഉൽപ്പാദിപ്പിക്കുന്ന വസ്തു പുതിയ വ്യവസായ സാധ്യതകളും നൽകുന്നു. അങ്ങനെ നീണ്ടുപോകുന്നു ഗവേഷണപാത. അന്വേഷണത്തിന്റെ പാത. കണ്ടെത്തലുകളുടെ രാജപാത!

76

തിന്നാവുന്ന ചീട്ടുകൾ

ചീട്ടുകളിച്ചു വിശക്കുമ്പോൾ കൈയിലിരിക്കുന്ന ചീട്ടുകൾത ന്നെ കറുമുറാ കടിച്ചുതിന്നുക. കേട്ടാൽ ഭ്രാന്തെന്നു തോന്നും. പക്ഷേ ജപ്പാനിൽ അതാണിന്ന് പരിഷ്കാര ഭ്രാന്ത്. തിന്നാവുന്ന ചീട്ടുകൾ ഇറക്കിയ കമ്പനികളുടെ ഭാവനയെത്തന്നെ കടത്തിവെട്ടി അത്തരം ചീട്ടുകൾക്ക് ആവശ്യക്കാർ ഏറിയിരിക്കുന്നു. ചെറുപ്പക്കാരുടെ ഹ രമായി മാറിയിരിക്കുന്നു അവ. കാമുകിമാരുമൊത്ത് ചീട്ടുകളിച്ചു ര സിക്കുന്നതിനിടയിൽ മധുരമുള്ള ചീട്ടിന്റെയറ്റം അടർത്തി കാമുകി യുടെ വായിൽ വച്ചു കൊടുക്കുന്നതിലുമില്ലേ ഒരു നിർവൃതി? കാ ണും. അനുഭവിച്ചു നോക്കിയവരോട് ചോദിച്ചാലല്ലേ അറിയൂ. ഏ തായാലും തിന്നുംചീട്ടുകൾക്ക് ആവശ്യക്കാർ അധികം തന്നെ.

ഏതു സ്വാദിലുമുണ്ട് ചീട്ടുകൾ. മൂരിയിറച്ചി പ്രിയന്മാർക്ക് ആ സ്വാദിലുള്ള ചീട്ട്. ചോക്കലേറ്റ് പ്രേമികൾക്ക് ചോക്കലേറ്റ് ചീട്ടുകൾ. ആപ്പിൾ ഭ്രാന്തന്മാർക്ക് ആപ്പിളിന്റെ സ്വാദുള്ള ചീട്ടും! കൈത ച്ചക്കയോ മാങ്ങയോ മൊട്ടയോ ഏതും ഉണ്ട്. സാക്ഷാൽ ചീട്ടായി ത്തന്നെ. ഭാവിയിൽ ഒരുപക്ഷേ ചീട്ടിന്മേൽ കാമദേവന്റെ ചിത്രമോ പ്രേമചിഹ്നമായ ഹൃദയമോ അമ്പോ അച്ചടിച്ചിറക്കിയേക്കും. കാ മുകി നൽകുന്ന ഹൃദയച്ചീട്ട് വായിലിട്ടലിയിച്ച് സായൂജ്യമടയാമല്ലോ ചീട്ടുകളിക്കുശേഷം!

സംഗതി വളരെ നിസ്സാരം. ആഹാരപദാർഥം (അതു കപ്പപ്പൊടി യായാലും മതി) കുഴച്ചു മാവാക്കി പപ്പടംപോലെ പരത്തി അൽപ്പ മൊന്നുണക്കി യന്ത്രമുപയോഗിച്ച് കനം കുറഞ്ഞ കടലാസുപോ ലാക്കി ചീട്ടിന്റെ ആകൃതിയിൽ മുറിച്ചെടുത്ത് അതിന്മേൽ പഞ്ചസാ രക്കുഴമ്പോ മറ്റോ തേച്ച് വേണ്ട അച്ചടികളും നടത്തിയെടുക്കുക. അത്രതന്നെ. കടലാസിനുപകരം കപ്പപ്പൊടി അഥവാ അരിപ്പൊടി.

ഏതു സ്വാദുവേണമെങ്കിലും അതിനുള്ള പൗഡറും ചേർക്കാം. മുരിയിറച്ചിസ്വാദോ മാമ്പഴസ്വാദോ ഏതും ലഭ്യമാണ്. അതും ചേർക്കുക.

തിന്നാവുന്ന ചീട്ടിറക്കുന്ന കമ്പനികൾ ഇനി പെരുകും. അവർ തമ്മിൽ മത്സരിക്കും. അവരുടെ ചീട്ടുകൾ തിന്നാൽ ആരോഗ്യഹാനിയുണ്ടാകില്ലെന്ന് അവർ തെളിയിക്കും. നാട്ടിലെ യുവാക്കന്മാരുടെ ഹരമായ സിനിമാനടി ചിരിച്ചുകൊണ്ടു ടെലിവിഷനിൽ പറയും: ഞാൻ ഇന്ന കമ്പനിയുടെ ചീട്ടുതിന്നാ ഇത്ര സുന്ദരിയായതെന്ന്! നാട്ടിലെ ഹീറോയ്ക്ക് പ്രേമസാഫല്യം ലഭിച്ചത് ഇന്ന കമ്പനിയുടെ ചീട്ടു കാമുകിക്കു കൊടുത്തുമയക്കിയാണെന്നും പരസ്യം വരും. അതോടെ ചീട്ടു തിന്നുന്നവരുടെ എണ്ണവും കൂടും.

പർവതാരോഹണം നടത്തുന്നവർക്ക് കളിക്കാനാണ് ചീട്ട് ആദ്യം ഉണ്ടാക്കിയത്. അവർക്ക് ഉയരങ്ങളിൽ എത്തുമ്പോൾ സഹിക്കാൻ വയ്യാത്ത വിശപ്പു വരുമ്പോൾ വേണ്ടിവന്നാൽ തിന്നാനും കഴിയണമെന്ന ഉദ്ദേശ്യത്തിൽ. പക്ഷേ ഇപ്പോൾ പർവതം കാണാത്തവർക്കും ഈ തീറ്റച്ചീട്ടു മതി. കമ്പനികൾക്കോ ലാഭക്കൊയ്ത്ത്.

ശാസ്ത്രസാങ്കേതിക രംഗങ്ങളിലെ പുരോഗതി ഇത്തരം എന്തെല്ലാം ഭ്രാന്തുകൾക്കും അവസരമുണ്ടാക്കുന്നു എന്നോർത്തു നമുക്കു ചിരിക്കാം. ചിന്തിച്ചുകരയാം.

77

ഒറ്റവൈക്കോൽ വിപ്ലവം

നിലമുഴാതെ, വളമിടാതെ, കീടനാശിനികൾ തളിക്കാതെ കൃഷി ചെയ്യാമോ? "കൃഷി ചെയ്യാം. പക്ഷേ വിളവൊന്നും കിട്ടാൻ പോകുന്നില്ല" എന്നായിരിക്കും എല്ലാവരുടെയും മറുപടി.

എന്നാൽ മണ്ണിളക്കാതെയും വളമിടാതെയും കീടനാശിനികൾ ഉപയോഗിക്കാതെയും കളകൾ നീക്കം ചെയ്യാതെയും കൃഷി ചെയ്യാം എന്ന് ഒരു ശാസ്ത്രജ്ഞൻ തെളിയിച്ചിരിക്കുന്നു. മാത്രമല്ല, അപ്പോഴാണ് കൂടുതൽ നല്ല വിളവു കിട്ടുന്നതെന്നും കൂടി അദ്ദേഹം തെളിയിച്ചിരിക്കുകയാണ്. കൃഷി വിദഗ്ധന്മാരുടെ എല്ലാ ശാസ്ത്രീയ സമ്പ്രദായങ്ങളെയും തകിടം മറിക്കുന്ന വിപ്ലവകരമായ കണ്ടുപിടിത്തങ്ങളാണ് അങ്ങനെ ഉരുത്തിരിഞ്ഞു വന്നിരിക്കുന്നത്.

ആരാണീ മഹാൻ? ജപ്പാനിലെ മസനോബു ഫൂക്കോക്ക. അദ്ദേഹത്തിന്റെ 'ഒറ്റവൈക്കോൽ വിപ്ലവം' (One Straw Revolution) എന്ന പ്രസിദ്ധമായ ഗ്രന്ഥത്തിലാണ് ഈ വിപ്ലവകരങ്ങളായ കണ്ടെത്തലുകൾ വിവരിക്കുന്നത്.

നാമിന്നു നടത്തുന്ന "ശാസ്ത്രീയകൃഷി" ഏറ്റവും അശാസ്ത്രീയമാണ് എന്നാണ് ഫൂക്കോക്ക പറയുന്നത്. തികച്ചും പ്രകൃതിവിരുദ്ധമായ ഒരു പരിപാടിയാണത്. രാസവളങ്ങളും കീടനാശിനികളും അത്യുൽപ്പാദനശേഷിയുള്ള വിത്തുകളും മറ്റുംകൊണ്ട് നടത്തുന്ന ആ പ്രകൃതിവിരുദ്ധ പ്രവർത്തനം കൊണ്ട് ഓരോ കൃഷി കഴിയുമ്പോഴും മണ്ണ് മരിച്ചു വരികയാണ്. വിളവു കുറഞ്ഞു വരികയാണ്. ചെലവോ കൂടിയും വരുന്നു. പ്രകൃതിയോ തകർന്നും വരുന്നു! മനുഷ്യന്റെ വളർച്ചയുടെ ഒരു നാഴികക്കല്ലാണ് കൃഷിയുടെ കണ്ടുപിടുത്തം എന്ന ധാരണതന്നെ തെറ്റാണ് എന്നാണിതു സൂചിപ്പിക്കുന്നത്.

എന്നാൽ ഫൂക്കോക്കായുടെ "പ്രകൃതികൃഷി" നടത്തിയാൽ ഫലം മറിച്ചാണ്. കൃഷി ചെയ്യുംതോറും മണ്ണിന്റെ ഗുണം കൂടിവരുകയാണ്, അദ്ദേഹത്തിന്റെ പാടത്ത്! പറമ്പിലും മണ്ണിന് നാൾ ചെല്ലുംതോറും നവയൗവനം വരുന്നു. അതനുസരിച്ച് മണ്ണ് കൂടുതൽ പോഷകം ചുരത്തുന്നു. കൃഷി കൂടുതൽ വിളവും തരുന്നു. ചെലവോ പടിപടിയായി കുറയുന്നു. പ്രകൃതിക്കു പരിക്കും പറ്റുന്നില്ല. പ്രകൃതിവിരുദ്ധമല്ലല്ലോ പ്രകൃതികൃഷി!

എന്താണീ കൃഷിയുടെ രഹസ്യം? അതറിയാൻ ചുറ്റും നോക്കൂ. പ്രകൃതി ഒരു സസ്യത്തെയും ഒറ്റയ്ക്കു വളരാൻ അനുവദിക്കുന്നില്ല. അനേകം സസ്യങ്ങൾ, ഇടകലർന്നാണ് വളർച്ച. അവയ്ക്കിടയിൽ അനേകം ജന്തുക്കളും കാണും. ഉപകാരിയും അപകാരിയുമായ കീടങ്ങൾ. എല്ലാം ഒരു സന്തുലനത്തോടെ സൗഭാഗ്യകരമായ ജീവിതം കഴിക്കുന്നു.

ഫൂക്കോക്ക ഈ രീതി തന്റെ കൃഷിസ്ഥലത്തും പരീക്ഷിച്ചു. തന്റെ പാടത്ത് നെല്ലും ക്ലോവറും ബാർലിയും ഒന്നിച്ചു കൃഷി ചെയ്തു. ഒരു വിള കൊയ്യുമ്പോഴും മറ്റുള്ളവ പാടത്തു നിൽക്കും. കൊയ്തെടുക്കുന്ന വിളയുടെ വൈക്കോൽ പാടത്തുതന്നെ വിതറി ചീയാൻ അനുവദിച്ചു. മറ്റൊരു വളവുമിട്ടില്ല.

ആദ്യം കീടങ്ങൾ വല്ലാതെ ആക്രമിക്കാൻ തുടങ്ങി. വലിയ നാശങ്ങൾ ഉണ്ടായി. പിന്നെപ്പിന്നെ ആക്രമണം കുറഞ്ഞു. കാരണം കീടങ്ങളെതിന്നുന്ന കീടങ്ങളും പാടത്തു കുടിയേറി. ഉപദ്രവകാരികളായ കീടങ്ങൾ അപ്പോൾ ഒതുങ്ങി. പാടത്തു കീടനാശിനികൾ ഒഴിച്ചില്ല. അതിനാൽ വണ്ടുകളും ചിത്രശലഭങ്ങളും പെരുകി. മണ്ണ് ഒരിക്കലും ഇളക്കിയില്ല. അതിനാൽ മണ്ണൊലിപ്പുണ്ടായില്ല. മണ്ണിനെ ഒരിക്കലും നഗ്നമായി ഇട്ടില്ല. അതിനാൽ അതിലെ പോഷകങ്ങൾ നഷ്ടപ്പെട്ടില്ല.

ഇങ്ങനെ രണ്ടുമൂന്നു കൊല്ലങ്ങൾ കൃഷി ചെയ്തതോടെ ഫൂക്കോക്കയുടെ വിളകൾ മെച്ചപ്പെട്ടു. എല്ലാ കീടങ്ങളിൽനിന്നും രക്ഷപ്പെട്ടു നിൽക്കാൻ കഴിവുള്ള വിത്തുകൾ സ്വാഭാവികമായി ഉരുത്തിരിഞ്ഞു വന്നു. പാടം പ്രകൃതിയുടെ സന്തുലനം കാത്തു രക്ഷിക്കുന്ന ഒരു പറുദീസയായി. അതിലെ മണ്ണിൽ മണ്ണിരകളും മറ്റും പെരുകി. മണ്ണിന്റെ വീര്യം കൂടി.

ഇങ്ങനെ തുടർച്ചയായി പരീക്ഷണങ്ങൾകൊണ്ട് ഫൂക്കോക്ക അദ്ദേഹത്തിന്റെ പാടത്തെ ഒന്നാംതരമാക്കി. ജപ്പാനിലെ ഏതൊരു "ശാസ്ത്രീയകൃഷി"പ്പാടത്തിലും മെച്ചം. അവയിലും നല്ല വിളവും. അവയുടെ പകുതിപോലും ചെലവുമില്ല.

ഇന്ന് ഫൂക്കോക്കയുടെ പാടങ്ങൾ കൃഷിശാസ്ത്ര വിദ്യാർഥികളുടെ തീർഥാടനകേന്ദ്രമായിരിക്കുന്നു. ലോകമെങ്ങുംനിന്ന് പണ്ഡിതന്മാർ അവിടെ എത്തി പഠനങ്ങൾ നടത്തുന്നു. പ്രകൃതിക്കു പരിക്കേൽക്കാതെ നടത്തുന്ന ഈ കൃഷിസമ്പ്രദായം കൊണ്ടേ ഭാവിയിൽ ഭൂമി രക്ഷപ്പെടൂ എന്ന് ചിന്താശക്തിയുള്ള ശാസ്ത്രജ്ഞന്മാർ സമ്മതിക്കുന്നു.

എന്നാൽ ഫൂക്കോക്കായ്ക്ക് വലിയ എതിർപ്പുകളെയും നേരിടേണ്ടിവന്നിരിക്കുന്നു. കൃത്രിമ വള നിർമാതാക്കൾ, കീടനാശിനി നിർമാതാക്കൾ, പുത്തൻ വിത്തുകൾ വികസിപ്പിക്കുന്ന ശാസ്ത്രജ്ഞന്മാർ, ഇവയെല്ലാം വിറ്റു കീശവീർപ്പിക്കുന്ന കച്ചവടക്കാർ തുടങ്ങി എല്ലാ സ്ഥാപിത താൽപ്പര്യക്കാരും ഫൂക്കോക്കോയുടെ പ്രകൃതികൃഷിക്കെതിരെ അണിനിരന്നിരിക്കുന്നു! എന്നാൽ ലോകമെങ്ങും അനേകം പ്രകൃതി സ്നേഹികൾ ഈ മാർഗം പിൻതുടരാൻ ശ്രമിക്കുന്നു. ഇന്ത്യയിൽ തന്നെ മധ്യപ്രദേശിലെ ഫ്രണ്ട്സ് റൂറൽ സെന്ററിൽ ഈ രീതിയിൽ കൃഷി നടത്തി അവർ വിജയിച്ചിട്ടുണ്ട്.

ഫൂക്കോക്കോയുടേത് വെറും ഒരു കൃഷിരീതിയല്ല. ഒരു തത്വശാസ്ത്രമാണത്. എല്ലാ പ്രകൃതിസ്നേഹികളും *ഒറ്റവൈക്കോൽ വിപ്ലവം* വായിച്ച് അതിലെ ആശയങ്ങൾ പഠിക്കാനും പരീക്ഷിക്കാനും തയാറാവുകയാണ് വേണ്ടത്. പ്രകൃതിയുമായി ഇണങ്ങി ജീവിക്കാനുള്ള മനോഭാവമുണ്ടാക്കുന്ന ഒരു അസാധാരണ ഗ്രന്ഥമാണത്. കൃഷിശാസ്ത്രത്തിൽ വൈദഗ്ധ്യം സമ്പാദിക്കാനായി പഠിക്കുന്ന വിദ്യാർഥികളെ നിർബന്ധമായും പഠിപ്പിക്കേണ്ട ഒരു വിപ്ലവഗ്രന്ഥം തന്നെയാണ് *ഒറ്റവൈക്കോൽ വിപ്ലവം*.

78

ആകാശം അടിച്ചുവാരാൻ

ഭൂഗോളം ഒരു കുപ്പക്കുഴിയായി മാറിക്കൊണ്ടിരിക്കുകയാണോ? മലിനീകരണം അടിക്കടി കൂടി വരുകയാണ്. ആധുനിക ലോകം ഓരോ നിമിഷവും പുറത്തുവിടുന്ന എച്ചിലുകൾ ടൺ കണക്കിനു വരും. അവയൊക്കെ ശേഖരിക്കാനും മറവുചെയ്യാനും നശിപ്പിക്കാനും എങ്ങനെ കഴിയും എന്നു ചിന്തിച്ചു വിഷമിച്ചുകൊണ്ടിരിക്കുകയാണ് ശാസ്ത്രജ്ഞന്മാർ. സർവനാശത്തിലേക്കേ ഈ തലതിരിഞ്ഞ വികസനം നമ്മെ നയിക്കൂ എന്ന് അൽപ്പം ചിന്താശക്തിയുള്ളവർക്കൊക്കെ എളുപ്പത്തിൽ മനസിലാക്കാവുന്നതേയുള്ളൂ.

ഇങ്ങനെ ഭൂലോകത്തെ ഒരു എച്ചിൽക്കുപ്പയാക്കി മാറ്റുന്നതിനിടയിലും മനുഷ്യർ സ്പേസിലേക്കു കടന്നാക്രമണങ്ങൾ നടത്താൻ മറക്കുന്നില്ല! അനന്തമായ സ്പേസിലേക്കു കുതിച്ചെത്തി ചന്ദ്രനേയും ഗ്രഹങ്ങളേയും നക്ഷത്രങ്ങളേയും മറ്റും പറ്റി പഠിക്കാനും അങ്ങനെ മനുഷ്യന്റെ വിജ്ഞാനചക്രവാളം വികസ്വരമാക്കാനും നടത്തുന്ന മഹത്തായ യജ്ഞത്തെ നമുക്ക് അഭിനന്ദിക്കാം. പക്ഷേ സ്പേസിൽ ഇന്നു നടക്കുന്ന കസർത്തുകളെല്ലാം വിജ്ഞാനസമ്പാദനത്തിനു മാത്രം വേണ്ടിയല്ല. യുദ്ധാവശ്യങ്ങൾക്കു വേണ്ടിക്കൂടിയാണ്. ‘അന്യ’ രാജ്യങ്ങളുടെ രഹസ്യങ്ങൾ പിടിച്ചെടുക്കാനാണല്ലോ അനേകം കൃത്രിമ ഉപഗ്രഹങ്ങൾ ഭൂമിക്കു ചുറ്റും കറങ്ങുന്നത്. സ്പേസിൽ സ്റ്റേഷനുകൾ സ്ഥാപിക്കാനും കൂടുതൽ നന്നായി യുദ്ധമുറകൾ അരങ്ങേറാനും അങ്ങനെ യുദ്ധത്തെത്തന്നെ നവീകരിക്കാനുമാണ് ഗവേഷണം നടക്കുന്നത്. യുദ്ധം അങ്ങനെ ‘ഹൈടെക്’ യുദ്ധമായി മാറുന്നു. ഭൂമിയിലെ ഏതു ശത്രുവിനേയും ഒരു നിമിഷം കൊണ്ടു തകർക്കാൻ പറ്റുന്ന കിറുകൃത്യം ആക്രമണം ആകാശത്തുനിന്നും നടത്താൻ പറ്റുന്നതാണ് ഈ കമ്പ്യൂട്ടർ യുദ്ധം.

ഇതിനായി അനേകം പരീക്ഷണങ്ങൾ നടത്തണം. സ്പേസ് സ്റ്റേഷനുകൾ സ്ഥാപിച്ച് നടത്തുന്ന ഇത്തരം പരീക്ഷണങ്ങൾക്കായി അനേകം സാധനങ്ങൾ സ്പേസിലെത്തിക്കേണ്ടിവരുന്നു. മറ്റു നാനാതരം ഗവേഷണങ്ങൾ നടത്തുമ്പോഴും പല സാധനങ്ങളും സ്പേസിൽ ഉപേക്ഷിക്കേണ്ടിവരുന്നു.

ഇങ്ങനെ നാനാതരം ഗവേഷണപ്രവർത്തനങ്ങൾ മൂലം സ്പേസിൽ ഉപേക്ഷിക്കപ്പെടുന്ന വസ്തുക്കളാണ് അവിടുത്തെ എച്ചിൽ. ഈ എച്ചിലുകൾ ഏറിവരുന്നു. ഇപ്പോൾ തന്നെ ഇങ്ങനെ സ്പേസിൽ നാലു മില്യൺ ടണ്ണിൽ ഏറെ 'എച്ചിൽ വസ്തുക്കൾ' ഉണ്ടുപോലും. അവ അതിവേഗത്തിൽ ഭൂമിയെ ചുറ്റിക്കറങ്ങിയും മറ്റും അലയുകയാണ്. ഗതികിട്ടാത്ത പ്രേതങ്ങളെപ്പോലെ സ്പേസിൽ അലയുന്ന ഈ എച്ചിൽക്കഷണങ്ങൾ ഭാവിയിൽ മനുഷ്യർക്കു തന്നെ ഒരു തലവേദനയായിരിക്കും. ഒരു ഇരുപത്തിയഞ്ചു പൈസാത്തുട്ടിന്റെയത്രയും മാത്രം വരുന്ന ഒരു ലോഹക്കഷണം ഒരു സെക്കന്റിൽ പത്തുകിലോമീറ്റർ വേഗതയിൽ സ്പേസിലൂടെ അലഞ്ഞുതിരിയുന്നു എന്നു കരുതുക. അതൊരു കൃത്രിമ ഉപഗ്രഹത്തിലെങ്ങാൻ ചെന്നിടിച്ചാൽ ഉണ്ടാകുന്ന ആക്കം അതിഭീകരമായിരിക്കും. ഒരു കിലോഗ്രാം ടി എൻ ടി പൊട്ടിത്തെറിച്ചാലുണ്ടാകുന്ന അത്ര ഭീകരമായ ഫലമാണ് ആ ചെറിയ ലോഹക്കഷണം ഉണ്ടാക്കുക.

ചുരുക്കത്തിൽ സ്പേസിലും അതുമിതും ഉപേക്ഷിച്ചുപോരുന്ന പ്രവണത തുടർന്നാൽ അപകടമാണ്. ഈ അവശിഷ്ടങ്ങളെയെല്ലാം ശേഖരിച്ചു മാറ്റണം. ആകാശമൊന്ന് അടിച്ചുവാരണമെന്ന്! അതിനു പറ്റിയ ഒരു ചൂൽ ഇതുവരെ കണ്ടെത്തിയിട്ടില്ലെന്നു മാത്രം.

അറിസോണാ യൂണിവേഴ്സിറ്റിയിലെ ശാസ്ത്രജ്ഞനായ ഡോ. കുമാർ റാമോഹള്ളി (Dr. Kumar Ramohalli) അത്തരമൊരു ചൂൽ ഉണ്ടാക്കിയിരിക്കുന്നുപോലും. അസ്പോഡ് എന്നാണതിന്റെ ചുരുക്കപ്പേർ. (Autonomous Space Processor for Orbital Debris എന്നാണ് മുഴുവൻ പേര്. ചുരുക്കി ASPOD ആക്കിയതാണ്.) കമ്പ്യൂട്ടർകൊണ്ട് നിയന്ത്രിക്കപ്പെട്ടിരിക്കുന്ന ഈ യന്ത്രത്തിന് ടെലിവിഷൻ കണ്ണുകളുണ്ട്. അസ്പോഡ് ആകാശത്തിന്റെ അനന്തതയിലൂടെ റോന്തുചുറ്റും. സ്പേസിൽ അലഞ്ഞുതിരിയുന്ന ഒരു അസ്പോഡ് അതിനെ പിടിച്ചെടുക്കാൻ പറ്റിയ സ്ഥലത്തു നിൽക്കും. അതിവേഗം പാഞ്ഞുവരികയാകാം സ്പേസിലെ എച്ചിൽക്കഷണം. പക്ഷേ അസ്പോഡിനതൊന്നും പ്രശ്നമല്ല. ഞണ്ടിന്റെ കൈകൾപോലുള്ള തന്റെ കൈകൾകൊണ്ട് ചീറിപ്പാഞ്ഞുപോകുന്ന എന്തിനെയും അതു പി

ടിച്ചെടുക്കും. എന്നിട്ട് അസ്പോഡിന്റെ വായിലേക്കിടും. ചുട്ടുപഴുത്തിരിക്കുന്ന വായയാണ് അസ്പോഡിന്റേത്. സൂര്യരശ്മികൾ സാന്ദ്രീകരിച്ചാണ് ഈ ചൂടുണ്ടാക്കുന്നത്. എച്ചിൽ അതിനകത്തു കിടന്നു കരിഞ്ഞു 'ഭസ്മ'മാകും. ഇങ്ങനെ സാന്ദ്രീകരിക്കപ്പെടുമ്പോൾ എച്ചിലിന്റെ വ്യാപ്തം കുറയും. ഈ 'എച്ചിൽ ഭസ്മത്തെ' അസ്പോഡ് തന്റെ പ്രത്യേക അറയിൽ സൂക്ഷിക്കും. ഇങ്ങനെ അറ നിറഞ്ഞാലോ? അസ്പോഡ് തിരിച്ചു ഭൂലോകത്തെത്തി എച്ചിൽ അവശിഷ്ടത്തെ ഭൂമിയിൽ സുരക്ഷിതമായി സൂക്ഷിക്കാൻ നമുക്കു നൽകും. ഇല്ലെങ്കിൽ ഭൂമിയുടെ അന്തരീക്ഷത്തിലെത്തുമ്പോൾ ഈ എച്ചിൽ അവശിഷ്ടത്തെ കത്തിച്ചു കളയുകയും ചെയ്യും.

പരിപാടി കൊള്ളാം. പക്ഷേ ലോകത്തെ പല സമ്പന്നരാഷ്ട്രങ്ങളും തങ്ങളുടെ രാജ്യങ്ങളിലുണ്ടാകുന്ന ന്യൂക്ലിയർ മാലിന്യങ്ങളും കൊടുംവിഷങ്ങളായ രാസഅവശിഷ്ടങ്ങളും മറ്റും പെട്ടിയിലാക്കി സ്പേസ് ഷട്ടിൽ വഴി സ്പേസിൽ കളഞ്ഞാലോയെന്ന് ആലോചിക്കുന്ന കാലമാണ്. സ്പേസിലെത്തിച്ച ആ കാളകൂടങ്ങളെ തെരഞ്ഞുപിടിച്ച് തിരിച്ച് ഭൂമിയിലെത്തിച്ചാൽ അതൊക്കെ വിഴുങ്ങാൻ കഴിയുന്ന പരമേശ്വരന്മാർ ഈ ലോകത്തിലില്ല. ഒരിക്കലും ഉണ്ടാവുകയില്ല. പ്രശ്നം അപ്പോൾ വെറും അടിച്ചുവാരൽ കൊണ്ടും കുഴിച്ചിടീൽകൊണ്ടും തീർക്കാൻ പറ്റില്ല എന്നർഥം.

79

ഇളിക്കുവിൻ കുരങ്ങന്മാരേ!

കുരങ്ങന്മാർ എന്നു കേൾക്കുമ്പോൾ തന്നെ മിക്കവർക്കും ചിരി വരും. കുരങ്ങന്മാരെ കണ്ടാലോ ആരും നോക്കിനിന്നു പോകും. സംശയമുള്ളവർ മൃഗശാലയിൽ പോയി നോക്കൂ. കുരങ്ങന്മാരുടെ കൂടിനു മുന്നിലായിരിക്കും ഏറ്റവും തിരക്ക്. സർക്കസിലെ ബഫൂണുകളെ കാണുംപോലെയാണ് മിക്കവരും കുരങ്ങന്മാരെ കാണുന്നത്. അവർക്കു കടലയും പഴവും മറ്റും കൊടുക്കുന്നത് സ്നേഹം കൊണ്ടാണെന്നു കരുതാം. പക്ഷേ കത്തിച്ച ബീഡിയും സിഗരറ്റും നൽകുന്നതോ? അവരെക്കൊണ്ടു പുകവലിപ്പിച്ച്, അതുകണ്ടു രസിക്കുന്നവർ മനോരോഗികളല്ലേ? ഇങ്ങനെ പുകവലിച്ചു വലിച്ചുവൻ 'വലിയന്മാരായ' കുരങ്ങന്മാരും ചില മൃഗശാലകളിലുണ്ടു പോലും.

അപ്പോൾ സ്നേഹവും കൗതുകവും കൊണ്ടു കുരങ്ങന്മാരുടെയടുത്തു സമയം ചെലവാക്കുന്നവരുണ്ട്. അവരെക്കൊണ്ട് ഓരോ വൃത്തികേടുകൾ ചെയ്യിച്ച് അതുകണ്ടു രസിക്കുന്നവരുമുണ്ട്. ഈ രണ്ടാമത്തെ കൂട്ടരിൽ ഒരുതരം 'കുരങ്ങത്വം' കുടികൊള്ളുന്നുണ്ട്. അവർ മനുഷ്യരായതിനാൽ സ്വയം ചെയ്യാൻ മടിക്കുന്ന കാര്യങ്ങൾ കുരങ്ങന്മാരെക്കൊണ്ടു ചെയ്യിച്ച് രസിക്കുകയാണല്ലോ അവരുടെ വിനോദം. അപ്പോൾ അവർ വലിയ കുരങ്ങന്മാർതന്നെ. ഉടുപ്പിട്ടു നടക്കുന്ന കുരങ്ങന്മാർ.

ഇപ്പോഴിതാ കള്ളന്മാരും കുരങ്ങന്മാരെ ഉപയോഗിച്ചു തുടങ്ങിയിരിക്കുന്നു. എന്നു വാർത്ത വന്നിരിക്കുന്നു. ദുരുപയോഗപ്പെടുത്തലാണെന്നു മാത്രം. രാത്രിയിൽ വീട്ടുകാർ ഉറങ്ങുമ്പോൾ മുറിക്കകത്തു കയറി മോഷ്ടിക്കുന്ന കള്ളന്മാരുണ്ടല്ലോ. അവർക്ക് അടച്ച് കുറ്റിയിട്ടു വച്ചിരിക്കുന്ന വാതിലുകളാണ് ഏറ്റവും വലിയ ത

ടസം. വാതിലുകൾ ഉള്ളിൽ നിന്നുമടച്ചിരിക്കുകയാണല്ലോ. പുറത്തുനിന്നും ആരും തള്ളിത്തുറക്കാതിരിക്കാൻ ഉള്ളിൽ കുറ്റിയുമിട്ടിരിക്കും. കള്ളന്മാർ പ്രത്യേകം പരിശീലനം നൽകിയിട്ടുള്ള കുരങ്ങന്മാരെ വെന്റിലേറ്റർ വഴിയും ജനാലക്കമ്പികൾക്കിടയിലൂടെയും മുറിയിലേക്കു കടത്തിവിടുന്നു. അവർ ശബ്ദമുണ്ടാക്കാതെ പതുങ്ങിച്ചെന്ന് വാതിലിന്റെ കുറ്റി ഊരിക്കൊടുക്കും. പിന്നീട് ചെയ്യേണ്ട 'കലാപരിപാടി' കള്ളൻതന്നെ ഭംഗിയായി ചെയ്തുകൊള്ളും.

കുരങ്ങനറിയില്ലല്ലോ താൻ ചെയ്യുന്നത് തെറ്റാണെന്ന്, നിയമവി

രുദ്ധമണെന്നും. യജമാനൻ പരിശീലിപ്പിച്ചത് കുരങ്ങൻ ചെയ്യും. അതിനിടെ തല്ലുകിട്ടിയാലും തല്ലിയതെന്തിനായിരുന്നു എന്നു മനസിലാക്കാനുള്ള വിവേകം കുരങ്ങനുണ്ടാവുകയില്ല. അതുകൊണ്ടു തന്നെ അവന് ഭയമോ കുറ്റബോധമോ ഉണ്ടാവുകയുമില്ല. ഹൗറായിൽ (കൽക്കത്ത) ആണ് ഇത്തരം കവർച്ചകൾ ഇപ്പോൾ കണ്ടുപിടിച്ചിരിക്കുന്നത്.

'കുട്ടിക്കുരങ്ങനെകൊണ്ടു ചൂടുചോറു വാരിക്കുക എന്നൊരു ചൊല്ലുണ്ട്. 'കുട്ടിക്കുരങ്ങനെക്കൊണ്ടു കുറ്റിയൂരിക്കുക' എന്ന ചൊല്ലും ഭാവിയിൽ ഭാഷയിൽ സ്ഥാനം പിടിച്ചേക്കാം. ബുദ്ധിയില്ലാത്ത ജന്തുക്കളെ ബുദ്ധിയുള്ള മനുഷ്യർ ദുരുപയോഗപ്പെടുത്തുന്നതിന്റെ ക്രൂരമായ ഒരു ഉദാഹരണമാണിത്. ഇനി കുരങ്ങന്റെ കയ്യിൽ തോക്കോ കത്തിയോകൊടുത്ത് ശത്രുവിനെ കൊല്ലാൻ വിടുന്ന കാലവും അത്ര വിദൂരമല്ല. മനുഷ്യന്റെ ധാർമികബോധം ക്ഷയിച്ചുവരികയും സ്വാർഥതയും ക്രൗര്യവും കൂടിവരികയും ചെയ്യുമ്പോൾ കുരങ്ങൻപോലും അവന് ക്രൂരകൃത്യങ്ങൾക്കുള്ള ഉപകരണമായി തരംതാഴുന്നതാണ് നാം കാണുന്നത്.

കുരങ്ങുകളെ ഇഷ്ടപ്പെടുന്ന വായനക്കാർക്കു വേണ്ടി ഒരു വിവരം കൂടി പറയാം. കേരളത്തിൽ നാലുതരം കുരങ്ങന്മാരാണുള്ളത്. നാടൻ കുരങ്ങ്, ശിങ്കളക്കുരങ്ങ് (സിംഹവാലൻ), കരിങ്കുരങ്ങ്, ഹനുമാൻ കുരങ്ങ് എന്നിവയാണവ. മൃഗശാലയിൽ ചെന്നാൽ കേരളത്തിലില്ലാത്ത പലതരം കുരങ്ങന്മാരെ കാണാൻ കഴിയും. മാറി നിന്നു നിരീക്ഷിച്ചാൽ വളരെയേറെ കൗതുകകരങ്ങളായ സ്വഭാവ വിശേഷങ്ങൾ പ്രദർശിപ്പിക്കുന്ന കൂട്ടരാണ് കുരങ്ങന്മാർ. കുരങ്ങന്മാരുടെ നിഷ്കളങ്കത, വിശ്രമമില്ലാതെ എന്തെങ്കിലും ചെയ്തുകൊണ്ടിരിക്കുന്ന സ്വഭാവം. അനുകരണശീലം, സ്വന്തം കുടുംബാംഗങ്ങളോടുള്ള സ്നേഹപ്രകടനങ്ങൾ ഇവയൊക്കെയാകാം സാധാരണ മനുഷ്യർക്ക് കുരങ്ങുകളോടു താൽപ്പര്യമുണ്ടാകാനുള്ള കാരണങ്ങൾ.

ഏതായാലും പുരാതന മനുഷ്യർവരെ കുരങ്ങന്മാരെ വിലമതിച്ചിരുന്നു. അതുകൊണ്ടാണല്ലോ അസാധാണ ശക്തിവിശേഷങ്ങളുള്ള ചില കുരങ്ങന്മാരെപ്പറ്റിയുള്ള സങ്കൽപ്പങ്ങൾ പുരാണകഥകളിൽ കാണുന്നത്.

ഇന്ന് മനുഷ്യരുടെ സമീപനം മാറി. അതിക്രൂരമായ പരീക്ഷണങ്ങൾ നടത്താൻവരെ നാം കുരങ്ങന്മാരെ ഉപയോഗിച്ചുവരുന്നു. ഔഷധ ഗവേഷണങ്ങൾക്കായി രക്തസാക്ഷികളായിരിക്കുന്ന കുരങ്ങന്മാർ എത്രയെത്ര! ഇപ്പോഴിതാ കക്കാൻ കൂട്ടുനിൽക്കാനും മനു

ഷ്യന് കുരങ്ങന്മാരെ വേണം എന്നായിരിക്കുന്നു. വൻതോതിലുള്ള വനനശീകരണവും വേട്ടയാടലും ലോകത്തെ കുരങ്ങുവർഗങ്ങളുടെ നിലനിൽപ്പിന് വലിയ ഭീഷണിയുമായിരിക്കുന്നു.

തങ്ങളുടെ ആവാസകേന്ദ്രങ്ങൾ നശിപ്പിക്കുകയും തങ്ങളെ വേട്ടയാടുകയും പിടിച്ചു വിൽക്കുകയും ക്രൂരമായ പരീക്ഷണങ്ങൾക്കു വിധേയമാക്കുകയും കളവിന് കൂട്ടുനിർത്തുകയും വരെ ചെയ്യുന്ന മനുഷ്യരെ കാണുമ്പോൾ വെറുതെയല്ല കുരങ്ങന്മാർ ഇളിച്ചു കാണിക്കുന്നത്. കുരങ്ങന്മാരേ, ഞങ്ങളെ നോക്കി ഇളിച്ചു കണിക്കുന്നത് തുടരുവിൻ. ഞങ്ങൾ അത് അർഹിക്കുന്നു.

80

പൂച്ച നിരീക്ഷണം

പൂച്ചകളെ നോക്കിയിരുന്നാൽ നേരം പോകുന്നതറിയില്ല. ആ ഞാനെന്ന ഭാവവും തീറ്റക്കൊതിയും സുഖമായി കിടന്നുറങ്ങണമെന്ന നിർബന്ധവും കണ്ടാൽ ആരും ചിരിച്ചുപോകും. ഒരു പോലീസുകാരന്റെ ഗമയിലേ പൂച്ച ചെറിയ ജന്തുക്കളോടു പെരുമാറൂ! വിശപ്പില്ലെങ്കിൽ സ്വന്തം ഇരയെ കടിച്ചും മാന്തിയും വെറുതെ വിടുന്നതായി ഭാവിച്ചും പിന്നെയും പിടിച്ചും കഷ്ടപ്പെടുത്തി അതു കണ്ടു രസിക്കുകയും ചെയ്യും പൂച്ച. കുറെനാൾ മുൻപ് ഒരു പഠനമനുസരിച്ച് വീട്ടുപൂച്ച പിടിക്കുന്ന ഇരകളിൽ പകുതിയോളം എണ്ണത്തെ വീട്ടിലേക്കു കൊണ്ടുവരുംപോലും. സ്വന്തം മിടുക്ക് യജമാനൻ അറിയാണോ ഈ പണി? അതോ സ്വന്തം താമസസ്ഥലത്ത് പാതി പ്രാണൻ മിച്ചമുള്ള ഇരയെ സൂക്ഷിച്ചുവയ്ക്കാനോ? അറിയില്ല. ഏതായാലും പാതി ജീവനുള്ള പാമ്പുകളെ വരെ നമ്മുടെ കട്ടിലിനടിയിൽ കൊണ്ടുവന്നു സൂക്ഷിച്ചുവയ്ക്കുന്നത് നമുക്ക് അത്ര സുഖമുള്ള ഏർപ്പാടല്ലെന്ന് പൂച്ചയദ്ദേഹത്തിനറിയുകയുമില്ല.

പൂച്ചകളെപ്പറ്റി ശാസ്ത്രജ്ഞന്മാരും ഗവേഷണം നടത്തുന്നുണ്ട്. നമ്മുടെ നാട്ടിൽ മനുഷ്യരോടിണങ്ങാതെ ജീവിക്കുന്ന അനേകം പക്ഷികളും മറ്റു മൃഗങ്ങളുമുണ്ടല്ലോ. ഇണങ്ങാത്തവയായതിനാൽ ഇവയേയും നമുക്ക് വന്യമൃഗങ്ങളായി കണക്കാക്കാം. ഈ നാടൻ വന്യമൃഗങ്ങളുടെ ജനസംഖ്യ നിയന്ത്രിക്കുന്ന പൊലീസുകാരാണ് പൂച്ചകൾ എന്ന് രണ്ടു ശാസ്ത്രജ്ഞന്മാർ കണ്ടെത്തി. പി ബി ചർച്ചർ, ജോൺ, ലാട്ടൺ എന്നിവർ അവരുടെ നാട്ടിലെ 'വന്യ' മൃഗങ്ങളുടെ സംഖ്യ വിശദമായി പഠിച്ചപ്പോഴാണ് ഈ സത്യം വെളിച്ചത്തു വന്നത്. എൺപതു പൂച്ചകൾ വാഴുന്ന അവരുടെ ഗ്രാമത്തിൽ ഒരുവർഷം ആയിരത്തിലേറെ ജന്തുക്കളെ ഈ പൂച്ചപ്പട പിടിച്ചു

കൊല്ലുന്നുണ്ട് എന്നവർ കണ്ടെത്തി. അവയിൽ 535 എണ്ണം സസ്തനികൾ ആയിരുന്നു. 297 എണ്ണം പക്ഷികളും 258 ജന്തുക്കളെ കൃത്യമായി ഏതൊക്കെയെന്ന് അവർക്കു തിരിച്ചറിയാനും കഴിഞ്ഞില്ല. കാട്ടെലിയും കുരുവിയുമാണ് പൂച്ചകളുടെ ആക്രമണത്തിൽ മരണമടഞ്ഞവരിൽ കൂടുതൽ. കുരുവികളുടെ ജനസംഖ്യ പൂച്ചകളുടെ നിയന്ത്രണത്തിലാണെന്ന് അവർക്ക് തീർച്ചയുമായി.

പൂച്ചകൾ എലികളെ മാത്രമല്ല മറ്റു ജന്തുക്കളെയും പിടിക്കുമെന്നും നിയന്ത്രിക്കുന്നുണ്ടെന്നും ചുരുക്കം. പക്ഷേ ഈ നിരീക്ഷണങ്ങൾ എല്ലായിടത്തും ശരിയാണവമെന്നില്ല. കോട്ടയത്ത് സി എം എസ് കോളേജ് കുന്നിൽ മനോഹരമായ ഒരു കാടുണ്ട്. അവിടെ ധാരാളം പൂച്ചകൾ താമസവുമുണ്ട്. സന്താനനിയന്ത്രണത്തിൽ വിശ്വസിക്കാത്ത പൂച്ചപ്പെണ്ണുങ്ങൾ തുടർച്ചയായി പ്രസവിക്കുന്നുമുണ്ട്. അവർ അംഗീകരിച്ചിരിക്കുന്ന ഒരു പ്രസവവാർഡ് ഞങ്ങളുടെ വീടിന്റെ തട്ടിൻപുറമാണ്. ഒരുദിവസം തട്ടിൻപുറത്ത് ഞാൻ അത്ഭുതകരമായ ഒരു ദൃശ്യം കണ്ടു. ഒരറ്റത്ത് ഒരു പൂച്ച പ്രസവിച്ചു കിടക്കുന്നു. മറ്റേയറ്റത്ത് ഒരു എലിയും പ്രസവിച്ചുകിടക്കുന്നു! എലിക്കുഞ്ഞുങ്ങളുടെ കരച്ചിൽ തട്ടിൻപുറവും കടന്ന് താഴെയെത്തുന്നുമുണ്ട്. എന്നിട്ടും പൂച്ചയമ്മയോ സന്താനങ്ങളോ അവരെ ഗൗനിക്കുന്നതേയില്ല! ഇത് നേരിട്ടു കണ്ടതായതിനാൽ വിശ്വസിക്കാതെ പറ്റില്ലല്ലോ.

എലിയെ പിടിക്കാൻ പുതിയ പൂച്ചവർഗവുമുണ്ടായിട്ടുണ്ടോ? അതോ വേറെ ധാരാളം തീറ്റകിട്ടുന്നതിനാൽ വെറുതെ എലിയുടെ പുറകെ നടക്കേണ്ട എന്നു കരുതിയിട്ടോ? ഏതായാലും പൂച്ചകളെപ്പറ്റി ഇനിയും വിദഗ്ധന്മാർ അവരുടെ അനുഭവങ്ങൾ പങ്കുവയ്ക്കട്ടെ. അവ രസകരവും വിജ്ഞാനപ്രദവുമായിരിക്കും; തീർച്ച.

81

വാൾപോസ്റ്ററുകൾക്ക് കഷ്ടകാലം

നന്നായി നനച്ചു നീലംപിഴിഞ്ഞ് വിരിച്ചിരിക്കുന്ന വെള്ളമുണ്ടു കണ്ടാൽ കാക്കയ്ക്ക് അതിലൊന്നു കാഷ്ഠിക്കണമെന്നു തോന്നും! ആ വെള്ളമുണ്ടിന്റെ വൃത്തിയോ ശോഭയോ ഒന്നും ശ്രീമാൻ കാക്കയ്ക്ക് പ്രശ്നമല്ല. ഇതുപോലെയാണ് നമ്മുടെ നാട്ടിലെ ചുവരെഴുത്തുകാരും വാൾപോസ്റ്ററൊട്ടിക്കൽ വീരന്മാരും. നന്നായി പെയിന്റ് ചെയ്ത് അഥവാ വെള്ളയടിച്ച് വൃത്തിയാക്കിവച്ചിരിക്കുന്ന മതിൽ കണ്ടാൽ പോസ്റ്ററൊട്ടിച്ച് വികൃതമാക്കും. അല്ലെങ്കിൽ എഴുതി വഷളാക്കും. നമ്മുടെ നഗരങ്ങളിലൂടെ നടക്കുമ്പോൾ അറിയാതെയെങ്ങാൻ ഇരുവശവുമുള്ള മതിലുകളെയോ കെട്ടിട ഭിത്തികളെയോ നോക്കേണ്ടിവന്നാൽ എന്തൊക്കെ കാണേണ്ടിവരും? തുണിയില്ലാത്ത, തുണി പാതി വീണുപോയ, വികൃതരൂപഭാഗങ്ങളിലുള്ള നടിമാരുടെ ചിത്രങ്ങൾ! ബലാൽസംഗ രംഗങ്ങൾവരെയാണ് പോസ്റ്ററുകളിൽ! മനുഷ്യൻ മനുഷ്യനെ ഇങ്ങനെ ആക്രമിക്കുന്നതും വിട്ട് മൃഗം മനുഷ്യസ്ത്രീയെ ആക്രമിക്കുന്ന പോസ്റ്റർ വരെ ഒരിക്കൽ ഒരു സിനിമാക്കമ്പനി പുറത്തിറക്കി! ബലാൽസംഗത്തിലും വേണ്ടേ ഒരു പുതുമ? വിപ്ലവം? നടന്മാരുടെ കയ്യിൽ തോക്കോ മദ്യക്കുപ്പിയോ ഉണ്ടായാലേ ഗമയുള്ളൂ എന്നാണ് ധാരണ! ഈ ഭീകരവും വികൃതവും മലിനവുമായ ചിത്രീകരണങ്ങൾ നോക്കിനിന്ന് ആസ്വദിക്കുന്ന വയസന്മാരെവരെ വഴിവക്കിൽ കാണാറുമുണ്ട്! ഇതൊക്കെ നമ്മുടെ ജനങ്ങൾ ആസ്വദിക്കുന്നു എന്ന ധാരണ കൊണ്ടല്ലേ ഇത്തരം വികൃത പോസ്റ്ററുകൾ ചുവരുകളിൽ പെരുകുന്നത്?

വല്ലപ്പോഴും ചില സന്നദ്ധ സംഘടനകൾ ഇവയ്ക്കെതിരെ രംഗത്തു വരാറുണ്ട്. ഒരുദിവസം ഇത്തരം പോസ്റ്ററുകൾ കീറിക്കളഞ്ഞ് ഭിത്തികൾ കഴുകി വൃത്തിയാക്കിയിട്ട് സന്നദ്ധഭടന്മാർ പോകുന്നു. പിന്നെ അവർക്ക് ഈ കാര്യം ശ്രദ്ധിക്കാൻ സമയം കിട്ടാറില്ല. പക്ഷേ പോസ്റ്റർ വീരന്മാർ എപ്പോഴും ഉഷാറായി നിൽക്കുന്നു. അവർ പിറ്റേന്നുതന്നെ പുതുപുത്തൻ പോസ്റ്ററുകൾ ഒട്ടിച്ച് ഭിത്തികൾ പഴയതിലും വികൃതമാക്കി സംതൃപ്തരുമാകുന്നു!

ശക്തമായ പൊതുജനാഭിപ്രായം ഈ സാംസ്കാരിക വൈകൃതത്തിനെതിരെ ഉണ്ടായാലേ നമ്മുടെ നാട് ഈ പോസ്റ്റർ പ്രളയത്തിൽനിന്നും രക്ഷപ്പെടൂ. ശക്തമായ പൊതുജനാഭിപ്രായമുണ്ടാകുമ്പോൾ ശക്തമായ നിയമങ്ങളുമുണ്ടാകും. ആ നിയമങ്ങൾ എടുത്തു പ്രയോഗിക്കാൻ അധികൃതർ നിർബന്ധിതരുമാകും.

ശാസ്ത്രമുപയോഗിച്ച് ഈ പോസ്റ്റർ ഭീഷണിയെ നേരിടാനുള്ള ശ്രമവും വിജയിച്ചിട്ടുണ്ട്. ബേയർ കമ്പനി പോസ്റ്റർ ഒട്ടാത്ത ഒരു പെയിന്റ് പുറത്തിറക്കിയിരിക്കുന്നു. നിറമില്ലാത്ത സുതാര്യമായ ഒരു ഉല്പന്നമാണ് ഈ പോസ്റ്റർ വിരുദ്ധ പെയിന്റ്. പടിഞ്ഞാറൻ ജർമ്മനിയിലെ സോസ്റ്റ് നഗരത്തിന്റെ ഭരണാധികാരികളാണ് ആദ്യമായി ഈ പെയിന്റ് ഉപയോഗിച്ചു നോക്കിയിരുന്നത്. കെട്ടിടങ്ങളുടെ പുറംഭിത്തികൾ, മതിലുകൾ, പൊതുവിജ്ഞാപനങ്ങൾ പ്രദർശിപ്പിച്ചിരിക്കുന്ന ബോർഡുകൾ മുതലായവയ്ക്കുമേൽ അവർ ഈ പെയിന്റടിച്ചു പെയിന്റ് ഉണങ്ങിക്കഴിഞ്ഞാൽ പിന്നെ പോസ്റ്ററുകൾ അതിൽ പിടിച്ചിരിക്കില്ല. പോസ്റ്റർ ഒട്ടിക്കുന്നവൻ ഇതൊന്നുമറിയാതെ പോസ്റ്ററുകളിൽ പശ തേച്ച് ഒട്ടിച്ചിട്ടുപോകും. ഒട്ടിക്കുമ്പോൾ അവ പിടിച്ചിരിക്കും. പക്ഷേ പശ ഉണങ്ങി വെള്ളമയം തീരുമ്പോൾ പോസ്റ്ററുകൾ താനെ അടർന്നു താഴെവീണു കിടക്കും. "വീണിതല്ലോ കിടക്കുന്നു ധരണിയിൽ...." എന്ന് അവയെ നോക്കി വിലപിക്കാൻ അടുത്ത പോസ്റ്റർ ഒട്ടിക്കുന്നവർ കാണുകയുമില്ല! വിദ്യ എങ്ങനെയുണ്ട്?

ഈ പെയിന്റിന് വേറെ ചില ഗുണങ്ങൾ കൂടിയുണ്ട്. ഇത് പുറംഭിത്തിയെ ഈർപ്പത്തിൽനിന്നും രക്ഷിക്കും. തുടർച്ചയായി മഴ പെയ്താലും മഴവെള്ളത്തിന് ഈ പെയിന്റ് മറികടന്ന് ഭിത്തിയെ നനയ്ക്കാനാകില്ല. അതേ സമയം ഭിത്തിയുടെ "ശ്വസനം" നടക്കും.

അതായത് ഭിത്തിയിൽനിന്ന് പുറത്തുപോകുന്ന വാതകത്തിന് സ്വാതന്ത്ര്യത്തോടെ പുറത്തുകടക്കാനാകും. മറിച്ചും.

ഏതായാലും ഈ പോസ്റ്റർ വിരുദ്ധ പെയിന്റ് താമസിയാതെ മറ്റു രാജ്യങ്ങളിലും പ്രചരിക്കും എന്നു പ്രത്യാശിക്കാം. നഗരഭരണാധികാരികൾ അവരുടെ ചെലവിൽത്തന്നെ ഈ പെയിന്റടിച്ച് നമ്മുടെ മതിലുകളെ മനോഹരമാക്കി നിലനിർത്തുന്ന നല്ലകാലം വരുമെന്നും നമുക്കാശിക്കാം. ഭാവനയിലെന്തിനു ദാരിദ്ര്യം? പക്ഷേ അതിനിടയിൽ പോസ്റ്റർ വീരന്മാർ ഈ പെയിന്റിലും പറ്റിപ്പിടിച്ചിരിക്കാൻ കഴിയുന്ന ഒരു പുത്തൻ പശ ഗവേഷണം ചെയ്തു കണ്ടുപിടിച്ചാൽ കാര്യം കുഴയും!

82

കുഞ്ഞുങ്ങൾ കുറയുമ്പോൾ

"നമ്മൾ രണ്ട്, നമുക്ക് രണ്ട്' എന്നാണല്ലോ സർക്കാർ തന്നെ പ്രചരിപ്പിക്കുന്ന മുദ്രാവാക്യം. വേറെയും എന്തൊക്കെയോ സൂക്തങ്ങൾ അധികൃതർ പുറത്തുവിട്ടിട്ടുണ്ട്. ഒരു കുഞ്ഞ് അഞ്ചുവർഷം കഴിഞ്ഞു മതി. അടുത്ത കുഞ്ഞിന്റെ കാര്യം പിന്നെ അഞ്ചുവർഷം കഴിഞ്ഞ് ആലോചിച്ചാൽ മതി എന്നോ മറ്റോ ആണെന്നു തോന്നുന്നു മറ്റൊരു പുത്തൻ സൂക്തം. ജീവിതത്തിലെ ആ പ്രായം എന്നേ കടന്നുപോയതിനാൽ പുതിയ സൂക്തങ്ങൾ ഒന്നും ഓർത്തുവയ്ക്കാൻ മിനക്കെടാത്തതാണ്! ഏതായാലും പുത്തൻ തലമുറയിലെ സ്വാർഥത കൂടിയ ദമ്പതികൾ സർക്കാർ പറയുന്നതിലുമപ്പുറം ചിന്തിക്കുന്നവരായിരിക്കുന്നു. "നമ്മൾ ഒന്ന്, നമുക്കൊന്ന്" എന്നാണ് ചിലരുടെ പ്രമാണം. "നമ്മൾ രണ്ട് നമുക്ക് നമ്മൾ തന്നെ മതി, വേറെ ഒന്നും രണ്ടും ഒന്നും ഉണ്ടാകുകയേ വേണ്ട" എന്നു ചിന്തിക്കുന്ന അതിവിപ്ലവകാരികളും ഇന്നുണ്ട്! ചുരുക്കത്തിൽ കുഞ്ഞുങ്ങളെ കുറയ്ക്കുന്ന സംസ്കാരത്തിലേക്ക് നാം അറിഞ്ഞോ അറിയാതെയോ വഴുതിവീണിരിക്കുന്നു.

അത് അങ്ങനെതന്നെ വേണ്ടതല്ലേ? ഭൂമുഖത്ത് മനുഷ്യർ പെറ്റുപെരുകിപ്പെരുകി ഭയാനകമായ ഒരു സ്ഥിതിവിശേഷത്തിലെത്തിയിരിക്കുകയാണ്. ഭൂമിക്കൊരു ക്യാൻസർ പോലെയായിരിക്കുന്നു ജനപ്പെരുപ്പം. അതൊന്നു നിയന്ത്രിക്കണം. അതിന് നമുക്കൊന്നു മതി എന്നു വയ്ക്കുന്നതല്ലേ ഉചിതം? ഒന്നും വേണ്ടേ എന്നു പറയുന്ന അതിവിപ്ലവകാരികളെയും കുറ്റം പറയണോ? ഒരു ലോകസേവനമല്ലേ അതും? ഇങ്ങനെ എന്നെ വിസ്തരിച്ചാൽ എനിക്ക് ഉത്തരം മുട്ടും. നമുക്കു കുഞ്ഞുങ്ങളെ വേണ്ട എന്നു തീരുമാനിക്കാൻ മാത്രം "പുരോഗമന മനഃസ്ഥിതി" കൈവരിക്കുന്ന ദമ്പതിമാരെ

പ്പറ്റി പരിതപിക്കാനേ എനിക്കു കഴിയൂ. കുഞ്ഞുങ്ങളെ ഓമനിച്ചു വളർത്തുന്നതിലൂടെ നാം ആരായിമാറുന്നു എന്ന് അനുഭവിച്ചവർക്കറിയാം. സ്വന്തം കുഞ്ഞുങ്ങളെ സ്നേഹിക്കുന്നവർക്കറിയാം ആ കുഞ്ഞുങ്ങളുടെ വില. മാതാപിതാക്കന്മാരുടെ ഏറ്റവും വലിയ സ്വത്തല്ലേ കുഞ്ഞുങ്ങൾ? അപ്പോൾ കുഞ്ഞുങ്ങളോട് അലർജിയുണ്ടാകുന്നത് പരിതാപകരം തന്നെ.

ഭാഗ്യത്തിന് ഭൂരിപക്ഷം ദമ്പതിമാരും ഈ അലർജിയുള്ളവരല്ല. അവർ അവരുടെ രണ്ടു കുഞ്ഞുങ്ങളെ ഓമനിച്ചു വളർത്തുന്നു. ഈ രണ്ടു കുഞ്ഞുങ്ങൾ പക്ഷേ വേണ്ടവിധത്തിലാണോ വളരുന്നതെന്ന് നാം പഠിക്കേണ്ട കാലമായിരിക്കുന്നു.

പണ്ട് കേരളത്തിൽ കൂട്ടുകുടുംബങ്ങൾ ആയിരുന്നു. അപ്പോൾ എന്നും വീട്ടിൽ അനേകം കുട്ടികൾ കാണുമായിരുന്നു. അവർ ഒന്നിച്ച് കളിച്ചുചിരിച്ചു വഴക്കിട്ടു കരഞ്ഞു പിണങ്ങി വളരുന്നു. അടികൊടുത്തും വാങ്ങിയും വളരുന്നു. ആ വളർച്ചയിൽ പലരും തകർന്നുപോയിരിക്കാം. പക്ഷേ വളർന്നുവരുന്ന കുഞ്ഞുങ്ങൾക്ക് സ്വന്തം കാലിൽ നിൽക്കാനറിയാമായിരുന്നു. എന്തിനും പോരുന്ന ഒരു വ്യക്തിത്വം അവർക്കുണ്ടായിരുന്നു. അവർക്കു നന്നായി ചിരിക്കാനും സ്നേഹിക്കാനുമറിയാമായിരുന്നു. സ്വന്തം സുഖങ്ങളും സൗകര്യങ്ങളും ഉപേക്ഷിക്കാവർക്കു വിഷമമില്ലായിരുന്നു. ത്യാഗത്തിന്റെ രുചി അവർ ചെറുപ്പത്തിലേ അറിഞ്ഞിരുന്നു.

ഇന്നോ? “അറ്റാച്ച്ഡ് ബാത്ത്റൂം” ഇല്ലാത്തിടത്ത് എങ്ങനെ രാത്രി കഴിയും എന്നാണ് സാധാരണക്കാരന്റെ മകൻ അഥവാ മകൾപോലും ചോദിക്കുന്നത്. ടി വി യില്ലാതെ രാത്രി കഴിയാനേ പറ്റില്ല. പിന്നെ ഒത്തിരി ആളുകളുണ്ടെങ്കിൽ അവിടെ എങ്ങനെ കുറെ നേരമിരിക്കും എന്നുമവർക്കു സംശയം. സ്വന്തം വസ്തുക്കൾ ഒന്നും മറ്റൊരാൾക്കു കൊടുക്കാൻ അവർക്കു വയ്യ. മാത്രമോ അവരുടെ കാര്യം എപ്പോഴും അച്ഛനമ്മമാർ നോക്കിയിരിക്കണമെന്നും അവർക്കു നിർബന്ധമാണ്! അതവരുടെ അവകാശമാണ്. ഇങ്ങനെ വളരുന്ന കുട്ടികൾക്ക് സ്വന്തം കാലിൽ നിൽക്കാൻ കഴിയുന്നില്ല. അവർ തീയിൽ കുരുത്തവരല്ല. തണലിൽ മുളച്ചു വളരുന്നവരാണ്. അവർക്കു വെയിലിൽ വാടാതെ വയ്യ. ക്ലാസിൽ ഒന്നു വഴക്കുപറഞ്ഞാൽ, ഒന്നടിച്ചാൽ, ബോധം കെടുന്നവർപോലുമുണ്ട്! വഴക്കുപറയേണ്ട എന്ന് നേരത്തെതന്നെ മാതാപിതാക്കൾ അധ്യാപകരോട് പറയാറുമുണ്ട്. രണ്ടു കുട്ടികളല്ലേയുള്ളൂ. അവരെ വേദനിപ്പിക്കാതെ വിഷമിപ്പിക്കാതെ വളർത്തണമെന്നാണ് മാതാപിതാക്കന്മാരുടെ ആഗ്രഹം.

ഒരു കുട്ടി മതി എന്നാണ് ചൈനയിലെ "പുതിയ നിയമം". അത് അവിടത്തെ സാമൂഹ്യപ്രശ്നങ്ങൾ വ്യക്തമാക്കുന്നു. അത് അവിടത്തെ കുഞ്ഞുങ്ങളെ ദുഷിപ്പിക്കുന്നു എന്ന് ബീജിങ്ങിലെ വിദ്യാഭ്യാസ വിദഗ്ധനായ ഷൗ എച്ച് ഹുയാൻ പറയുന്നു. അത്തരം കുഞ്ഞുങ്ങൾ പെട്ടെന്ന് ദേഷ്യപ്പെടുന്നു. മറ്റുള്ളവരെ ബഹുമാനിക്കുന്നില്ല എന്നെല്ലാം അദ്ദേഹം പരാതിപ്പെടുന്നു. '4 – 2 – 1 സീൻഡ്രോ' എന്നാണ് ഈ രോഗലക്ഷണത്തിന് ചൈനയിലെ പത്രങ്ങൾ ഇട്ടിരിക്കുന്ന പേര്! നാല് അപ്പൂപ്പനമ്മൂമ്മമാർക്കും രണ്ടു മാതാപിതാക്കന്മാർക്കും കൂടി ഒറ്റക്കുട്ടി മാത്രമുള്ളപ്പോൾ കുട്ടി പ്രകടിപ്പിക്കുന്ന രോഗലക്ഷണങ്ങളാണ് '4–2–1 സിൻഡ്രോ!'

ഈ രോഗം നമ്മുടെ നാട്ടിലെ കുഞ്ഞുങ്ങൾക്കും ഇന്നുണ്ട്. അത് മറ്റു പല സാമൂഹ്യ രോഗങ്ങൾക്കും വഴിവയ്ക്കും. കൂടുതൽ കുട്ടികളുമായി നമ്മുടെ കുട്ടികൾ ഇടപഴകാൻ അവരെ അനുവദിക്കണം. കൂടുതൽ ത്യാഗങ്ങൾ സഹിക്കാൻ അവർക്ക് പ്രചോദനം നൽകണം. കൂടുതൽ സുഖസൗകര്യങ്ങളിലേക്കവരെ പിടിച്ചിടാതെ നോക്കണം. കൂടുതൽ ധർമബോധമുണ്ടാകാൻ പറ്റുന്ന അന്തരീക്ഷവും നാം നിലനിർത്തണം. അങ്ങനെ അവർ 'വെയിൽ' കൊണ്ടും ത്യാഗങ്ങൾ സഹിച്ചും സാമൂഹ്യബോധവും ധർമബോധവുമുൾക്കൊണ്ടും വളരട്ടെ. അതിന് അവരെ അനുവദിക്കൂ. അവരെ ഓമനിച്ചാൽ മാത്രം പോരാ എന്ന് മറക്കാതിരിക്കൂ. എങ്കിൽ ഭാവിയിൽ വെയിലത്തു നിൽക്കേണ്ടിവരുമ്പോൾ അവർ വാടാതെനിൽക്കും.

83

കുട തകർക്കുന്ന റഫ്രിജറേറ്ററുകൾ

റഫ്രിജറേറ്ററുകൾ അഥവാ ഫ്രിഡ്ജുകൾ കുടയെ തകർക്കുമെന്നോ? അതെ. ഓലക്കുടയെയും ശീലക്കുടയെയും മുത്തുക്കുടയെയും ഒന്നുമല്ല. ഓസോൺ കുടയെ. അതെന്തു കുട? പറയാം. അതാണേറ്റവും വലിയ കുട. പ്രകൃതി അതിവിദഗ്ധമായി നമ്മെയെല്ലാം രക്ഷിക്കാൻവേണ്ടി ഉണ്ടാക്കിവച്ചിരിക്കുന്ന കാണാക്കുട. അതെവിടെ? ഇവിടെത്തന്നെ. നമ്മുടെയെല്ലാം തലയ്ക്കു മുകളിൽത്തന്നെ.

അതെ. ഭൂമിയുടെ ഉപരിതലത്തിൽ ഏകദേശം 16 കിലോമീറ്ററിനും 48 കിലോമീറ്ററിനും ഇടയിൽ. അവിടെയാണ് ഓസോൺ മേഖല. അതാണൊരു കുടപോലെ പ്രവർത്തിക്കുന്നത്. അഥവാ ഒരു പുതപ്പുപോലെ പ്രവർത്തിക്കുന്നത്. സൂര്യനിൽനിന്നു ഭൂമിയിലേക്കു കുതിച്ചൊഴുകുന്ന പ്രകാശരശ്മികളെ ആ കുട അരിക്കുന്നു. ഭൂമിയിലെ ജീവജാലങ്ങളെ നശിപ്പിക്കാൻ ശക്തിയുള്ള കിരണങ്ങളെ അരിച്ചുമാറ്റുന്നു. അഥവാ വലിച്ചെടുക്കുന്നു. ജീവജാലങ്ങൾക്ക് ആവശ്യമായ പ്രകാശരശ്മികളെ ഭൂമിയിലേക്കു കടത്തിവിടുകയും ചെയ്യുന്നു. മാരകമായ തോതിൽ അൾട്രാവയലറ്റ് കിരണങ്ങൾ സൂര്യരശ്മിയിലുണ്ട്. അൾട്രാവയലറ്റ് കിരണങ്ങളെന്നാൽ ഒരുതരം പ്രകാശമാണ് എന്നു മനസിലാക്കിയാൽ മതി. വിഷരശ്മികൾ. അത് ആവശ്യമുള്ളത്ര അരിച്ചുമാറ്റാതിരുന്നാൽ ഭൂമിയിലെ ജീവജാലങ്ങൾ നശിക്കും.

നോക്കൂ പ്രകൃതിയുടെ ബുദ്ധി; ശ്രദ്ധ. സ്വന്തം മക്കൾക്ക് അപകടമുണ്ടാക്കുന്ന വിഷരശ്മികളെ ശ്രദ്ധയോടെ കൃത്യമായി അരിച്ചുമാറ്റാനുള്ള കുട വരെ എത്ര ഭംഗിയായി ആകാശത്ത് ഒരുക്കി നിർത്തിയിരിക്കുന്നു.

പക്ഷേ മനുഷ്യനുണ്ടോ ഇതൊക്കെ അറിയാനും ആദരിക്കാനും നേരം. സർവജീവജാലങ്ങളെയും പരിക്കേൽക്കാതെ രക്ഷിക്കാൻ പ്രകൃതി അതികൗശലത്തോടെ ഒരുക്കിയിരിക്കുന്ന ഓസോൺ കുടയിൽ തുള വീഴ്ത്താനും അതിനെ നശിപ്പിക്കാനും തുടങ്ങിയിരിക്കുകയാണ് ഈ നൂറ്റാണ്ടിലെ മനുഷ്യർ. ഈ ക്രൂരകൃത്യം നടത്തുന്നതോ സ്വന്തം സുഖത്തിനും ലാഭത്തിനും വേണ്ടി മാത്രം.

മനുഷ്യന് ചരിത്രബോധമില്ല. ജീവന്റെ ചരിത്രവുമായി ബന്ധപ്പെട്ടാണ് ഓസോൺ കുട ആകാശത്തു രൂപപ്പെട്ടതെന്ന കാര്യം പോലും അവനറിയില്ല. ഏകദേശം 380 കോടി വർഷങ്ങൾക്കു മുൻപ് ഭൂമിയിൽ ജീവന്റെ ആദിമ രൂപമുണ്ടായി. അത് വളരെ വളരെ സാവധാനം മാറ്റങ്ങൾക്കു വിധേയമായി. നിലനിൽപ്പിനും വളർച്ചയ്ക്കും പടർച്ചയ്ക്കുമുള്ള നീണ്ട തപസായിരുന്നു അത്. അതിലൊരു ഘട്ടത്തിലാണ് ജീവമാതൃകകൾക്ക് പ്രകാശസംശ്ലേഷണത്തിനുള്ള കഴിവു ലഭിച്ചത്. സൂര്യരശ്മിയിലെ ഊർജമുപയോഗിച്ചു ഭക്ഷണം പാചകം ചെയ്യുന്ന ആ മാന്ത്രികവിദ്യ തുടങ്ങിയതോടെയാണ് ഭൗമാന്തരീക്ഷത്തിൽ ഓക്സിജനെന്ന ജീവവായു നിറയാൻ തുടങ്ങിയത്. അത് കൂടിക്കൂടി ഇന്നത്തെ അളവിലെത്താൻ (21%) എത്രയോ കാലത്തെ നിരന്തരമായ പ്രയത്നം വേണ്ടിവന്നെന്നോ? 200 കോടി വർഷങ്ങൾ. ഇങ്ങനെ ഓക്സിജൻ ഭൗമോപരിതലത്തിലുണ്ടായതു കൊണ്ടാണ് അതിലൊരു ഭാഗത്തിന് ഓസോണായി മാറാനും പറ്റിയത്. ഓക്സിജന്റെ (O_2) ചേട്ടനാണല്ലോ ഓസോൺ (O_3). രണ്ടും ഓക്സിജൻ മുത്തുകൾ (ആറ്റങ്ങൾ) കൊണ്ടുള്ള മാലകൾ (തന്മാത്രകൾ) തന്നെ.

അങ്ങനെ ഭൂമിയിലെ ജീവന്റെ സംഭാവനയാണ് ആകാശത്ത് ഭൂമിയെ ചുറ്റിയുണ്ടായ ഓസോൺ പടലം. ആ മേഖല നിറയെ ഓസോൺ ആണ് എന്നു കരുതരുത്. അവിടെ ഓക്സിജൻ, ഓസോൺ എന്നിവയുടെ അതിമനോഹരമായ ഒരു സന്തുലനമാണ് ഉള്ളത്. വളരെ കുറവാണ് അവിടെയുള്ള ഓസോണിന്റെ ശതമാനം. പക്ഷേ അത്ര കുറച്ച് ഓസോൺ മതി അൾട്രാവയലറ്റ് കിരണങ്ങളെ വേണ്ടത്ര അരിച്ചുമാറ്റാൻ. അങ്ങനെ അരിക്കൽ കഴിഞ്ഞു ഭൂമിയിലെത്തുന്ന സൂര്യരശ്മി ലഭ്യമായതോടെയാണ് ജീവികൾക്ക് സമുദ്രത്തിൽനിന്നും കരയിലേക്ക് കയറാമെന്നായത്; കര ജീവസമ്പന്നമായത്; ജീവപരിണാമം പിന്നെയും മുന്നേറിയത്. അപ്പോൾ മനുഷ്യ

നെപ്പോലുള്ള ജീവികളുണ്ടായതുപോലും ഈ പരിണാമത്തിലൂടെ യാണ്. ഓസോൺ കുടയുടെ തണലിൽ മാത്രമാണ്.

പക്ഷേ വ്യാവസായിക വിപ്ലവത്തിലൂടെ പ്രകൃതിയെ കീഴടക്കി സർവ സുഖങ്ങളും പിടിച്ചടക്കാൻ തുനിഞ്ഞ മനുഷ്യൻ ഈ കഥക ളൊന്നും ഓർത്തില്ല. ഈ ചരിത്രത്തെ ഗൗനിച്ചതേയില്ല. ലക്ഷക്കണ ക്കിനു വ്യവസായശാലകൾ മനുഷ്യൻ ഭൂമിയിൽ കെട്ടിപ്പൊക്കി. അവ ആയിരക്കണക്കിനു രാസവസ്തുക്കൾ പുറത്തേക്കു തുപ്പി. അവ യിൽ ചിലതൊക്കെ ആകാശത്തേക്ക് ഉയർന്നു. സാവധാനം പൊങ്ങി ഓസോൺ മേഖലയിലെത്തി. ഓസോൺ വാതകത്തെ നശിപ്പിക്കാ നും തുടങ്ങി.

ഓസോൺ മേഖലയെ കാർന്നുതിന്നുന്ന രാസവസ്തുക്കളിൽ പ്രധാനമാണ് സി എഫ് സികൾ. ക്ലോറിനേറ്റഡ് ഫ്ളൂറോ കാർബ ണുകൾ അഥവാ ക്ലോറോ ഫ്ളൂറോ കാർബണുകൾ എന്നതിന്റെ ചുരുക്കമാണ് സി എഫ് സികൾ എന്നത്. ഇവ മനുഷ്യനിർമിത രാ സവസ്തുക്കളാണ്. 1930ൽ അമേരിക്കൻ രസതന്ത്രജ്ഞനായ മിജ് ലിയാണ് ആദ്യമായി ഇവയെ കണ്ടെത്തിയത്. 'ഫ്രീയോണുകൾ' എന്നും ഇവയെ വിളിക്കാറുണ്ട്. ഇവ ഒന്നാംതരം ശീതീകാരികളാ ണ്. അതിനു വേണ്ട എല്ലാ ഗുണങ്ങളുമുണ്ടെന്നർഥം. എളുപ്പം ബാ ഷ്പാവസ്ഥയിലേക്കു മാറും; മറിച്ച് ദ്രാവകാവസ്ഥയിലേക്കും മാ റും. മണമില്ല. അത് സ്ഥിരമാണ്. വിഷവുമല്ല. അതിനാൽ ശീതീ കാരിയായി വ്യാപകമായി ഉപയോഗിക്കാനും തുടങ്ങി. റഫ്രിജറേ റ്ററുകൾ, എയർകണ്ടീഷണറുകൾ തുടങ്ങിയവയിൽ സി എഫ് സി ക്ക് വേറെയും ഉപയോഗങ്ങളുണ്ട്. അഗ്നിശമനത്തിന് ഇതുപയോ ഗിക്കുന്നു. നാം ശരീരത്തിലും മറ്റും അടിക്കുന്ന 'സ്പ്രേ' ഉണ്ടല്ലോ; സുഗന്ധ ദ്രവ്യങ്ങൾ നിറഞ്ഞ ആ സ്പ്രേയിൽ സി എഫ് സിയും ഒ രു ഘടകമാണ്. ഫോം മെത്തകൾ തുടങ്ങി മറ്റ് അനേകം ഉൽപ്പ ന്നങ്ങളിലും സി എഫ് സി ഉണ്ട്.

സി എഫ് സികൾ സ്ഥിരമാണെന്നതാണ് ശീതീകാരിയായി അ വയുപയോഗിക്കാനുള്ള ഒരു കാരണം. പക്ഷേ അതാണ് അവ നമു ക്കു ഭീഷണിയായി ഭവിക്കുന്നതും. നാനാതരം ആവശ്യങ്ങൾക്കാ യി ലോകമെങ്ങുമുൽപ്പാദിപ്പിച്ച് ഉപയോഗിച്ചുകൊണ്ടിരിക്കുന്ന സി എഫ് സികൾ അൽപ്പാൽപ്പമായി പുറത്തുചാടുന്നു. വായുവിൽ കല രുന്നു. വിഘടിക്കാതെ നിലനിൽക്കുന്നു. സാവധാനം വർഷങ്ങൾ കൊണ്ട് ഉയർന്ന് അന്തരീക്ഷത്തിന്റെ ഉപരിതലത്തിലെ ഓസോൺ

പാളിയിലെത്തുന്നു. അവിടെ ചെന്നാലോ സി എഫ് സിയുടെ സ്ഥിരത വിലപ്പോവുകയില്ല. ഭൗമോപരിതലത്തിലെ രസതന്ത്രമല്ല ആ മേഖലയിലേത്. അവിടെയുള്ള അതിശക്തമായ സൂര്യവികിരണങ്ങളേറ്റ് സി എഫ് സികൾ വിഘടിക്കുന്നു. അപ്പോൾ ശക്തിയേറിയ ക്ലോറിൻ പുറത്തുവരുന്നു. ഈ ക്ലോറിനാണ് ഓസോൺ പാളിയെ കാർന്നുതിന്നുന്നത്!

ലോകമെങ്ങും വൻതോതിലാണ് സി എഫ് സികൾ നിർമിച്ച് ഉപയോഗിച്ചു വരുന്നത്. അതുമൂലം ഓരോ വർഷവും ഏകദേശം ഏഴുലക്ഷം ടൺ സി എഫ് സികൾ അന്തരീക്ഷത്തിലേക്ക് കയറിപ്പറ്റുന്നു. ഇങ്ങനെ ഇപ്പോൾത്തന്നെ ഏകദേശം രണ്ടു കോടി ടൺ സി എഫ് സികൾ അന്തരീക്ഷത്തിലെത്തിക്കഴിഞ്ഞു. അന്തരീക്ഷത്തിൽ ആകെയുള്ള ഓസോൺ 32 കോടി ടൺ വരും. അതിനെ മുഴുവൻ നശിപ്പിക്കാൻ വേണ്ടതിൽ എത്രയോ അധികം സി എഫ് സികൾ ഇപ്പോൾത്തന്നെ അന്തരീക്ഷത്തിൽ കലർന്നുകഴിഞ്ഞിരിക്കുന്നു! സി എഫ് സി മാത്രമല്ല 'ഓസോൺ തിന്നൽ' നടത്തുന്നത് എന്നുമറിയുക. ഹാലോണുകൾ തുടങ്ങിയ മറ്റ് അനേകം രാസവസ്തുക്കളും ഈ ദ്രോഹം നടത്തുന്നു. ആകെപ്പാടെ ഭയാനകമാണ് കാര്യങ്ങൾ.

ഇപ്പോൾത്തന്നെ ഓസോൺ പാളിയുടെ ഭാഗികമായ ശോഷണം നടന്നിരിക്കുന്നു. അത് കൂടി വരികയുമാണ്. അങ്ങനെ ഭൂമിയിൽ അൾട്രാവയലറ്റ് കിരണങ്ങൾ കൂടുതലായി എത്തുന്നുണ്ട്. ആ കിരണങ്ങൾ നേത്രലെൻസിനെ ബാധിക്കും. അതിനാൽ ഓസോൺ കുടയുടെ കേട് ലോകത്ത് അനേകം തിമിരരോഗികളെ സൃഷ്ടിക്കും. അൾട്രാവയലറ്റ് കിരണങ്ങൾ കൂടുന്നത് ത്വക്ക് ക്യാൻസറിനും കാരണമാകും. വെള്ളക്കാർക്ക് കറുത്തവരേക്കാൾ കൂടുതലായി ഈ ക്യാൻസർ ഉണ്ടാകുംപോലും. അൾട്രാവയലറ്റ് കിരണങ്ങൾ കൂടുതലായി ഭൂമിയിൽ പതിക്കുന്നതോടെ കടലിലെ സൂക്ഷ്മ സസ്യജന്തുജാലങ്ങൾക്ക് നാശമുണ്ടാകും. അതോടെ അവയെ തിന്നു ജീവിക്കുന്ന മത്സ്യങ്ങളും മറ്റു ജീവികളും നശിക്കും. അൾട്രാവയലറ്റ് കിരണങ്ങൾ സസ്യങ്ങൾക്കും പരിക്കേൽപ്പിക്കും. അവയുടെ പ്രകാശസംശ്ലേഷണശേഷി തകരാറിലാകും. അതോടെ സസ്യങ്ങൾ കുറയും. ആഹാരലഭ്യത കുറയും, മറ്റു ജീവജാലങ്ങളും പട്ടിണിയാകും, നശിക്കും.

ഭയാനകമായ ഒരു ഭാവിയാണ് ലോകമെങ്ങുമുള്ള മനുഷ്യരാശിയെ നേരിടുന്നത്. ഓസോൺ മേഖലയെ കാർന്നു തിന്നുന്ന രാസവസ്തുക്കളുടെ ഉൽപ്പാദനം ഉടനെ നിർത്തേണ്ടതുണ്ട്. ഇതിനുള്ള പരിശ്രമം 1980 കളിൽ ആരംഭിച്ചു. 1987ൽ മുപ്പത്തഞ്ചു രാഷ്ട്രങ്ങൾ ഒപ്പുവച്ച മോൻട്രിയൽ ഉടമ്പടി ഇതിനുള്ള വലിയ കാൽവയ്പായിരുന്നു. ഭൗമ ഉച്ചകോടിയിൽ ചർച്ചയ്ക്കു വന്ന ഒരു പ്രധാന വിഷയവുമിതായിരുന്നു. സി എഫ് സി കളുടെ ഉൽപ്പാദനം കുറയ്ക്കാനും ശീതീകാരികളായി മറ്റു രാസവസ്തുക്കൾ ഉപയോഗിക്കാനുമുള്ള ശ്രമങ്ങൾ ആണു നടക്കുന്നത്.

സമ്പന്ന രാഷ്ട്രങ്ങളാണ് വൻതോതിൽ സി എഫ് സി ഉൽപ്പാദിപ്പിച്ചുകൊണ്ടിരിക്കുന്നതും ഓസോൺ പാളിയുടെ ക്ഷയത്തിനു മുഖ്യമായ പങ്കുവഹിക്കുന്നവരും. അവരേയും ദരിദ്ര രാഷ്ട്രങ്ങളേയും ഒരുപോലെ കണ്ട് നിയമങ്ങൾ ഉണ്ടാക്കുന്നതിനെ ഇന്ത്യ എതിർത്തിരിക്കുകയാണ്. അമേരിക്കയിൽ എട്ടുകോടിയിലധികം വാഹനങ്ങൾ എയർകണ്ടീഷൻ ചെയ്തവയാണ്. അത്തരം അമിതമായ സുഖസൗകര്യങ്ങൾക്കു വേണ്ടിയാണ് അവർ സി എഫ് സി വൻതോതിൽ ഉപയോഗിക്കുന്നത്. ഇന്ത്യയിലോ ദാരിദ്ര്യ നിർമാർജനത്തിനാണ് ശീതീകരണം ഉപയോഗിക്കുന്നത്. അതിനാൽ സമ്പന്ന രാഷ്ട്രങ്ങൾ സി എഫ് സികളുടെ ഉൽപ്പാദനം നിർത്തുന്നതോടൊപ്പം മറ്റു രാഷ്ട്രങ്ങൾക്കും നിർത്താൻ സാധ്യമല്ല.

സി എഫ് സികൾക്കു പകരമുപയോഗിക്കാവുന്ന രാസവസ്തുക്കളുടെ നിർമാണരഹസ്യവും സമ്പന്ന രാഷ്ട്രങ്ങളുടെ കുത്തകയാണ്. അവയുടെ നിർമാണത്തിന് മറ്റു രാഷ്ട്രങ്ങൾ ഈ കുത്തക ക്കമ്പനികൾക്ക് പണം കൊടുക്കേണ്ടി വന്നാൽ ആ രാഷ്ട്രങ്ങൾക്ക് അതു താങ്ങാനാവുകയുമില്ല. ശീതീകരണ ടെക്നോളജി തന്നെ അതിനായി മാറ്റേണ്ടിയും വരും. ഇതിനെല്ലാമുള്ള പണം വികസിത രാഷ്ട്രങ്ങൾ ആവശ്യപ്പെട്ടിരിക്കുന്നത്. സി എഫ് സികളുടെ ഉൽപ്പാദനവും ഉപയോഗവും പൂർണമായി നിർത്താൻ ഇന്ത്യ ആത്മാർഥമായി പരിശ്രമിക്കുകതന്നെ വേണം.

മനുഷ്യൻ നിർമിച്ച ആയിരക്കണക്കിനു രാസവസ്തുക്കളിലൊന്നു മാത്രമാണ് സി എഫ് സി. അത് നമ്മുടെ നിലനിൽപ്പു തന്നെ അപകടത്തിലാക്കും എന്ന് അന്ന് ആരും സ്വപ്നം കാണുകപോലും ചെയ്തില്ല. പ്രകൃതിയിലുള്ള സന്തുലനങ്ങളും രക്ഷാകവചങ്ങളും പരസ്പരബന്ധങ്ങളും മനുഷ്യന് ഇന്നും പൂർണമായി ഉൾ

ക്കൊള്ളാൻ കഴിഞ്ഞിട്ടില്ല എന്ന് ഇനിയെങ്കിലും നാം അംഗീകരിക്കണം. താൽക്കാലിക ലാഭത്തിനായി നാം ചെയ്യുന്ന പ്രവർത്തനങ്ങൾ കോടിക്കണക്കിനു വർഷങ്ങളായി അതീവ ശ്രദ്ധയോടെ പ്രകൃതി നിലനിർത്തിവരുന്ന സന്തുലനങ്ങളെയാകാം തകർക്കുന്നത്. ഓസോൺ പാളിയുടെ ശോഷണവും കാർബൺ ഡയോക്സൈഡ് കൂടുന്നതുമൂലമുണ്ടാകുന്ന ഭൂമിയുടെ ചൂടാകലും (ഗ്രീൻ ഹൗസ് ഇഫക്ട് – ഹരിതഗൃഹ പ്രഭാവം) നമ്മെ പഠിപ്പിക്കുന്നത് അതാണ്. അൽപ്പം കൂടി താഴ്ചയോടെ, അൽപ്പം കൂടി ശ്രദ്ധയോടെ, അൽപ്പം കൂടി നിസ്വാർഥ മനോഭാവത്തോടെ പ്രകൃതിയെ സമീപിക്കാനുള്ള വിവേകം മനുഷ്യന് ഉണ്ടാകാതെ മനുഷ്യൻ രക്ഷപ്പെടുകയില്ല.

84

വെള്ളം കത്തിക്കുന്ന കാലം

പെട്രോളു തീർന്നുവരുന്നു. പെട്രോളിന്റെ ചേട്ടന്മാരായ മണ്ണെണ്ണയുടെയും ഡീസലിന്റെയും കാര്യവും തഥൈവ. ഈ ഇന്ധനങ്ങളെല്ലാം ലഭിക്കുന്നത് പെട്രോളിയം എന്ന എണ്ണയിൽനിന്നാണ്. ഭൂമിയിൽനിന്നും കുഴിച്ചെടുക്കുന്ന വിഭവങ്ങളാണ് പെട്രോളിയവും കൽക്കരിയും. ഭൂഗർഭത്തിൽ ഇവ എങ്ങനെ ഉണ്ടായി? ഏകദേശം അറുപതുകോടി വർഷങ്ങൾകൊണ്ട് പ്രകൃതി പാടുപെട്ട് ഉണ്ടാക്കി ഭൂഗർഭത്തിൽ ശേഖരിച്ചുവച്ചിരുന്ന സ്വത്തുക്കൾ ആയി

രുന്നു അവ. ചില കുടുംബകാരണവന്മാർ കഷ്ടപ്പെട്ടു സ്വത്ത് ഉണ്ടാക്കിവയ്ക്കുംപോലെ. പക്ഷേ ആധുനിക മനുഷ്യൻ യാതൊരു നിയന്ത്രണവുമില്ലാതെ അവയൊക്കെ എടുത്തുപയോഗിക്കുകയായിരുന്നു. മുടിയനായ പുത്രന്റെ തീരാത്ത അത്യാഗ്രഹംപോലെ. ആധുനിക മനുഷ്യന്റെ ധൂർത്തിനു മുന്നിൽ പ്രകൃതിയും തോറ്റു. കൽക്കരിയും പെട്രോളിയവും തീർന്നും വരുന്നു.

ഇനിയെന്തു ചെയ്യും? ആധുനിക സാങ്കേതിക മനുഷ്യന്റെ ഊർജാവശ്യങ്ങളാണെങ്കിൽ കൂടിയും വരുന്നു. ഊർജത്തിന്റെ പുതിയ ഉറവിടങ്ങൾ കണ്ടെത്താനുള്ള പരക്കംപാച്ചിൽ അങ്ങനെ തുടങ്ങി. പുതിയ പല ഊർജ ഉറവിടങ്ങളും കണ്ടെത്തി. പലതും കണ്ടെത്താനുള്ള ശ്രമവും തുടരുന്നു.

ഈ പശ്ചാത്തലത്തിലാണ് ശാസ്ത്രജ്ഞന്മാർ വെള്ളത്തെപ്പറ്റി ഓർത്തത്. "വെള്ളം വെള്ളം സർവത്ര" എന്ന പാട്ടു കേട്ടിട്ടില്ലേ? എവിടെയും കിട്ടുന്ന വിഭവമാണത്. അറബിരാജ്യങ്ങളുടെ കുത്തകയല്ല അത്. ഭൂമിയുടെ ഭൂരിഭാഗവും കടൽവെള്ളം കയറിക്കിടക്കുകയല്ലേ? ഈ വെള്ളത്തിൽ ഹൈഡ്രജനുണ്ടാക്കാൻ കഴിഞ്ഞാൽ? ഹായ് എങ്കിൽ ജയിച്ചു.

കാരണം ഹൈഡ്രജനായിരിക്കും ഭാവിയിലെ ഒരു സുപ്രധാന ഇന്ധനം. അതു പെട്ടെന്നു കത്തും. കത്തിയാൽ ഊർജം തരും. കത്തിയാലുണ്ടാകുന്നതോ വീണ്ടും വെള്ളം തന്നെ. ഹൈഡ്രജൻ കത്തിക്കൽ യാതൊരു മലിനീകരണവുമുണ്ടാക്കുന്നില്ല. ഹൈഡ്രജനെ വാതകമായോ ദ്രാവകമായോ ഖരമായോ ശേഖരിച്ചുവയ്ക്കാനും കഴിയും. ഏതു നിലയിൽ നോക്കിയാലും ഒന്നാംതരം ഇന്ധനംതന്നെ അത്.

പക്ഷേ ഒരു തടസം മാത്രം. ഇന്ന് അതുണ്ടാക്കാൻ വലിയ ചെലവാണ്. വെള്ളത്തെ വൈദ്യുതിയുപയോഗിച്ചു വിഘടിപ്പിച്ച് ഹൈഡ്രജനുണ്ടാക്കാം. പക്ഷേ വില വളരെ കൂടുതലായിരിക്കും. വില കുറയണമെങ്കിൽ ചെലവു കുറയണം. അതിനുള്ള ഗവേഷണങ്ങൾ നടന്നുവരുന്നു. വൈദ്യുതി ഉപയോഗിച്ച് വെള്ളത്തെ വിഘടിപ്പിക്കുന്ന ഉപകരണത്തിൽ പരിഷ്കാരങ്ങൾ ഉണ്ടാക്കി ചെലവുകുറയ്ക്കാനുള്ള ഗവേഷണങ്ങൾ ഒരുവശത്തു നടക്കുന്നു. സൗരോർജമുപയോഗിച്ച് വൈദ്യുതിയുണ്ടാക്കി അതുപയോഗിച്ച് ജലവിഘടനം നടത്തി ഹൈഡ്രജൻ ശേഖരിക്കാനും ഗവേഷണം നടക്കുന്നു. ഭൂമധ്യരേഖാപ്രദേശത്ത് ധാരാളമായി കിട്ടുന്ന വെയിലുപയോഗിച്ച് ഇങ്ങനെ ഹൈഡ്രജൻ ഉൽപ്പാദിപ്പിക്കുക. എന്നിട്ടു വലിയ കുഴലുകൾ വഴി അതിനെ രാജ്യത്തിന്റെ മറ്റു ഭാഗത്തേക്കു കൊണ്ടുപോ

വുക. ഇതാണു പ്ലാൻ. ഇങ്ങനെ പാടത്ത് വെയിലിൽ ഹൈഡ്രജനുണ്ടാക്കുന്ന "സൂര്യഹൈഡ്രജൻ തോട്ടങ്ങൾ" ഡിസൈൻ ചെയ്യുകയാണ്. ചില ശാസ്ത്രജ്ഞന്മാരിപ്പോൾ. രാസപ്രവർത്തനം വഴി ജലത്തെ വിഘടിപ്പിച്ച് ചെലവു കുറഞ്ഞ രീതിയിൽ ഹൈഡ്രജനുണ്ടാക്കാനും ഗവേഷണം നടക്കുന്നു. വെള്ളത്തിലെ ഹൈഡ്രജനെയോ അവന്റെ ചേട്ടനായ ഡ്യൂട്ടീറിയത്തെയോ ഉരുക്കി ഹീലിയമാക്കി മാറ്റിയാൽ ഭീമമായ തോതിൽ ഊർജം കിട്ടും. ന്യൂക്ലിയർ ഫ്യൂഷൻ (nuclear fusion) എന്ന ഈ വിദ്യ വികസിപ്പിക്കാനും ഗവേഷണങ്ങൾ നടക്കുന്നു. ചുരുക്കത്തിൽ വെള്ളത്തിലെ ഹൈഡ്രജനെയാണ് ഭാവി ഇന്ധനമായി ശാസ്ത്രജ്ഞന്മാർ കാണുന്നത്. വിയന്നയിൽ വച്ചു നടന്ന ആറാം ലോക ഹൈഡ്രജൻ കോൺഫ്രൻസിൽ ഇക്കാര്യം ശാസ്ത്രജ്ഞന്മാർ ഉറക്കെ പ്രഖ്യാപിച്ചിട്ടുണ്ട്.

ഹൈഡ്രജനുണ്ടാക്കാൻ ശുദ്ധജലമാവശ്യമില്ല. സമുദ്രജലം മതി. അതോ സുലഭവുമാണ്. അപ്പോൾ ചെലവുകുറഞ്ഞ രീതിയിൽ ഹൈഡ്രജനുണ്ടാക്കുന്നതിൽ വിജയിച്ചാൽ ഊർജപ്രതിസന്ധി തീരും. വെള്ളത്തിനു വിലയുണ്ടാകും! എണ്ണരാഷ്ട്രങ്ങളുടെ ഹുങ്കും തീരും.

ആ കാലം അധികം ദൂരെയല്ല. നമുക്കു പ്രത്യാശയോടെ കാത്തിരിക്കാം.

85

തടിയന്മാരെ തടിച്ചികളെ...

തടിയന്മാരെ, തടിച്ചികളെ, നിങ്ങളെപ്പറ്റിയും ഗവേഷണം നടന്നിരിക്കുന്നു! നിങ്ങളെ കണ്ടാൽത്തന്നെ ആരും നോക്കിനിൽക്കുകയില്ലേ? തെക്കോട്ടും വടക്കോട്ടും കിഴക്കോട്ടും പടിഞ്ഞാറോട്ടും താഴേക്കും മുകളിലേക്കും വളർന്നു മടങ്ങി ഞെരുങ്ങി വിലസുന്ന ആ മാംസസാമ്രാജ്യം ആരെയാണ് അത്ഭുതപ്പെടുത്താത്തത്! നിങ്ങൾ മുമ്പോട്ടു നടക്കുമ്പോൾ ശരീരത്തിന്റെ ചില ഭാഗങ്ങൾ പുറകോട്ടു വലിയും! വല്ലാത്ത തടി വല്ലാത്ത പൊല്ലപ്പാണെന്ന് നിങ്ങൾ രഹസ്യമായി സമ്മതിക്കും; തീർച്ച.

ങാ, അങ്ങനെയുള്ള നിങ്ങളെപ്പറ്റി ഇതാ ലൗസിവില്ലി യൂണിവേഴ്സിറ്റിയിലെ ഡോ. ഹഗ് എച്ച് പീറ്റേഴ്സൺ ഗവേഷണം നടത്തിയിരിക്കുന്നു. കണ്ടുപിടുത്തങ്ങളും നടത്തിയിരിക്കുന്നു.

ഒന്നാമത് നിങ്ങൾക്കു സന്തോഷമുണ്ടാക്കുന്ന ഒരു കണ്ടുപിടുത്തം പറയാം. നിങ്ങൾക്കു തടിവയ്ക്കുന്നത് ഒത്തിരി തിന്നിട്ടൊന്നുമല്ലെന്ന്! എന്താ ചിരി വരുന്നുണ്ടോ? നിങ്ങൾ പെരുവയറന്മാരും പെരുവയറികളുമാണ്, തീറ്റമാടന്മാരാണ്, എന്തും വെട്ടിവിഴുങ്ങും, ആർത്തിയോടെ എപ്പോഴും എന്തും തിന്നാൻ കൊതിച്ചു നടക്കുന്നവരാണ്... എന്നൊക്കെ കിശുങ്കന്മാർ പറഞ്ഞുനടക്കുന്നത് വെറും വ്യാജപ്രചരണം മാത്രം. നിങ്ങളുടെ ശരീരത്തിന്റെ അടിസ്ഥാനപരമായ ഒരു പ്രത്യേകതയാണ് തടിവയ്ക്കാൻ കാരണമെന്നാണ് ഡോ. പീറ്റേഴ്സണിന്റെ കണ്ടുപിടുത്തം. ശരീരത്തിലെ രക്തസമ്മർദം നിയന്ത്രിക്കപ്പെട്ടിരിക്കുകയാണല്ലോ. അതിനുള്ള സംവിധാനം ശരീരത്തിലുണ്ട്. അതുപോലെ ശരീരത്തിലെ കൊഴുപ്പിനെ (ഫാറ്റിനെ) നിയന്ത്രിക്കാനും ശരീരത്തിന് സംവിധാനമുണ്ട്. ഈ സംവിധാനത്തിന്റെ ഏതോ ഒരു ഭാഗത്തിനുള്ള തകരാറുമൂലമാണ് ശ

രീരത്തിൽ കൊഴുപ്പു കൂടിവരുന്നത്. അങ്ങനെ ശരീരത്തിൽ കൊഴുപ്പുശേഖരണം കൂടി വന്നുവന്ന് നിങ്ങൾ വീർത്തുവീർത്തു തടിയന്മാരും തടിച്ചികളുമാകുന്നതാണെന്നാണ് ഡോ. പീറ്റേഴ്സൺ പറയുന്നത്. ഇതിന് നിങ്ങളെ കുറ്റം പറയേണ്ട കാര്യമില്ല. നിങ്ങൾ നിഷ്കളങ്കർതന്നെ. പിന്നെ... ഇതു വായിച്ചിട്ട് എന്നാലിനി നന്നായി തിന്നേക്കാമെന്നു നിശ്ചയിച്ച് ഏറെത്തീനികളായി മാറേണ്ട, ട്ടോ.

ഡോ. പീറ്റേഴ്സൺ മറ്റൊരു രഹസ്യം കൂടി കണ്ടെത്തിയിട്ടുണ്ട്. അത് നിങ്ങൾക്കത്ര ഇഷ്ടമുള്ള കാര്യമല്ല. എന്നാലും പറയാം. നിങ്ങൾ ഉറക്കംതൂങ്ങികളായിരിക്കുമെന്ന്. അനങ്ങാപ്പാറകളായിരിക്കുമെന്ന്. അതും നിങ്ങളുടെ കുറ്റമല്ല കേട്ടോ. അടിയന്തിരഘട്ടങ്ങളിൽ ഉണർന്നു പ്രവർത്തിക്കേണ്ട നിങ്ങളുടെ ചില നാഡീവ്യൂഹ ഭാഗങ്ങൾ പതുക്കെ മാത്രമേ പ്രവർത്തിക്കുന്നുള്ളൂ. അതാണു കാരണം. നിങ്ങളുടെ ശരീരത്തിലെ രാസപ്രവർത്തനങ്ങൾ (ശരീരത്തിലെ മെറ്റബോളിക് പ്രവർത്തനങ്ങൾ) സാവധാനമാണ് നടക്കുന്നതെന്നും കണ്ടെത്തിയിരിക്കുന്നു.

ഈ കണ്ടെത്തലുകൾ എല്ലാം പൂർണമായും ശരിയായിരിക്കണമെന്നില്ല. കൂടുതൽ ഗവേഷണങ്ങൾ നടക്കുമ്പോൾ കൂടുതൽ ശരിയായ വിവരങ്ങൾ ലഭിച്ചുവെന്നും വരാം. ഗവേഷണം നമ്മെ ശരിയിൽനിന്നു കൂടുതൽ ശരിയിലേക്കാണല്ലോ നയിക്കുക.

ഏതായാലും നമുക്കിതിൽനിന്നും ഒരു കാര്യം മനസിലായി. തടിയന്മാരെയും തടിച്ചികളെയും പറ്റി ഒരുപാടു കാര്യങ്ങൾ ഗവേഷണം ചെയ്തു കണ്ടുപിടിക്കാനുണ്ടെന്ന്. അതിൽ ചിലതൊക്കെ അവർക്കിഷ്ടമുള്ള കാര്യങ്ങളായി എന്നു വരില്ല. എന്നാലും ഗവേഷണം നടക്കണം. അങ്ങനെ കൂടുതൽ രഹസ്യങ്ങൾ പുറത്തുവന്നാൽ ഈ അനാവശ്യ തടിയിൽ നിന്നും മോചനം നേടാനുള്ള വഴിയും കണ്ടെത്തും എന്നു നമുക്കു പ്രതീക്ഷിക്കാം.

86

സാമ്പാറിനും രസത്തിനും നല്ല കാലം

സാമ്പാറിനും രസത്തിനും വേണ്ടി വാദിക്കാൻ ഇതാ ഒരു "വക്കീൽ". ഇന്ത്യൻ കൗൺസിൽ ഓഫ് ഡയറക്ടറായിരുന്ന ഡോ. ശ്രീരാമചാരിയാണ് ഇങ്ങനെ സാമ്പാർ, രസ മാഹാത്മ്യം പുറത്താക്കിയിരിക്കുന്നത്. അവയിലുള്ള "പുളി" ഫ്ളൂറോസിസ് എന്ന രോഗം തടയുമെന്നാണ് ഡോ. ശ്രീരാമചാരിയുടെ പ്രവചനം.

കുടിവെള്ളത്തിൽ ഫ്ളൂറൈഡുകൾ ഒരു നിശ്ചിത അളവിൽ കൂടുതൽ ലയിച്ചിരുന്നാൽ അത് ഫ്ളൂറോസിസ് രോഗമുണ്ടാക്കും. ഗ്രാമപ്രദേശങ്ങളിലെ പാവങ്ങളിലാണീ രോഗം കൂടുതലായി കണ്ടുവരുന്നത്. ആഴത്തിലുള്ള കുഴൽക്കിണറുകളിൽ നിന്നാണവർ കുടിവെള്ളം ശേഖരിക്കുന്നത്. അത്തരം വെള്ളത്തിൽ ലയിച്ചു കിടക്കുന്ന ഫ്ളൂറൈഡുകളുടെ അളവ് കൂടുതലാണ്. അത് ഫ്ളൂറോസിസിനു കാരണമാകുന്നു. അസ്ഥിവ്യൂഹത്തെയാണ് ഈ രോഗം ആക്രമിക്കുന്നത്.

അതേ സമയം ഫ്ളൂറൈഡ് ഒരു നിശ്ചിത അളവിൽ കുറഞ്ഞാൽ മനുഷ്യരുടെ പല്ലിന് അതു ദോഷം ചെയ്യും. അങ്ങനെ ഫ്ളൂറൈഡ് കുറയുമ്പോൾ കുടിവെള്ളത്തിൽ ഫ്ളൂറൈഡ് ചേർക്കുന്ന പതിവ് വിദേശരാജ്യങ്ങളിലുണ്ടുപോലും. ഇവിടെ നഗരങ്ങളിൽ ലഭ്യമായ കുടിവെള്ളത്തിൽ വേണ്ടത്ര ഫ്ളൂറൈഡില്ലെന്ന് പറഞ്ഞുകൊണ്ടാണ് ടൂത്ത്പേസ്റ്റ് നിർമാതാക്കൾ പല്ലുതേയ്ക്കാനുള്ള പേസ്റ്റിൽ ഫ്ളൂറൈഡ് ചേർക്കുന്നത്. അത് അനാവശ്യമാണ്, അപകടകരവുമാണെന്ന് ചിലർ വാദിക്കുന്നു. അത്യാവശ്യമാണെന്ന് മറ്റു വിദഗ്ധരും.

ആ തർക്കമവിടെ കിടക്കട്ടെ. നമുക്ക് സാമ്പാർ പുരാണത്തിലേക്ക് തിരിച്ചുവരാം. ഫ്ളൂറോസിസ് രോഗം സാധാരണമായിട്ടുള്ള ചില

ഭാഗങ്ങൾ ഉണ്ട് ഇന്ത്യയിൽ. അത്തരമൊരു ഭാഗത്ത് ജീവിക്കുന്ന ചില സമുദായക്കാർക്ക് ഫ്ളൂറോസിസ് ബാധിക്കാറില്ലെന്ന് ഡോ. ശ്രീരാമചാരി കണ്ടെത്തി. അവർ സാമ്പാർ, രസപ്രിയന്മാരാണെന്നും ഡോക്ടർ കണ്ടെത്തി. സാമ്പാറും രസവും ഉണ്ടാക്കുമ്പോൾ ധാരാളം പുളി ചേർക്കുമല്ലോ. അവ ശരിക്കും പുളിവെള്ളങ്ങൾ തന്നെ. അഥവാ പുളിയുടെ ലായനി. അപ്പോഴവയിലെ പുളിയാകാം ഫ്ളൂറോസിസ് രോഗത്തെ തടയുന്നത്. ഇത് തെളിയിക്കാനായി ഡോക്ടർ ഫ്ളൂറൈഡ് ലായനികളിലേക്ക് പുളി പിഴിഞ്ഞൊഴിച്ച് പരീക്ഷിച്ചുനോക്കി. പുളി ഫ്ളൂറൈഡിനെ എങ്ങനെയോ പിടിച്ചുനിർത്തുന്നു എന്നും ലായനിയിലെ ഫ്ളൂറൈഡിന്റെ അളവ് അതുകൊണ്ട് കുറയുന്നു എന്നും പരീക്ഷണങ്ങൾ തെളിയിച്ചു. അതായത് പുളിക്ക് ഫ്ളൂറൈഡിനെ ലായനിയിൽനിന്നു മാറ്റാൻ കഴിവുണ്ടെന്നർഥം. അതുകൊണ്ട് കുടിവെള്ളത്തിലെ ഫ്ളൂറൈഡിന്റെ അളവ് കുറയ്ക്കുന്നതാകാം. അങ്ങനെ ഫ്ളൂറോസിസ് രോഗത്തെ തടയുന്നതാകാം.

പഴുത്തുപാകമായ പുളിയാണ് ഇങ്ങനെ ഫ്ളൂറൈഡിനെ പിടിച്ചുനിർത്തുന്നത്. കർണാടകത്തിലെ ഫ്ളൂറോസിസ് രോഗബാധിത പ്രദേശങ്ങളിലെ പുളികുടിയന്മാരുടെ ആഹാരത്തിൽ പുളിക്കു പകരം തക്കാളി ചേർത്തുകൊടുത്തുനോക്കി ഡോക്ടർ. അപ്പോൾ അവരിൽ ഫ്ളൂറോസിസ് രോഗം വല്ലാതെ കൂടുകയും ചെയ്തു. അതായത് സാമ്പാറിലും രസത്തിലും സാക്ഷാൽ പുളിതന്നെ ചേർക്കണം. തക്കാളി ചേർത്താൽ പോര എന്ന്.

ഫ്ളൂറോസിസ് രോഗബാധയില്ലാത്ത ഭാഗങ്ങളിലുള്ളവർ തുടർച്ചയായി സാമ്പാറും രസവും ശാപ്പിട്ടാൽ മറ്റുവല്ല ദൂഷ്യങ്ങളുമുണ്ടോ എന്ന് ഡോക്ടർ പറയുന്നില്ല. അക്കാര്യം വേറെ പഠിക്കണം. ഏതായാലും തൽക്കാലം സാമ്പാർ, രസ പ്രേമികൾക്ക് ആഹ്ലാദിക്കാം. തങ്ങളുടെ പ്രിയപ്പെട്ട വിഭവങ്ങളുടെ സ്വാദിനെപ്പറ്റി മാത്രമല്ല, രോഗപ്രതിരോധ ഗുണത്തെപ്പറ്റിയും അവർക്ക് പാടിപ്പുകഴ്ത്താം. അതിനിടെ അവർ കുറച്ചു പുളിമരങ്ങൾ എങ്കിലും നാട്ടിൽ വച്ചുപിടിപ്പിക്കുമെന്നും നമുക്കാശിക്കാം. പുളി പുളിതരും, തണലും തരും, വായു ശുദ്ധമാക്കുകയും ചെയ്യും. നല്ല വിറകും തരും. ഒടിഞ്ഞുവീണ് റോഡിൽ ശല്യമുണ്ടാക്കുകയുമില്ല. അതിനാൽ നമുക്ക് പുളി നടാം. അപ്പോൾ ഭാവിയിലും സാമ്പാർ കൂട്ടാം. രസം കുടിക്കാം!

87

ഒളിമ്പിക്സും ശാസ്ത്രവും

ഒളിമ്പിക്സ് പോലുള്ള സ്പോർട്സ് മത്സരങ്ങൾ അരങ്ങേറുമ്പോൾ നാം ആകാംക്ഷയോടെ ചോദിക്കാറുണ്ട്. ഇന്ത്യയുടെ ഗതി ഇപ്രാവശ്യം എന്തായിരിക്കും? മറ്റു പല രാജ്യങ്ങളും മെഡലുകൾ വാരിക്കൂട്ടുമ്പോൾ ഇന്ത്യ വളരെ മോശമായ പ്രകടനം കാഴ്ചവയ്ക്കുകയും ചെയ്യുന്നു.

അതെന്തേ? ഇന്ത്യാക്കാർ അത്ര മോശക്കാരാണോ? ലോകത്തെ ഏറ്റവും വലിയ ജനാധിപത്യരാഷ്ട്രം. ജനസംഖ്യയിൽ ലോകത്ത് രണ്ടാം സ്ഥാനം. പുരാതനമായ ഒരു സംസ്കാരത്തിന്റെ പൈതൃകം. ലോകത്ത് എവിടെയും എത്തി ഏതു രംഗത്തും ശോഭിക്കാൻ കഴിവുണ്ടെന്നു തെളിയിച്ച ജനത. പിന്നെ എന്തുകൊണ്ട് സ്പോർട്സ് രംഗത്ത് ലോകനിലവാരത്തിലെത്തുന്നതിൽ ഇത്രയേറെ പരാജയപ്പെടുന്നു? അടുത്തകാലത്തൊന്നും ലോകനിലവാരത്തിലെത്തുമെന്ന് സൂചനപോലും പ്രദർശിപ്പിക്കുന്നില്ല?

കാരണം ലളിതം. ശാസ്ത്രീയമായി പഠിച്ചാൽ ആർക്കും ഉത്തരം കണ്ടെത്താൻ അധികം മിനക്കെടേണ്ട. ഒളിമ്പിക്സ് കുട്ടിക്കളിയല്ല. ഒളിമ്പിക്സിനെപ്പറ്റി അതിന് പോകാറാകുമ്പോൾ ചിന്തിച്ചിട്ടു കാര്യമില്ല. അവസാന നിമിഷത്തിൽ തട്ടിക്കൂട്ടുന്ന ഒരു ടീം. അതിൽ കയറിപ്പറ്റാൻ കഴിവിലുപരി മറ്റുപലതും വേണ്ടിവരുന്നു എന്ന കാര്യവും പരസ്യമായ രഹസ്യമാണ്. മറ്റു രംഗത്തെപ്പോലെ സ്പോർട്സ് രംഗവും ഭരിക്കുന്നവർക്ക് ശാസ്ത്രീയമായ പ്ലാനിംഗോ പദ്ധതിയോ പരിപാടിയോ ഇല്ല. അതൊക്കെ ചിന്തിച്ചുനടപ്പാക്കാൻ വേണ്ടത്ര വിവരവുമില്ല. ഫലം നാമിന്നു കാണുന്നു. അനുഭവിക്കുന്നു.

റിക്കാർഡുകൾ തിരുത്തിക്കുറിക്കുന്നത് കൗമാരപ്രായത്തിലോ യൗവനത്തിൽ പ്രവേശിച്ചവരോ ആണ് പലപ്പോഴും. അതാണ് അതിനുള്ള പ്രായം. ആ പ്രായത്തിലുള്ള താരങ്ങൾക്കേ അത്തരം അത്ഭുതങ്ങൾ കാണിക്കാൻ കഴിയൂ. അതുകൊണ്ടുതന്നെ സ്പോർട്ട്

സിൽ വാസനയുള്ളവരെ വളരെ ചെറുപ്പത്തിലെ കണ്ടെത്തണം. അവർക്ക് ശാസ്ത്രീയമായ പരിശീലനം നൽകണം. അവരെ ശാസ്ത്രീയമായി പരിരക്ഷിക്കുകയും വേണം. എങ്കിലേ കുരുന്നു പ്രതിഭകൾ പെട്ടെന്ന് വളരൂ. അത്ഭുതങ്ങൾ കാണിക്കാനുള്ള കരുത്തു നേടൂ.

നമ്മുടെ നാട്ടിലെ സ്ഥിതി പറയാതെ അറിയാമല്ലോ. ഇത്രയൊക്കെ നേട്ടങ്ങൾ ഇത്ര മോശമായ പരിതഃസ്ഥിതിയിൽ എങ്ങനെ ലഭിക്കുന്നു എന്ന് അത്ഭുതപ്പെടേണ്ട അവസ്ഥയാണ് ഇവിടെ. മറ്റ് നാടുകളിലോ? എതിർ ടീമിന്റെ കളി മുഴുവൻ വീഡിയോയിൽ പകർത്തി കമ്പ്യൂട്ടർവരെ ഉപയോഗിച്ച് വിശദമായി പരിശോധിച്ച് അവരുടെ ദൗർബല്യങ്ങൾ കണ്ടെത്തുന്നു. സ്വന്തം ടീമിന്റെ കളിയും ഇങ്ങനെ വിലയിരുത്തുന്നു. ഓരോ കളിക്കാരന്റെയും ദൗർബല്യങ്ങൾ കണ്ടെത്തി പരിഹരിക്കുന്നു. ഇങ്ങനെ നിരന്തരമായി ശാസ്ത്രീയമായി ടീമിനെ നന്നാക്കുന്ന മാർഗമൊന്നും ഈ നാട്ടിലില്ല. മറ്റൊരു ഉദാഹരണം പറയാം. മിന്നൽപ്പിണർപോലെ ഓടിയെത്തിയാലേ ഹ്രസ്വദൂര ഓട്ടത്തിൽ വിജയിക്കാനാകൂ. അതിന് നന്നായി ഓടിയാൽ മാത്രംപോരാ. സിഗ്നൽ കിട്ടിയാലുടൻ ഓടണം. ഏറ്റവും ആദ്യം ഓടുന്നയാൾക്ക് വിജയസാധ്യത കൂടും. സെക്കന്റുകൾക്കാണല്ലോ വിജയവും പരാജയവും നിശ്ചയിക്കപ്പെടുന്നത്. കമ്പ്യൂട്ടർ ഉപയോഗിച്ച് ഓട്ടം തുടങ്ങാനെടുത്ത സമയംവരെ കണക്കാക്കി അത് കുറച്ചുകൊണ്ടുവന്നാണ് ശാസ്ത്രീയമായി പരിശീലിപ്പിക്കേണ്ടത്. സ്പോർട്സ് സയൻസിലും സ്പോർട്സ് മെഡിസിനിലും ഉണ്ടായിക്കൊണ്ടിരിക്കുന്ന അത്ഭുതകരമായ വളർച്ച കണക്കിലെടുത്ത് വിദഗ്ധന്മാർ കൈകാര്യം ചെയ്താലേ പരിശീലനം ശരിയാകൂ. കളിക്കാരുടെ ശാരീരികമായ കഴിവുകൾ മെച്ചപ്പെടുത്താനും അവരെ 'കണ്ടീഷൻ' ചെയ്യാനും സ്പോർട്സ് മെഡിസിനിൽ വൈദഗ്ധ്യം ലഭിച്ചവരുടെ സഹായം വേണം. ഇതൊക്കെ ലഭിക്കണമെങ്കിൽ അതിനുള്ള പ്ലാനും പദ്ധതിയുമുണ്ടാകണം. അതിന് ഭാവനയും വേണം.

കേരളത്തിന് ഇക്കാര്യത്തിൽ മാതൃക കാണിക്കാൻ കഴിയേണ്ടതാണ്. അതിനുള്ള തുടക്കമായിരുന്നു സ്പോർട്സ് സ്കൂളുകൾ. പക്ഷേ, അവയുടെ അവസ്ഥ പരിതാപകരമാണെന്ന് പറയാതെ നിവൃത്തിയില്ല. കുറച്ചുകൂടി ഭാവനയോടെ അവയെ ഭരിച്ചാൽ ഭാവിയിൽ ഉഷയിലും വലിയ ഉഷമാരെ കേരളത്തിന് സംഭാവന ചെയ്യാനാകും. സ്പോർട്സ് പ്രേമികൾ അതിന് ശബ്ദമുയർത്താൻ സമയമായി. അല്ലാതെ അടുത്ത ഒളിമ്പിക്സ് വേളയിൽ നമുക്ക് മെഡൽ കിട്ടുമോ എന്നു വേവലാതിപ്പെട്ടാൽ പോരാ.

88

തല്ലുകൊള്ളുന്ന ഭാര്യമാർ

'നായർ വിശന്നു വലഞ്ഞു വരുമ്പോൾ....' കഞ്ഞിക്ക് അരിപോലുമിട്ടിട്ടില്ല! ദേഷ്യപ്പെട്ട്, കലിതുള്ളി, ആയുധം കാട്ടിൽ വലിച്ചെറിഞ്ഞ്, 'ചുട്ടുതിളയ്ക്കും വെള്ളമശേഷം കുട്ടികൾ തന്നുടെ തലയിലൊഴിച്ച്', 'കെട്ടിയ പെണ്ണിനെ മടികൂടാതെ, കിട്ടിയ വടികൊണ്ടൊന്നു പിടച്ച്' ഉരുളികളും കിണ്ടികളും തല്ലി ഉടച്ച്, 'ഉരലു വലിച്ചു കിണറ്റിൽ മറിച്ച്,' ചിരവയെടുത്തു തീയിലെറിഞ്ഞ്, അരകല്ലു കുളത്തിലുമെറിഞ്ഞുകഴിഞ്ഞിട്ടും ആ കാരണവരുടെ ദേഷ്യം തീർന്നില്ലപോലും!

"അതുകൊണ്ടരിശം തീരാഞ്ഞവന-

പ്പുരയുടെ ചുറ്റും മണ്ടിനടന്നു!" എന്നാണു കുഞ്ചൻ നമ്പ്യാർ വർണിക്കുന്നത്! എന്തൊരു ദേഷ്യം എന്നു നമ്മൾ ആരും പറഞ്ഞുപോകും. പക്ഷേ ദേഷ്യം തീരുമ്പോൾ നായർ തളർന്നുകിടന്ന് ഉറങ്ങും, അല്ലേ? കെട്ടിയവൾ പിന്നെ വിളിച്ചുണർത്തും. കഞ്ഞി വിളമ്പിക്കൊടുക്കും. കഞ്ഞികുടിച്ചു മനം തെളിയുന്ന നായർ കെട്ടിയവളെ സ്നേഹത്തോടെ നോക്കും. കുട്ടികൾക്കു സ്വന്തം കൈകൊണ്ടു കഞ്ഞി വാരിക്കൊടുക്കും. പിന്നെ, വൈകിട്ടു കിണറ്റിലിറങ്ങി ഉരലും കുളത്തിലിറങ്ങി അരകല്ലും തപ്പിയെടുത്തുകൊണ്ടുവരും. അടികൊണ്ട കൊച്ചുങ്ങളെയും ഭാര്യയേയും വിളിച്ചു തൊലി പൊട്ടിയ സ്ഥലങ്ങളിൽ പിണ്ഡതൈലം കുഴമ്പു തേച്ചുകൊടുക്കും. പിറ്റേന്നു പണിക്കുപോകും മുമ്പു കാട്ടിൽനിന്നു പണിയായുധവും പുറത്തെടുക്കും; തീർച്ച. ആ ദേഷ്യത്തിന്റെ ആഴം അത്രയൊക്കെയേ വരൂ, ഭൂരിപക്ഷത്തിനും.

ഭർത്താവിനു 'നായർ' എന്ന പേരു വന്നത് എങ്ങനെയാണ്? കുടുംബ 'നായകൻ' എന്ന അർഥത്തിലാകാം. 'കെട്ടിയവൾ' എന്ന

പേരിനു പിന്നിലെ അർഥമോ? നായർ കെട്ടിക്കൊണ്ടു വന്നവൾ എന്നാണോ? കുടുംബഭാരങ്ങളാൽ അവിടെ കെട്ടിയിടപ്പെട്ടവൾ എന്നാണോ? ഏതായാലും പണ്ടു നായർതന്നെ ആയിരുന്നു നായകൻ. അയാൾക്കു തോന്നുമ്പോൾ അടിച്ചെന്നും അലറിയെന്നും വരാം. എല്ലാം അയാളുടെ കീഴിൽത്തന്നെ ആയിരുന്നു.

കാലം മാറി. ഇന്നു നായരില്ല. പകരം ഭർത്താവാണ്. കെട്ടിയവൾ ഇല്ല. പകരം ഭാര്യയാണ്. രണ്ടുപേർക്കും തുല്യ അധികാരവും. പരിഷ്കൃത സമുദായത്തിലെങ്കിലും ഇതാണു സ്ഥിതി. ഭർത്താവു ഭാര്യയെ തല്ലാറില്ല. മറിച്ചു ഭാര്യ ഭർത്താവിനെയും തല്ലാറില്ല, അല്ലേ?

നമ്മുടേതുപോലുള്ള സാധാരണക്കാരുടെ രാജ്യത്ത് അപൂർവ്വം തല്ലും വഴക്കുമെല്ലാം കണ്ടേക്കാം. പക്ഷേ, അമേരിക്ക പോലുള്ള പരിഷ്കാരികളുടെ നാട്ടിൽ അത് ഒട്ടും കാണുകയില്ല. അവിടെ സ്ത്രീ-പുരുഷ സമത്വം അതിന്റെ അക്ഷരാർഥത്തിൽ തന്നെ ഉണ്ട്. ഭർത്താവു ഭാര്യയെയോ ഭാര്യ ഭർത്താവിനെയോ പേടിപ്പിക്കൽ അവിടെ നടപ്പില്ല.

ഇതൊക്കെയായിരുന്നു എന്റെയും ധാരണ. പക്ഷേ, ന്യൂയോർക്കിൽനിന്ന് വന്ന ഒരു വാർത്ത ആ ധാരണകളെല്ലാം തകർത്തുകളഞ്ഞു. അവിടെ ഭർത്താക്കന്മാർ സ്ഥിരമായി ഭാര്യമാരെ തല്ലാറുണ്ടുപോലും. സഹികെട്ടു ഭാര്യമാർ പൊലീസിൽ പരാതിപ്പെടാറുണ്ട്. പക്ഷേ, ഭൂരിപക്ഷം പൊലീസ് ഓഫീസർമാരും പുരുഷന്മാരായതിനാൽ ഭാര്യമാർക്കു രക്ഷ കിട്ടാറില്ലപോലും. "തല്ലിയവൻ കെട്ടിയവനാണല്ലോ, മറ്റാരുമല്ലല്ലോ, നിങ്ങൾ രണ്ടുപേരും വഴക്കു നിറുത്തി യോജിക്കണം..." എന്നെല്ലാം പറഞ്ഞ് അവർ പരാതിക്കാരായ ഭാര്യമാരെ മടക്കി അയയ്ക്കാറാണു പതിവ്. തല്ലുകൊണ്ടതു മിച്ചം! ചിലപ്പോൾ പൊലീസിൽ പോയതിനു വേറെ തല്ലു കിട്ടിയെന്നു വരാം. ഇതൊക്കെ ആയിരുന്നു ന്യൂയോർക്കിലെ സ്ഥിതി എന്നാണു വാർത്ത. വിശ്വസനീയമായ വാർത്തയാണ്. പക്ഷേ ഇനി അതു മാറാൻ പോകുന്നുപോലും. ഭാര്യ, 'എന്നെ ഭർത്താവു തല്ലി' അഥവാ 'ഉപദ്രവിക്കാൻ പോകുന്നു' എന്നു പരാതിപ്പെട്ടാൽ ഉടൻ ഒരു പൊലീസ് ഓഫീസർ സ്ഥലം സന്ദർശിക്കണം. വേണ്ടിവന്നാൽ ഭർത്താവിനെ അറസ്റ്റ് ചെയ്യണം. ഇതാണു പുതിയ വ്യവസ്ഥ. എഴുപത്തിയൊന്നു (തല്ലുകൊള്ളി) ഭാര്യമാർ കൊടുത്ത കേസ് ആണ് ഈ ഒത്തുതീർപ്പിൽ എത്തിച്ചിരിക്കുന്നത് എന്നാണ് വാർത്ത.

അമേരിക്കയിലെ ഭാര്യമാർക്ക് ഇനി തല്ലുവാങ്ങാതെ കിടന്നുറ

ങ്ങാം... പക്ഷേ, കുടുംബം എന്ന സങ്കൽപ്പം ഇത്തരം പരിഷ്കാരികളുടെ നാട്ടിൽ ഇന്നുണ്ടോ? പരസ്പരം സ്നേഹിക്കുകയും 'ശരീരം രണ്ടെങ്കിലും ആത്മാവ് ഒന്ന്' എന്നപോലെ ജീവിക്കുകയും ചെയ്യുന്ന പാകത വന്ന ഭാര്യാഭർത്താക്കന്മാരും, അവർക്കിടയിൽ സ്നേഹമെന്തെന്നും കുടുംബബന്ധമെന്തെന്നും അറിഞ്ഞും ആസ്വദിച്ചും വളരുന്ന കുഞ്ഞുങ്ങളും അവിടെ ഉണ്ടോ? അച്ഛൻ, അമ്മ, അപ്പൂപ്പൻ, അമ്മൂമ്മ, ചേട്ടൻ, അനിയൻ, അനുജത്തി, ചേച്ചി ഈ വാക്കുകൾ എല്ലാം നമ്മുടെ മനസിലുണ്ടാക്കുന്ന ആഹ്ലാദത്തിന്റെ അനുരണനങ്ങൾ ഈ പരിഷ്കാരികളുടെ മനസിൽ ഉണ്ടാകുമോ? ഉണ്ടായിരുന്നെങ്കിൽ ഈ തല്ലും തല്ലുകൊള്ളിത്തരങ്ങളും സ്വന്തം വീട്ടിൽ പൊലീസിനെ വിളിക്കലും ഒന്നും ഉണ്ടാകുമായിരുന്നില്ലല്ലോ. പരിഷ്കാരികൾക്കിടയിൽ മനുഷ്യബന്ധങ്ങൾക്ക് ആഴം തീരെ ഇല്ലാതാകുമെങ്കിൽ ആ പരിഷ്കാരം അഭിലഷണീയമോ?

89

പാലിലും പയറിലും വിഷം!

ആഹാരം ആരോഗ്യമുണ്ടാക്കും എന്നാണ് നാം പഠിച്ചിരിക്കുന്നത്. എന്നാൽ ഇന്ത്യയിലെ പാലും ധാന്യങ്ങളും പയറുകളും മഞ്ഞളും ബേബിഫുഡുകൾ (ശിശു ആഹാരങ്ങൾ) പോലും അനാരോഗ്യമുണ്ടാക്കുമെന്നാണ് പുതിയ ചില പഠനങ്ങൾ സൂചിപ്പിക്കുന്നത്. അവയിലൊക്കെ വിഷമാലിന്യങ്ങൾ ഉണ്ടത്രെ. ചിലതിൽ ക്യാൻസർ ഉണ്ടാക്കുന്ന പദാർഥങ്ങൾ (കാർസിനോജനുകൾ) ആണുള്ളത്. മറ്റു ചിലതിൽ കീടനാശിനികളുടെ വിഷാംശങ്ങൾ. ഇവയൊക്കെ തിന്നുതിന്ന് പലരും ഭാവിയിൽ രോഗികളായേക്കും.

ഇന്ത്യൻ കൗൺസിൽ ഓഫ് മെഡിക്കൽ റിസർച്ച് (ഐ സി എം ആർ) നടത്തിയ അന്വേഷണമാണ് ഞെട്ടിക്കുന്ന ഈ രഹസ്യം പുറത്താക്കിയത്. പാൽ, ഭക്ഷ്യധാന്യങ്ങൾ, പയർവർഗങ്ങൾ, ശിശു ആഹാരങ്ങൾ, മഞ്ഞൾ തുടങ്ങിയവയാണ് പഠനവിധേയമാക്കിയത്. വിവിധ സ്റ്റേറ്റുകളിൽനിന്നും ആയിരക്കണക്കിനു സാമ്പിളുകൾ ശേഖരിച്ച് അവയിലെ മാലിന്യങ്ങളെപ്പറ്റി വിശദമായി പഠിച്ചു. ആധുനിക ശാസ്ത്രീയ രീതികൾ ഉപയോഗിച്ച് കൃത്യമായി മാലിന്യങ്ങളുടെ അളവ് കണ്ടെത്താൻ ഇപ്പോൾ കഴിയും.

ഭക്ഷ്യധാന്യങ്ങളിലും പയർവർഗങ്ങളിലും ക്യാൻസറുണ്ടാക്കുന്ന ഒരുതരം വിഷം (അഫ്ളടോക്സിൻ) ഉണ്ടെന്നാണ് കണ്ടെത്തിയിരിക്കുന്നത്. ധാന്യങ്ങൾ പാടങ്ങളിൽനിന്നും മറ്റും ശേഖരിച്ച് സൂക്ഷിക്കുന്നതിലെ അശാസ്ത്രീയതയാണ് ഇത്തരം ഫംഗസുകൾ അവയിൽ വളരാൻ കാരണം. മിക്കപ്പോഴും ധാന്യങ്ങളിലുള്ള ഈർപ്പമാണ് ഫംഗസ് വളർച്ച സാധ്യമാക്കുന്നത്.

ചുവന്ന മുളക്, ബജറ, മഞ്ഞൾ, നിലക്കടല, പുഴുക്കലരി തുടങ്ങിയ പതിനാല് ഉൽപ്പന്നങ്ങളിൽ ഇങ്ങനെ ഉയർന്ന അളവിൽ അഫ്ളടോക്സിൻ അടങ്ങിയിട്ടുള്ളതായി ശാസ്ത്രജ്ഞർ കണ്ടെത്തി.

പാലിന്റെ (പശുവിൻപാലും എരുമപ്പാലും) 2205 സാമ്പിളുകൾ പരിശോധിച്ചതിൽ 1600–ലും ഡി ഡി റ്റിയുടെ അളവ് മനുഷ്യശരീരത്തിന് താങ്ങാവുന്നതിന്റെ നാൽപ്പതിരട്ടിയാണെന്ന് കണ്ടു. ഐ സി എം ആറിലെ ശാസ്ത്രജ്ഞന്മാർ ഇന്ത്യയിലെ അമ്മമാരുടെ മുലപ്പാൽ പരിശോധിച്ചോ എന്ന് വാർത്താ ഏജൻസികൾ റിപ്പോർട്ട് ചെയ്തിട്ടില്ല. പരിശോധിച്ചാൽ ഫലം എന്താകും എന്ന് വായനക്കാർ ഊഹിച്ചുകൊള്ളൂ. ("അമ്മിഞ്ഞപ്പാലിലുമിന്നജ്ഞാത വിഷജ്വാല!" എന്നാണല്ലോ ഒരു കവി എഴുതിയത്.)

വൻതോതിൽ പുറത്തിറക്കിയിരിക്കുന്ന ബേബിഫുഡുകൾ പരിശോധിച്ചപ്പോൾ പേടിപ്പിക്കുന്ന വിവരങ്ങളാണ് പുറത്തുവന്നത്. ആഴ്സനിക്, കാഡ്മിയം, കറുത്തീയം എന്നീ ലോഹങ്ങൾ അവയിൽ പലതിലുമുണ്ടെന്നു വ്യക്തമായി. ഇവയൊക്കെ വിഷങ്ങളാണ് എന്ന് വിദേശത്തു നടന്നിട്ടുള്ള പഠനങ്ങൾ തെളിയിച്ചിട്ടുണ്ട്. കിഡ്നിയെ തകരാറിലാക്കുന്ന ലോഹമാണ് കാഡ്മിയം. കറുത്തീയവിഷം കുഞ്ഞുങ്ങളുടെ തലച്ചോറിനെ തന്നെ തകരാറിലാക്കും. ബേബിഫുഡുകളുടെ നിർമാണത്തിനുപയോഗിക്കുന്ന പദാർഥങ്ങളും അവയുടെ പാക്കിങ്ങിനുപയോഗിക്കുന്ന വസ്തുക്കളും അവയിൽ ലോഹവിഷങ്ങൾ കയറ്റുന്നുണ്ടാകണം. ഈ പ്രശ്നത്തെപ്പറ്റി ശാസ്ത്രീയമായി അന്വേഷിച്ച് പരിഹാരം കാണണം എന്ന് ഐ സി എം ആർ നിർദേശിക്കുകയുണ്ടായി.

ആഹാരപദാർഥങ്ങളുടെ യഥാർഥ സ്ഥിതിയെപ്പറ്റി അന്വേഷിച്ചറിയാതിരുന്നിരുന്നെങ്കിൽ സന്തോഷത്തോടെ അവയൊക്കെ തിന്നു വയർ വീർപ്പിച്ചു നടക്കാമായിരുന്നു! എന്നാൽ ഇനി അതിനു കഴിയുമോ? 'വെളിച്ചം ദുഃഖമാണുണ്ണീ' എന്ന കവിവാക്യം ഓർമ്മിക്കുക. നാട്ടിലെ ഭക്ഷണപദാർഥങ്ങളിൽ വിഷങ്ങൾ കയറിക്കൂടാതിരിക്കാൻ വേണ്ടതു ചെയ്യാൻ ശബ്ദമുയർത്തുകതന്നെ വേണം. കൂടുതൽ വിപുലമായ അന്വേഷണങ്ങൾ നടത്തേണ്ടതുണ്ട്. പ്രതിവിധികൾ നടപ്പാക്കുകയും വേണം. അല്ലെങ്കിൽ നമ്മുടെ ആരോഗ്യം തകർന്നതുതന്നെ.

90

മനുഷ്യാ നീ മണ്ണിലേക്കു മടങ്ങൂ

"**ക**രിങ്കല്ലു കിട്ടാനില്ല. ഇഷ്ടിക കാണാനുമില്ല. വീടുപണികൾ സ്തംഭിച്ചു." – ഇങ്ങനെയൊരു വാർത്ത അടുത്തുതന്നെ പത്രങ്ങളിൽ വരും. കരിങ്കല്ലു പൊട്ടിച്ചെടുത്തെടുത്ത് കരിങ്കൽമടകൾ ഗുഹകളായിക്കഴിഞ്ഞു. ഇഷ്ടികയ്ക്കുവേണ്ടി മണ്ണെടുത്തെടുത്ത് പാടങ്ങൾ തടാകങ്ങളുമായി. വീടുപണിയാൻ വേണ്ട മറ്റു സാധനങ്ങളുടെ വിലകൾ വാണംപോലെ കുതിച്ചുയരുകയാണ്. കഷ്ടകാലത്തേ വീടുപണിയാൻ തോന്നൂ എന്ന് നാട്ടുകാർ വിശ്വസിക്കുന്നതിൽ തെറ്റില്ല.

നമ്മുടെ നാട്ടിലാണെങ്കിൽ വീടില്ലാത്തവരുടെ എണ്ണം കൂടുതലാണ്. മനുഷ്യപുത്രന്മാർക്ക് തല ചായ്ക്കാൻ ഇടമില്ല എന്നത് ഭാരതത്തെ സംബന്ധിച്ചിടത്തോളം സത്യം തന്നെ. ജനസംഖ്യ കൂടിവരുന്നു. ദരിദ്രരും കൂടിവരുന്നു. വീടുപണിയാനുള്ള വസ്തുക്കൾ ഇല്ലാതെയുമാകുന്നു. ഈ വിഷമവൃത്തത്തിൽനിന്നും കരകയറാൻ എന്താണ് വഴി?

ഒരു വഴി തെളിഞ്ഞുവരുന്നു. വീടുപണിയാൻ മണ്ണിനെ മാത്രം ആശ്രയിക്കുക. മൺവീടുകളെപ്പറ്റി ശാസ്ത്രീയമായി പഠിക്കുക. ബലമുള്ള പഴക്കം നിൽക്കുന്ന മൺവീടുകൾ ഉണ്ടാക്കാനുള്ള സാങ്കേതിക വിദ്യകൾ വികസിപ്പിച്ചെടുക്കുക.

മൺകട്ടകളുടെ ഏറ്റവും വലിയ ഒരു ദോഷം അവ വെള്ളം വലിച്ചെടുക്കുമെന്നതാണ്. തുടർച്ചയായ മഴ, വെള്ളപ്പൊക്കം, മണ്ണിലെ ഈർപ്പം ഇവയൊക്കെ മൺകട്ടയെ നനയ്ക്കും. നനഞ്ഞ മണ്ണ് ബലം കുറഞ്ഞതാകും. വീടു തകരും.

അപ്പോൾ മൺകട്ടയുടെ ഈ 'വെള്ളപ്രേമം' കുറച്ചാൽ മൺവീടുകൾ കൂടുതൽ കാലം നിലനിൽക്കും. അതിനുള്ള വഴികൾ ക

ണ്ടെത്തണം. ആസ്ത്രേലിയയിൽനിന്നും വന്നിരിക്കുന്ന ഒരു വാർത്ത ഇക്കാര്യത്തിൽ നമുക്ക് പ്രത്യാശ നൽകുന്നു. അവിടെ മെൽബോണിലെ വിക്ടോറിയൻ ഇൻസ്റ്റിറ്റ്യൂട്ട് ഓഫ് ടെക്നോളജി മൺകട്ടയുടെ വെള്ള പ്രേമത്തെ തടയാനൊരു വിദ്യ വികസിപ്പിച്ചെടുത്തിരിക്കുന്നു— മൺകട്ടകൾക്കുമേൽ ഒരു പ്രത്യേക രാസമിശ്രിതം സ്പ്രേ ചെയ്യുക. ഒരു സിലിക്കോൺ വസ്തുവാണ് മിശ്രിതത്തിലെ പ്രധാന ഘടകം. അത് മൺകട്ടയുടെ ഉപരിതലത്തോടു ചേർന്നുള്ള കുറേ ഭാഗത്തേക്ക് ഇറങ്ങുന്നു. അവിടെ പ്ലാസ്റ്റിക് പോലൊരു വസ്തുവായി മാറി മൺകട്ടയുമായി പിടിച്ചുകിടക്കുന്നു. ഇങ്ങനെയൊരു പുറംതോട് മൺകട്ടയ്ക്കുണ്ടാകുന്നു. അതിന് വെള്ളപ്രേമം വളരെ കുറവായിരിക്കും. ഇന്ത്യൻ മൺകട്ടകൾ ഇങ്ങനെ ബലപ്പെടുത്തി പരിശോധിച്ചുനോക്കി. അത് വലിച്ചെടുത്തുകൊണ്ടിരുന്ന വെള്ളത്തിന്റെ അളവ് 99 ശതമാനവും കുറയും എന്നു കണ്ടു. അതായത് സാധാരണ മൺകട്ടയുടെ വെള്ളപ്രേമത്തിന്റെ ഒരു ശതമാനമേ ഇത്തരം മൺകട്ടകൾക്ക് ഉള്ളൂ എന്ന്.

മൺകട്ടകൾക്കു ബലം കിട്ടാനായി വൈക്കോൽ മുതലായ നാടൻ നാരുകൾ ഉപയോഗിക്കാറുണ്ട്. സിമന്റും കളിമണ്ണും ചേർത്തു മൺകട്ടയുടെ ബലം കൂട്ടാറുമുണ്ട്. മൺകട്ടയിൽ പ്രയോഗിക്കുന്ന സിലിക്കോൺ രാസവസ്തു നശിക്കുകയില്ല. ക്ഷാരഗുണമുള്ള മണ്ണു കൊണ്ടുണ്ടാക്കുന്ന കട്ടകളിലും ഇത് പ്രയോഗിക്കാം.

ഏതായാലും ഇത്തരം ബലപ്പെടുത്തിയ മൺകട്ടകൾ കൊണ്ടു വീടു പണിത് പരിശോധിക്കുകയാണ് ഗവേഷകർ. ഇന്ത്യയിലും പരിശോധന നടക്കുന്നുണ്ട്. ഫലം ആശാവഹമാകും എന്നു പ്രത്യാശിക്കാം.

ഭൂമിയിൽ, തലചായ്ക്കാനൊരു വീടില്ലാതെ ലക്ഷങ്ങൾ വലയുന്ന ഭാരതത്തിൽ, ഇത്തരം ഗവേഷണങ്ങളാണ് നടക്കേണ്ടത്. പക്ഷേ, നമ്മുടെ വിദഗ്ധന്മാർ അതൊന്നുമറിയുന്നില്ല. ബേക്കർ സായ്പിന്റെ വിവേകം നമ്മുടെ പ്രൊഫസർമാർക്ക് ഇല്ലാതെപോയി. ആസ്ട്രേലിയക്കാർക്കെങ്കിലും ഉണ്ടായത് ഭാഗ്യം!

മനുഷ്യാ നീ മണ്ണാകുന്നു. നീ മണ്ണിലേക്കുതന്നെ മടങ്ങൂ. മൺവീടുകളിലാണ് നിന്റെ രക്ഷ. നിന്റെ മോക്ഷം!

91

വെടിക്കെട്ടു വേണോ?

വെടിക്കെട്ടു കാണാൻ എല്ലാവർക്കും ഇഷ്ടമാണ്. ആകാശത്തേക്കു കുതിച്ചുയരുന്ന അമിട്ടു പൊട്ടിച്ചിതറുമ്പോൾ ഉയരത്തിൽ അനേകം നിറങ്ങൾ രൂപംകൊള്ളുന്നത് ആരെയും ആഹ്ലാദിപ്പിക്കും. ചെറിയ പടക്കങ്ങൾ, പൂത്തിരികൾ തുടങ്ങിയവ കൊച്ചുകുട്ടികൾവരെ കത്തിച്ചു രസിക്കാറുണ്ട്. ഒരു പടക്കത്തിന്റെ പേരുതന്നെ ആറ്റംബോംബ് എന്നാണ്! വലിയ ശബ്ദത്തിൽ പൊട്ടുന്ന, ഡൈനാമൈറ്റ് എന്ന് ഓമനപ്പേരുള്ള ഒരു പടക്കത്തെ 'ഗർഭം കലക്കി' എന്ന് ചിലർ വിളിക്കാറുണ്ട്. വെടിക്കെട്ട് ഉണ്ടെന്നറിഞ്ഞാൽ ഏതുതരം ആഘോഷങ്ങൾക്കും ആളുകൂടും. അമ്പലത്തിലും പള്ളിയിലും മാത്രമല്ല, രാഷ്ട്രീയപാർട്ടികളുടെ യോഗസ്ഥലങ്ങളിൽപ്പോലും ഇപ്പോൾ വെടിക്കെട്ടു പതിവാണ്.

ഇന്ത്യയിൽ ഏറ്റവുമധികം വെടിക്കെട്ട് ദീപാവലി ആഘോഷക്കാലത്താണ്. കേരളീയർ ക്രിസ്തുമസിനും വിഷുവിനും മറ്റും പടക്കം പൊട്ടിച്ച് ആഹ്ലാദിക്കാറുണ്ട്. പല രാജ്യങ്ങളിലും പുതുവർഷപ്പിറവിയാഘോഷങ്ങൾക്കു കൊഴുപ്പേകുന്നത് വെടിക്കെട്ടാണ്.

ആയിരത്തോളം വർഷങ്ങൾക്കു മുൻപുതന്നെ ചൈനാക്കാർ വെടിമരുന്നു കണ്ടെത്തിയിരുന്നു. വാണങ്ങളും മറ്റും അവർ ഉണ്ടാക്കിയിരുന്നു. ഇന്ത്യയിലാണ് വെടിമരുന്നു കണ്ടെത്തിയതെന്ന് ചില ചരിത്രകാരന്മാർ പറയുന്നു. വെടിമരുന്നിന്റെ അടിസ്ഥാന ചേരുവ അന്നും ഇന്നും ഒന്നുതന്നെ. വെടിയുപ്പ് (പൊട്ടാസ്യം നൈട്രേറ്റ്), കരിപ്പൊടി (ചാർകോൾ), ഗന്ധകം (സൾഫർ) എന്നിവയാണ്. വെടിമരുന്നിലെ ഘടകങ്ങൾ. അവ യഥാക്രമം 75:15:10 എന്ന ഭാര അനുപാതത്തിൽ കൂട്ടിക്കലർത്തുന്നു. ഈ ചേരുവയാണുപോലും ഏറ്റവും മെച്ചം. പൈറോ ടെക്നിക്സ് (Pyro te-c-hn-i-c-s) എന്നാണ് വെടിക്കെട്ടു വിജ്ഞാനത്തിന്റെ ശാസ്ത്രീയമായ പേര്.

ശാസ്ത്രം വളർന്നതോടെ വെടിക്കെട്ടു നിർമാണത്തിലും പരിഷ്കാരങ്ങൾ ഉണ്ടായി. വെടിക്കെട്ടു കാണിക്കുമ്പോൾ പലതരം നിറങ്ങൾ ഉണ്ടാക്കാനും കണ്ണഞ്ചിക്കുന്ന വെളിച്ചം സൃഷ്ടിക്കാനും ഉതകുന്ന ഘടകങ്ങൾ കണ്ടെത്തി. ചുവപ്പ്, പച്ച, നീല, മഞ്ഞ തുടങ്ങിയ നിറങ്ങൾ നൽകാൻ കഴിയുന്ന ലവണങ്ങളുണ്ട്. ഉദാഹരണമായി സ്ട്രോൻഷ്യം ലവണങ്ങൾ ചുവപ്പുനിറം നൽകുന്നു. ബേരിയം ലവണങ്ങൾ പച്ചനിറവും ചെമ്പുലവണങ്ങൾ പച്ചയോ നീലയോ നിറം സൃഷ്ടിക്കുമ്പോൾ സോഡിയം ലവണങ്ങൾ മഞ്ഞനിറമാണുണ്ടാക്കുക. ഇങ്ങനെ വിവിധ ലവണങ്ങളുടെ ചേരുവ ഉപയോഗിച്ചു വ്യത്യസ്ത നിറങ്ങൾ സൃഷ്ടിക്കാം. കട്ടിയായ പുകയുണ്ടാക്കാൻ ചില ചായങ്ങൾ ഉപയോഗിക്കുന്നു. ഇങ്ങനെ ഓരോ 'ഇഫക്ടിനും' ആവശ്യമായ ഘടകങ്ങൾ ഏതൊക്കെയെന്നു വെടിക്കെട്ടു വിദഗ്ധർക്കറിയാം. ജനങ്ങൾ തിങ്ങിപ്പാർക്കുന്ന ബോംബെ പോലുള്ള വൻനഗരങ്ങളിൽ വെടിക്കെട്ട് പല അപകടങ്ങൾക്കും കാരണമാകാറുണ്ട്. കേരളത്തിലും ഞെട്ടിപ്പിക്കുന്ന വെടിക്കെട്ടപകടങ്ങൾ ഉണ്ടായിട്ടുണ്ട്.

പടക്കങ്ങളും മറ്റും വാങ്ങിക്കൊണ്ടുവരുമ്പോഴും വീട്ടിൽ സൂക്ഷിക്കുമ്പോഴും അവ വീടിനടുത്തുവച്ചു കത്തിക്കുമ്പോഴും എന്തൊക്കെ മുൻകരുതലുകളാണ് എടുക്കേണ്ടതെന്ന് പൊതുജനങ്ങൾക്ക് അറിയില്ല. പടക്കങ്ങൾ വാങ്ങിവച്ചിരിക്കുന്നതിനടുത്ത് തീ കൊണ്ടുവരരുതെന്ന പ്രാഥമികമായ കാര്യംപോലും പലരും മറക്കുന്നു. വിളക്കോ അടുപ്പോ കത്തി നിൽക്കുമ്പോൾ അതിനടുത്ത് പടക്കപ്പൊതി കൊണ്ടുവന്നുവച്ചു തുറക്കുന്നത് അപകടമുണ്ടാക്കും. അയഞ്ഞ വസ്ത്രങ്ങൾ ധരിച്ചുകൊണ്ട് പടക്കം പൊട്ടിക്കരുത്. നൈലോൺ പോലുള്ള പെട്ടെന്ന് തീ പിടിക്കുന്ന വസ്തുക്കൾകൊണ്ടുള്ള ഉടുപ്പുകൾ ധരിച്ചുകൊണ്ട് പടക്കം പൊട്ടിക്കുന്നത് ആപത്തു ക്ഷണിച്ചുവരുത്തും. കൈയിൽ പിടിച്ചുകൊണ്ട് പടക്കം കത്തിക്കരുത്. പൂത്തിരിപോലും കത്തിച്ച് മറ്റൊരാൾക്കുനേരെ എറിയരുത്.

വെടിക്കെട്ടിനെപ്പറ്റി ശാസ്ത്രീയമായ അറിവില്ലാത്തവരാണ് അപകടത്തിൽ പെടുന്നത്. ആഘോഷങ്ങൾക്കിടയിൽ വെടിക്കെട്ടപകടം ഉണ്ടായാൽ ആഹ്ലാദം കണ്ണുനീരിൽ കലാശിക്കും. പലർക്കും മരണമോ അംഗവൈകല്യമോ ഒക്കെ സംഭവിക്കുകയും ചെയ്യും.

വാസ്തവത്തിൽ വെടിക്കെട്ടു കൈകാര്യം ചെയ്യേണ്ടത് വിദഗ്ധന്മാർ മാത്രമാണ്. കടകളിൽ വെടിക്കെട്ടുപകരണങ്ങൾ വിൽക്കാൻ അനുവദിക്കരുത്. പൊതുസ്ഥലത്ത് എല്ലാവർക്കും കാണാനായി

അവ കത്തിക്കാം. അത്തരം പ്രകടനങ്ങൾ ലൈസൻസുള്ളവരും വെടിക്കെട്ടുപകരണങ്ങൾ കൈകാര്യം ചെയ്യാൻ പ്രത്യേക പരിശീലനം ലഭിച്ചിട്ടുള്ളവരുമായ വിദഗ്ധന്മാരെക്കൊണ്ടു മാത്രമേ നടത്തിക്കാവൂ.

വാളെടുക്കുന്നവരൊക്കെ വെളിച്ചപ്പാടാകുന്ന ഏർപ്പാട് വെടിക്കെട്ടുരംഗത്ത് അനുവദിക്കരുത്. പൊതുജനങ്ങൾ അവ വാങ്ങുന്നതും ഉപയോഗിക്കുന്നതും നിയന്ത്രിക്കുകതന്നെ വേണം.

വെടിക്കെട്ടു വേണോ? ഒഴിവാക്കുകയാണ് ഉത്തമം. അതല്ല അതു കൂടിയേ കഴിയൂ എങ്കിൽ വിദഗ്ധന്മാർ വെടിക്കെട്ട് നടത്തട്ടെ! നമുക്ക് അതുകണ്ടു രസിക്കാം. കൈകാര്യം ചെയ്തു ചാകാൻ പോകേണ്ട. അതല്ലേ ശാസ്ത്രീയമായ വഴി?

ഒരു കാര്യംകൂടി : ലൈസൻസ് നൽകുന്നത് കർശനമായ നിയമങ്ങൾക്കനുസരിച്ചായിരിക്കണം. വിവരദോഷികൾക്കു ലൈസൻസ് നൽകിയാൽ സാധാരണക്കാരാകും കരയേണ്ടിവരിക. അത് ഒരു കാരണവശാലും അനുവദിച്ചുകൂടാ.

92

വിറ്റാമിൻ വിലയ്ക്കു വാങ്ങണോ?

വൈകിട്ടു വീട്ടിലേക്കു നടന്നുപോകുമ്പോഴാണ് അദ്ദേഹത്തെ കണ്ടത്. കൈയിൽ ഒരു പൊതിയും ഉണ്ട്. "അതെന്താണ്?" – ഞാൻ ലോഹ്യം ചോദിച്ചു.

"കുറച്ച് വിറ്റാമിൻ ഗുളികകളാണ് സാറേ. എന്റെ രണ്ടു മക്കളും സ്കൂളിൽ പഠിക്കുകയാണ്. പഠിക്കുന്ന പ്രായത്തിൽ വേണ്ടത്ര വിറ്റാമിൻ കൊടുക്കേണ്ടേ? അതിനാണ്." സ്കൂളിൽ സയൻസ് പഠിപ്പിക്കുന്ന അദ്ദേഹം പറഞ്ഞു.

"സാർ പറഞ്ഞത് മുഴുവൻ ശരിയല്ല". ഞാൻ വിനയപൂർവം ചൂണ്ടിക്കാട്ടി. "ശരീരത്തിന് വേണ്ടത്ര വിറ്റാമിൻ കിട്ടണം. പഠിക്കുന്ന കുട്ടികൾക്കു തീർച്ചയായും കിട്ടിയിരിക്കണം. അത്രയും ശരിയാണ്." ഞാൻ കൂട്ടിച്ചേർത്തു.

"അതിനാണല്ലോ ഞാൻ വിലകൊടുത്ത് ഈ വിറ്റാമിൻ ഗുളികകൾ വാങ്ങിക്കൊടുക്കുന്നത്." അദ്ദേഹം ഞാൻ പറഞ്ഞതിനോടു പ്രതികരിച്ചു. "അവിടെയാണ് സാറിന് തെറ്റുപറ്റിയിരിക്കുന്നത്. ശരീരത്തിനു വിറ്റാമിനുകൾ വേണം. പക്ഷേ അതിന് സാർ ഈ ഗുളികകൾ വിലയ്ക്കു വാങ്ങേണ്ട. സാധാരണ പോഷകാഹാരങ്ങൾ കഴിക്കുന്നവർക്കു പിന്നെ വിറ്റാമിൻ വേറെ കൊടുക്കേണ്ട." ഞാൻ പറഞ്ഞത് അദ്ദേഹത്തിന് വിശ്വാസമായില്ല.

അദ്ദേഹം തർക്കിച്ചു. "എങ്കിൽപ്പിന്നെ മരുന്നു കമ്പനിക്കാർ വിറ്റാമിനുകൾ ഉണ്ടാക്കുകയേ വേണ്ടല്ലോ. കടക്കാർ അതു വിൽക്കുകയും വേണ്ട!" അദ്ദേഹം എന്നെ കളിയാക്കിച്ചിരിച്ചു.

"കമ്പനിക്കാർ വിറ്റാമിനുകൾ ഉണ്ടാക്കുന്നു. കടക്കാർ അത് വിൽപ്പനയ്ക്കു വയ്ക്കുന്നു. ആവശ്യമുള്ളവർ മാത്രം അത് വാങ്ങട്ടെ. സാറിനെപ്പോലുള്ളവർ വാങ്ങേണ്ട." ഞാൻ പറഞ്ഞു.

"പിന്നെ ആരാണ് ആവശ്യമുള്ളവർ?"

"ഏതെങ്കിലും ഒരു രോഗി ഒന്നോ അതിലധികമോ വിറ്റാമിനുകൾ വാങ്ങിക്കഴിക്കണം എന്ന് ഒരു വിദഗ്ധ ഡോക്ടർ പറഞ്ഞാൽ ആ രോഗി അതു കഴിക്കണം. അല്ലാത്തവർ കഴിക്കേണ്ട." ഞാൻ തീർത്തു പറഞ്ഞു.

"കഴിക്കുന്നത് അനാവശ്യമാണെന്നാണോ?"

"അതെ. സാധാരണ ആഹാരം ആണല്ലോ നാം കഴിക്കുന്നത്. ചോറും പച്ചക്കറികളും മറ്റും. ഇവയിലൂടെ നമുക്കുവേണ്ട പോഷകങ്ങൾ ലഭിക്കുന്നു. വിറ്റാമിനുകളും ലഭിക്കുന്നു. ബുദ്ധിപൂർവം ഭക്ഷണപദാർഥങ്ങൾ തെരഞ്ഞെടുത്താൽ അധികം പണച്ചിലവില്ലാതെ പോഷകം ലഭ്യമാക്കാം."

"മനസിലായില്ല."

"പറയാം. കൈക്കുത്തരിയിൽ മിൽക്കുത്തരിയേക്കാൾ എത്രയോ അധികം വിറ്റാമിൻ ബി-1 ഉണ്ട്. അപ്പോൾ കൈക്കുത്തരി ഉപയോഗിക്കാൻ നോക്കണം; തവിടിലാണ് വിറ്റാമിൻ ബി-1."

"ഓഹോ തവിടിൽ വിറ്റാമിനുണ്ടോ?"

"ഉണ്ട്. ഗോതമ്പ് സമൂലം പൊടിച്ചുണ്ടാക്കുന്ന പൊടി കൊണ്ടുള്ള ചപ്പാത്തിയും റൊട്ടിയുമാണ് മൈദകൊണ്ടുള്ളതിലും മെച്ചം. ഓറഞ്ചിനു പകരം കമ്പിളി നാരങ്ങാ മതി. രണ്ടിലും വിറ്റാമിൻ 'സി' ഉണ്ട്. ആപ്പിളിലുള്ളതിലും കൂടുതൽ വിറ്റാമിൻ 'സി' പേരയ്ക്കയിലും ചെറുനാരങ്ങയിലുമുണ്ട്. തകരയിലയും ചേമ്പിലയും തഴുതാമയിലയുമൊക്കെ പോഷകസമൃദ്ധമാണ്. കാബേജിനു പകരം കല്ലങ്ങാ കൊണ്ടു തോരൻ വയ്ക്കുക.... ഇങ്ങനെ പറയാൻ തുടങ്ങിയാൽ തീരില്ല."

"ഓ സമ്മതിച്ചു പോഷകാഹാരം കഴിക്കുമ്പോൾ വിറ്റാമിൻ പ്രത്യേകം വാങ്ങി കഴിക്കേണ്ട എന്നു ചുരുക്കം. എന്നാലും കാശുള്ളവർ വാങ്ങിക്കഴിക്കുന്നതിനെന്താ കുഴപ്പം. ഒരു മുൻകരുതലായി?" അദ്ദേഹം വീണ്ടും തർക്കിച്ചു.

"കുഴപ്പമുണ്ട്. വിറ്റാമിൻ ആവശ്യമില്ലാതെ കൂടുതൽ കഴിച്ചാൽ അതുമൂലം രോഗമുണ്ടാകും. ചിലപ്പോൾ അപകടകരവുമാകും."

"വിറ്റാമിൻ കഴിച്ചാൽ രോഗമോ!"

"അതേ. ചില വിറ്റാമിനുകൾ വെള്ളത്തിൽ ലയിക്കും. ചിലത് ലയിക്കില്ല. ചിലത് കൂടുതലായി കഴിച്ചാൽ വലിയ കുഴപ്പമുണ്ടായി എന്നു വരില്ല. ചിലത് വലിയ കുഴപ്പമുണ്ടാക്കും. അതേപ്പറ്റിയെല്ലാം വിശദമായി പിന്നീടൊരിക്കൽ പറയാം. സാർ ഇപ്പോൾ ആ കാര്യം

നിശ്ചയിക്കുക. ഇനിയൊരിക്കലും ഇങ്ങനെ ആവശ്യമില്ലാതെ വിറ്റാമിനുകൾ വിലകൊടുത്തു വാങ്ങി കുട്ടികൾക്കു കൊടുക്കുകയില്ലെന്ന്. മുതിർന്നവർക്കും കൊടുക്കേണ്ട. പകരം സമീകൃതാഹാരം കഴിക്കാനും നിശ്ചയിക്കുക. എപ്പോഴെങ്കിലും ഡോക്ടർ പറഞ്ഞാൽ മാത്രം വിറ്റാമിൻ ഗുളികകൾ വാങ്ങിക്കഴിക്കുക. അതാണ് ശാസ്ത്രീയമായ തീരുമാനം." ഞാൻ ഞങ്ങളുടെ ചർച്ച അങ്ങനെ അവസാനിപ്പിച്ചു.

93

ഭൂമി കുലുക്കം മുൻകൂട്ടി അറിയാൻ

ഭൂമി കുലുങ്ങുമ്പോഴാണ് മനുഷ്യൻ നിസ്സാരനാണ് എന്ന് ശരിക്കും മനസിലാവുക. കെട്ടിടങ്ങൾ തകരും. മലയിടിയും. പാലങ്ങൾ ഒടിയും. ആയിരക്കണക്കിനു മനുഷ്യർ മരിക്കും. അനേകമാളുകൾ പരിക്കുപറ്റി കഷ്ടപ്പെടും. പലർക്കും വീടും കുടിയും നഷ്ടമാകും.... ഭൂമി ശരിക്കൊന്നു കുലുങ്ങിയാൽ കുലുങ്ങിയ ഭാഗത്തെ മനുഷ്യർ നരകയാതന അനുഭവിക്കുമെന്നു തീർച്ച. മനുഷ്യന്റെ ശാസ്ത്രവും ടെക്നോളജിയുമൊന്നും ഭൂമികുലുക്കം തടയാൻ സമർഥമല്ല. അത്ര ദുർബലരാണ് ഭൂമിയിലെ മനുഷ്യർ!

പക്ഷേ ഭൂകമ്പങ്ങൾ ഉണ്ടാകാൻ പോകുന്നു എന്ന് കാലേകൂട്ടി മനസിലാക്കാൻ കഴിഞ്ഞാൽ വളരെയധികം നാശനഷ്ടങ്ങൾ ഒഴിവാക്കാം. ആൾനാശം വളരെ കുറയ്ക്കാനും പറ്റും. ഭൂമികുലുക്കം കൃത്യമായി പ്രവചിക്കാൻ ഇതുവരെ കഴിഞ്ഞിരുന്നില്ല. ഭൂകമ്പസാധ്യതയുള്ള ഭാഗങ്ങളിൽ സ്ഥാപിച്ചിരിക്കുന്ന സ്റ്റേഷനുകളിൽ നിന്നു ലഭിക്കുന്ന വിവരങ്ങൾ ശേഖരിച്ചാണ് ഭൂകമ്പങ്ങൾ പ്രവചിക്കാൻ ശ്രമിച്ചിരുന്നത്. ഈ രീതി പൂർണമായും തൃപ്തികരമല്ല!

ഭൂമിയുടെ ഭാവമാറ്റം അറിയാൻ ആകാശത്തിരുന്നു നോക്കുകയാണ് എളുപ്പമെന്നു കണ്ടെത്തിയിരിക്കുന്നു. ഭൂമിക്കുചുറ്റം 785 കിലോമീറ്റർ ഉയരത്തിലായി കറങ്ങിക്കൊണ്ടിരിക്കുന്ന ഉപഗ്രഹമായ ഇ ആർ എസ്-1 എടുത്ത ചിത്രങ്ങൾ പഠിച്ചിട്ടാണ് ഫ്രഞ്ച് ശാസ്ത്രജ്ഞന്മാർ ഈ നിഗമനത്തിലെത്തിയിട്ടുള്ളത്. വളരെയേറെ മെച്ചപ്പെട്ട രീതി ഉപയോഗിച്ചാണ് ഈ ചിത്രങ്ങൾ എടുത്തത്. എസ് ആർ എന്ന് ചുരുക്കപ്പേരുള്ള ഈ രീതിയിൽ ലഭിക്കുന്ന ചിത്രങ്ങളിൽ നിന്ന് ഭൂമിയുടെ പുറംതോടിലുണ്ടാകുന്ന വളരെ ചെറിയ മാറ്റം പോലും കൃത്യമായി കണ്ടെത്താൻ കഴിയും. 34 മില്ലീമീറ്റർ മാറ്റം

പോലും ഇങ്ങനെ കൃത്യമായി മനസിലാക്കാം. തെക്കൻ കാലിഫോർണിയായുടെ മുകളിലൂടെ ഉപഗ്രഹം പോയപ്പോൾ എടുത്ത രണ്ടു ചിത്രങ്ങൾ ശാസ്ത്രജ്ഞന്മാർ താരതമ്യപ്പെടുത്തി. ഒരു ഭൂമികുലുക്കമുണ്ടാക്കിയ ചെറിയ മാറ്റങ്ങൾ പോലും അങ്ങനെ തിരിച്ചറിയാൻ കഴിഞ്ഞു.

ഉപഗ്രഹം ഒരു നിശ്ചിത ഇടവേളയിൽ ഭൂമിയുടെ ചില നിശ്ചിത ഭാഗത്തിനു മുകളിലൂടെ പോകും എന്ന് നമുക്ക് മുൻകൂട്ടി അറിയാം. അങ്ങനെ കടന്നുപോകുമ്പോഴൊക്കെ ആ ഭാഗത്തെ ചിത്രങ്ങൾ എടുത്ത് ഭൂമിയിലേക്ക് അയയ്ക്കാം. അത് നിരന്തരമായി പരിശോധിച്ചുകൊണ്ടിരുന്നാൽ ഭൂമിയുടെ ഭാവമാറ്റം കൃത്യമായി അറിയാനാവും. ഭൂമിയിലിരുന്നു പഠിക്കുന്നതിലും എളുപ്പമാണിത്.

ഭൂകമ്പങ്ങൾ പ്രവചിക്കാനും അഗ്നിപർവതങ്ങളെ നിരീക്ഷിക്കാനും വനനശീകരണത്തിന്റെ തോത് കൃത്യമായി അറിയാനുമൊക്കെ ഈ എസ് എ ആർ ചിത്രങ്ങൾ സഹായിക്കും എന്നാണ് ഫ്രഞ്ച് ശാസ്ത്രജ്ഞനായ ഡോ. ഡിഡിയെർ മസ്സോനെറ്റ് പറയുന്നത്. ഭൂകമ്പംകൊണ്ട് വലയുന്ന ജപ്പാനും മറ്റും ഇവ വലിയ അനുഗ്രഹമാകും എന്നു തീർച്ച. ഇന്ത്യയും ഈ രീതി ഉപയോഗിക്കും എന്ന് പ്രത്യാശിക്കാം.

94

എട്ടുകാലികൾ പാടത്തേക്ക്

വെളുപ്പിന് എഴുന്നേറ്റ് മുറിയിലെ ലൈറ്റിട്ടപ്പോഴുണ്ട് ഒരു ചെറിയ പാറ്റ നിലത്തുകൂടി ഓടുന്നു. 'ഹോ ഇത്ര വൃത്തിയാക്കി മുറി അടുക്കിയും തുടച്ചും സൂക്ഷിച്ചിട്ടും പാറ്റകൾ വന്നു കയറിയല്ലോ' എന്ന വിഷമത്തോടെ ഞാൻ ഒരുനിമിഷം നിന്നു. അപ്പോഴുണ്ട് പാറ്റയ്ക്കു പിന്നാലെ ഒരു വലിയ എട്ടുകാലി ഓടിവരുന്നു. ലൈറ്റിട്ടതോ ഞാൻ നോക്കിനിൽക്കുന്നതോ ഗൗനിക്കാതെ എട്ടുകാലി നേരെ ചെന്ന് പാറ്റായെ കയറിപ്പിടിച്ചു. എങ്ങനെയുണ്ട് എന്റെ കഴിവ്

എന്ന മട്ടിൽ ഒന്നു നോക്കിയിട്ട് ആ എട്ടുകാലി പാറ്റയേയുംകൊണ്ട് മുറിയുടെ മൂലയിലേക്കു മാറി! വല കെട്ടുന്നതിലൊന്നും വിശ്വസിക്കാത്ത ജാതിയാണ് ആ എട്ടുകാലി. എന്റെ മുറിയിൽ പാറ്റകൾ താമസം തുടങ്ങിയ കാര്യം ഞാനറിയും മുൻപ് ആ എട്ടുകാലി അറിഞ്ഞു. അവയെ പിടിച്ചു തിന്നാനും തുടങ്ങി....

എട്ടുകാലികളെല്ലാം ഉപദ്രവകാരികളാണെന്നാണ് ആളുകളുടെ വിശ്വാസം. വാസ്തവത്തിൽ എട്ടുകാലികളെ നാം സ്നേഹിക്കുകയും ബഹുമാനിക്കുകയുമാണ് ചെയ്യേണ്ടത്. അവയില്ലായിരുന്നെങ്കിൽ ഭൂലോകം കീടങ്ങളുടെ ആക്രമണം മൂലം നശിച്ചേനേ! നാൽപ്പതിനായിരത്തോളം ജീവജാതികളുണ്ട് എട്ടുകാലികൾക്കിടയിൽ. അവയിൽ എല്ലാ ജാതികളും വല കെട്ടുന്നവയല്ല. വല കെട്ടുന്നവതന്നെ പലതരം വലകളാണ് കെട്ടുന്നത്. മനോഹരമായ ആകൃതികളിൽ വലിയ വല കെട്ടുന്നവതന്നെ ഏറെയുണ്ട്. ചക്രത്തിന്റെ ആകൃതിയിലും ഫണലിന്റെ (ചേർപ്പിന്റെ) ആകൃതിയിലുമുള്ള വലകളാണ് ചില എട്ടുകാലികൾ നെയ്യുന്നത്. മണ്ണിൽ ചെറിയ കുഴികളുണ്ടാക്കി അതിൽ കുപ്പിയുടെ ആകൃതിയിലുള്ള വലയുണ്ടാക്കുന്നവയുമുണ്ട്. അവരുടെ ആ കെണിക്ക് ഒരു വാതിലും കാണും. വെള്ളത്തിനടിയിൽ വലകെട്ടി അതിനുള്ളിൽ വായു ശേഖരിച്ചുവച്ച് അവിടെ മുട്ടയിട്ടു വിരിയിക്കുന്ന മിടുക്കികളുമുണ്ട് എട്ടുകാലികൾക്കിടയിൽ!

മനുഷ്യർ എട്ടുകാലികളെപ്പറ്റി കൂടുതൽ ഗൗരവത്തോടെ ചിന്തിച്ചു തുടങ്ങിയതായി വാർത്തകളുണ്ട്. പാടത്തേക്ക് എട്ടുകാലികളെ വിട്ടാൽ കീടങ്ങളെ എളുപ്പം നിയന്ത്രിക്കാമെന്ന് തെളിഞ്ഞിരിക്കുന്നു. ചൈനയിലാണ് അത്തരമൊരു പരീക്ഷണം നടന്നത്. പരുത്തിത്തോട്ടങ്ങളിൽ ഇടയ്ക്കിടെ ആഴം കുറഞ്ഞ കുഴികളുണ്ടാക്കി അവയിൽ വൈക്കോൽ നിറച്ചു. എട്ടുകാലികൾക്ക് തണുപ്പിൽനിന്ന് രക്ഷപ്പെട്ട് ദീർഘ ഉറക്കത്തിൽ കഴിയുന്നതിനായിരുന്നു ഈ വൈക്കോൽ കൊട്ടാരങ്ങൾ. നീണ്ട ഉറക്കം കഴിഞ്ഞ് അവ ഉണരുമ്പോഴേക്ക് പരുത്തിച്ചെടികളിൽ കീടങ്ങൾ എത്തിയിരിക്കും. നല്ല വിശപ്പുള്ള എട്ടുകാലികൾ കീടങ്ങളെ ശാപ്പിടുകയും ചെയ്യും. ഇങ്ങനെ പരുത്തിത്തോട്ടങ്ങളിലെ 90 ശതമാനം കീടങ്ങളെയും നിയന്ത്രിക്കാൻ എട്ടുകാലികൾക്കു കഴിഞ്ഞു. നെൽപ്പാടങ്ങളിലെ കീടങ്ങളെ നിയന്ത്രിക്കാനും എട്ടുകാലികളെ ഉപയോഗിക്കാമെന്നു ചൈനക്കാർ കണ്ടെത്തി. ഇന്തോനേഷ്യ, ന്യൂഗിനിയ തുടങ്ങിയ രാജ്യ

ങ്ങളിലും ഈ വിദ്യ ഫലപ്രദമായി പ്രയോഗിച്ച് കീടങ്ങളെ നിയന്ത്രിക്കുന്നുണ്ട്.

ജൈവകൃഷി കൂടുതൽ വ്യാപകമാകുമ്പോൾ കൃഷിയിടങ്ങളിൽ എട്ടുകാലികളെപ്പോലുള്ള ജീവികളും കൂടുതലുണ്ടാകും. ജൈവകൃഷി നടത്തുന്നവർ കീടനാശിനികൾ അധികം ഉപയോഗിക്കില്ല. പാടത്തും പറമ്പിലും എട്ടുകാലികൾ പെരുകുമ്പോൾ കീടങ്ങൾ കുറയും. കൃഷിച്ചെലവും കുറയും. നമ്മുടെ നാടിനു പറ്റുന്ന എട്ടുകാലികൾ ഏതൊക്കെയെന്നു കണ്ടെത്തി അവയെ കൃഷിയിടങ്ങളിൽ വളർന്നു പെരുകാൻ അനുവദിച്ച് ഈ രംഗത്ത് പരീക്ഷണം നടത്താൻ വിദഗ്ധന്മാർ തയാറാകുമോ?

95

കടലിൽനിന്നു കുടിവെള്ളം

കടലിൽ ഉപ്പുവെള്ളമാണല്ലോ. പക്ഷേ, അതിൽനിന്ന് ഉപ്പില്ലാത്ത ശുദ്ധജലം എളുപ്പത്തിലുണ്ടാക്കാൻ ഒരു വിദ്യ ഒരു ഇന്ത്യാക്കാരൻ വികസിപ്പിച്ചെടുത്തിരിക്കുന്നു. വെയിൽ ഉപയോഗിച്ചാണ് ഇതിനുള്ള യന്ത്രം പ്രവർത്തിക്കുന്നത്. സൗജന്യമായി ലഭിക്കുന്ന സൗരോർജമാണ് ഈ ഉപകരണത്തിനു വേണ്ട ഇന്ധനം.

അതിലളിതമാണ് ഈ ജലസേചന യന്ത്രം. കറുത്ത ചണവും കറുത്ത പോളിത്തീൻ ഷീറ്റുകളും ഇടവിട്ട് അടുക്കിയിരിക്കുകയാണ് ഇതിൽ. ഒരു ചണപാളി കഴിഞ്ഞാൽ അടുത്ത പാളി പോളിത്തീൻ ഷീറ്റ്. അങ്ങനെ തിരിസ്റ്റൗവിലെ തിരി മണ്ണെണ്ണ വലിച്ചെടുക്കുന്നതുപോലെ ചണം ജലം വലിച്ചെടുക്കുന്നു. ഈ ജലം പോളിത്തീൻ ഷീറ്റിൽ എത്തുന്നു. സൂര്യരശ്മിയുടെ ചൂടിൽ ജലം നീരാവിയായി മാറുന്നു. നീരാവി യന്ത്രത്തിന്റെ മുകൾഭാഗത്തുള്ള ഗ്ലാസ് അടപ്പിൽ തട്ടി തണുത്ത ജലമാകുന്നു. ഇങ്ങനെ ശുദ്ധജലം ഉണ്ടാകുന്നു.

ഈ ഉപകരണത്തിന്റെ താഴ്ഭാഗം ബലപ്പെടുത്തിയ പ്ലാസ്റ്റിക് കൊണ്ടാണ് നിർമിച്ചിരിക്കുന്നത്. ആ ഭാഗം ജലാശയത്തിൽ സ്പർശിച്ചിരിക്കുന്നു. മുകൾഭാഗത്ത് ഗ്ലാസ് നിർമിതം. ഉപകരണം ലളിതമെങ്കിലും പ്രവർത്തനം വളരെ തൃപ്തികരം. ചെലവാകട്ടെ വളരെ വളരെ കുറവും. അതിനാൽ വികസ്വര രാഷ്ട്രങ്ങളിലെ പാവപ്പെട്ടവരുടെ കുടിവെള്ളപ്രശ്നത്തിന് ഇത് പരിഹാരമുണ്ടാക്കും. കടൽവെള്ളത്തിൽനിന്നു മാത്രമല്ല മലിനജലത്തിൽ നിന്നുപോലും ശുദ്ധജലമുണ്ടാക്കാൻ ഈ ഉപകരണത്തിനു കഴിയുന്നു.

ഗോപാൽ നട് തിവാരി എന്ന ശാസ്ത്രജ്ഞനാണ് ഈ ഉപകരണമുണ്ടാക്കിയിരിക്കുന്നത്. ന്യൂഡൽഹിയിലെ ഇന്ത്യൻ ഇൻസ്റ്റി

റ്റ്യൂട്ടിലെ ശാസ്ത്രജ്ഞനായ ഗോപാലിന് ഈ കണ്ടുപിടിത്തത്തിന്റെ പേരിൽ ഒരു അന്താരാഷ്ട്ര പുരസ്കാരം തന്നെ നൽകാൻ നിർദേശമുണ്ടായിട്ടുണ്ട്. ശുദ്ധമായി കുടിവെള്ളം ലഭിച്ചാൽത്തന്നെ ഇന്ത്യയിലെ ദരിദ്രരുടെ രോഗങ്ങൾ പകുതിയോളം കുറയും. വളരെയധികം കഷ്ടപ്പെടുന്ന ജനകോടികളുടെ ജീവിതം ഈ ജലസ്വേദനയന്ത്രം മൂലം കൂടുതൽ മെച്ചപ്പെടും എന്നു നമുക്കാശിക്കാം. ഗോപാലിനെപ്പോലെ സാമൂഹ്യബോധമുള്ള ശാസ്ത്രജ്ഞന്മാർ കൂടുതൽ ഉണ്ടാകേണ്ടിയിരിക്കുന്നു. അവരുടെ ശ്രമഫലമായി, ലളിതമായ, ചെലവും കുറഞ്ഞ ഇത്തരം ഉപകരണങ്ങൾ കൂടുതൽ കണ്ടെത്താൻ കഴിയട്ടെ എന്നു നമുക്ക് ആശിക്കാം.

96

ഏണി ഗവേഷണം

"ഏണിയിലും ഗവേഷണമോ?" ചിലർ പരിഹാസച്ചിരിയോടെ ചോദിച്ചേക്കാം. ചിരിക്കേണ്ട. ഏണിയിലും ഗവേഷണം നടത്താം; നടത്തേണ്ടതുമാണ്. അങ്ങനെ ഒരു തോന്നലുണ്ടായതിനു നിർമിതി കേന്ദ്രത്തെയും ശരിയായ രീതിയിൽ ഗവേഷണം നടത്തി മികച്ച ഏണി ഉണ്ടാക്കിയതിനു കുര്യൻ ജോർജിനേയും അഭിനന്ദിക്കേണ്ടതുണ്ട്. സ്റ്റേറ്റ് ഇലക്ട്രിസിറ്റി ബോർഡിലെ അസിസ്റ്റന്റ് എക്സിക്യൂട്ടീവ് എഞ്ചിനീയറായ കുര്യൻ ജോർജ് ജല തീവണ്ടി കണ്ടുപിടിച്ചു കഴിവു തെളിയിച്ച ശാസ്ത്രജ്ഞനാണ്.

ഇലക്ട്രിസിറ്റിബോർഡിലെ തൊഴിലാളികളുടേത് അപകടം പിടിച്ച പണിയാണ്. പോസ്റ്റിൽ പല പ്രാവശ്യം കയറണം. മുകളിലിരുന്നും പണി ചെയ്യണം. ഏണി നന്നായാലേ അപകടമില്ലാതെ എളുപ്പത്തിൽ പോസ്റ്റിൽ കയറാനും ഇറങ്ങാനും കഴിയൂ. മുളയേണിയാണ് ഇപ്പോൾ അവരുപയോഗിക്കുന്നത്. ഭാരക്കൂടുതലാണ് അതിന്റെ ഒരു ദോഷം. മടക്കാൻ പറ്റില്ല എന്നത് മറ്റൊരു കുറവ്. നീണ്ട ഏണിയുമായി റോഡിലൂടെ നടക്കുക വിഷമകരം തന്നെ. ഈ മുളയേണി മാറ്റേണ്ട കാലം കഴിഞ്ഞു. കറന്റു കമ്പിയിൽ വരെ അപകടമില്ലാതെ തൂക്കിയിട്ടു കയറാൻ പറ്റുന്ന ഏണി ഉണ്ടാക്കാൻ പറ്റും ഭാരം കുറഞ്ഞതും മടക്കിക്കൊണ്ടു നടക്കാവുന്നതുമായ ഏണി. അത്തരമൊരു ഏണിയാണ് നിർമിതി ഏണി.

ഇലക്ട്രിസിറ്റി ബോർഡിലെ തൊഴിലാളികൾ ഇപ്പോൾ ഉപയോഗിച്ചുവരുന്ന എണിക്കു രണ്ടു മുളയുണ്ടല്ലോ. ഇരുവശവുമുള്ള ആ മുളകൾക്കു കുറുകെയാണ് കയറാനുള്ള പടികൾ. എന്നാൽ നിർമിതി ഏണിയിൽ ഒറ്റ മുളയേയുള്ളൂ. അതും മുളയല്ല. ഫൈബർ പ്ലാസ്റ്റിക് മിശ്രിതം കൊണ്ടുണ്ടാക്കുന്ന കൃത്രിമ മുളയാണ്. തെങ്ങുക

യറ്റക്കാർ ഉപയോഗിക്കുന്ന മുളപോലുള്ള ഒന്ന്. ആ ഒറ്റ പോസ്റ്റിൽ തന്നെയാണ് ചവിട്ടിക്കയറാനുള്ള പടികൾ. ഈ ഏണിക്കു ഭാരം കുറവാണ്. നടുവേ മടക്കിക്കൊണ്ടു നടക്കാം. ഒരു ഇലക്ട്രിക് പോസ്റ്റിന്റെ പൊക്കവുമുണ്ട്. തൂക്കിയിടാവുന്ന വിധത്തിലുള്ളതാണ്. നിലത്ത് ഉറപ്പിക്കാൻ മിനക്കെടേണ്ട.

ഈ ഏണി തൊഴിലാളികൾ വ്യാപകമായി ഉപയോഗിച്ചു നോക്കട്ടെ. അപ്പോഴേ അതിന്റെ ഗുണവും ദോഷവുമറിയാനാവൂ. ദോഷങ്ങൾ മാറ്റി അതിനെ മെച്ചപ്പെടുത്തുകയും ചെയ്യാം.

നിർമിതി കേന്ദ്രം അതിനു മുൻകൈ എടുത്താൽ നന്ന്. വിലകുറച്ചോ (സബ്സിഡി നൽകിയോ) സൗജന്യമായോ ഒക്കെ നൽകാം. തമിഴ്നാട്ടിൽ തേപ്പ് തൊഴിലാളികൾക്ക് സൗജന്യമായി തേപ്പുപെട്ടി നൽക്കുന്ന പദ്ധതി ഉണ്ടല്ലോ. എം ജി ആർ തുടങ്ങിയതാകാം അത്. അതുപോലെ ഫൈബർ ഗ്ലാസ് ഏണി പരമ്പരാഗത തെങ്ങുകയറ്റ തൊഴിലാളികൾക്ക് നൽകാൻ കേരള സർക്കാർ തയാറാകട്ടെ.

ഏണി ഗവേഷണം നമ്മെ ചിലതുകൂടി പഠിപ്പിക്കുന്നു. ഗവേഷണം എന്നാൽ ഹൈടെക് ഗവേഷണം മാത്രമല്ല – നല്ല കാറും ടിവിയും റോക്കറ്റും അറ്റോമിക് റിയാക്ടറും മറ്റുമുണ്ടാക്കുന്ന ഗമയുള്ള ഗവേഷണം മാത്രവുമല്ല. നമുക്കു നല്ല ഏണിവേണം, നല്ല കറിക്കത്തി വേണം (കഠാരിയല്ല! മലപ്പുറം കത്തിയും മല്ലപ്പള്ളിക്കത്തിയും മറ്റും ഉണ്ടാക്കുന്ന വിദ്യ പഠിച്ച് ആധുനിക സാങ്കേതിക വിജ്ഞാനം കൂടി ചേർത്ത് കേരളത്തിനു പറ്റിയ കത്തികളുണ്ടാക്കാൻ കഴിയും). തൊഴിലാളികളുടെ അധ്വാനഭാരം കുറച്ച് എളുപ്പം തൊണ്ടു തല്ലാൻ പറ്റുന്ന ലഘുയന്ത്രങ്ങൾ വേണം. മെച്ചപ്പെട്ട വിറകടുപ്പും ചെലവു കുറഞ്ഞ കക്കൂസും വേണം. സാധാരണക്കാരുടെ നിത്യജീവിതത്തെ മെച്ചപ്പെടുത്താനുതകുന്ന ഇത്തരം 'സാദാ' ഗവേഷണം ആവശ്യം തന്നെ. ഗമയുള്ള ഗവേഷണത്തിൽ മുങ്ങുന്നവർ ഏണിക്കാര്യവും കക്കൂസുകാര്യവുമൊന്നും ഗൗനിക്കില്ലല്ലോ!

ഏണി ഗവേഷണത്തിനു പണം നൽകിയ കേരള സ്റ്റേറ്റ് ശാസ്ത്ര സാങ്കേതിക പരിസ്ഥിതി കമ്മറ്റിയെ അഭിനന്ദിക്കേണ്ടതുണ്ട്. കത്തി ഗവേഷണത്തിനും കക്കൂസു ഗവേഷണത്തിനുമൊക്കെ അവർ പ്രോത്സാഹനം നൽകുമെന്നും അത്തരം ഗവേഷണങ്ങൾ നടത്താൻ നമ്മുടെ ശാസ്ത്രജ്ഞന്മാരും ശാസ്ത്രസംഘടനകളും മുന്നോട്ടുവരുമെന്നും പ്രത്യാശിക്കാം.

97

ചകിരിക്കലപ്പയുടെ കഥ

ചകിരിനാരുകൊണ്ട് കലപ്പയുണ്ടാക്കാൻ കഴിയുമോ? കഴിയും. കലപ്പയും ചപ്പാത്തിപ്പലകയും നെല്ലിൽനിന്നു പതിരുമാറ്റുന്ന യന്ത്രവും പാടത്തു വെള്ളം കയറ്റാൻ ഉപയോഗിക്കുന്ന തുമ്പും ആസ്ബസ്റ്റോസ് ഷീറ്റിനെ തോൽപ്പിക്കുന്ന ബലമുള്ള ഷീറ്റും നിർമിക്കപ്പെട്ടുകഴിഞ്ഞു. പാടത്തെ വെള്ളം പമ്പു ചെയ്യുന്നതിനുള്ള പെട്ടിയും പറയും ഉണ്ടാക്കിക്കൊണ്ടിരിക്കുകയാണിപ്പോൾ....

ആരെയും അത്ഭുതപ്പെടുത്തുന്ന ഈ കണ്ടുപിടിത്തങ്ങൾ നടന്നതോ കോട്ടയം ജില്ലയിലെ കുമരകത്ത് ഒരു കൊച്ചു വീട്ടുമുറ്റത്തെ ചെറിയ ഒരു ഷെഡ്ഡിൽവച്ച്! കണ്ടുപിടുത്തങ്ങൾ നടത്തിയതു 'പ്രൊഫസർമാർ' ആരുമല്ല. കൃഷ്ണൻകുട്ടിയെന്ന ബി എസ് സിക്കാരനായ ഒരു തൊഴിലാളിയാണ്.

കോട്ടയം സി എം എസ് കോളേജിൽ പഠിച്ച് ഡിഗ്രിയെടുത്തശേഷം ജീവിക്കാൻ ഒരു ജോലിതേടി മുംബൈയിലെത്തിയ കൃഷ്ണൻകുട്ടി അവിടെവച്ച് വിവിധ നാരുകളെ ബലപ്പെടുത്തുന്ന വിദ്യ പഠിച്ചു. ഫൈബർ ഗ്ലാസ് നിർമാണത്തിലാണ് ആദ്യം പരിശീലനം നേടിയത്. ഗ്ലാസ് നാരുകൾ ഒരുതരം 'പശ'കൊണ്ട് ഒട്ടിച്ചുചേർത്ത് ബലപ്പെടുത്തുന്നതാണ് ഫൈബർ ഗ്ലാസ് എന്നു ലളിതമായി പറയാം. കോൺക്രീറ്റിന് കമ്പി ബലം കൊടുക്കുന്നതുപോലെയാണ് ഫൈബർ ഗ്ലാസിന് ഗ്ലാസ് നാരുകൾ ബലം കൊടുക്കുന്നതെന്നും അതിലളിതമായി പറയാം. പശകൊണ്ട് കൂട്ടിച്ചേർത്ത് ഗ്ലാസ് നാരുകൾ ബലപ്പെടുത്തുന്നതുപോലെ പോളിസ്റ്റർ, നൈലോൺ തുടങ്ങിയ നാരുകളും ബലപ്പെടുത്താം. ഓരോ നാരും ഒറ്റയ്ക്കൊറ്റയ്ക്കെടുത്താൽ അതിനു ബലമില്ല. എന്നാൽ അവ തലങ്ങും വിലങ്ങും ഒട്ടിച്ചേർന്ന് ഒന്നിച്ചു നിൽക്കുമ്പോൾ ആ ഉൽപ്പന്നത്തിനു നല്ല ബലമു

ണ്ടാകുന്നു. അതാണല്ലോ ഗ്ലാസ് നാരുകൊണ്ടുള്ള ഫൈബർ ഗ്ലാസിന് ഇത്ര ബലം. ഒരുമയുടെ ബലമാണ് ഇത്തരം മിശ്രവസ്തുക്കൾക്കുള്ളത്.

നാരുകളെ ഇങ്ങനെ ഒട്ടിച്ചുചേർത്തു നിർത്തി ബലപ്പെടുത്താനുപയോഗിക്കുന്ന പശ ഒരു 'റെസിൻ' ആണ്. ഒരു പ്രത്യേകതരം രാസവസ്തു എന്നു കരുതിയാൽ മതി. ഈ റെസിനുകൾ പോളിമറുകൾ ആണ്. ചെറിയ അനേകം തന്മാത്രകൾ (മോണൊമറുകൾ) കൂടിച്ചേർന്നുണ്ടാകുന്ന വലിയ തന്മാത്രകൾ ആണ് പോളിമറുകൾ. വസ്ത്രമുണ്ടാക്കാനുപയോഗിക്കുന്ന 'പോളിസ്റ്റർ' ഒരു പോളിമറാണ്. നാരുകൾ ഒട്ടിച്ചുചേർത്തു നിർത്താനുപയോഗിക്കുന്ന ഒരു റെസിൻ ആണ് പോളിസ്റ്റർ. വേറെയും പല റെസിനുകൾ ഉണ്ട്. അങ്ങനെ ഒരു പോളിമറായ പശയും നാരും (ഫൈബർ) കൂട്ടിച്ചേർന്നുണ്ടാകുന്ന ഈ പുതിയ ഉൽപ്പന്നത്തെ ഫൈബർ പോളിമർ കോമ്പൊസിറ്റ് (F-i-br-e Po-lym-er Compo-si-te) എന്നു പറയുന്നു. ഈ പേരുകേട്ട് ആരും ഭയപ്പെടേണ്ട കേട്ടോ.

കൃഷ്ണൻകുട്ടിയുടെ കഥയിലേക്കു തന്നെ മടങ്ങിവരാം. നാരുകൾ ഒട്ടിച്ചുചേർത്ത് പുതിയ കോമ്പൊസിറ്റ് ഉൽപ്പന്നങ്ങൾ ഉണ്ടാക്കുന്നതിൽ പരിശീലനം നേടി, വിദഗ്ധ തൊഴിലാളിയായി മുംബൈയിൽ ജോലിചെയ്യുമ്പോഴും കൃഷ്ണൻകുട്ടി നാടിനെ മറന്നില്ല. നൈലോൺ, പോളിസ്റ്റർ, ഗ്ലാസ് തുടങ്ങിയ കൃത്രിമ നാരുകൾ റെസിൻ ചേർത്തു ബലപ്പെടുത്താമെങ്കിൽ എന്തുകൊണ്ട് നമ്മുടെ നാട്ടിൽ സുലഭമായ നാടൻ നാരുകളെയും ബലപ്പെടുത്തിക്കൂടാ? കൃഷ്ണൻകുട്ടി ഈ ചോദ്യം സ്വയം ചോദിച്ചു. ശരിയായ ചോദ്യം ചോദിക്കുന്നിടത്താണ് ഗവേഷണം ആരംഭിക്കുന്നത്.

അച്ഛന് തീരെ സുഖമില്ല. വീട്ടിൽ അമ്മയും സഹോദരിമാരും മാത്രമേയുള്ളൂ. കുടുംബകാര്യങ്ങൾ നോക്കാനായി കൃഷ്ണൻകുട്ടി നാട്ടിലേക്കു തിരിച്ചുവന്നു. ജീവിക്കുവാൻ ഒരു തൊഴിലും സ്വയം കണ്ടെത്തി. ഫൈബർഗ്ലാസ് വള്ളമുണ്ടാക്കുന്ന പണി. കൃഷ്ണൻകുട്ടി കുറെയധികം വങ്ങൾ ഉണ്ടാക്കി വിറ്റു. പക്ഷേ ആ തിരക്കിനിടയിലും തന്റെ മനസിൽ മുളച്ചുകഴിഞ്ഞ ഗവേഷണപ്രശ്നം മറന്നില്ല. കൃഷ്ണൻകുട്ടി പരീക്ഷണങ്ങൾ നടത്താൻ തുടങ്ങി. അച്ഛനിൽനിന്ന് മരപ്പണിയും കൽപ്പണിയും പഠിച്ചിരുന്നത് പ്രയോജനപ്പെട്ടു. സ്വന്തം വീട്ടുമുറ്റത്ത് സ്വയം വാനം മാന്തി കല്ലുകെട്ടി കൃഷ്ണൻകുട്ടി ഒരു ഷെഡ്ഡ് ഉണ്ടാക്കി. കട്ടിളയും കതകും കഴുക്കോലുമൊക്കെ സ്വയം പണിതുണ്ടാക്കി പിടിപ്പിച്ചു. ഒഴിവുസമയം മുഴു

വൻ ആ ഗവേഷണശാലയിൽ ചെലവിട്ടു. പണിക്കുപോലും പോകാതെ രാപ്പകലായി ഗവേഷണം എല്ലാം തനിയെ ചെയ്യണമല്ലോ. കുമരകത്തെ ശാസ്താംകാവ് അമ്പലത്തിനടുത്തുള്ള ഇല്ലത്തുപറമ്പിൽ പത്മനാഭനാചാരിയുടെ മകൻ കൃഷ്ണൻകുട്ടി അങ്ങനെ ആ പറമ്പിൽ ഒരു ഗവേഷണാലയം വളർത്തിയെടുക്കുകതന്നെ ചെയ്തു.

കേരളത്തിൽ ലഭ്യമായ എല്ലാ നാടൻ നാരുകളും ശേഖരിച്ച് പഠിച്ചു. പക്ഷേ, ചകിരിയിലാണ് കൂടുതൽ ശ്രദ്ധവച്ചത്. നാടൻനാരുകളിൽ എണ്ണമയം മൂലം പശ അതിൽ പിടിക്കില്ല എന്നു മനസിലായി. നേർത്ത കോസ്റ്റിക് സോഡാ ലായനിയിൽ മുക്കിയെടുത്ത് നാരിന്റെ എണ്ണമയം മാറ്റി. എന്നാലും നാരിൽ പശ നേരിട്ടു പിടിക്കില്ല. പശ പിടിക്കണമെങ്കിൽ ഒരു വസ്തു ആദ്യം നാരിൽ പിടിപ്പിക്കണം. ആ 'ഇടനിലക്കാരനെ' കണ്ടെത്താനുള്ള പരീക്ഷണങ്ങൾ നടത്തി കൃഷ്ണൻകുട്ടി വിജയിച്ചു. അനുയോജ്യമായ റെസിനും ഉണ്ടാക്കിയെടുത്തു. ഇനി അവ കൂട്ടിച്ചേർത്ത് ഉൽപ്പന്നമുണ്ടാക്കണം. എത്രയോ രാത്രികളിൽ അവയെ പലതരത്തിൽ പല ചേരുവകളിൽ ചേർത്ത് ഫലം പരിശോധിച്ച് കൃഷ്ണൻകുട്ടി ഉറക്കമിളച്ചിരുന്നു. പരീക്ഷണം, നിരീക്ഷണം, നിഗമനം. വീണ്ടും പരീക്ഷണം.... ശാസ്ത്രത്തിന്റെ വഴി ഗവേഷണത്തിന്റെ വഴി. അതൊരു തപസാണ്. പട്ടിണി കിടന്നും കൃഷ്ണൻകുട്ടി ആ തപസു ചെയ്തു. പല ചേരുവകൾ ഉണ്ടാക്കി മോൾഡിൽ (അച്ചിൽ) വച്ച് അമർത്തി ഉൽപ്പന്നമാക്കിയെടുത്തു.

പരിശോധിച്ചു പരിശോധിച്ച്.... ഒരുദിവസം കൃഷ്ണൻകുട്ടിയുടെ പരീക്ഷണശാലയിൽ ചകിരിനാരുകൊണ്ടുള്ള 'ആസ്ബസ്റ്റോസ് ഷീറ്റ്' ചകിരിനാരുകൊണ്ടുള്ള 'ആസ്ബസ്റ്റോസ് ഷീറ്റ്' ജനിച്ചു. (ആസ്ബസ്റ്റോസ് ഷീറ്റു പോലെയിരിക്കുന്ന ചകിരിനാരിൻ ഷീറ്റ് എന്നർഥം) തിരുവനന്തപുരത്തെ റീജിയണൽ റിസർച്ച് ലബോറട്ടറിയിൽ ആ ഷീറ്റിന്റെ ഗുണനിലവാരം പരീക്ഷിച്ചു. ഹായ്! അത് ആസ്ബസ്റ്റോസ് ഷീറ്റിലും മെച്ചം. വിലയും കുറവ്. കൃഷ്ണൻകുട്ടിയെന്ന തൊഴിലാളി അന്ന് ശരിക്കും ആഹ്ലാദിച്ചു.

താൻ വികസിപ്പിച്ചെടുത്തിരിക്കുന്ന കയർപോളിമർ കോമ്പൊസിറ്റ് കൊണ്ടു കൃഷിക്കുള്ള ഉപകരണങ്ങൾ ഉണ്ടാക്കാനുള്ള പദ്ധതി കൃഷ്ണൻകുട്ടി കേന്ദ്രസർക്കാരിന്റെ ശാസ്ത്രസാങ്കേതിക വിഭാഗത്തിനു നൽകി. അവരത് അംഗീകരിച്ചു. റിക്കാർഡു സമയത്തിനുള്ളിൽ ആ പ്രോജക്ട് കൃഷ്ണൻകുട്ടി വിജയകരമായി ചെയ്തുതീർത്തു. അങ്ങനെയാണ് ചകിരിനാരുകൊണ്ടുള്ള കലപ്പയും മറ്റും ഉ

ണ്ടാക്കപ്പെട്ടത്.

ഇന്ത്യയിൽ ലഭ്യമായ അനേകം നാരുകൾകൊണ്ട് ഇത്തരം സങ്കരഉൽപ്പന്നങ്ങൾ ഉണ്ടാക്കാമെന്നും കൃഷ്ണൻകുട്ടി തെളിയിച്ചു. മണിപ്പൂരിൽനിന്നു ലഭിച്ച പൈനാപ്പിൾ ഫൈബർ (കൈതയോല നാര്) കൊണ്ട് ഉണ്ടാക്കുന്ന ഷീറ്റ് ഞാൻ കണ്ടു. ഒന്നാന്തരം തന്നെ. ഇപ്പോൾ വീടിന്റെ മേച്ചിൽഷീറ്റും മറ്റും ഉണ്ടാക്കുന്നതിനുള്ള പരീക്ഷണങ്ങൾ നടത്തുകയാണ് കൃഷ്ണൻകുട്ടി.

ഒരുകാര്യം കൂടി. നാമൊക്കെ എത്രയോ നാളായി ചകിരിനാരു കാണുന്നു. പക്ഷേ, പശകൊണ്ട് അതിനെ ബലപ്പെടുത്തി മേച്ചിൽ ഷീറ്റും മറ്റും ഉണ്ടാക്കാമെന്ന ഒരു ആലോചന നമ്മുടെ മനസിലെത്തിയില്ല. കൃഷ്ണൻകുട്ടിക്ക് അതുതോന്നി. അതാണ് ശാസ്ത്രകൗതുകം. ഈ കൗതുകം നമ്മുടെ ശാസ്ത്രവിദ്യാർഥികളിലെല്ലാം ഉണ്ടായിരുന്നെങ്കിൽ! ഉണ്ടാക്കാൻ ഉതകുന്ന ഒരു ശാസ്ത്രപഠനരീതി വിദ്യാലയങ്ങളിൽ ഉണ്ടായിരുന്നെങ്കിൽ!

98

കോഴീ, കൂവരുത്!

"പൂവൻകോഴീ, നേരം വെളുത്ത് ഏഴുമണി കഴിയുംവരെ നീ ഉച്ചത്തിൽ കൂവിപ്പോകരുത്!" ബ്രിട്ടനിൽ ഒരു ജഡ്ജിയുടെ ആജ്ഞയാണ്.

പ്രതി നല്ല ആരോഗ്യമുള്ള നാലു വയസുകാരനായ ഒരു പൂവൻകോഴി. കൂവേണ്ട പ്രായമായതിനാൽ അവൻ രാത്രിയിൽ നന്നായി കൂവി. വെളുപ്പിനും ഉറക്കെത്തന്നെ കൂവി. താൻ കൂവിയാലേ നേരം വെളുക്കൂ എന്ന് അവൻ കരുതുന്നുണ്ടോ ആവോ!

ഏതായാലും ആ പൂവന്റെ കൂവൽ അയൽപക്കക്കാരന്റെ ഉറക്കം കെടുത്തി. നന്നായി ഉറങ്ങുമ്പോഴാണ് 'കൊക്കരക്കോ'! അയാൾ അവന്റെ കൂവലിനെതിരെ കേസുകൊടുത്തു. അവന്റെ ഉടമസ്ഥനെയും കൂട്ടു പ്രതിയാക്കി. ഉടമസ്ഥനുണ്ടോ വഴങ്ങുന്നു — അയാൾ വക്കീലിനെവച്ച് നന്നായി കേസു വാദിച്ചു. അയ്യായിരം പവനോളം ചെലവാക്കിയിട്ടും കേസ് തോറ്റു. പൂവനും പൂവന്റെ ഉടമസ്ഥനുമെതിരായി ജഡ്ജി വിധിയെഴുതി — വിധി എന്തെന്നോ? പൂവനു നിർബന്ധമാണെങ്കിൽ രാത്രിയിലും കൂവാം. പക്ഷേ പതുക്കെ കൂവണം! അയൽപക്കക്കാരന്റെ മുറിയിൽ കൂവൽ എത്തുമ്പോൾ അതിന്റെ തീവ്രത പത്തു ഡെസിബല്ലിൽ കൂടരുത്! (ശബ്ദത്തിന്റെ തീവ്രത അളക്കുന്ന അളവുകോലാണ് ഡെസിബെൽ)

രാവിലെ ഏഴുകഴിഞ്ഞ് നന്നായി കൂവാം. അപ്പോഴേക്ക് അയൽപക്കക്കാരെല്ലാം ഉറക്കമുണർന്നിരിക്കുമല്ലോ.

കൂവാൻ തോന്നിയാൽ പിന്നെ നന്നായി കൂവുക എന്നതാണല്ലോ പൂവൻകോഴിയുടെ സ്വഭാവം. പതുക്കെ കൂവാനൊന്നും അവൻ തയാറായില്ല. ഉറക്കെക്കൂവിയാൽ ഉടമസ്ഥനു ശിക്ഷ ലഭിക്കും. പൂവനെ പൊലീസ് അറസ്റ്റു ചെയ്തു ലോക്കപ്പിലാക്കും. ഇനിയെ

ന്താ വഴി? ഈ കൂവൽ വിദഗ്ധനെ നാടുകടത്തുകതന്നെ! അടുത്തെങ്ങും താമസക്കാരില്ലാത്ത ഒരു സ്ഥലത്തേക്ക് ഉടമസ്ഥൻ പൂവനെ നാടുകടത്തി. അവിടെ ആകെയുള്ളത് അനേകം പിടക്കോഴികൾ മാത്രം. ഇഷ്ടംപോലെ കൂവാം; പിടകളെ പ്രേമിക്കാം. ആനന്ദകരമായി ജീവിക്കാം. ഉടമസ്ഥൻ കുറേ വിരഹവേദന അനുഭവിക്കണമെന്നു മാത്രം.

നാം കേരളീയർ ഈ സംഭവം പ്രത്യേകം ശ്രദ്ധിക്കണം. കോളാമ്പി ഉപയോഗിക്കുന്നത് നിയമവിരുദ്ധമാണെന്ന് അറിഞ്ഞുകൊണ്ടുതന്നെ ഇന്ന് നമ്മുടെ ഗ്രാമങ്ങളിലും പട്ടണങ്ങളിലും കോളാമ്പികൾ ഉയർത്തിക്കെട്ടി അതിലൂടെ പാട്ടും പ്രസംഗവുമെല്ലാം പുറത്തേക്കു പ്രവഹിപ്പിച്ചു രസിക്കുകയാണല്ലോ നമ്മുടെ നേതാക്കന്മാർ! ശാന്തമായിരുന്ന ഗ്രാമങ്ങളിൽ ഓണം കോളാമ്പിയിലൂടെയാണ് ഇപ്പോൾ എത്തുന്നത്. രാപ്പകൽ ചലച്ചിത്രഗാനങ്ങളും മറ്റും ഏറ്റവും വലിയ ശബ്ദത്തിൽ കേൾപ്പിച്ചാണ് ഓണാഘോഷം. മാവേലിയെങ്ങാനും അതുവഴി വന്നാൽ അദ്ദേഹത്തിന്റെ ചെവി പൊട്ടിയതുതന്നെ!

പണ്ടൊക്കെ രാഷ്ട്രീയപ്പാർട്ടികൾ യോഗങ്ങൾ നടത്തുമ്പോൾ യോഗസ്ഥലത്തു മാത്രമേ ഉച്ചഭാഷിണികൾ സ്ഥാപിക്കുമായിരുന്നുള്ളൂ. ഇപ്പോൾ പട്ടണത്തിലെ ഒരു മൂലയിൽ യോഗം നടന്നാലും കോളാമ്പികൾ പട്ടണം മുഴുവൻ നിറയും. നഗരം മുഴുവൻ ശബ്ദകോലാഹലത്തിൽ മുങ്ങണം — അതാണ് ലക്ഷ്യം!

ശബ്ദം കൂടിയാലും കുഴപ്പമാണ്. ഒരു കോഴിയുടെ കൂവൽപോലും കൂടുതൽ ഉച്ചത്തിലായാൽ അതു തടയാൻ ബ്രിട്ടണിൽ ജഡ്ജിമാരുണ്ട്. അതു തടയണമെന്നും പറയാൻ വേണ്ട വിവരം അവിടെയുള്ള ജനങ്ങൾക്കുമുണ്ട്. ഇവിടെ ജനം കോളാമ്പിയിലൂടെ വരുന്ന കോലാഹലം കേട്ടിട്ടും പ്രതികരിക്കാതെ അതു സഹിക്കുന്നു. എന്തൊരു നാണക്കേട്!

99

എയ്ഡ്സിനെതിരെ വേപ്പ്!

ഇന്ത്യാക്കാരുടെ പ്രിയപ്പെട്ട ആര്യവേപ്പ് എയ്ഡ്സിനുള്ള മരുന്നാകുമോ? അങ്ങനെയുമൊരു സൂചന ലഭിച്ചിരിക്കുന്നു. ജപ്പാൻ, ജർമനി തുടങ്ങിയ രാജ്യങ്ങളിലെ ചില വൻ കമ്പനികൾ അത്തരമൊരു മരുന്നു വേർതിരിച്ചെടുക്കാൻ ശ്രമിക്കുന്നുണ്ടുപോലും. എയ്ഡ്സ് വൈറസ് ബാധിച്ച കോശങ്ങൾ വിഭജിക്കുന്നതു തടയുന്ന ഒരു എൻസൈം വേപ്പിലുണ്ടെന്നാണ് സൂചന. അത് വേർതിരിച്ചെടുത്ത് എയ്ഡ്സിനു മരുന്നായി ഉപയോഗിച്ചു തുടങ്ങിയാൽ വേപ്പിനു വില വളരെ കൂടും. റബ്ബർ വെട്ടി കൊക്കോ വച്ച്, അത് വെട്ടി തേക്ക് വച്ചുപിടിപ്പിച്ചു കാത്തിരിക്കുന്ന പരീക്ഷണകുതുകികകളായ കൃഷിക്കാർ ഭാവിയിൽ തേക്കു വെട്ടി വേപ്പു വയ്ക്കുമോ?

വികസിത രാജ്യങ്ങളിൽ വേപ്പിനെപ്പറ്റി വിപുലമായ ഗവേഷണങ്ങൾ നടന്നുവരുന്നു. അനേകം കീടനാശിനികൾ വേപ്പിൽനിന്നുമുണ്ടാക്കാമെന്നാണ് കണ്ടെത്തിയിരിക്കുന്നത്. ഡബ്ലിയു ആർ ഗ്രേസ് എന്ന അമേരിക്കൻ കമ്പനി വേപ്പിൽനിന്ന് ഒരു കീടനാശിനി ഉൽപ്പാദിപ്പിച്ച പേര് മാർഗോസാൻ - O

(Margosan - O) അത് മാർക്കറ്റിൽ ഇറക്കിയ വർഷംതന്നെ നൂറു മില്യൺ ഡോളറിന്റെ കച്ചവടം നടത്തി അവർ ചരിത്രം സൃഷ്ടിച്ചു. പിന്നീട് അവർതന്നെ ബയോനീം എന്ന പേരിൽ മറ്റൊരു ഉൽപ്പന്നവും പുറത്തിറക്കി. പുരാതനകാലം മുതൽ കീടനാശിനിയായും മരുന്നായും മറ്റും ഭാരതത്തിൽ ഉപയോഗിച്ചുവന്ന വേപ്പിനെ സമ്പന്ന രാഷ്ട്രങ്ങളും അവിടങ്ങളിലെ കുത്തകക്കമ്പനികളും ശ്രദ്ധിച്ചു കഴിഞ്ഞിരിക്കുന്നു എന്നതിന്റെ സൂചനയാണിത്.

ഭാരതീയർ ആര്യവേപ്പിനെ ആരാധിച്ചുവന്നിരുന്നു. അതിനെ കല്യാണം കഴിപ്പിക്കുന്ന ആചാരംവരെ ചില ഇന്ത്യൻ ഗ്രാമങ്ങളിൽ

നിലനിൽക്കുന്നുണ്ട്. ആര്യവേപ്പിന്റെ തൊലിയും ഇലയും വിത്തും വിത്തിൽനിന്നെടുക്കുന്ന തൈലവും ഔഷധമായി നമ്മുടെ രാജ്യത്ത് ഉപയോഗിച്ചു വന്നിരുന്നു. ചിക്കൻപോക്സ് മൂലം ദേഹത്ത് കുരുക്കൾ പഴുത്ത് ചൊറിച്ചിൽ തോന്നുമ്പോൾ ആര്യവേപ്പിന്റെ ഇലകൾകൊണ്ടു തഴുകിയാണ് ആശ്വാസം കൊണ്ടിരുന്നത്.

അലമാരകളിൽ ആര്യവേപ്പിൽ ഇലകൾ വിരിച്ച് അതിനു മുകളിൽ പുസ്തകങ്ങൾ വച്ചാൽ ഇരട്ടവാലന്റെ ശല്യം കുറയും. പട്ടുസാരികൾ കേടുകൂടാതെ സൂക്ഷിക്കാനും ആര്യവേപ്പില സഹായിക്കുമെന്നാണ് നാടൻ വിശ്വാസം. അനേകം ത്വക് രോഗങ്ങൾക്ക് ഔഷധമായി പണ്ടുമുതൽ കേരളീയർ ആര്യവേപ്പ് ഉപയോഗിച്ചിരുന്നു.

വേപ്പിൻസത്തു ചേർത്ത സോപ്പും പേസ്റ്റും ഇന്ത്യൻ മാർക്കറ്റിൽ ഇപ്പോൾത്തന്നെയുണ്ട്. വേപ്പിന്റെ ചെറിയ കമ്പുകൾ പല്ലുതേക്കാൻ ഇന്ത്യയിലെ ഗ്രാമീണർ ഉപയോഗിച്ചുവരുന്നു.

വേപ്പിൽനിന്നുമുണ്ടാക്കുന്ന കീടനാശിനികൾ അസ്ഥിരങ്ങളായതിനാൽ പരിസരമലിനീകരണമുണ്ടാക്കുകയില്ല. കൃത്രിമ കീടനാശിനികളെ പ്രതിരോധിച്ചു നിൽക്കുന്ന കീടങ്ങൾക്കെതിരെ, വേപ്പിൽനിന്നുമെടുക്കുന്ന കീടനാശിനികൾ ഉപയോഗിക്കാനും കഴിയും. ഉപദ്രവകാരികളായ ഇരുന്നൂറോളം ജീവികളെ ചെറുക്കാൻ വേപ്പിൽ നിന്നുമുള്ള രാസവസ്തുക്കൾക്കു കഴിയുമെന്നാണ് കണക്കാക്കപ്പെട്ടിരിക്കുന്നത്.

ഹെർപ്സ് വൈറസിനെതിരെ പ്രവർത്തിക്കാൻ വേപ്പിൻസത്തിനു കഴിയുമെന്ന് ജർമനിയിൽ നടന്ന ഒരു പഠനം സൂചിപ്പിക്കുന്നു. ക്യാൻസറിനും പ്രമേഹത്തിനും ഉള്ള ചികിത്സയ്ക്കു പറ്റിയ ഔഷധങ്ങൾ വേപ്പിൽനിന്നു ലഭിക്കുമെന്നാണ് പ്രതീക്ഷ.

എല്ലാ വീട്ടിലും ഒരു വേപ്പ് എന്ന ഒരു മുദ്രാവാക്യം നമുക്കു സ്വീകരിക്കാം. വഴിവക്കിലും മറ്റും തണലിനുവേണ്ടി വേപ്പു വയ്ക്കുന്ന രീതി ഇനി തുടങ്ങാം. അക്കേഷ്യാക്കും യൂക്കാലിക്കും പകരം ആര്യവേപ്പു വച്ചുതുടങ്ങാൻ സോഷ്യൽ ഫോറസ്ട്രിക്കാരോട് അഭ്യർഥിക്കുകയും ചെയ്യും.

100

ഭൂമിയിൽ സമാധാനം

അനന്തവിശാലമാണ് പ്രപഞ്ചം. അതൊരു കരകാണാക്കടലാണെന്നു കരുതുക. ആ കടലിലെ ഒരു കൊച്ചു കൊതുമ്പുവള്ളമാണ് നമ്മുടെ ഭൂമി. വലുതും ചെറുതുമായ അനേകം വള്ളങ്ങളും ബോട്ടുകളും കപ്പലുകളും വേറെയുമുണ്ട് ഈ പ്രപഞ്ചക്കടലിൽ. പക്ഷേ നമ്മുടെ അറിവിൽ ഈ ഭൂമിയെന്ന കൊതുമ്പുവള്ളത്തിൽ മാത്രമേ ജീവനുള്ളൂ. ജീവികളുള്ളൂ. കോടാനുകോടി സസ്യജന്തുജാലങ്ങളാണാ കൊതുമ്പുവള്ളത്തിലുള്ളത്. അതിൽ വിശേഷബുദ്ധിയുള്ളതോ മനുഷ്യനുമാത്രം.

പക്ഷേ ഈ വിശേഷബുദ്ധിയുള്ള മനുഷ്യർ ഇന്നെന്താണു ചെയ്യുന്നത്? ആ കൊതുമ്പുവള്ളത്തിനെത്തന്നെ തകർക്കാൻ നോക്കുന്നു. ന്യൂക്ലിയർ ബോംബുകൾ പൊട്ടിച്ചാണ് പരീക്ഷണങ്ങൾ നടത്തുന്നത്! ഭൂഗർഭത്തിലും കടലിലും ആകാശത്തും കൂറ്റൻ ബോംബുകൾ പൊട്ടിച്ച് പൊട്ടലിന്റെ ശക്തിയും രീതിയും പഠിക്കുന്നു. എന്തിന്? കൂടുതൽ നന്നായി കൊല്ലാനുള്ള വിദ്യകൾ വശമാക്കാൻ! കൂടുതൽ ശക്തിയുള്ള ബോംബുകൾ ഉണ്ടാക്കാൻ!

ഈ യുഗ ഗവേഷണമാണ് ഇന്ന് ലോകത്ത് നടക്കുന്ന പ്രമുഖ ഗവേഷണം! അവമാത്രം പോരല്ലോ, അവയെ കൃത്യമായി കൊണ്ടുചെന്നിടാൻ പറ്റിയ മിസൈലുകളും വേണം! അവയിലുമുണ്ട് ഗവേഷണം. ഇങ്ങനെ ഗവേഷണം ചെയ്തു കണ്ടെത്തുന്ന യുദ്ധോപകരണങ്ങൾ വൻതോതിലുണ്ടാക്കുന്നു. കച്ചവടം ചെയ്യുന്നു. പല സമ്പന്ന രാഷ്ട്രങ്ങളുടെയും പ്രധാന ബിസിനസ് തന്നെ യുദ്ധോപകരണങ്ങളുടെ നിർമാണമാണ് അവ വിറ്റഴിയണമെങ്കിൽ ലോകത്ത് അവിടവിടെ പൊട്ടലും ചീറ്റലും കാണണം. കൊച്ചുയുദ്ധങ്ങൾ കാണണം. അത്തരം പിരിമുറുക്കങ്ങൾ ഉണ്ടായില്ലെങ്കിൽ ഉണ്ടാക്കാൻ

വരെ തുനിയും ആയുധനിർമാണക്കമ്പനികൾ. ഈ ദൂഷിത വലയത്തിൽപ്പെട്ട് ദരിദ്ര രാഷ്ട്രങ്ങൾവരെ തങ്ങളുടെ ആദായത്തിന്റെ വലിയ ഒരു ശതമാനം യുദ്ധോപകരണങ്ങൾ വാങ്ങാനും പട്ടാളക്കാരെ നിലനിർത്താനും ചെലവാക്കേണ്ടിവരുന്നു.

അങ്ങനെ ആയുധപ്പന്തയവും കച്ചവടവും ദരിദ്രരാഷ്ട്രങ്ങളെ കൂടുതൽ ദരിദ്രമാക്കുന്നു. 1984-ൽ എത്യോപ്യയിൽ ആറുലക്ഷം പേർ പട്ടിണികൊണ്ടു മരിച്ചത് ഓർക്കുക. ഇന്ത്യയിൽത്തന്നെ എല്ലാ ഗ്രാമങ്ങളിലും കുടിവെള്ളം എത്തിച്ചാൽ ഇന്നുള്ള രോഗങ്ങളുടെ ഒരു വലിയ ശതമാനം ഇല്ലാതാകും എന്നോർക്കുക. പക്ഷേ നിവൃത്തിയില്ല. ഓരോ വർഷവും യുദ്ധോപകരണങ്ങൾ വാങ്ങാൻ വേണ്ടിവരുന്ന ചെലവ് കൂടിവരുന്നു. എങ്ങനെ കൂടാതിരിക്കും? അത്രയേറെ വലിയ വിലയാണ് ഈ ഉപകരണങ്ങൾക്ക്. ഏറ്റവും പുതിയ ഒരു ടാങ്ക് വാങ്ങാൻ വേണ്ടിവരുന്ന ചെലവുകൊണ്ട് 80 ലക്ഷം ജനങ്ങൾക്ക് ഒരു ദിവസത്തെ റേഷൻ നൽകാൻ കഴിയും എന്നാണ് കണക്ക്! ലോകത്തെ ഒരുദിവസത്തെ മിലിട്ടറി ചെലവ് ഏകദേശം ഒരു ബില്യൺ ഡോളറാണ്! അപ്പോൾ ഒരുവർഷത്തെ ചെലവ് എത്ര ഭീമമായിരിക്കും? അതേസമയം പ്രതിവർഷം 15 മില്യൺ ജനങ്ങൾ ലോകത്ത് പട്ടിണികൊണ്ട് മരിക്കുന്നു. 35 ശതമാനം ജനങ്ങൾക്ക് കുടിക്കാൻ ശുദ്ധജലമില്ലാതെ വലയുന്നു.

ചുരുക്കത്തിൽ ആയുധനിർമാണവും കച്ചവടവും കുറേപ്പേരെ സമ്പന്നരാക്കുമ്പോൾ ബഹുഭൂരിപക്ഷത്തെയും ദാരിദ്ര്യത്തിലേക്കു തള്ളിവിടുകയും ലോകസമ്പദ്വ്യവസ്ഥയെ തകർക്കുകയും ചെയ്യുന്നു. ഒരു ഭീകരമായ പ്രശ്നമാണ് ഇത്.

അതു മാത്രമല്ല പ്രശ്നം. ഈ ലോകം നശിപ്പിക്കാൻ ആവശ്യമുള്ളതിന്റെ അനേകമടങ്ങ് ന്യൂക്ലിയർ ബോംബുകൾ നിർമിച്ച് വച്ചിരിക്കുകയാണ് ലോകത്തിന്റെ പല ഭാഗങ്ങളിലായി. ഇപ്പോൾത്തന്നെ തകരാറിലായിരിക്കുന്ന ഭൂമിയെന്ന കൊതുമ്പുവള്ളത്തിന് താങ്ങാനാകുന്നതിലും എത്രയോ കൂടുതലാണെന്നോ ഇവിടെ കൂട്ടിവച്ചിരിക്കുന്ന ന്യൂക്ലിയർ ബോംബുകൾ.

ഒരു യുദ്ധം പൊട്ടിപ്പുറപ്പെട്ടാൽ.... അതൊരു ലോക മഹായുദ്ധമായാൽ.... അത് ഒരു ആണവ യുദ്ധമായിക്കലാശിച്ചാൽ.... ഭീകരമായിരിക്കും ഫലം. ഒരു ആണവയുദ്ധത്തിന്റെ (ന്യൂക്ലിയർ യുദ്ധത്തിന്റെ) ഫലമായി ലോകത്തിനുണ്ടാകുന്ന മാറ്റങ്ങളെപ്പറ്റി വിശദമായി അമേരിക്കയിലെയും മറ്റും ശാസ്ത്രജ്ഞന്മാർ പഠിച്ചിട്ടുണ്ട്. ആണവയുദ്ധം പൊട്ടിപ്പുറപ്പെട്ടാൽ, ന്യൂക്ലിയർ ബോംബുകൾ പരസ്പരം

തൊടുത്തുവിട്ടാൽ, ന്യൂക്ലിയർബോംബുകൾ പരസ്പരം തൊടുത്തു വിട്ടാൽ, അവ വിവിധ രാജ്യങ്ങളിൽ വീണുപൊട്ടിയാൽ ഉണ്ടാകുന്ന രംഗങ്ങൾ ഏകദേശം വിശദമായി നമുക്കറിയാം; അനുഭവിച്ചിട്ടി ല്ലെങ്കിലും ഒരുനിമിഷം ആയിരം സൂര്യന്മാർ ഒന്നിച്ചു പൊട്ടിച്ചിത റിയതുപോലെ പ്രകാശഗോളങ്ങൾ ഉയരും. അതിശക്തമായ ഒരു തീയിൽ പെട്ട് തൊട്ടടുത്ത ഭാഗങ്ങൾ മുഴുവൻ ഭസ്മമാകും. അതി ഭീകരമായ കൊടുങ്കാറ്റുണ്ടായി അത് എല്ലാം തകർത്തു തരിപ്പണ മാക്കും. വിഷരശ്മികളും വിഷധൂളികളും പൊടിപടലങ്ങളും ഉയരും. അവയിൽപ്പെട്ട് ബാക്കി ഭാഗങ്ങളിലെ ജീവനും തകരും. ഈ വിഷ പ്പൊടികൾ ഉയർന്ന് ഭൂമിക്കു ചുറ്റുമായി ഒരു വിഷമറയുണ്ടാക്കും. അത് സൂര്യനെ മറയ്ക്കും. അതോടെ ഭൂമിയിലെ കാലാവസ്ഥ ത കിടം മറിയും. പരിസ്ഥിതിവ്യവസ്ഥ തകരാറിലാകും. സൂര്യരശ്മി തട്ടാതെ ഭൂമിയിലെ താപനില പെട്ടെന്ന് താഴും. ഭൂമി തണുത്തു മരവിക്കാൻ തുടങ്ങും. ഭൂമിയിൽ ഒരു ന്യൂക്ലിയർ വിന്റർ ഉണ്ടാകും....

ഇതേപ്പറ്റി കൂടുതൽ വിവരിക്കേണ്ട ആവശ്യമില്ല. ഒരു മൂന്നാം ലോകമഹായുദ്ധമുണ്ടായാൽ അന്നത്തെ ആയുധങ്ങളെന്തെല്ലാം ആ യിരിക്കും എന്ന് പറയാൻ തനിക്കാവില്ല എന്ന് ഐൻസ്റ്റൈൻ ഒരി ക്കൽ പറഞ്ഞു. എന്നാൽ അതിനുശേഷമുള്ള നാലാം ലോകയു ദ്ധത്തിന്റെ ആയുധങ്ങൾ എന്തായിരിക്കുമെന്ന് തനിക്കറിയാമെന്ന്! എന്തായിരിക്കുമെന്നോ അവ? കല്ലും തടിയും ഐൻസ്റ്റൈൻ പരി ഹാസത്തോടെ പറഞ്ഞതെന്താണെന്നോ? ഇനിയത്തെ യുദ്ധത്തിൽ നമ്മുടെ സർവതും നശിക്കുമെന്ന്. ആരെങ്കിലും അവശേഷിച്ചാല വർ കാട്ടിൽ കല്ലും തടിയും കൊണ്ടു തമ്മിൽത്തല്ലാൻ മാത്രം ക ഴിയുന്ന നിലയിലേക്കു മാറുമെന്ന്. പക്ഷേ ഐൻസ്റ്റൈൻ കരുതി യതിലും ഭീകരമായിരിക്കും യുദ്ധമെന്നതാണ് സത്യം. കല്ലും തടി യുമെടുത്തു യുദ്ധം ചെയ്യാൻ മനുഷ്യരോ അവർക്കു കഴിയാൻ കാ ടോ ഭൂമിയിലവശേഷിക്കില്ല. ഭൂമി വന്ധ്യയാകും. ജീവന്റെ ചലനമി ല്ലാത്ത മൃതപ്രായത്തിലുള്ള ഭൂമി മാത്രമേ അവശേഷിക്കൂ.

അത്ര ഭീകരമാണ് അവസ്ഥ. അതിനാൽ ചിന്തിക്കുന്ന, ലോക ത്തെ സ്നേഹിക്കുന്ന, നമ്മുടെ മക്കളും അവരുടെ മക്കളും ഈ ലോകത്തു കഴിയണമെന്നാഗ്രഹിക്കുന്ന, മനുഷ്യത്വമുള്ള എല്ലാവ രും സമാധാനത്തിനുവേണ്ടി യത്നിക്കേണ്ട കാലം വന്നിരിക്കുന്നു. പുരോഹിതനും ശാസ്ത്രജ്ഞനും രാഷ്ട്രതന്ത്രജ്ഞനും സാഹി ത്യകാരനും സാധാരണക്കാരനും എല്ലാമൊന്നിച്ച് സമാധാനത്തി നുവേണ്ടി ശബ്ദമുയർത്തേണ്ട കാലമാണിത്.

വാസ്തവത്തിൽ ലോകത്തെ ഏറ്റവും വലിയ പ്രശ്നം ഇതുതന്നെ. കാരണം ആയുധപ്പന്തയം നിർത്തിവച്ച് ആയുധങ്ങൾ നിയന്ത്രിച്ച്, സമാധാനം ലോകത്ത് ഉറപ്പാക്കിയാലേ മനുഷ്യന് ഇനി ഇവിടെ നിലനിൽപ്പുള്ളൂ. ഭ്രാന്തന്റെ കയ്യിൽ തോക്കു കിട്ടിയതുപോലെയാണ് യുദ്ധക്കൊതിയന്മാരുടെ കൈകളിൽ ന്യൂക്ലിയർ ബോംബുകൾ. അവ കൂടുന്തോറും അപകടമേറുന്നു. അതിനാൽ എല്ലാതലത്തിലുമുള്ളവർ ഒന്നിക്കണം.

പുതിയ ഒരു ധർമബോധമുണ്ടായെങ്കിലേ ലോകത്തിനു രക്ഷയുള്ളൂ. സമാധാനത്തെ തുരങ്കം വയ്ക്കുന്ന യുദ്ധത്തെ സഹായിക്കുന്ന ഒരു പ്രവർത്തനത്തിലും പങ്കെടുക്കുകയില്ലെന്ന് ജനങ്ങൾ തീരുമാനിക്കണം. അതിന് അവരെ പ്രേരിപ്പിക്കാൻ മതമേധാവികൾപോലും തയാറാകണം. ജനങ്ങളെ യുദ്ധത്തിനെതിരായി തിരിക്കാൻ സാമൂഹ്യബോധമുള്ള ശാസ്ത്രജ്ഞന്മാരും മുൻകൈ എടുക്കണം.

യുദ്ധം സ്വാർഥതയിൽ നിന്നുമാണ് ഉടലെടുക്കുന്നതെന്ന് ഓർക്കുക. സ്വന്തം ലാഭത്തിനു മുൻതൂക്കം നൽകുന്ന മനോഭാവം, കച്ചവട മനഃസ്ഥിതി, ധർമബോധമില്ലായ്മ, സാമൂഹ്യബോധമില്ലായ്മ, ചരിത്രത്തെപ്പറ്റി വിശാലമായ കാഴ്ചപ്പാടില്ലായ്മ, ഇവയൊക്കെയാണ് യുദ്ധത്തിന്റെ പുറകിൽ. അതിനാൽ ഭൂമിയിൽ സമാധാനം സ്ഥാപിക്കാൻ കെൽപ്പുള്ള, സ്നേഹത്തിന്റെയും സാർവലൗകികത്വത്തിന്റെയും മനോഭാവം കുട്ടികളിൽ വളർത്തിക്കൊണ്ടുവരുവാൻ ലോകമെങ്ങുമുള്ള മാതാപിതാക്കന്മാരും ശ്രദ്ധിക്കണം.

ഭയത്തോടെ ലോകത്തെ കാണാതെ ശാന്തിയും സമാധാനവുമുള്ള ഒരു ലോകത്തെ സ്വപ്നം കാണാൻ ലോകത്തെ ഓരോ കുഞ്ഞിനും ഇനി എന്നു കഴിയും? രണ്ടാം ലോകമഹായുദ്ധത്തിന്റെ അവസാനഘട്ടത്തിൽ ജപ്പാന്റെ മേൽ അണുബോംബു പ്രയോഗം നടത്തിക്കഴിഞ്ഞ് ലോകമനഃസാക്ഷി ഞെട്ടി വിറച്ചുനിന്ന കാലത്ത് *ടൈം* മാസിക ഒരു സർവേ നടത്തി. “വലുതാകുമ്പോൾ എന്തായിത്തീരുവാൻ ആഗ്രഹിക്കുന്നു” എന്നതായിരുന്നു ചോദ്യം. അതിനൊരു എട്ടുവയസുകാരൻ കുട്ടി നൽകിയ ഉത്തരമെന്താണെന്നോ? “ജീവിച്ചിരിക്കാനാഗ്രഹിക്കുന്നു” എന്ന്! അതെ നമുക്കും അതുതന്നെയാണ് ആഗ്രഹം. അതിനായി ഈ ഭൂമിയിൽ സമാധാനം കൈവരണം.

ഭീകരങ്ങളായ ന്യൂക്ലിയർ ബോംബുകൾ തൊടുത്തു നിർത്തിയിരിക്കുന്ന അമ്പതിനായിരത്തിലധികം മിസൈലുകൾ മുമ്പോട്ടു കുതിക്കാൻ കാത്തുകൊണ്ടു ലോകമെങ്ങുമായി നിൽപ്പുണ്ടെന്ന് മറ

ക്കരുത്. ഒരുനിമിഷം ഒരു തെറ്റിൽ ലോകം ഭസ്മമാകും. വിദ്വേഷത്തിന്റെ, വിശ്വാസരാഹിത്യത്തിന്റെ, ലാഭക്കൊതിയുടെ, ചതിവിന്റെ, ക്രൂരതയുടെ അങ്ങനെ മനുഷ്യന്റെ എല്ലാ ദുഷ്ടതകളുടെയും മേഘങ്ങളെ ആകാശത്തുനിന്ന് തുടച്ചുമാറ്റണം. കനിവിന്റെ സൗഹൃദത്തിന്റെ, നിസ്വാർഥതയുടെ, പരസ്പരസ്നേഹത്തിന്റെ, ഉദാത്തമായ ചിന്തകളുടെ, മനോഹരമായ സ്വപ്നങ്ങളുടെ.... അങ്ങനെ മനുഷ്യന്റെ എല്ലാ നന്മയുടെയും കിരണങ്ങൾ ലോകമെങ്ങും പരക്കണം. അതിന് ആ നന്മകളുടെ കിരണങ്ങൾ ആദ്യം മനുഷ്യ മനസുകളിൽ നിറയണം. അപ്പോൾ അവ താനെ ലോകമെങ്ങും പരക്കും. ഈ ഭൂമിയെ സ്വർഗമാക്കും. അതിനാൽ ഈ പുതുവർഷപ്പുലരിയിൽ നമുക്കുണരാം. ഒരു പുതുലോകസൃഷ്ടിക്ക് കഴിവുള്ള മനുഷ്യനായി വളരാൻ പ്രതിജ്ഞയെടുക്കാം. ഭൂമിയിൽ സമാധാനം ആശംസിക്കാം.

101

വേണ്ടേ നമുക്കൊരു രണ്ടാം ഹരിതവിപ്ലവം?

അമ്മയെ തല്ലിയാലും അതിന് രണ്ട് പക്ഷമുണ്ടാകും. ആ അമ്മയെ തല്ലേണ്ടത് കാലഘട്ടത്തിന്റെ ആവശ്യമാണ് എന്ന് ഗവേഷണം ചെയ്ത് സ്ഥാപിക്കാനും ആൾ ഉണ്ടാകും. ലോകത്തെ പട്ടിണിയിൽനിന്നും കരകയറ്റിയ ഹരിതവിപ്ലവം വലിയ ഒരു ദുരന്തമാണ് എന്ന് വാദിക്കുന്ന ഒരു പ്രകൃതിസ്നേഹിയെ ഈ ലേഖകനറിയാം. മനുഷ്യൻ കൃഷി കണ്ടുപിടിച്ചതേ വലിയ ദുരന്തമായി എന്നാണ് അദ്ദേഹം വിശ്വസിക്കുന്നത്. തന്റെ വാദങ്ങൾ ഭംഗിയായി അവതരിപ്പിച്ച് അവ ശരി എന്നു സ്ഥാപിക്കാനും അദ്ദേഹം സമർഥനാണ്.

എന്തിനും ഗുണവും ദോഷവുമുണ്ട്. കൃഷി കണ്ടുപിടിച്ചതിനുമുണ്ട്. ഹരിതവിപ്ലവത്തിനുമുണ്ട്. എന്നാൽ ഗുണഫലങ്ങൾ വളരെ കൂടുതലാണ് എങ്കിൽ അക്കാര്യം അംഗീകരിച്ചേ തീരൂ. ഒരുകാലത്ത് ഗോതമ്പിനും അരിക്കുമായി തെണ്ടേണ്ട ഗതികേടിലായിരുന്നു ഇന്ത്യ. ഹരിതവിപ്ലവമാണ് ഇന്ത്യയിലെ ജനകോടികളെ പട്ടിണിയിൽനിന്നും കരകയറ്റിയത്. അത് നടപ്പാക്കിയതിൽ പാകപ്പിഴകൾ ഉണ്ടായിട്ടുണ്ട്. പഞ്ചാബിൽ ഗോതമ്പുവിപ്ലവമുണ്ടായപ്പോഴും പട്ടിണി നിലനിന്നത് ഒരു ഉദാഹരണം. അമിതമായ കൃത്രിമവള ഉപയോഗം മണ്ണിന്റെ ആരോഗ്യം തകർത്തത് മറ്റൊരു പാകപ്പിഴ. അതിഭീകരമായ തോതിൽ കീടനാശിനികളും കളനാശിനികളും കോരി കൃഷിയിടങ്ങളിൽ ഒഴിച്ച് ഭൂമിയെ മലിനമാക്കിയതും ജീവജാലങ്ങളെ നശിപ്പിച്ചതും വലിയ തെറ്റായിപ്പോയി. എന്നാൽ കൃഷിവിദഗ്ധന്മാർ അതൊക്കെ കുറെയെങ്കിലും തിരിച്ചറിഞ്ഞ് പരിഹാരങ്ങൾ നടപ്പാക്കിവരുന്നു. ജൈവകൃഷിരീതികൾക്ക് പ്രോത്സാഹനം നൽകിത്തുടങ്ങിയത് അതുകൊണ്ടാണല്ലോ.

എന്നാൽ ഒന്നാം ഹരിതവിപ്ലവത്തിനു ശേഷം ഇന്ത്യാ ഗവൺമെന്റ് കൃഷിയെപ്പറ്റി വേണ്ടത്ര ഗൗരവത്തോടെ ചിന്തിക്കുന്നുണ്ടോ എന്ന് സംശയിക്കണം. ഐ റ്റി വ്യവസായങ്ങൾ കോടികൾ ലാഭമുണ്ടാക്കുന്നു. അത്തരം പുതിയ വ്യവസായസംരഭങ്ങൾക്ക് പ്രാധാന്യം നൽകുകതന്നെ വേണം. അതിനിടയിൽ കൃഷിക്കു നൽകേണ്ട പ്രധാന്യം നൽകുന്നില്ല എന്നുള്ളതാണ് സത്യം. ഇങ്ങനെ പോയാൽ ഇന്ത്യയിലെ കാർഷികോൽപ്പാദനം കുറയുകയും ഇന്ത്യയിലെ സാധാരണക്കാർ പട്ടിണിയിലാവുകയും ചെയ്യും.

അപ്പോൾ വേണ്ടതെന്താണ്? ഒന്നാം ഹരിതവിപ്ലവത്തിന്റെ ദൂഷ്യഫലങ്ങൾ തിരിച്ചറിഞ്ഞതിന്റെ വെളിച്ചത്തിൽ ഇന്നത്തെ കൃഷിരീതികളിൽ ശാസ്ത്രീയമായ പരിഷ്കാരങ്ങൾ നടപ്പാക്കണം. ബയോ ടെക്നോളജിയുടെ സാധ്യതകൾ കൂടി ഉപയോഗിച്ച് മെച്ചപ്പെട്ട വിത്തിനങ്ങൾ കർഷകർക്ക് സൗജന്യമായി നൽകി അവ കൃഷിചെയ്യാൻ പ്രോത്സാഹിപ്പിക്കണം. കൃഷിക്കാരുടെയും കാർഷികത്തൊഴിലാളികളുടെയും ജീവിതം മെച്ചപ്പെടുത്താനുള്ള പരിപാടികൾ അടിയന്തരമായി ചെയ്യണം. ബഹുഭൂരിപക്ഷം വരുന്ന കാർഷികത്തൊഴിലാളികളുടെ ജീവിതസുരക്ഷ അങ്ങനെ ഉറപ്പാക്കണം. അതിന് കേന്ദ്രഗവൺമെന്റ് സംസ്ഥാന സർക്കാരുകളുമായി സഹകരിച്ച് അഖിലേന്ത്യാതലത്തിൽ പരിപാടികൾ ആസൂത്രണം ചെയ്തു നടപ്പാക്കണം.

കൃഷിക്കാർ ആത്മഹത്യ ചെയ്യേണ്ട പരിതഃസ്ഥിതി പൂർണമായും ഒഴിവാക്കപ്പെടണം. എല്ലാ വിളകൾക്കും സൗജന്യമായി ഇൻഷുറൻസ് കവറേജ് നൽകണം. കൃഷി ഇറക്കാൻ പണം മുടക്കിയാൽ അത് തിരിച്ചുകിട്ടും എന്ന് ഉറപ്പുവരുത്തണം. സാധാരണക്കാരായ കൃഷിക്കാർക്കും കർഷകത്തൊഴിലാളികൾക്കും മാന്യമായി ജീവിക്കാൻ വേണ്ട സാമ്പത്തികസഹായം സർക്കാർ നൽകണം. അതിനുള്ള വിവേകവും ദർശനവും രാഷ്ട്രീയമായ ഇച്ഛാശക്തിയും ഭരണാധിപന്മാർക്കുണ്ടാകണം.

ഒന്നാം ഹരിതവിപ്ലവം ഗോതമ്പിനും നെല്ലിനും ചോളത്തിനും മറ്റുമാണ് പ്രാധാന്യം നൽകിയത്. എന്നാൽ മറ്റു ഭക്ഷ്യവിഭവങ്ങൾ കൃഷിചെയ്ത് ഉണ്ടാക്കുന്നവർക്കും പ്രോത്സാഹനം നൽകണം. ഇന്ന് കൃഷി അസാധ്യമായ പ്രദേശങ്ങളിലും പുതിയ സാങ്കേതികവിദ്യകൾ വഴി കൃഷി സാധ്യമാക്കണം. ഉദാഹരണമായി ജലലഭ്യതയില്ലാതെ ഉണങ്ങിക്കിടക്കുന്ന പ്രദേശങ്ങൾ. ജലസേചനത്തിലും ആധുനിക സങ്കേതങ്ങൾ ഉപയോഗിച്ച് കൃഷിക്കുവേണ്ട ജലത്തിന്റെ അളവ് കുറയ്ക്കണം.

നമ്മുടെ നാട്ടിൽ മണ്ണൊലിപ്പു മൂലം വൻതോതിൽ കൃഷിതലങ്ങൾ നശിച്ചുപോകുന്നുണ്ട്. 86.5ശതമാനം കൃഷിഭൂമിയുടെ ഗുണനിലവാരത്തകർച്ചയും മണ്ണൊലിപ്പു മൂലമാണ് എന്നൊരു കണക്കുണ്ട്. അതുമൂലം ഒരു വർഷം പോഷകസമ്പന്നമായ വളക്കൂറുള്ള 5334 ദശലക്ഷം ടൺ മണ്ണ് ഓരോ വർഷവും നശിക്കുന്നു. അതിനുള്ള ശാസ്ത്രീയമായ പരിഹാരവും നടപ്പാക്കണം.

ചുരുക്കത്തിൽ കൃഷിക്കു പരമമായ പ്രാധാന്യം നൽകുന്ന ഒരു സമീപനം ആണ് ആവശ്യം. കൃഷിയിടങ്ങളിൽ ജേട്രോഫ കൃഷി ചെയ്ത് ജൈവഇന്ധനം ഉണ്ടാക്കുന്നതാകരുത് സമീപനം. നമുക്ക് ഇന്ധനം തിന്നോ കമ്പ്യൂട്ടർ തിന്നോ വയർ നിറയ്ക്കാനാവില്ല. വിശപ്പു മാറിയാലേ കമ്പ്യൂട്ടറിലും കളിക്കാനുമാകൂ. അന്നവിചാരം തന്നെയാകണം മുൻവിചാരം. അതുകൊണ്ടുതന്നെ കൃഷിക്കാരെ ആത്മഹത്യയിലേക്കു തള്ളിവിടുന്ന സമീപനം മാറണം. മറിച്ച് കൃഷിക്ക് നൂറുശതമാനം സുരക്ഷ സർക്കാർ നൽകണം. അതിനുതകുന്ന ഒരു രണ്ടാം ഹരിതവിപ്ലവത്തെപ്പറ്റി ഇന്നേ ചിന്തിച്ചില്ലെങ്കിൽ പഞ്ചസാര ക്ഷാമം കഴിഞ്ഞ് അരിക്ഷാമവും ഗോതമ്പുക്ഷാമവും വരും. ജനകോടികൾ പട്ടിണിയിലുമാകും.

www.ingramcontent.com/pod-product-compliance
Lightning Source LLC
LaVergne TN
LVHW090304051026
849518LV00005B/1644